ಕಾಲಿಟ್ಟಲ್ಲಿ ಕಾಲುದಾರಿ

ಸುಮಂಗಲಾ ಕತೆಗಳು

ಛಂದ ಪುಸ್ತಕ

AF761309

kaalittalli kaaludaari - short story collection in Kannada by Sumangala , Published by Chanda Pustaka, I-004, Mantri Paradise, Bannerughatta Road, Bangalore-76

ISBN: 978-93-84908-65-2

book size: 1/8 demy, paper used: 70 GSM light weight NS maplitho

ಹಕ್ಕುಗಳು: ಲೇಖಕರವು

ಮೊದಲ ಮುದ್ರಣ: 2009

ಎರಡನೆಯ ಮುದ್ರಣ: 2020

ಮುಖಪುಟ, ಒಳಚಿತ್ರಗಳು: ಇಕ್ಬಾಲ್ ಅಹಮದ್

ಮುಖಪುಟ ವಿನ್ಯಾಸ: ಅಪಾರ

ಪುಟಗಳು: 152

ಬೆಲೆ: 140 ರೂ.

ಪ್ರತಿಗಳಿಗಾಗಿ ಸಂಪರ್ಕಿಸಿ:

ಛಂದ ಪುಸ್ತಕ

ಐ-004, ಮಂತ್ರಿ ಪ್ಯಾರಡೈಸ್

ಬನ್ನೇರುಘಟ್ಟ ರಸ್ತೆ

ಬೆಂಗಳೂರು-76

ಸೆಲ್: 98444 22782

vas123u@rocketmail.com

ಛಂದ ಪುಸ್ತಕ

ಸುಮಂಗಲಾ

1968ರಲ್ಲಿ ಜನಿಸಿದ ಸುಮಂಗಲಾ ಮೂಲತಃ ಸಾಗರದವರು; ರಾಸಾಯನ ಶಾಸ್ತ್ರದಲ್ಲಿ ಸ್ನಾತಕೋತ್ತರ ಪದವಿ ಮಾಡಿದ ನಂತರ ಕೆಲವು ವರ್ಷ ಬಿಜಾಪುರದಲ್ಲಿ ಉಪನ್ಯಾಸಕರಾಗಿ ಕೆಲಸ ಮಾಡಿದ್ದಾರೆ. ಈಗ ಮುದ್ದು ಮಗನೊಂದಿಗೆ ಬೆಂಗಳೂರಿನಲ್ಲಿ ವಾಸ ಮತ್ತು ಕೆಲಸ. 'ಸೀತಾಳೆ ಹೂ ಮತ್ತು ಇತರ ಕಥೆಗಳು' ಮತ್ತು 'ಜುಮುರು ಮಳೆ' ಇವರ ಪ್ರಕಟಿತ ಕಥಾಸಂಕಲನಗಳು. ವಿಜಯ ಕರ್ನಾಟಕ-ಅಂಕಿತ ಪುಸ್ತಕ ಯುಗಾದಿ ಕಥಾ ಸ್ಪರ್ಧೆಯಲ್ಲಿ ಮೂರು ವರ್ಷ ಬಹುಮಾನ ಸೇರದಂತೆ ಹಲವು ಸ್ಪರ್ಧೆಗಳಲ್ಲಿ ಬಹುಮಾನ ಪಡೆದಿದ್ದಾರೆ.

sumangalagm@gmail.com

ಇತ್ತೀಚೆಗಷ್ಟೇ ನಮ್ಮನ್ನು ಅಗಲಿದ
ಮನದಾಳದಲ್ಲಿ ಮರೆಯಲಾಗದ ಅಪಾರ ಅಕ್ಕರೆ ಉಳಿಸಿಹೋದ
ಅಮ್ಮಮ್ಮನಿಗೆ

ಪರಿವಿಡಿ

ಮುತ್ತಿನ ಬುಗುಡಿ

ಸಿಗ್ನಲ್ ಬಳಿ ಬರುವಾಗ ಮತ್ತೆ ಮೊಬೈಲ್ ಕರೆ. ನೋಡಿದರೆ ಬಿಜಾಪುರದ ನಂಬರ್... ಯಾರದ್ದಿರಬಹುದು... ಮನೆಯ ಪರಿಚಿತ ನಂಬರ್ ಅಲ್ಲ... ತಟ್ಟನೆ ನೆನಪಾಯಿತು.. ಸಂಜೆ ಬಂದ ಎರಡೂ ಕರೆ ಇದೇ ನಂಬರ್‌ದು ಇತ್ತು... ವಿದೇಶದಿಂದ ಬಂದಿದ್ದ ಗೆಳೆಯನೊಂದಿಗೆ ವೈನ್ ಹೀರುತ್ತ ಹೀಗೊಂದು ಇಂಟೆಲೆಕ್ಚುವಲ್ ಮಾತುಕತೆಯಲ್ಲಿ ತೊಡಗಿದ್ದ ತಾನು ಉತ್ತರಿಸಿರಲಿಲ್ಲ... ಛೇ ಎಂದುಕೊಳ್ಳುತ್ತ ಹಲೋ ಎಂದ. ಆ ಕಡೆಯಿಂದ ಅಣ್ಣನ ಧ್ವನಿ..

"ಮೀಟಿಂಗದಾಗ ಇದ್ದೇನು... ನಾ ಆವಾಗಿಂದ ಎರಡು ಮೂರು ಸಲ ಮಾಡಿದ್ನಿ... ಅವ್ವಾಗ ಭಾಳಾ ಆರಾಮಿಲ್ಲೋ... ಅದೇ ಎರಡು ವರ್ಷದ ಹಿಂದ ಎದಿಯಾಗ ಸಣ್ಣ ಗಡ್ಡಿಯಾಗಿತ್ತಲಾ... ಆಪರೇಶನ್ ಮಾಡಿ ತಗದಿದ್ರಲ್ಲ ಅದೇ ಮತ್ತ ಆಗೇದ, ಎಲ್ಲೋ ಮಗಂದು ಅದು ಕ್ಯಾನ್ಸರ್ ಇರಬಕು ಅಂತ ಡಾಕ್ಟ್ರು ಹೇಳಾಕ ಹತ್ಯಾರ... ಬಯಾಪ್ಸಿ ಮಾಡಿಂದೇ ಹೇಳ್ಯಾರ.. ಭಾಳ ಸಣ್ಣದದಂತ... ನೀ ಏನ ಗಾಭರಿಯಾಗಬ್ಯಾಡ... ಇಲ್ಲಿ ಆಸ್ಪತ್ರೆದಾಗ ಇರಾಕ ಅವ್ವಾ ಯಾಕೋ ಒಲ್ಲೇ ಅನ್ನಾಕ ಹತ್ಯಾಳ... ಮಂದೀಗಿ ಯಾರಿಗೂ ಹೇಳಬ್ಯಾಡ ಅಂತ... ಸುಳ್ಳೆ ಬಂದು ಸಾಯೂ ಮದ್ಲಿಗೇ ಪಾಪ ಪಾಪ ಅನ್ನಕೋತ ಸಾಯೂ ಹೆಣ ಮಾಡ್ತಾರಾ... ಬೆಂಗಳೂರಿಗಿ ಬರೂಣ ಹೆಂಗ ಕೇಳು ಅಂದಾಳಪ್ಪ... ಬಸ್ಸಿಗಿ ಆಗಲಿಕ್ಕಂದ್ರ ನಮ್ಮ ಗೆಳೆಯಾನ ಕಾರನಾಗ ಬರೂಣು ಅಂತ... ಅಲ್ಲೇ ತೋರಿಸಿಗೋರಿ ಅಂತ ಇಲ್ಲಿ ಡಾಕ್ಟ್ರು ಚೀಟಿ ಕೊಟ್ಟಾರ.. ಮನ್ಯಾಗ ಯಾ–ರಿಗೂ ಗೊತ್ತಿಲ್ಲ ಸಣ್ಣ ಗಡ್ಡಿ ಅಂತ ಅಷ್ಟೇ ಹೇಳೀನಿ, ಅವ್ವಾಗ ಗೊತ್ತಾಗೇದ... ಅದಕ್ಕ ಹೊರಗಿಂದ ಮಾಡಾಕ ಹತ್ತೀನಿ" ಅಣ್ಣ ಮೆತ್ತಗೆ ಇವನ ಹಾಂ ಹೂಂ, ಚಿಕ್ಕ ಪುಟ್ಟ ಪ್ರಶ್ನೆಗಳ ನಡುವೆ ಹೇಳುತ್ತಲೇ ಹೋದ.

ಮಗನ ಪರೀಕ್ಷೆ ಹತ್ತಿರ ಬರ್ತಿದೆ, ವಿನುತಾ ಏನು ಹೇಳ್ತಾಳೋ, ಎಷ್ಟು ದಿನ ಇರಬೇಕಾಗುತ್ತೋ, ಕಳೆದ ಬಾರಿ ಮಗನ ರಜೆಯಲ್ಲಿ ಫ್ಯಾಮಿಲಿ ಹಾಲಿಡೇ ಎಂದೆಲ್ಲ ಸುತ್ತಾಡಿಯೇ ಸಾಕಷ್ಟು ರಜೆ ಖರ್ಚಾಗಿದೆ, ಮತ್ತೆ ತಾನೆಷ್ಟು ದಿನ ಇನ್ನು ರಜೆ ಹಾಕಬೇಕಾಗುತ್ತೋ ಏನೋ ಈ ಎಲ್ಲ ಲೆಕ್ಕಾಚಾರ ವೇಗವಾಗಿ ಮನಸ್ಸಿನಲ್ಲಿ ಹಾದುಹೋಗುತ್ತ... ಈ ಎಲ್ಲ ಲೆಕ್ಕಾಚಾರ ಮಾಡುವಂತಾದ ತನ್ನ ಬಗ್ಗೆ ನಾಚಿಕೆಯೂ ಅಷ್ಟೇ ಬೇಗನೆ ಹುಟ್ಟಿ, ಕಡೆಯಲ್ಲಿ ಅವ್ವಾ ಇನ್ನು ಎಷ್ಟು ದಿನದವಳೋ ಎಂಬ ನಡುಕ ಮೈಯೆಲ್ಲ ಆವರಿಸಿತು. "ಫಟ್ ಅಂತ ಹೊಂಟು ಬಂದುಬಿಡ್ರಪಾ... ಗೆಳೆಯನ ಕಾರು ಸಿಗಲಿಕ್ಕಂದ್ರ ಬ್ಯಾರೆ ಬಾಡಿಗಿ ಕಾರು ಮಾಡಿಸಿಕೊಂಡಾದ್ರೂ ಸರಿ ಬಂದುಬಿಡ್ರಪ್ಪ... ದುಡ್ಡಿಂದೇನೂ ವಿಚಾರ ನೀ ಮಾಡಬ್ಯಾಡ... ನಾ ಎಲ್ಲ ಕಾಳಜಿ ತಗೋತಿನು..." ಹೇಳಹೇಳುತ್ತಲೇ ಡಿಸೆಂಬರ್ ಚಳಿಯಲ್ಲಿಯೂ ಸಣ್ಣಗೆ ಬೆವೆಯಲು ಶುರು.

ರಾತ್ರಿ ಊಟಗೀಟ ಮುಗಿಸಿ ಮಲಗುವ ಮುಂಚೆ ಮಗನಿಗೆ ನಿದ್ದೆ ಬಂದಿದೆ ಎಂದು ಖಚಿತ ಪಡಿಸಿಕೊಂಡು ವಿನುತನಿಗೆ ಹೇಳಿದ. ಅವಳಲ್ಲೂ ತನ್ನಲ್ಲಿ ಹಾದುಹೋದಂತಹುದೇ ಒಂದು ಸಣ್ಣ ಲೆಕ್ಕಾಚಾರ ಹಾದುಹೋಗಿರಬಹುದೇ... ಮಧುಕರನಿಗೆ ವಿನುತನ ಮುಖಭಾವ ಕತ್ತಲೆಯಲ್ಲಿ ಕಾಣಿಸಲಿಲ್ಲ. ಯಾವ ಹಾಸ್ಪಿಟಲ್‌ಗೆ ತೋರಿಸುವುದು, ಆಂಕಾಲಜಿ ಇನ್‌ಸ್ಟಿಟ್ಯೂಟ್ ಅಂದ್ರೆ ಕೆಚ್‌ರಸ್ತೆ, ಎಂಜಿ ರಸ್ತೆಯ ತನ್ನ ಆಫೀಸಿಗೆ ತೀರಾ ದೂರವೇನಲ್ಲ, ತಾನು ಸ್ವಲ್ಪ ಸಂಭಾಳಿಸಬಹುದು, ಅತ್ತಿಗೆಗೆ ಅಂದ್ರೆ ಮಧುಕರನ ಹೆಂಡತಿಗೆ ಇನ್ನೂ ವಿಷಯ ಗೊತ್ತಿಲ್ಲವಂತಾ, ಓ.. ಅವರಿಗೆಲ್ಲ ಗೊತ್ತಾದ್ರೆ ಸುಖಾಸುಮ್ಮನೆ ಬಾಯಿ ಮಾಡುವ ಜನ, ಅಷ್ಟು ಮೆಚ್ಯುರಿಟಿ ಇಲ್ಲಪ್ಪ, ಹೊಸ ವಿಷಯವೊಂದು ತನಗೆ ಗೊತ್ತಾದ ಉತಾವಳಿಯಿಂದ ನಾಲ್ಕಾರು ವಾಕ್ಯ ಜೋಡಿಸಿದ ವಿನುತನಿಗೆ ಅತ್ತೆಯ ಎದೆಯಲ್ಲಿ ಮತ್ತೆ ಬೆಳೆದಿರುವುದು ಕ್ಯಾನ್ಸರ್ ಗೆಡ್ಡೆ ಎಂಬುದು ಫಕ್ಕನೆ ಅರಿವಿಗೆ ಬಂದಿತೇನೋ... ಅಷ್ಟು ಮಾತಾಡಿದವಳು ಫಟ್ ಎಂದು ಸುಮ್ಮನಾದಳು.

ಮತ್ತೆ ತುಸು ಹೊತ್ತು ಇಬ್ಬರ ನಡುವೆ ಮೌನ.

"ಮಧೂ... ಹಾಗೆ ಕ್ಯಾನ್ಸರ್ ಅಂತ ಡಾಕ್ಟರ್ ಹೇಳಿದ ಕ್ಷಣ ಅತ್ತೆಗೆ ಏನು ಅನ್ನಿಸಿರಬಹುದು ಅಂತ... ಶ್ಯೀ... ನಾನೆಂಥ ಕೆಟ್ಟ ಲೆಕ್ಕಾಚಾರದಲ್ಲಿದ್ದೇನೆ ನೋಡು..." ವಿನುತನ ಧ್ವನಿಯಲ್ಲಿ ಜಿನುಗುವ ಪಶ್ಚಾತ್ತಾಪ. ಅವಳ ಕಣ್ಣಾಲಿ ತುಸು ಒದ್ದೆಯಾಗುತ್ತಿರಬಹುದು ಎಂಬ ಊಹೆ ಮಧುಕರನಲ್ಲಿ. ಅವಳ ಕಣ್ಣು ಮುಟ್ಟಿದರೆ ಆ ಒದ್ದೆಹನಿಗಳ ತಂಪಿಗೆ ತನಗೆ ಅಳುವೇ ಬರಬಹುದು ಎನ್ನಿಸಿದ್ದೇ ಅವಳ ಕಣ್ಣೆವೆಗಳನ್ನು ಮುಟ್ಟಲಾರದೆ ಸುಮ್ಮನುಳಿದ.

ಅವ್ವನ ಸ್ಥಿತಿ ಅಣ್ಣ ಹೇಳಿದ್ದಕ್ಕಿಂತ ಗಂಭೀರವಾಗಿದೆಯೆಂದು ಅವಳು ಆಸ್ಪತ್ರೆಗೆ ಹೊರಡುವುದಕ್ಕಿಂತ ಮುಂಚೆ ಇಡೀ ಮನೆಯನ್ನು ಕಣ್ಣುತುಂಬಿಕೊಳ್ಳುವಂತೆ ನೋಡಿದ

ರೀತಿಯಲ್ಲಿಯೇ ಮಧುಕರನಿಗೆ ಹೊಳೆಯಿತು. ಏನೇನೋ ಚೆಕ್‌ಅಪ್‌ಗಳು... ಮೂರು ನಾಲ್ಕು ಬಾರಿ ಆ ಒಂದಿಬ್ಬರು ಡಾಕ್ಟರ್‌ಗಳು ಈಗ ಎಷ್ಟು ವರ್ಷವಮ್ಮ ನಿಮಗೆ, ಎಪ್ಪತ್ತನಾಲ್ಕು... ನೋಡಿ ಇದೊಂದು ಬಿಟ್ರೆ ನೀವು ಈ ವಯಸ್ಸಲ್ಲೂ ಎಷ್ಟು ಆರೋಗ್ಯವಾಗಿದ್ದೀರಿ ಎಂದು ಕೇಳಿದ ಬಗೆ.. ಮಧುಕರನಿಗೆ ಗಾಭರಿಯಾಗಬಾರದೆಂದು ಅಣ್ಣ ಎಲ್ಲದಕ್ಕೆ ತಾನೇ ಬೇಗನೆ ಮುಂದಾಗುವ ಪರಿ.. ತನಗೆ ಅಷ್ಟೇನೂ ನೋವಾಗುತ್ತಿಲ್ಲವೆಂದು ಅವ್ವ ಆಗೀಗ ತನ್ನ ನಸುನಗೆಯಿಂದ ನಂಬಿಸಲು ಮಾಡುತ್ತಿದ್ದ ಪ್ರಯತ್ನ.. ಸಂಜೆಯ ವೇಳೆಗೆ ಮಧುಕರನಿಗೆ ಒಳಗೊಳಗೇ ಕುಸಿಯುವಂತಾಯಿತು. ಜತೆಗೆ ಮರುದಿನ ಆಪರೇಶನ್ ಮಾಡಿ ಒಂದು ಸ್ತನವನ್ನು ತೆಗೆಯುವುದು, ನಂತರ ಕಿಮೋಥೆರಪಿ ಶುರುಮಾಡುವುದು, ಹನ್ನೊಂದು ದಿನದ ಕೋರ್ಸ್, ಒಂದು ಹದಿನೈದು ದಿನವಾದರೂ ಅಲ್ಲಿಯೇ ಇರಬೇಕು, ಅವರಿಗೆ ಆಹಾರ ಆಸ್ಪತ್ರೆಯದೇ, ಎಷ್ಟು ಖರ್ಚಾಗಬಹುದು, ಮೊದಲು ಎಷ್ಟು ತುಂಬಬೇಕು ಅಂತ ಹೊರಗೆ ಹೇಳ್ತಾರೆ.. ಡಾಕ್ಟರ್ ಹೇಳಿಹೋದ ನಂತರ ಕ್ಯಾನ್ಸರ್ ತಾವಂದುಕೊಂಡದ್ದಕ್ಕಿಂತ ಹೆಚ್ಚು ಆಳವಾಗಿದೆ ಎಂದು ಅಣ್ಣ ತಮ್ಮಂದಿರಿಬ್ಬರೂ ಮಾತಾಡಿಕೊಂಡು ಕಡೆಗೆ ಅವ್ವನಿಗೆ ಖರೇ ಎಷ್ಟು ತ್ರಾಸು ಆಗ್ತಿರಬಹುದಲ್ಲ ಎಂಬ ಭಾವ ಹಾದುಹೋಗುತ್ತಿರುವಂತೆ ತಟ್ಟನೆ ಒಂದು ಭಾರ ಮೌನ ಇಬ್ಬರ ಮಧ್ಯೆ. ಅಣ್ಣ ರಾತ್ರಿ ಅವ್ವಾನ ಬಳಿ ಒಂದೆರಡು ದಿನ ತಾನೇ ಉಳಿಯುವುದಾಗಿ ಹೇಳಿದ. ನಿನಗ ಮನಿ, ಆಫೀಸು ಅಂತ ವಜ್ಜಿಯಾಗತದ ಇವರಿಬ್ರು ಸಂಭಾಳಸ್ತಾರ ಅಂತ ಅತ್ತೆ ಹೇಳಿದಾಗ ವಿನುತನಿಗೆ ಅಷ್ಟರಮಟ್ಟಿಗೆ ಒಂದು ಪುಟಾಣಿ ಬಿಡುಗಡೆಯ ಭಾವ.

ಅಣ್ಣ ತಾನು ಒಂದು ವಾರ ರಜೆ ಹಾಕಿ ಬಂದಿದ್ದರಿಂದ ಮಧುಕರ ಒಂದು ದಿನ ರಜೆ ತೆಗೆದುಕೊಂಡವ ಮತ್ತೆ ಮರುದಿನದಿಂದ ಕಚೇರಿಗೆ ಹೋಗಲು ಆರಂಭಿಸಿದ. ಅಣ್ಣನ ರಜೆ ಮುಗಿದು ಹೋದ ನಂತರ ಇನ್ನೂ ಎರಡು ದಿನ ಕೀಮೋ ಥೆರಪಿ ಇದ್ದರಿಂದ ಮಧುಕರ ರಜೆ ಹಾಕಿ ಹಗಲು ಅವ್ವನ ಬಳಿ ಇರುವುದಾಯಿತು. ಅಷ್ಟೆಲ್ಲ ಸುಸ್ತಾಗಿದ್ದರೂ ಅದನ್ನು ಮುಖದ ಮೇಲೆ ತೋರ್ಪಡಿಸಿಕೊಳ್ಳದೆ ತನ್ನ ಕೆಲಸಕ್ಕೆ ತಾನೇ ಮೆಲ್ಲಗೆ ಓಡಾಡುತ್ತಿದ್ದ ಅತ್ತೆಯನ್ನು ನೋಡಿದ ವಿನುತ "ನೋಡಿ ಒಂದು ಜ್ವರ ಬಂದ್ರೆ ನಿಮ್ಮ ಹತ್ರವೇ ಇದ್ದು ಆ ಜ್ವರವನ್ನು ನಾನೂ ಅನುಭವಿಸುವ ಹಾಗೆ ಮಾಡ್ತೀರಿ, ಅತ್ತೆ ನೋಡಿ.." ಎಂದು ಅವ್ವನ ಬಗ್ಗೆ ಮೆಚ್ಚಿಗೆಯೋ, ಇವನ ಬಗ್ಗೆ ಕರೆಕರೆಯೋ ಗೊತ್ತಾಗದ ಭಾವದಲ್ಲಿ ಹೇಳಿದಳು.

"ಸುಮ್ನೆ ಮಧುಕರನ ಮನಿಗೆ ನಾಕು ತಿಂಗಳೂ ಇದ್ದು ಬರಾಕ ಹೋಗ್ಯಾಳ ಅಂತ ಊರಲ್ಲಿ ಹೇಳಪ್ಪಾ.. ಯಾರಿಗೂ ಹಂಗಾಗೇದ ಅಂತ ಹೇಳಬ್ಯಾಡ" ಅಂತ ಅವ್ವ ಕಟ್ಟುನಿಟ್ಟು ಮಾಡಿದ್ದರಿಂದ ಮಧುಕರನ ಅಣ್ಣ ಯಾರಿಗೂ ಹೇಳುವ ಧೈರ್ಯವನ್ನು ಮಾಡಿರಲಿಲ್ಲ. ತೀರಾ ಕಟಿಪಟಿಮಾಡಿ ಕೇಳಿದವರಿಗೂ ಏನಿಲ್ಲ, ಆರಾಮಿದಾಳ, ಮಧುಕರನ ಜೀವಾ ನೆನಸಾಲಾಕ ಹತ್ತೇದ ಅಂತ ಹೋಗ್ಯಾಳ, ಮತ್ತ ಮತ್ತ

ಹೋಗೂದು ಆಗಂಗಿಲ್ಲ ಅಂತ ಅಲ್ಲೇ ಒಂದೆರಡು ತಿಂಗಳು ಇದ್ದು ಬರ್ತಾಳ ಅಂದಿದ್ದ.

"ಇನ್ನು ಅಡ್ಡಿಯಿಲ್ಲ, ನಿಧಾನಕ್ಕೆ ಚೇತರಿಸಿಕೊಳ್ತಾರೆ" ಎಂದು ಡಾಕ್ಟರ್ ಹೇಳಿ ಆಸ್ಪತ್ರೆಯಿಂದ ಮನೆಗೆ ಕರೆದುಕೊಂಡು ಬಂದು ಆಗಿದೆ. ಮನೆಗೆ ಬಂದ ನಂತರ ಅಮಿತನ ಓದುವ ಕೊಠಡಿಯಲ್ಲಿ ಮತ್ತೊಂದು ಮಂಚ ಹಾಕಿ ಅಜ್ಜಿ, ಮೊಮ್ಮಗನಿಗೆ ಮಲಗುವ ವ್ಯವಸ್ಥೆ ಆಗಿದೆ. ರಾತ್ರಿ ಮಲಗುವವರೆಗೆ ಅಜ್ಜಿಯ ಕಥೆ ಕೇಳುತ್ತ ಮಲಗುವ ಅಭ್ಯಾಸ ಅಮಿತನಿಗೆ ಆಗುತ್ತಿದೆ. ಹದಿನೈದು ದಿನಕ್ಕೊಮ್ಮೆ ಚೆಕ್‌ಅಪ್‌ಗೆ ಮಧುಕರ, ವಿನುತ ಕಾರಿನಲ್ಲಿ ಕರೆದುಕೊಂಡು ಹೋಗುತ್ತಾರೆ. ಮಗ ಶಾಲೆಯಿಂದ ಬಂದು ಒಬ್ಬನೇ ಇರಬೇಕು ಎಂಬ ಆತಂಕವೂ ಇಲ್ಲದೆ ವಿನುತ ಈಗ ಮನೆಗೆ ಬರುವಾಗ ಆರಾಮ ಭಾವದಲ್ಲಿ ಬರುತ್ತಾಳೆ. ಅಮಿತನೊಂದಿಗೆ ಟಾಮ್ ಆಂಡ್ ಜೆರ್ರಿ, ಮಿ.ಬೀನ್ ಧಾರಾವಾಹಿ ನೋಡುತ್ತ ನಗುವ ಅಜ್ಜಿ ಅವನಿಗೆ ಮಧುಕರ, ಮತ್ತವನ ಅಣ್ಣ ಚಿಕ್ಕವರಿದ್ದಾಗ ಮಾಡುತ್ತಿದ್ದ ಉತಾವಳಿ ಹೇಳಿಕೊಂಡು ಮತ್ತಷ್ಟು ನಗಿಸುತ್ತಾರೆ. ಒಮ್ಮೊಮ್ಮೆ ಅವ್ವನನ್ನೂ ಕರೆದುಕೊಂಡು ಹೊರಗೆ ಊಟಕ್ಕೋ, ಗೆಳೆಯರ ಮನೆಯ ಸಮಾರಂಭಗಳಿಗೋ ಹೋಗುತ್ತಾರೆ. ಎಲ್ಲ ಮತ್ತೆ ಹೀಗೊಂದು ಹದದಲ್ಲಿ ನಡೆಯುತ್ತ ಆರು ತಿಂಗಳಾಗಿತ್ತು. ಈ ಬಾರಿ ಬಲಭಾಗದಲ್ಲಿ ನೋವು. ಮತ್ತೆ ಆಸ್ಪತ್ರೆ.. ಆಪರೇಶನ್... ಪರಿಸ್ಥಿತಿ ಇವರೆಂದುಕೊಂಡಿದಕ್ಕಿಂತ ಗಂಭೀರ.

ಅಣ್ಣ ಬಂದು ವಾರವಿದ್ದು ಹೋದ. ವಿನುತ ಒಂದು ವಾರ ರಜೆ ತೆಗೆದುಕೊಂಡಳು. ಮಧುಕರನೂ ಒಂದು ವಾರ ರಜೆ ತೆಗೆದುಕೊಂಡ. ಅವ್ವನ ಸ್ಥಿತಿಗತಿಯಲ್ಲಿ ಯಾವ ಏರಿಳಿತವಿರಲಿಲ್ಲ. ಆಸ್ಪತ್ರೆಯಲ್ಲಿದ್ದಾಗ ಮಧುಕರನ, ವಿನುತನ ಒಂದಿಬ್ಬರು ಹತ್ತಿರದ ಗೆಳೆಯ, ಗೆಳತಿಯರು ಬಂದುಹೋದರು. ತನ್ನ ನೋವನ್ನು ಒಂದಿಷ್ಟೂ ಹೊರಚೆಲ್ಲದೆ ಒಂದು ನಸುನಗೆಯೊಂದಿಗೆ ಅವರೆಲ್ಲರ ಸಂಸಾರದ ಕುರಿತು ವಿಚಾರಿಸಿಕೊಂಡ ಅವ್ವ ಹಾಗೆ ಬಂದುಹೋದವರಲ್ಲಿ ಒಂದು ಆಪ್ತಭಾವ ಹಬ್ಬಿಸಿದ್ದಳು. ರುಚಿಯಾದ ಒಂದೆರಡು ತಿಂಡಿಗಳನ್ನು ಧಿಡೀರೆಂದು ಮಾಡುವ ವಿಧಾನವನ್ನು ಕೂಡ ಒಂದಿಬ್ಬರಿಗೆ ಹೇಳಿದ ಅವ್ವನನ್ನು "ಶೀ ಈಸ್ ಸೋ ಲವಿಂಗ್ ಪರ್ಸನಾಲಿಟಿ ಯು ನೋ.. ಶಿ ಈಸ್ ಸೋ ವಾರ್ಮ್, ಎಂಥ ಜೀವನಪ್ರೇಮ" ಎಂದು ಅವರೆಲ್ಲ ವಿಭಿನ್ನ ಉದ್ಗಾರಗಳಲ್ಲಿ ಹೊಗಳಿದ್ದಾಗಿತ್ತು. ಹೀಗೆ ಗಳೆಯ ಗೆಳತಿಯರು ಬಂದಾಗ ಹಳ್ಳಿ ಕಡೆಯ ತನ್ನವ್ವ ಎಲ್ಲಿ ಮಜುಗರವಾಗುವಂತೆ ವರ್ತಿಸಿಬಿಡುವಳೋ ಎಂದು ಮಧುಕರನಿಗೆ ವಿಚಿತ್ರ ಆತಂಕ ಕಾಡುತ್ತಿತ್ತು.

ಅವ್ವ ಮತ್ತು ಗೆಳೆಯ, ಗೆಳತಿಯರ ಮಧ್ಯೆ ಮಾತ್ರ ಒಂದು ಸಹಜ ಸಂಬಂಧ ತಾನೇ ತಾನಾಗಿ ಆ ಕ್ಷಣದಲ್ಲಿ ಹಬ್ಬಿನಿಲ್ಲುತ್ತಿತ್ತು. ಆಸ್ಪತ್ರೆಯ ಫೀನಾಯಿಲ್, ನರ್ಸ್‌ಗಳ ಉಡುಗೆಗಳ ಆ ಅಚ್ಚಬಿಳಿ, ಡಾಕ್ಟರ್‌ಗಳ ಮುಖದಲ್ಲಿನ ಒಂದೇ ತೆರನ ಭಾವ, ಈ ಯಾವುದರ ಹಂಗೂ ಇಲ್ಲದೆ, ಆಸ್ಪತ್ರೆಯ ಮಂಚದ ಮೇಲಲ್ಲದೆ ಮನೆಯಲ್ಲಿಯೂ ಹುಟ್ಟಬಹುದಾಗಿತ್ತು, ಮನೆಯಲ್ಲಿ ಕೂಡ ಇದಕ್ಕಿಂತ ಬೇರೆಯಾಗಿರುತ್ತಿರಲಿಲ್ಲ ಎಂಬಂತೆ ಆ ಸಂಬಂಧವಿರುತ್ತಿತ್ತು. ಅವರಲ್ಲಿ ಕನ್ನಡವೇ ಬಾರದ ಒಂದಿಬ್ಬರೂ ಇದ್ದರು. ಅವರ

ಇಂಗ್ಲಿಷ್ ಬೆರೆತ ಅರೆಬರೆ ಹಿಂದಿ, ಅವ್ವ ತನ್ನ ಹರಕು ಮುರುಕು ಹಿಂದಿಗನ್ನಡದಲ್ಲಿಯೇ ಚೂರು ಮಾತಾಡಿ ಅವರು ಯಾವುದಕ್ಕೋ ನಕ್ಕು, ಅವ್ವ ಮತ್ತಾವುದಕ್ಕೋ ನಸುನಕ್ಕು.. ಅವರು ಅವ್ವನ ಕೈಹಿಡಿದು "ಚಿಯರ್ ಅಪ್ ಆಂಟಿ' ಅಂದು.. "ಮೂರು ಹೊತ್ತೂ ಕಂಪ್ಯೂಟರ್ ಮುಂದೆ ಕೂಡೋರು, ಕಣ್ಣಿಗೆ ತಂಪು ಮಾಡಿಕೋಬೇಕಪ್ಪ, ಒತ್ತಡ ಮಾಡಿಕೋಬಾರದಪ್ಪ' ಎಂದು ಅವ್ವ ಅವರ ಭುಜ ತಟ್ಟಿ ಒದ್ದೆ ಧ್ವನಿಯಲ್ಲಿ ಅವರು ಹೊರಡುವಾಗ ಹೇಳಿ... ಮಧುಕರನಿಗೆ ಯಾಕೋ ಆ ಪರಿಸರಕ್ಕೆ ತಾನೇ ಅಪರಿಚಿತ ಎನ್ನಿಸುತ್ತಿತ್ತು. ವಿನುತ ಮಾತ್ರ ಇಂಥ ಭಾವಕ್ಕೆ ಪಕ್ಕಾಗದೇ ಯಾರಾದರೂ ಹಾಗೆ ಬಂದು ಹೋಗುವಾಗ ಲಿಫ್ಟ್‌ವರೆಗೂ ಹೋಗಿ ಅವರನ್ನು ಬೀಳ್ಕೊಟ್ಟು ಬಂದು ಇದೀಗ ಅವರು ಬಂದಾಗ ಎದ್ದು, ಅರ್ಧ ಮಲಗಿ ಒರಗಿ ಕುಳಿತು, ಸುಕ್ಕುಸುಕ್ಕಾಗುವ ಬೆಡ್‌ಶೀಟ್‌ಅನ್ನು ಸರಿಮಾಡುತ್ತಲೋ ಅವರು ತಂದಿಟ್ಟ ಹೂವಿನ ಬೊಕೆಯನ್ನು ಅತ್ತೆಯ ಎದುರಿಗೆ ಹಿಡಿದು ಪ್ರತಿಯೊಂದೂ ಹೂವೂ ಎಷ್ಟು ಚಂದವಿದೆ ಎಂದು ವರ್ಣನೆ ಮಾಡುತ್ತಲೋ ನಿಲ್ಲುತ್ತಿದ್ದಳು. ಒಂದಿಷ್ಟು ಕೀಮೋಥೆರಪಿ.. ಒಂದಿಷ್ಟು ಮಾತ್ರೆಗಳು... ಮತ್ತೆ ತುಸು ದಿನದ ನಂತರ ಆಸ್ಪತ್ರೆಯಿಂದ ಮನೆಗೆ. ಈ ಬಾರಿ ಮಾತ್ರ ಅವ್ವಾ ಎಷ್ಟೇ ಪ್ರಯತ್ನಿಸಿದರೂ ದಣಿವು ಕಾಣಿಸಿಕೊಳ್ಳುತ್ತಿತ್ತು.

ಮಧ್ಯೆ ಯಾವಾಗಲೋ ಇವನಿಲ್ಲದ ವೇಳೆಯಲ್ಲಿಯೇ ಆಸ್ಪತ್ರೆಗೆ ನೋಡಲು ಬಂದ ಮಧುಕರನ ಗೆಳತಿ ಶಿವಾನಿ ಮಾತ್ರ ಅವ್ವನಿಗೆ ಅದು ಹೇಗೋ ಬಹಳ ಮೆಚ್ಚಿಕೆಯಾದಳು. ಎಷ್ಟೋ ಬಾರಿ ಅವನಿಗೆ ಈ ಶಿವಾನಿ ಎಲ್ಲೋ ಮಂಗಳ ಗ್ರಹದಿಂದ ಉದುರಿದ್ದಾಳೆ ಎನ್ನಿಸಿದ್ದಿದೆ. ಎಲ್ಲರ ಬಗ್ಗೆ ಎಗ್ಗಿಲ್ಲದೆ ಸಿಗ್ಗಿಲ್ಲದೆ ತನಗನ್ನಿಸಿದ್ದನ್ನು ಸ್ಪಷ್ಟವಾಗಿ ಹೇಳುವ, ತಾವೆಲ್ಲ ಯಾರ್‍ಯಾರೋ ಸೆಲೆಬ್ರಿಟಿಗಳ ಲೈಂಗಿಕ ಬದುಕಿನ ಬಗ್ಗೆ, ಸಂಬಂಧಗಳ ಬಗ್ಗೆ ಮಾತನಾಡುವಾಗ ಅದು ಬಿಟ್ಟರೆ ಬೇರೆ ಇಲ್ಲವೇನ್ರಯ್ಯ ನಿಮಗೆ ಎನ್ನುತ್ತಲೇ ತನಗೆ ಯಾರ ಬಗ್ಗೆ ಯಾವ ಬಗೆಯ ಲೈಂಗಿಕ ಭಾವನೆ ಹುಟ್ಟಿದ್ದಿದೆ ಎಂದು ಒಂದೆರಡೇ ವಾಕ್ಯದಲ್ಲಿ ತಟ್ಟನೆ ಹೇಳಿಬಿಡುವ ಈ ಶಿವಾನಿ ಯಾರನ್ನಾದರೂ ಮದುವೆಯಾಗುತ್ತಾಳೆ ಎಂದು ಯಾರಿಗೂ ಅನ್ನಿಸಿರಲಿಲ್ಲ. ನಾಲ್ಕೈದು ವರ್ಷ ಶಂಕರ್ ಜತೆ ಡೇಟಿಂಗ್ ಮಾಡುತ್ತಲೇ ಇದ್ದೆ ಎಂದವಳು ಒಂದಿನ ಮದುವೆ ಪಾರ್ಟಿ ಎಂದು ಕರೆದಾಗಲೇ ಅವಳಿಗೆ ಮದುವೆಯಾಗಿರುವುದು ಖಚಿತವಾಗಿತ್ತು. ಅವನ ಜತೆ ಹೆಚ್ಚು ದಿನ ಅವಳಿರಲ್ಲ ಎಂದು ಮಧುಕರನ ಗೆಳೆಯರೆಲ್ಲ ಬೆಟ್ ಕಟ್ಟಿದಂತೆ ಹೇಳಿದ್ದರ ಮಧ್ಯೆಯೇ ಅವರ ಮದುವೆಯಾಗಿ ಐದಾರು ವರ್ಷಗಳಾಗಿವೆ. ಈ ನಡುವೆ ಮಧುಕರನ ಕಚೇರಿ ಬಿಟ್ಟು ಬೇರೆಡೆ ಅವಳು ಕೆಲಸಕ್ಕೆ ಸೇರಿದ್ದೂ ಆಯಿತು. ಮಧುಕರನೊಂದಿಗೆ ತುಂಬ ಆಪ್ತಸಂಬಂಧವಲ್ಲದಿದ್ದರೂ ಕಾರಣವೇ ಇಲ್ಲದೆ ಆಗೀಗ ತಟ್ಟನೆ ಮೊಬೈಲ್‌ನಲ್ಲಿ ಕಿಣಿಕಿಣಿಸುವ, ಇ-ಮೇಲ್‌ನಲ್ಲಿ ಪರದೆಯ ಮೇಲಿನ ಅಕ್ಷರಗಳಾಗಿ ಮೂಡುವ ಒಂದು ಎಳೆ ಮಾತ್ರ ಇದ್ದೇ ಇತ್ತು. ಶಿವಾನಿ ಆಸ್ಪತ್ರೆಗೆ ಎರಡು ಬಾರಿ ಬಂದು ನೋಡಿದ್ದಳು.

ಮಧುಕರ, ವಿನುತ ಇಬ್ಬರೂ ಆಫೀಸಿನಲ್ಲಿದ್ದಾಗ ಆಫೀಸ್ ಕೆಲಸದ ಮೇಲೆ ಆ ಕಡೆ

ಬಂದಿದ್ದೆ ಎಂದು ಮತ್ತೆ ನಾಲ್ಕಾರು ಬಾರಿ ಮನೆಗೆ ಬಂದಳು. ಅವ್ವನಿಗೆ ಇಂಗ್ಲಿಷ್ ಬರಲ್ಲ... ಶಿವಾನಿಗೆ ಸಾಕು, ಬೇಕು, ಹೌದು, ಇಲ್ಲ ಇಷ್ಟನ್ನು ದಾಟಿ ಇನ್ನೂ ಕನ್ನಡ ಕಲಿಯಲಾಗಿಲ್ಲ. ಒಂದು ಉಪ್ಪು, ಹಸಿಮೆಣಸಿನಕಾಯಿಗೂ ಚಿಕ್ಕಪುಟ್ಟ ಅಂಗಡಿಗಳ ಕಡೆ ಕಣ್ಣು ಹಾಯಿಸದೇ ಬಿಗ್ ಬಜಾರ್‌ಗೋ, ಫುಡ್‌ವರ್ಲ್ಡ್‌ಗೋ ಹಾರುವ, ಮತ್ತಾವುದೋ ಚಿಕ್ಕ ವಸ್ತುವಿಗೂ ಮಾಲ್‌ಗಳಲ್ಲಿ ಅಲೆಯುವ ಶಿವಾನಿಯಂಥವರಿಗೆ ಬೆಂಗಳೂರಿನಲ್ಲಿ ಹಾಗೆ ಕನ್ನಡ ಕಲಿಯುವ ಅಗತ್ಯವಾದರೂ ಏನು.. ಅವರಿಬ್ಬರೂ ಸಂಭಾಷಣೆ ಮಾಡಬಹುದಾಗಿದ್ದು ಅವ್ವನ ಹರುಕುಮುರುಕು ಹಿಂದಿಯಲ್ಲಿ ಮಾತ್ರ. ಅವರಿಬ್ಬರೂ ಏನು ಮಾತನಾಡಬಹುದು ಎನ್ನುವುದೇ ಮಧುಕರನ ಕುತೂಹಲ. ತನ್ನ ಗೆಳತಿ ಶಿವಾನಿ ಮತ್ತು ಅವ್ವನ ಮಧ್ಯೆ ತನಗೇ ಅಪರಿಚಿತವಾದ ಹೀಗೊಂದು ಸಂಬಂಧ ಬೆಳೆದಿರುವುದು ಯಾಕೋ ಕೊಂಚ ಅಸಹನೆಯೂ ಅನ್ನಿಸಿತು. ಅಲ್ಲದೆ ಮಧುಕರ ಆಫೀಸಿನಿಂದ ಬಂದ ನಂತರ ಶಿವಾನಿ ಹೀಗೆ ಬಂದುಹೋದಳು ಎಂದು ಅವ್ವ ಒಮ್ಮೆಯೂ ಹೇಳಲಿಲ್ಲ. ವಿನುತನಿಗೆ ಹೇಳಿದ್ದಳೋ ಏನೋ ಅವಳೂ ಇವನೊಂದಿಗೆ ಆ ವಿಚಾರ ತೆಗೆದಿರಲಿಲ್ಲ. ಹಾಗೆ ಬಂದುಹೋಗಿದ್ದೆ ಎಂದು ಶಿವಾನಿಯೇ ಮತ್ತೆ ನಡುವೆ ಯಾವಾಗಲೋ ಮೇಲ್‌ನಲ್ಲಿ ಬರೆದಿದ್ದಳು. ಅದೂ ಕೂಡ ಯಾವುದೋ ವಿಷಯವನ್ನು ಪ್ರಸ್ತಾಪಿಸುತ್ತ ಯುವರ್ ಮಾಮ್ ಸೆಡ್, ಯುವರ್ ಮಾಮ್ ಶೇರ್ಡ್ ವಿತ್‌ಮಿ ಎಂದು ಒಂದೆರಡು ಬಾರಿ ಬರೆದಿದ್ದಳು.

ವಿನುತನ ಒಂದಿಬ್ಬರು ಗೆಳತಿಯರು ಕಿವಿಗೆ ಮೂರುನಾಲ್ಕು ಕಡೆ ಚುಚ್ಚಿಸಿಕೊಂಡಿದ್ದು, ಮೂಗಿಗೆ ರಿಂಗ್ ಹಾಕಿಕೊಂಡಿದ್ದು ಅವ್ವನಿಗೆ ಖುಷಿಯಾಗಿತ್ತು.

"ಮಂದಿ ಮತ್ತ ಹಳೆ ಫ್ಯಾಷನ್‌ಗೆ ಹೊಳ್ಳಿ ಬರತಾರ ನೋಡು.. ನಿಮ್ಮ ಗೆಳತಿ ಬಂದಿದ್ದಲ್ಲ ಆಕಿ ಮೂಗಿಗಿ ಆ ರಿಂಗ್ ಎಷ್ಟು ಲಕ್ಷಣ ಕಾಣಿಸ್ತಿತ್ತು" ಅಷ್ಟೇ ಯಾಕೆ ಮಧುಕರನ ತೀರಾ ಎಳೆಯ ಹರೆಯದ ಇಬ್ಬರು ಸಹೋದ್ಯೋಗಿಗಳು ಒಂದೇ ಕಿವಿಗೆ ಸಿಕ್ಕಿಸಿಕೊಂಡ ನಕ್ಷತ್ರ ಕೂಡ ಅವ್ವನಿಗೆ ಭಾರೀ ಇಷ್ಟವಾಗಿತ್ತು.

"ಮದ್ಲೆಲ್ಲ ಕಿವಿಗಿ ಒಂಟಿ ಹಾಕ್ಕೊಳ್ಳಿತ್ತಿದ್ರು ನೋಡು ಹಂಗ ಮತ್ತ ಗಂಡಸರೂ ಕಿವಿಗಿ ಹಾಕ್ಕುಳ್ಳೂದು ನಿಮ್ಮ ಬೆಂಗಳೂರನಾಗ ಶುರುಮಾಡ್ಯಾರಲ್ಲಬೇ.. ಮಂಗ್ಯಾಗೋಳು.. ಹಾಕ್ಕೊಳೂದು ಹಾಕ್ಕೋತಾವ, ಎರಡೂ ಕಿವಿಗಾರ ಹಾಕ್ಕೋಬಾರದ" ಎಂದು ವಿನುತನೊಡನೆ ನಕ್ಕಿದ್ದಳು. ಇದೆಲ್ಲ ಒಂಥರದ ಐಡೆಂಟಿಟಿ ಕ್ರೈಸಿಸ್ ಎನ್ನುವುದನ್ನು ಅತ್ತೆಗೆ ತಿಳಿಸಿ ಹೇಳತೊಡಗಿದ ವಿನುತನಿಗೆ ಅದೆಲ್ಲ ಅತ್ತೆಗೆ ಅಷ್ಟು ಅರ್ಥವಾಗಲಿಕ್ಕಿಲ್ಲ ಎನ್ನಿಸಿ ಸುಮ್ಮನಾಗಿದ್ದಳು.

ಶಿವಾನಿಯೊಂದಿಗೆ ಮಾತ್ರವಲ್ಲ ವಿನುತನ ಸಹೋದ್ಯೋಗಿ ಒಬ್ಬನೊಂದಿಗೆ, ಯಾರಿಗೆ ಯಾರೂ ಕ್ಯಾರೇ ಎನ್ನದ ಮಹಾನಗರದ ಅರ್ಧ ಚಹರೆಯನ್ನು ಹೊತ್ತುಕೊಂಡಿದ್ದ ಪಕ್ಕದ ಒಂದಿಬ್ಬರೊಂದಿಗೂ ಅವ್ವ ಭಾರೀ ಆಪ್ತವಾಗಿಬಿಟ್ಟಿದ್ದಳು. ವಿನುತನ

ಸಹೋದ್ಯೋಗಿಯಂತೂ ಮಾತಿಗೆ ಹತ್ತು ಬಾರಿ ಅಮ್ಮಾ ಎಂದೇ ಮಾತಾಡುತ್ತಾನೆ. ತನಗೆ ಹೆಚ್ಚೇನೂ ನೋವಿಲ್ಲ. ಇದ್ದರೂ ಕ್ಯಾನ್ಸರ್ ಎಂದಮೇಲೆ ಅದು ಸಹಜವೇ ಎಂಬಂತೆ ಅದರ ಬಗ್ಗೆ ಹೆಚ್ಚು ಸುದ್ದಿಯನ್ನೇ ಎತ್ತದೆ ಅವನ ಸಂಸಾರದ, ಕಛೇರಿಯ ಸುದ್ದಿಗಳನ್ನು ಕೇಳುತ್ತ ಅವನಿಗೊಂದಿಷ್ಟು ಸಮಾಧಾನ ಹೇಳಿ ಕಳಿಸುವ ಅವ್ವ... ಮಧುಕರನಿಗೆ ತಾನು ತನ್ನ ಮನೆಯಲ್ಲಿಯೇ ಅಪರಿಚಿತವಾದಂತೆ ಅನ್ನಿಸಿಬಿಡುತ್ತಿತ್ತು. ಅವನಿಗೆ ಬರಬೇಡವೆಂದು ಹೇಳಲಾಗುವುದಿಲ್ಲ.. ಅವನು ಬಂದಿದ್ದು ತನಗೆ ಅಸಹನೆ ಹುಟ್ಟಿಸುತ್ತಿದೆ ಎಂದರೆ ವಿನುತ ಬೇರೆ ಅರ್ಥ ಕಲ್ಪಿಸಿಯಾಳು... ಛೇ ಎಂದುಕೊಂಡು ಸುಮ್ಮಗಾಗುತ್ತಿದ್ದ.

"ಅತ್ತೆ ಕಿವಿ ನೋಡೀರೇನು..?" ವಿನುತ ರಾತ್ರಿ ಹಾಸಿಗೆ ಸರಿಪಡಿಸುತ್ತ ಕೇಳಿದಳು.

"ಯಾಕ.. ಮತ್ತ ನಿನ್ನ ಗೆಳತೀರಿನ್ನ, ಆ ಶಿವಾನೀನ್ನ ನೋಡಿ ನಮ್ಮವ್ವನೂ ಮತ್ತೊಂದೆರಡು ಕಡಿ ಚುಚ್ಚಿಸಿಕೊಂಡಳೇನು" ಮಧುಕರ ನಕ್ಕ.

"ಅತ್ತೆ ತಮ್ಮ ಬುಗುಡೀನ್ನ ಶಿವಾನಿಗೆ ನೀನೇ ಹಾಕ್ಕೊಳವ್ವ ಅಂತ ಕೊಟ್ಟರಂತ"

"ಆಂ.. ಏನಂದೆ.. ಆಕಿ ಯಾವಾಗ ಬಂದಿದ್ಲು.. ಆಕಿನೇ ಹೇಳಿದ್ಲಾ ಅಥವಾ ಅವ್ವಾನೆ ಹೇಳಿದ್ಲೋ.." ಮೂರು ನಾಲ್ಕು ಪ್ರಶ್ನೆಗಳನ್ನು ಒಮ್ಮೆಗೇ ಕೇಳಿದ ಮಧುಕರನಿಗೆ ತಾನು ರಾತ್ರಿ ಮಾತ್ರೆ ಕೊಡುವಾಗಲೂ ಅವ್ವನತ್ತ ಸರಿಯಾಗಿ ದಿಟ್ಟಿಸಿ ನೋಡಿರಲೇ ಇಲ್ಲ, ಇವತ್ತು ಮಾತ್ರವಲ್ಲ ಈಗ ಎರಡು ಮೂರು ದಿನದಿಂದಲೂ ಸರಿಯಾಗಿ ನೋಡಿಯೇ ಇಲ್ಲ ಎನ್ನುವುದು ನೆನಪಾಗಿ ಬೇಜಾರಾದ.

"ಮೊನ್ನೆ ಮಧ್ಯಾಹ್ನ ಬಂದಿದ್ದಳಂತೆ.. ಅದೇ ದಿನ ಸಂಜೆ ಅವರೇ ನಂಗೆ ಹೇಳಿದ್ರು.. ಆಕಿ ಕಿವಿಯಾಗ ಎಷ್ಟು ಲಕ್ಷಣವಾಗಿ ಕಾಣಿಸ್ತಿತ್ತು ಅಂತ ಅರೆಗಣ್ಣು ಮುಚ್ಚಿ ಹೇಳಿದ್ರಪ್ಪ.." ವಿನುತ ಮತ್ತೆ ಮಾತಾಡದೇ ಸುಮ್ಮನಾದಳು. ತನಗೆ ನೆನಪಿದ್ದಾಗಿಂದ ಅವ್ವನ ಕಿವಿಯಲ್ಲಿದ್ದ ಬಿಳಿಯ ಚಿಕ್ಕಚಿಕ್ಕ ಮುತ್ತುಗಳ, ತುಂಬ ಕಲಾತ್ಮಕವಾಗಿದ್ದ ಆ ಪುಟಾಣಿ ಬುಗುಡಿ, ಯಾವಾಗಲಾದರೂ ತಲೆ ಸ್ನಾನಗೀನ ಮಾಡುವಾಗ ಕಿವಿಯಲ್ಲಿನ ಓಲೆ ತೆಗೆದು, ಸ್ವಚ್ಛಗೊಳಿಸಿದರೂ ಈ ಬುಗುಡಿಯನ್ನು ಮಾತ್ರ ತೆಗೆಯುತ್ತಿರಲಿಲ್ಲ.

"ನಮ್ಮಜ್ಜಿ ಸಾಯೂ ಮುಂದ ಕೊಟ್ಟಾಳಪ್ಪ.. ಆಕಿಗಿ ಅವರವ್ವ ಕೊಟ್ಟಿದ್ದಂತ.. ಅಜ್ಜಿ ನಮ್ಮವ್ವಂಗೂ ಕೊಡದೇ ನನಗೇ ಕೊಟ್ಟಾಳ.. ತನಗ ಕೊಡ್ಲಿಲ್ಲ ಅಂತ ನಮ್ಮವ್ವ ಒಳಗೇ ಜರಾ ಬ್ಯಾಸರಾಗಿದ್ಲು" ಮಧುಕರ ಚಿಕ್ಕವನಿದ್ದಾಗ ಆಗೀಗ ಬುಗುಡಿಯ ಮುತ್ತುಗಳನ್ನು ಮೆತ್ತಗೆ ಅಲ್ಲಾಡಿಸುತ್ತ, ಅವುಗಳ ತೀರಾ ಮಂದ ಗಲಗಲ ಸದ್ದು ಕೇಳುವಾಗ ಅವ್ವ ಒಂದು ಬಗೆಯ ಹೆಮ್ಮೆಯಲ್ಲಿ ನಗುತ್ತ ಹೇಳುತ್ತಿದ್ದಳು. ಅಂತಹಾ ಬುಗುಡಿಯನ್ನು ವಿನುತನಿಗೆ ಬೇಡ, ಅಷ್ಟೆಲ್ಲ ದಿನ ತನ್ನನ್ನು ನೋಡಿಕೊಂಡ ಅಣ್ಣನ ಹೆಂಡತಿಗೆ ಕೊಡಬಹುದಿತ್ತು, ಅದೂ ಇರಲಿ ಇಷ್ಟೆಲ್ಲ ಆಸ್ಥೆಯಿಂದ ಕಾಳಜಿ ತೆಗೆದುಕೊಳ್ಳುತ್ತಿರುವ ತಮಗಿಬ್ಬರಿಗೂ ಒಂದೂ ಮಾತನ್ನೂ ಹೇಳದೇ ಕೇಳದೇ ಕೊಟ್ಟುಬಿಟ್ಟಿದ್ದಾಳಲ್ಲ... ಆ ಶಿವಾನಿ ಏನು ಒಂದು ಸಂಬಂಧವೇ, ತಮ್ಮ ಜನವೇ... ಮಧುಕರನ ಮನದಲ್ಲಿ

ಈ ಎಲ್ಲ ಯೋಚನೆಗಳೂ ಒಂದೊಂದಾಗಿ ಅಪ್ಪಳಿಸುತ್ತ.. ಅರೆ ಭಾರೀ ಬುದ್ಧಿಜೀವಿ ಎಂದುಕೊಳ್ಳುವ ತನ್ನ ಮನಸ್ಸಿನೊಳಗೂ ಹೀಗೊಂದು 'ತಮ್ಮ ಜನವೇ' ಎಂಬಂತಹ ಭಾವ ಹಾದುಹೋಗುತ್ತದೆಯಲ್ಲ ಎಂದೂ ಅನ್ನಿಸಿ, ಈ ಎಲ್ಲ ಯೋಚನೆಗಳೂ ವಿನುತನಿಗೆ ತಿಳಿದುಬಿಟ್ಟಿತಾ ಹೇಗೆ ಎಂಬ ದಿಗಿಲಿಗೂ ಒಳಗಾದ.

"ಛೆ.. ಒಂದು ಮಾತನ್ನು ಕೇಳದೆ ಅವ್ವ ಹಿಂಗೆ ಕೊಡ್ತಾಳೆ ಅಂದುಕೊಂಡಿರಲಿಲ್ಲ" ಅದೊಂದು ಚಿಕ್ಕ ವಸ್ತುವೇ ಇರಬಹುದು... ಹೆಚ್ಚೇನೂ ಬೆಲೆಯಿಲ್ಲದಿರಬಹುದು, ಆದರೂ ಹೀಗೆ ತಮ್ಮ ಕುಟುಂಬಕ್ಕೆ ಸಂಬಂಧಿಸಿಯೇ ಇರದ ಯಾರೋ ಹುಡುಗಿಗೆ, ಕೇವಲ ತನ್ನ ಗೆಳತಿಯಾಗಿದ್ದವಳಿಗೆ ಹೀಗೆ ಕೊಡುವುದು ಎಂದರೆ... ಯೋಚನೆಯ ಒಂದೊಂದು ಎಳೆಗೂ ಅವನಲ್ಲಿ ಹೆಚ್ಚಿದ ಕ್ಷೋಬೆ.

ವಿನುತನ ಉತ್ತರಕ್ಕೂ ಕಾಯದೇ ನೀರು ಕುಡಿಯುವ ನೆಪದಲ್ಲಿ ಎದ್ದು ಹೋದ. ಅವ್ವ ಅಮಿತನ ಕೋಣೆಯಲ್ಲಿ ಮತ್ತೊಂದು ಮಂಚದ ಮೇಲೆ ಮಲಗಿ ಅಮಿತನಿಗೆ ಯಾವುದೋ ಮಾಯಾವಿಯ ಕತೆ ಹೇಳುತ್ತಿದ್ದಳು.

ಈಗ ಸರಿಯಾಗಿ ನೋಡಿದ. ಅಮಿತನ ಕಡೆ ನೋಡುತ್ತ ಮಗ್ಗುಲಾಗಿ ಮಲಗಿದ್ದರಿಂದ ಒಂದು ಕಿವಿ ಕಾಣುತ್ತಿರಲಿಲ್ಲ. ಇನ್ನೊಂದು ಕಿವಿ ಬೋಳಾಗಿ ಕಾಣುತ್ತಿದೆ.

"ಯಾಕಪ್ಪ ಇನ್ನೂ ಮಲಗಿಲ್ಲೇನು" ಕೇಳುತ್ತಿದ್ದ ಅವ್ವನಿಗೆ ಮಗ ತನ್ನ ಕಿವಿಯ ಮೇಲುಭಾಗವನ್ನೇ ಗಮನಿಸುತ್ತಿದ್ದಾನೆ ಎನ್ನುವುದು ಲಕ್ಷ್ಯಕ್ಕೆ ಬಂದೊಡನೆ

"ಬುಗುಡಿ ಎಲ್ಲಿ ಅಂತ ನೋಡಾಕಹತ್ತೀಯೇನು.. ಶಿವಾನಿಗಿ ಹಾಕ್ಕೋ ಅಂತ ಕೊಟ್ಟೆ.." ಎಂದಳು. ಅವ್ವನ ಮುಖದಲ್ಲಿ ಬುಗುಡಿಯ ಬಿಳಿಯ ಮುತ್ತಿನಷ್ಟೇ ನಸುಹಗೂರ ಭಾವ.

"ಆಕಿಗಿ ಯಾಕ ಕೊಟ್ಟಿ.. ಆಕಿ ಏನು.. ಇವತ್ತೊಂದು ಕಿವಿಗಿ ಸಿಕ್ಕಿಸ್ಗೋತಾಳ.. ನಾಳೆ ಅದ್ನ ಬಿಸಾಕಿ ಇನ್ನೊಂದು ಸಿಗಿಸ್ಗೋತಾಳ.. ಆಕಿಗಿ ಅದರ ಕಿಮ್ಮತ್ತರ ಗೊತ್ತಾಗ್ತದೇನು.." ಹೇಳುತ್ತ ಹೇಳುತ್ತ ಮಧುಕರನಿಗೆ ಸಿಟ್ಟು ಆವರಿಸಿಕೊಳ್ಳುತ್ತ "ಅಲ್ಲಬೇ ನೀ ಯಾರಿನ್ನ ಕೇಳಿಕೊಟ್ಟಿ.. ಹಂಗ ಕೊಡೂ ಮುಂದ ನಮಗ ಒಂದು ಮಾತು ಕೇಳಿಕೊಡಬಾ-ರ್ದಿತ್ತೇನು... ನಾವೇನು ಬ್ಯಾಡ ಅಂತಿದ್ದೆವಾ.."

ಅಯ್ಯೋ ರಾಮ.. ಈ ಇಬ್ಬರೂ ಮಕ್ಕಳನ್ನ ಹೊತ್ತು, ಹೆತ್ತು, ಇಷ್ಟು ವರ್ಷ ಸಾಕಿ, ಅವರವರ ಸಂಸಾರ ಒಂದು ಮೆಟ್ಟಿಗೆ ಹಚ್ಚಿ, ಗಂಡ ತೀರಿದ ನಂತರವೂ ಇವರ ಸಂಸಾರಕ್ಕೆ ಅಂತ ಬಡಕೊಂಡು ಕೆಲಸ ಮಾಡಿ.. ತನ್ನದೊಂದು ಬುಗುಡಿಯನ್ನು ಕೊಡುವಾಗ ಇವರನ್ನ ಕೇಳಿಕೊಡಬೇಕಿತ್ತೇ... ಅವ್ವನಿಗೆ ಆಘಾತ.

"ಅದ್ನ ನಮ್ಮಜ್ಜಿ ನನಗ ಕೊಟ್ಟಿದ್ಲಪ್ಪ.. ನನ್ನ ಮನಸ್ಸಿಗಿ ಯಾರಿಗೆ ತಿಳೀತದ ಅವರಿಗೆ ಅದ್ನ ಕೊಡಾಕೂ ನಿಮ್ಮ ಅಪ್ಪಣೆ ತಗೋಬೇಕೇನಪ್ಪ.. ಎದಕ್ಕ ಕೇಳಬೇಕಪ್ಪ"

ಅವ್ವಾ ತುಸು ಜೋರು ಧ್ವನಿಯಲ್ಲಿ ಹೇಳಿದ್ದೇ ಮಧುಕರ ಮೆತ್ತಗಾದ.

"ಹೀಂಗ ಕೊಡ್ತೀನಿ ಅಂತ ನಾನು ಮೊದಲೇ ನಿರ್ಧಾರ ಮಾಡಿದ್ರ ಆ ಮಾತು ಬ್ಯಾರೆ, ಆಕಿ ಬಂದಿದ್ಲು, ಮಾತಾಡ್ತಾ ಕುಂತಾಗ ನನಗರ ಹೆಣ್ಣಮಕ್ಕಳಿಲ್ಲ ನೋಡು, ಆಕಿಗಿ ಹೆಂಗ ಕಾಣಿಸ್ತದ ಅಂತ ಹಾಕಿ ನೋಡೂಣು ಅನ್ನಿಸ್ತು, ಹಾಕಿದ ಮ್ಯಾಗ ಎಷ್ಟರ ಲಕ್ಷಣ ಕಾಣಿಸ್ತದ ಈ ಹುಡುಗಿಗಿ ಅನ್ನಿಸ್ತು, ಅಜ್ಜಿ ಸಾಯೂದಕ್ಕಿಂತ ತುಸು ಮದ್ಲಿಗಿ ನನಗೆ ಕೊಟ್ಟಿದ್ಲು, ಅಜ್ಜಿ ಎದಿಬಡಿತ ಆ ಮುತ್ತಿನ ಗಲಗಲದಾಗ ಮೆತ್ತಗ ಕೇಳಿದಾಂಗ ಆಗೂದು, ನನ್ನ ಹೆಣದಿಂದ ಆ ಬುಗುಡಿ ತೆಗೆಯೂದು ಬ್ಯಾಡ, ಈಗೇ ಜೀವಂತ ಇದ್ದಾಗೇ ನನ್ನ ಉಸಿರು ನಾ ಕೇಳೂ ಮುಂದನೇ ಆ ಬುಗುಡಿ ಬ್ಯಾರೆ ಹೆಣ್ಣಮಗಳ ಕಿವಿಯಾಗ ಗಲಗಲ ಅಂತಿರಲಿ ಅನ್ನಿಸ್ತು.. ಅದಕ್ಕ ಆ ಶಿವಾನಿಗಿ ಇಟ್ಕೋ, ಮತ್ತ ಯಾವತ್ತೂ ಕಿವಿಯಿಂದ ತೆಗೀಬ್ಯಾಡ ಅಂತ ಹೇಳಿಕೊಟ್ಟೆ, ಬ್ಯಾರೆ ಎಲ್ಲ ತೆಗೆದ್ರೂ ಅದ್ನೊಂದು ತೆಗಿಯೂ ಹೆಣ್ಣಮಗಳು ಆಕಿ ಅಲ್ಲ ಅನ್ನಿಸ್ತು." ಅವ್ವ ಕಡೆಗೆ ದಣಿವಿಂದ ಏದುಸಿರು ಬಿಡತೊಡಗಿದಳು.

"ವಿನುತಂಗೋ, ನಿಮ್ಮಣ್ಣನ ಹೆಂಡ್ತಿಗೋ ಎದಕ್ಕ ಕೊಡಲಿಲ್ಲ, ಎಷ್ಟೇ ಆಗ್ಲಿ ಕುಟುಂಬದ ವಸ್ತು ಅಂತ ನಿನಗ ಅನ್ನಿಸೂದೂ ಸಹಜ ಅದ.... ಏನೋ ಆಕಿಗೇ ಕೊಡಬೇಕು ಅಂತ ಆ ಕ್ಷಣಕ್ಕೆ ಎದಕ್ಕ ಅನ್ನಿಸ್ತು ಅಂತ ನಾನರ ಹೆಂಗೆ ಹೇಳಲಪ್ಪಾ.." ಅವ್ವಾನ ಕಣ್ಣಂಚಿನಲ್ಲಿ ಸಣ್ಣಗೆ ನೀರು. ಅದು ಯಾವಾಗಲೋ ಮಧುಕರನ ಹಿಂದೆ ಬಂದು ನಿಂತಿದ್ದ ವಿನುತ ಎಂದೂ ಅತ್ತೆಯ ಎದುರಿಗೆ ಇವನನ್ನು ಏಕವಚನದಲ್ಲಿ ಮಾತಾಡಿಸದವಳು

"ಮಧೂ.. ನೀ ಒಳಗೆ ಹೋಗಿನ್ನು.." ಎಂದವಳೇ

"ಇರ್ಲಿ ಬಿಡ್ರೀ ಅತ್ತೆ.. ಅಂವಾ ಹಂಗಂತಾನ ಅಂತ ನೀವು ಮನಸ್ಸಿಗಿ ಹಚ್ಚಿಕೋಬ್ಯಾಡ್ರೀ.." ಇವನನ್ನು ದಾಟಿಕೊಂಡು ಮಂಚದತ್ತ ಸಾಗಿ ಮೆತ್ತಗೆ ಅವ್ವನ ಎದೆ ನೀವತೊಡಗಿದಳು. ಮಧುಕರ ಮತ್ತೆ ಅಲ್ಲಿ ನಿಲ್ಲದೆ ಒಳಬಂದ.

ತುಸು ಹೊತ್ತಿನ ನಂತರ ಬಂದ ವಿನುತ ಇವನ ಬಳಿ ಮಲಗುತ್ತ "ನೋಡು.. ನಂಗೂ ಒಮ್ಮೆ ಅನ್ನಿಸಿದ್ದು ನಿಜ.. ನನಗಲ್ಲದಿದ್ದರೂ ನಿಮ್ಮಣ್ಣನ ಹೆಂಡತಿಗಾದ್ರೂ ಕೊಡಬಹುದಿತ್ತಲ್ಲ ಅಂತ.. ಮತ್ತೆ ಅನ್ನಿಸ್ತು.. ಅಷ್ಟು ಜೋಪಾನದಿಂದ ಅಷ್ಟೆಲ್ಲ ವರ್ಷ ಬುಗುಡಿ ಹಾಕ್ಕೊಂಡಿದ್ದ ಅವರಿಗೆ ಯಾರಿಗೆ ಅದು ಸೇರಬೇಕು ಅಂತ ನಿರ್ಧರಿಸೋ ಒಂದು ಸಣ್ಣ ಹಕ್ಕೂ ಇರಲ್ಲವಾ ಅಂತ".

ಮಧುಕರ ಮಾತಾಡಲಿಲ್ಲ. ತನಗೇಕೆ ಇದೆಲ್ಲ ಅಸಹನೆ ಹುಟ್ಟಿಸುತ್ತಿದೆ..

"ನಂಗೇನು ಅನ್ನಿಸುತ್ತೆ ಗೊತ್ತ.. ನಿಮಗೆ ಅವ್ವ ಹೀಗೆ ಹಾಸಿಗೆ ಮೇಲಿದ್ದಾಗಲೂ ತನ್ನದೇ ಒಂದು ಛಾಪನ್ನು ಒತ್ತುವುದು, ಯಾರೊಂದಿಗೋ ಕಾರಣವೇ ಬೇಕಿಲ್ಲದೆ ಬರಿಯ ಸಂಬಂಧವನ್ನು ಸಹಜವಾಗಿ ಬೆಳೆಸಿಕೊಳ್ಳೋದು ನಿಮಗೆ ಸಹಿಸಕ್ಕೆ ಆಗ್ತಿಲ್ಲ ಅಲ್ವಾ.." ಅಂಗಾತ ಮಲಗಿದ್ದ ವಿನುತ ಮೆತ್ತಗೆ ಕೇಳಿದಳು. ಏರಿಳಿತವಿಲ್ಲದ ಅವಳ ಧ್ವನಿ ಒಂಥರ ತಣ್ಣಗೆ ಕೊರೆಯುತ್ತಿರುವಂತೆ.

"ಅವ್ವ ಅಂದರೆ ನಮಗೆಲ್ಲರಿಗೂ ಬರೀ ಅವ್ವ ಮಾತ್ರ ಹೆಚ್ಚೆಂದರೆ ನಮ್ಮಪ್ಪನ ಹೆಂಡತಿ

ಮಾತ್ರ.. ಅವ್ವ ಒಂದು ಸ್ವತಂತ್ರ ವ್ಯಕ್ತಿತ್ವ ಅನ್ನೋದನ್ನೇ ನಮ್ಮ ಮನಸ್ಸು ಎಷ್ಟರಮಟ್ಟಿಗೆ ಒಪ್ಪಲ್ಲ ಎಂದ್ರೆ ಹಾಗಾದಾಗ ನಾವೇ ಒಂದು ಅಪರಿಚಿತ ಭಾವವನ್ನು ಬೆಳೆಸಿಕೊಳ್ತೀವಿ.. ಕಿರಿಕಿರಿ ಅನ್ನಿಸುತ್ತೆ ಅಲ್ವಾ.." ವಿನುತ ನಾವು ಎನ್ನೋದನ್ನೂ ಕೂಡ ನೀವು ಗಂಡಸರು ಎಂಬ ಧ್ವನಿಯಲ್ಲಿ ಹೇಳ್ತಿದ್ದಾಳೆ.. ತನ್ನ ಅಸಹನೆಯ ಮೂಲವನ್ನು ಸರಿಯಾಗಿಯೇ ಗುರುತಿಸಿದ್ದಾಳೆ ಎನ್ನುವುದು ಅರಿವಿಗೆ ಬರುತ್ತಿರುವಂತೆ ಮಧುಕರನಿಗೆ ಮಾತೇ ಹೊರಡಲಿಲ್ಲ.

ಮತ್ತೆ ಇವನತ್ತ ತಿರುಗಿದ ವಿನುತಾ ನಿಧಾನಕ್ಕೆ ಭುಜ ಬಳಸಿದಳು.

ತುಸು ಹೊತ್ತೂ ಯಾರೂ ಮಾತಾಡಲಿಲ್ಲ.

"ಅತ್ತೆಗೆ ತಮ್ಮ ಕಡೆಗಾಲ ಹತ್ತಿರ ಬಂದಿದೆ ಅಂತ ಹೀಗೇನಾದ್ರೂ ಅನ್ನಿಸಿರಬಹುದಾ ಅಂತ... ಅಂದ್ರೆ ಬದುಕಿರುವಾಗಲೇ ಬುಗುಡಿಯನ್ನು ಕೊಟ್ಟುಬಿಡೋಣ..."

"ಓಹ್... ಶಟಪ್ ಪ್ಲೀಸ್" ಮಧುಕರ ಮತ್ತೆ ರೇಗಿದ.

ಮರುದಿನ ಬೆಳಗಿನ ಜಾವ ಹಿಂದಿನ ಮಸೀದಿಯಿಂದ ಕೇಳಿದ ಮುಲ್ಲಾನ ನಮಾಜ್‌ನ ಸದ್ದಿಗೆ ಎಚ್ಚರಗೊಂಡ ಮಧುಕರನಿಗೆ ಯಾಕೋ ಅವ್ವಾ ನಿದ್ದೇ ಮಾಡ್ತಿದ್ದಾಳಾ ಅಥವಾ..

ಅಥವಾ ಎಂಬ ಪದವೇ ಅವನಲ್ಲಿ ಸಣ್ಣಗೆ ನಡುಕ ಹಬ್ಬಿಸಿ ತಟ್ಟನೆ ಎದ್ದು ಅಮಿತನ ಕೋಣೆಗೆ ಬಂದ. ತುಸು ಓರೆ ಮಾಡಿದ್ದ ಬಾಗಿಲನ್ನು ಸದ್ದಿಲ್ಲದೆ ತೆಗೆದು ಒಳಹೋದ. ದಪ್ಪ ಹೊದಿಕೆ ಹೊದ್ದು ಅಂಗಾತ ಮಲಗಿದ್ದ ಅವ್ವನ ಮುಖದ ಮೇಲೆ ನಿಶ್ಚಿಂತ ಪ್ರಶಾಂತ ಭಾವ. ತಲೆಗೂದಲು ಉದುರಿ ಅಲ್ಲಲ್ಲಿ ಚೂರು ಬೋಳು. ಅರೆಕ್ಷಣ ಆ ದಪ್ಪ ಹೊದಿಕೆಯಡಿಯ ದೇಹ ಉಸಿರಾಡ್ತಿದೆಯಾ ಇಲ್ಲವಾ ಎಂಬ ಕೆಟ್ಟ ಅನುಮಾನ ಮೂಡಿದ್ದೇ ಹತ್ತಿರ ಬಾಗಿ ಗಮನಿಸಿದ. ಬಹುನಿಧಾನಕ್ಕೆ ಏರಿಳಿಯುತ್ತಿದ್ದ ಎದೆ... ಆ ಕ್ಷಣಕ್ಕೆ ಅವನಲ್ಲಿ ಅದೆಂಥ ನಿಶ್ಚಿಂತೆಯನ್ನು ಮೈಯಿಡೀ ಹಬ್ಬಿಸಿತು ಎಂದರೆ ಬಚ್ಚಲಿಗೆ ಹೋಗುವ ಅನ್ನಿಸಿದರೂ ಹೋಗದೆ ಸದ್ದಿಲ್ಲದೆ ಬಂದು ಮಲಗಿದವನಿಗೆ ಮತ್ತೆ ಮರುಕ್ಷಣವೇ ಗಾಢ ನಿದ್ದೆ.

ಬುಗುಡಿಯ ಘಟನೆ ನಡೆದ ನಂತರ ಅವ್ವನನ್ನು ಸೂಕ್ಷ್ಮವಾಗಿ ಗಮನಿಸಬೇಕೆಂದು ಮಧುಕರ ಮನಸ್ಸಲ್ಲೇ ಅಂದುಕೊಂಡ. ಅಂದುಕೊಂಡಿದ್ದೇ ಬಂತು... ಅವನಿಗೆ ಅಷ್ಟು ಸಮಯವೂ ಇರುತ್ತಿರಲಿಲ್ಲ. ಬೆಳಿಗ್ಗೆ ಆಫೀಸಿಗೆ ಹೋಗುವ ಗಡಬಡೆ.. ರಾತ್ರಿ ಬಂದ ನಂತರ ಒಂಥರದ ಕಚೇರಿ ಸುಸ್ತು.. ಮಗನಿಗೆ ಕೊಂಚ ಹೋಂವರ್ಕ್ ಮಾಡಿಸುವುದು.. ಅವರಿರವರ ಫೋನ್ ಕಾಲ್‌ಗಳು.. ಆಗೀಗ ಅವ್ವನ ಹತ್ತಿರ ಕುಳಿತು ಈಗ ಹ್ಯಾಂಗನ್ನಿಸದ.. ಭಾಳ ತ್ರಾಸಾಗ್ತದೇನು ಅಂತ ವಿಚಾರಿಸಿಕೊಳ್ಳಹೋದರೂ ಅವ್ವ

ಏನಿಲ್ಲ.. ಮತ್ತ ಸ್ವಲ್ಪ ನೋವು ಆಗೂದೆ.. ಎಂದವಳೇ ಮಾತು ಮರೆಸಿ ಬೇರೆ ಏನೋ ವಿಷಯ ತೆಗೆಯುತ್ತಿದ್ದಳು. ಅವ್ವನಿಗೆ ಸಾಯುವ ಭಯ ಕಾಡ್ತಿದೆಯಾ.. ಒಂಥರದ ನಿರ್ಲಿಪ್ತತೆ ಅನ್ನಿಸುತ್ತಿದೆಯಾ.. ಏನೂ ಗೊತ್ತಾಗುತ್ತಲೇ ಇರಲಿಲ್ಲ.

ಮತ್ತೆ ವಾರದ ನಂತರ ಅವ್ವ ಸಂಜೆ ತಾನಿನ್ನು ಅಮಿತನ ಕೊಠಡಿಯಲ್ಲಿ ಮಲಗುವುದಿಲ್ಲವೆಂದೂ ತನ್ನ ಮಂಚವನ್ನು ಹಾಲ್‌ಗೆ ಹಾಕಬೇಕೆಂದು ಮಧುಕರನಿಗೆ ಹೇಳಿದಳು. "ಅವನ ಪರೀಕ್ಷೆ ಹತ್ರ ಬಂದಾವು.. ಸುಮ್ನೇ ಹುಡುಗಗ ತೊಂದ್ರಿ ಯಾಕ ಅಂತ.."

ವಿನುತ, ಮಧುಕರ ಸೇರಿ ಹಾಲ್‌ಗೆ ಮಂಚ ಎತ್ತಿಡುವಾಗ ಅಜ್ಜಿ ಇಲ್ಲೇ ಮಲಗಲಿ ಎಂಬ ಅಮಿತನ ಗಲಾಟೆ.

ಆ ರಾತ್ರಿ ಮಲಗುವ ಮುಂಚೆ ಮಾತ್ರೆ ಕೊಡುತ್ತಿದ್ದ ಮಧುಕರನ ಬಳಿ

"ರಾತ್ರಿ ಒಮ್ಮೊಮ್ಮಿ ನೋವಿಗಿ ಎಚ್ಚರಕಿ ಆಗಿ ಮತ್ತ ನಿದ್ದೀನೇ ಬರಂಗಿಲ್ಲೋ.. ಕೆಲವು ಸಲ ತಡಿಯಾಕ ಆಗಂಗಿಲ್ಲ.. ನನಗ್ಯಾಕ ಹೇಳವಲ್ಲೀ ಅಂತ ನೀ ಕೇಳ್ತೀ ಅಂತ ನನಗ ಗೊತ್ತದ ಮಧೂ.. ನಿನಗ ಹೇಳಿದ್ರೂ ತ್ರಾಸು ಅನುಭವಿಸುವಾಕಿ ನಾನ ಹೌದಿಲ್ಲೋ... ನಿಮ್ಮಪ್ಪ ಸಾಯೂ ಮುಂದನೂ ಹೀಂಗ ಹೇಳ್ತಿದ್ರು.. ನಮಗ ನಾವ ಗಟ್ಟಿಯಾಗಬಕು ಅಂತ. ಹೇಳಿದಷ್ಟು ಸುಲಭ ಅಲ್ಲೋ ಹಂಗ ಗಟ್ಟಿಯಾಗೂದು.. ಇನ್ನಾ ಜೀವನಾ ಅನುಭವಿಸೋರು ನೀವು.. ನಿಮ್ಮ ಮುಂದ ನಾ ದಿನಾ ನನಗ ಬ್ಯಾನಿಯಾಗತದ ಅಂತ ಅಳೂದು ಛಂದಲ್ಲ ತೆಗಿ.. ಭಾಳ ಬದುಕಬಕು ಅಂತೇನೂ ಆಸಿ ಉಳಿದಿಲ್ಲ.. ಹಂಗಂತ ಸಾವೂ ಯಾಕೋ ಇನ್ನಾ ಹತ್ರ ಬರವಲ್ದು... ನಿದ್ದಿಗಿ ಏನರಾ ಜರಾ ಮಾತ್ರೆ ಕೊಡೂ ಹಂಗ ಡಾಕ್ಟರಿಗಿ ಕೇಳ್ತೀಯೇನು?" ಅಪ್ಪ ಸತ್ತ ಮೇಲೆ ಏನೊಂದನ್ನೂ ಕೇಳದ ಈ ಅವ್ವ... ಅಮಿತ ಕ್ಯಾಡ್‌ಬರಿ ಕೊಡಿಸು ಎಂಬಂತದೇ ಭಾವದಲ್ಲಿ ಕಡೆಯ ವಾಕ್ಯ ಹೇಳಿದಾಗ ಮಾತ್ರ ಮಧುಕರನಿಗೆ ತಡೆಯದೇ ಕಣ್ಣಲ್ಲಿ ನೀರು ಉಕ್ಕಿತು.

ಮಧುಕರನಿಗೆ ಮಾತೇ ಹೊರಡದೇ ಆಯ್ತು ಎನ್ನುವಂತೆ ತಲೆಯಾಡಿಸುವಾಗ ಅವ್ವ ಮತ್ತಷ್ಟು ನಿಧಾನವಾಗಿ

"ನಾ ಆಗೀಗ ನರಳ್ತೀನಿ.. ನನಗ ಯಾಕಿಂಥ ಶಿಕ್ಷೆ ತಂದಿಟ್ಯೋ ದೇಪ್ರೇ ಅಂತ ದೇವ್ರಿಗಿ ಶಾಪ ಹಾಕ್ಕೀನಿ.. ಆ ಹುಡುಗ ಅದೆಲ್ಲ ಕೇಳಿ ಅಂಜ್ಯಾನು ಅಂತ ಮಂಚ ಇಲ್ಲಿ ಹಾಕು ಅಂದ್ನಿ.. ಹೋಗು ನೀ ಇನ್ನ ಮಲಗಪ್ಪ... ಮಾತ್ರೆ ನಾಳಿಗಿ ತಗಂಡಬಾ" ಎಂದವಳೇ ಇನ್ನು ಮಾತಾಡುವುದು ಏನಿಲ್ಲ ಎಂಬಂತೆ ಕಣ್ಮುಚ್ಚಿದಳು.

ಮತ್ತೆ ಒಂದೆರಡು ತಿಂಗಳು ಹಾಗೆಯೇ ಕಳೆಯಿತು. ನಸುನಗೆಯ ಮುಸುಗು ಹೊದ್ದ ಅವ್ವನ ಯಾತನೆಯೂ ಒಂದರ್ಥದಲ್ಲಿ ಸಹಜಗತಿಯಲ್ಲಿಯೇ ಸಾಗುತ್ತಿರುವಂತೆ... ಎಲ್ಲವೂ ಮತ್ತೆ ಒಂದೇ ಗತಿಯಲ್ಲಿ ಸಾಗುವಾಗ ಅವ್ವ ಒಂದಿನ,

"ನಾ ಊರಿಗಿ ಹೋಗ್ತೀನಿ.. ನಿಮ್ಮಪ್ಪ ಕಟ್ಟಿಸಿದ ಮನಿ.. ಎಷ್ಟ ದಿನಾ ಅಂತ

ಬಿಟ್ಟು ಇರಲಪ್ಪ.." ಎಂದು ಹಠ ಹಿಡಿದಳು. ಡಾಕ್ಟರ್ ಕೂಡ ಪರಿಸ್ಥಿತಿ ಇನ್ನು ಸುಧಾರಣೆಯಾಗಲಿಕ್ಕಿಲ್ಲ, ಅವರು ಇಷ್ಟು ದಿನ ಬದುಕಿದ್ದೇ ಹೆಚ್ಚು, ಅವರಿಗೆ ಸಂತೋಷವಾಗೋ ಹಾಗೆ ಇರಲಿ ಎಂದಿದ್ದರಿಂದ ಊರಿಗೆ ಕರೆದುಕೊಂಡು ಹೋಗಿದ್ದಾಯ್ತು.

ಅಮಿತನಿಗೆ ಪರೀಕ್ಷೆ ಹತ್ತಿರ ಬರುತ್ತಿದೆ ಎಂದು ಮಧುಕರ ಒಬ್ಬನೇ ಕಾರಿನಲ್ಲಿ ಕರೆದುಕೊಂಡು ಹೋದ. ಅಲ್ಲಿಗೆ ಹೋದ ಎರಡೇ ದಿನದಲ್ಲಿ ಅವ್ವ ತೀರಿಕೊಂಡಳು.

■

ಅವ್ವನ ಕ್ರಿಯಾವಿಧಿಗಳೆಲ್ಲ ಮುಗಿದು, ಮಧುಕರ ವಿನುತ ಕಚೇರಿ, ಮನೆಗೆಲಸದಲ್ಲಿ ಎಂದಿನಂತೆ ಬದುಕು ಸಾಗುತ್ತಿದೆ. ತನ್ನ ಸೀರೆಗಳಲ್ಲಿ ವಿನುತ ಉಡಬಹುದಾದಂಥ-ದ್ದನ್ನು ಅವಳಿಗೆ, ಮತ್ತೆ ಕೆಲವನ್ನು ಮತ್ತೊಬ್ಬಳು ಸೊಸೆಗೆ, ಮತ್ತೆ ಕೆಲವನ್ನು ಕೆಲಸದವಳಿಗೆ, ಬಂಗಾರದ ಒಡವೆಗಳನ್ನು ಇಬ್ಬರೂ ಸೊಸೆಯಂದಿರಿಗೆ ಹೀಗೆ ಮೊದಲೇ ಹಂಚಿಬಿಟ್ಟಿದ್ದಳು. ಮೊಮ್ಮಕ್ಕಳಿಗೂ ತನ್ನ ಹಳೆಯ ಕಾಲದ್ದು ಎಂದು ಏನೇನೋ ಹಂಚಿದ್ದಳು. ಅಮಿತನಿಗೆ ಹಳೇ ನಾಣ್ಯಗಳು, ಹಳೆಯದೊಂದು ಪುಟಾಣಿ ಬಿದಿರಿನ ಪೆಟ್ಟಿಗೆ, ಅದರಲ್ಲಿ ಎಂದಿನದೋ ಒಂದು ನವಿಲುಗರಿ ಹೀಗೆ ಒಂದಿಷ್ಟು ಕೊಟ್ಟಿದ್ದಳು. ವಿನುತ ಆ ಹಳೆಯ ರೇಷ್ಮೆ ಸೀರೆಗಳನ್ನು ಬಹುಜೋಪಾನವಾಗಿ ಬಿಳಿಯ ಬಟ್ಟೆಯೊಂದರಲ್ಲಿ ಕಟ್ಟಿ ಆಲ್ಮೇರಾದಲ್ಲಿ ಇಟ್ಟಿದ್ದಳು.

ಒಂದು ಭಾನುವಾರ ಅಮಿತ ಆ ಹಳೇ ನಾಣ್ಯಗಳನ್ನು ತನ್ನ ಚಿಲ್ಟಾರಿ ಗೆಳೆಯರಿಗೆ ತೋರಿಸುತ್ತ, ಅವರೊಬ್ಬರಿಗೂ ಅವುಗಳನ್ನು ಮುಟ್ಟಲೂ ಬಿಡದೆ ಚೂರು ತೋ-ರಿಸುವುದು, ಆ ಹುಡುಗರು ಅದನ್ನು ಗಮನಿಸಲು ಸ್ವಲ್ಪ ಬಾಗಿದರೆ ತಟ್ಟನೆ ಎತ್ತಿಡುವುದು ಮಾಡುತ್ತಿರುವಾಗ... ಮಧುಕರನಿಗೆ ಅರೆ.. ಅವ್ವ ಹೀಗೆ ತನಗೇನೂ ಕೊಟ್ಟೇ ಇಲ್ಲ ಎನ್ನುವುದು ನೆನಪಾಗಿ ಬೇಜಾರಾಗತೊಡಗಿತು. ಇದೇ ಬೇಜಾರು, ಒಂಥರದ ಖಿನ್ನತೆ ಅವನನ್ನು ಇಡಿಯಾಗಿ ಸುತ್ತಿಕೊಳ್ಳತೊಡಗಿತು. ಅವ್ವನ ನೆನಪು ಎಂದರೆ ಆ ದಿನ ನಿದ್ದೆ ಮಾತ್ರೆ ತಂದುಕೊಡುವಂತೆ ಕೇಳಿದ್ದು... ಮತ್ತೆ ಸಾಯುವ ಕೊನೆಯ ಗಳಿಗೆಯಲ್ಲಿ ತಾನು ಹೀಗೆ ಒರಗಿಸಿಕೊಂಡಿರುವಾಗ, ಅಣ್ಣ ಬಾಯಿಗೆ "ಗಂಗಾಜಲ ಅವ್ವಾ.. ಜರಾ ಕುಡಿಯವ್ವಾ" ಎಂದು ಹನಿಗಣ್ಣಾಗಿ ಹೇಳುತ್ತಿರುವಾಗ ಆ ಯಾವುದೂ ಕೇಳದೇ ಯಾವ ಲೋಕದ ಮಾಯೆ ಕರೆಯುತ್ತಿದೆಯೋ ಎಂಬಂತೆ ನಿಧಾನಕ್ಕೆ ಕಣ್ಮುಚ್ಚಿದ್ದು... ಕೈಗಳಲ್ಲಿ ಅದೇ ಬಹುನಿಧಾನವಾಗಿ ಬಿಸುಪನ್ನು ಕಳೆದುಕೊಳ್ಳುತ್ತಿದ್ದ ಅವ್ವನ ದೇಹದ ಸ್ಪರ್ಶ ಮಾತ್ರ... ಇದರಿಂದ ಹೊರಬರಬೇಕೆಂದರೆ ಅವ್ವನ ನೆನಪಿನದು ಬೇರೇನಾದರೂ ತನಗೆ ಬೇಕು.. ಚಿಕ್ಕವನಿದ್ದಾಗಿನಿಂದ ನೋಡಿದ, ಮುಟ್ಟಿದ, ತಟ್ಟಿದ ಅವ್ವನ ಯಾವುದಾದರೂ ವಸ್ತು.. ಏನಾದರೂ ವಸ್ತು ತನ್ನ ಬಳಿಯಿರಬೇಕು... ಏನದು.. ಬುಗುಡಿ.. ಹೌದು ಶಿವಾನಿಗೆ ಕೊಟ್ಟ ಬುಗುಡಿ.

ಶಿವಾನಿಗೆ ಬುಗುಡಿ ವಾಪಾಸು ಕೇಳಿಯೇ ಬಿಡುವುದು ಎಂದು ಮಧುಕರ ನಿರ್ಧ-

ರಿಸಿಬಿಟ್ಟ. ನಿರ್ಧರಿಸಿದ ದಿನವೇ ಸಂಜೆ ಮನೆಗೆ ವಾಪಾಸಾಗುವ ಮುನ್ನ ಮಧುಕರ ಅವಳ ಅಪಾರ್ಟ್‌ಮೆಂಟಿನ ಮುಂದೆ ಇನ್ನೇನು ತನ್ನ ಬೈಕ್ ನಿಲ್ಲಿಸಬೇಕು.. ಅಷ್ಟರಲ್ಲಿ ಮೊಬೈಲ್ ರಿಂಗಣಿಸಿತು. ನಂಬರ್ ನೋಡದೆ ಹಾಗೇ ಕಿವಿಗೊತ್ತಿ ನಿಂತವನಿಗೆ ಶಿವಾನಿಯ ಧ್ವನಿಯೇ ಕೇಳಿಸಿ ಹಾರಿ ನಿಂತ.

'ದೇವ್ರೇ... ಇವಳಿಗೇನಾದ್ರೂ ನಾನು ಅದನ್ನು ಕೇಳಲಿಕ್ಕೇ ಬಂದೆ ಅಂತ ಕನಸುಗಿನಸು ಬಿದ್ದತೇ ಹೇಗೆ...'

"ಮಧೂ.. ವೇರ್ ಆರ್ ಯು ಮಧೂ.. ಕೇಳ್ತಿದ್ದೀಯಾ.."

"ಕೇಳ್ತಿದೆ... ನಾನು ಮನೆ ಹತ್ತಿರ..." ತಡವರಿಸಿದ.

ಅತ್ತ ಕಡೆಯಿಂದ ಎಂದಿನ ಅವಳ ಜೋರು ನಗೆ.

"ಮನೆ ಹತ್ರ ಅಂದ್ರೆ ಯಾರ ಮನೆ ಹತ್ರ ಮಾರಾಯ... ಕ್ವೀನ್ ಎಲಿಜಬೆತ್ ಅರಮನೆ ಹತ್ರಾನಾ.. ಬಿಪಾಶಬಸು ಮನೆ ಹತ್ರಾನ.."

ಈ ಕತ್ತಲಲ್ಲಿ ತಾನು ಅವಳ ಅಪಾರ್ಟ್‌ಮೆಂಟ್ ಮುಂದೆಯೇ ನಿಂತಿದ್ದೇನೆ ಎನ್ನುವುದು ಆ ಕಡೆ ಮನೆಯಿರುವ, ಸುತ್ತ ಇಷ್ಟೆಲ್ಲ ಮರಗಿಡಗಳಿರುವ ಅವಳಿಗಂತೂ ಕಾಣದು ಎನ್ನುವುದು ತಟ್ಟನೆ ಹೊಳೆದು "ಇಲ್ಲ .. ಹೀಗೇ ಫ್ರೆಂಡ್ ಮನೆ ಹತ್ರ ಮಾರಾಯ್ತಿ.. ಹೇಳು.. ಏನು ವಿಷ್ಯ"

"ಏನಿಲ್ಲ... ಮನೇಲಿ ನಾನೊಬ್ಬಳೇ.. ಶಂಕರ್ ಆಫೀಸ್ ಟೂರ್. ಚೂರು ಮಾತಾಡ್ಲಾ..." ತುಸು ಮೊದಲು ಜೋರಾಗಿ ನಕ್ಕಿದ್ದು ಅವಳಲ್ಲವೇ ಅಲ್ಲ ಎಂಬಂತೆ ಈಗ ಇಬ್ಬನಿಯಲ್ಲಿ ತೋಯ್ದು ಗರಿಕೆ ಹುಲ್ಲಿನಂತೆ ಮಾತಾಡ್ತಿದ್ದಾಳೆ.

ಶಿವಾನಿ ಏನೋ ಹಂಚಿಕೊಳ್ಳಬಯಸಿದ್ದಾಳೆ... ಸದ್ಯಕ್ಕೆ ಬುಗುಡಿಯ ಸುದ್ದಿ ಎತ್ತುವುದೇ ಬೇಡ.. ಊಂಗುಟ್ಟಿದ. ಮತ್ತೆ ಎರಡು ನಿಮಿಷ ಮಾತಾಡಿದ್ದು ಶಿವಾನಿಯೇ.

"ನೋಡು ಆಂಟಿ ಆ ದಿನ ನಂಗೆ ಬುಗುಡಿ ಕೊಟ್ಟರಲ್ಲ.. ನಿಜಕ್ಕೂ ಹೇಳ್ತೀನಿ.. ನಂಗೆ ಈ ಹೊತ್ತಿಗೂ ಅರ್ಥವಾಗಿಲ್ಲ. ಅವರಿಗ್ಯಾಕೆ ಹಾಗೆ ತೆಗೆದುಕೊಡಬೇಕು ಅನ್ನಿಸಿತು ಅಂತ. ನಿಂಗೆ ನೆನಪಿದ್ಯಾ ಮಧೂ.. ನಾನು ನಿಮ್ಮ ಆಫೀಸಲ್ಲಿ ಕೆಲಸಕ್ಕೆ ಸೇರಿದ ದಿನ.. ಒಂದಿಬ್ಬರಿಗೆ ನಾನು ಕಿವಿಗೆ ಯಾಕೆ ಅಷ್ಟೆಲ್ಲ ಕಡೆ ಚುಚ್ಚಿಸಿಕೊಂಡು, ಅಷ್ಟು ಚಿಕ್ಕ ಚಿಕ್ಕ ಬೆಳ್ಳಿಯ ಟಾಪ್ಸ್‌ಗಳನ್ನು ಸಿಕ್ಕಿಸಿಕೊಂಡಿದ್ದೇನೆ ಅಂತ ಆಶ್ಚರ್ಯ ಆಗಿತ್ತು ಅಲ್ವಾ... ಬೇರೆ ಯಾವ ಸಂಪ್ರದಾಯ ಪಾಲಿಸದ ನಾನು ನಮ್ಮಮ್ಮನ ಮನೆ ಕಡೆಯ ಈ ಸಂಪ್ರದಾಯ ಯಾಕೆ ಪಾಲಿಸ್ತಾ ಇದ್ದೇನೆ ಎನ್ನುವುದೇ ಒಂದು ಪ್ರಶ್ನೆಯಾಗಿತ್ತು."

"ಹೌದೌದು.. ನಿನ್ನ ಹುಟ್ಟುಹಬ್ಬಕ್ಕೆ ನಾವೊಂದಿಷ್ಟು ಚಿಕ್ಕ ಓಲೆಗಳನ್ನು ಕೊಟ್ಟಿದ್ವಿ.. ನಿನ್ನ ನೋಡಿದ ಮೇಲೆ ನಮ್ಮ ಫ್ರಂಟ್ ಆಫೀಸ್‌ನ ರಶ್ಮಿ ಬಿಡು, ನಮ್ಮ ಹೆಲ್ಪರ್ ಜಲಜಮ್ಮನೂ ಕಿವಿಗೆ ಇನ್ನೊಂದು ಕಡೆ ಚುಚ್ಚಿಸಿಕೊಂಡು ನಕ್ಷತ್ರ ಹಾಕ್ಕೊಂಡಿದ್ರಲ್ಲ..

ಸ್ಟಾರ್ ಇಂಪಾಕ್ಟ್ ಅಂತ ನಕ್ಕಿದ್ವಿ.."

ಮಧುಕರ ಹೇಳುತ್ತಲೇ ನಗತೊಡಗಿದ. ಶಿವಾನಿ ನಗಲಿಲ್ಲ.

"ಶಂಕರ್‌ಗೆ ನಾನು ಚುಚ್ಚಿಸಿಕೊಂಡಿದ್ದರ ಬಗ್ಗೆ ಯಾವ ಭಾವನೆಯೂ ಇರಲಿಲ್ಲ. ಇಷ್ಟವೂ ಅಲ್ಲ, ಇಷ್ಟವಿಲ್ಲ ಅಂತಲೂ ಅಲ್ಲ. ನಿಂಗೊತ್ತಿದೆ ಅವನು ನನ್ನನ್ನು ಎಷ್ಟು ಗೌರವಿಸ್ತಾನೆ ಅಂತ. ಅಂತವನೂ ಕೂಡ ನಾನು ಕಿವಿಯ ಮೇಲ್ತುದಿಗೆ ಸಿಕ್ಕಿಸಿಕೊಂಡಿದ್ದ ಆ ಚಿಕ್ಕ ರಿಂಗ್ ತೆಗೆದು ಈ ಬುಗುಡಿ ಹಾಕಿಕೊಂಡಾಗ ಆಮೇಲೊಂದಿನ ಇದನ್ಯಾಕೆ ಹಾಕ್ಕೊಂಡಿದ್ದೀಯ ಒಳ್ಳೆ ಅಡಗೂಲಜ್ಜಿ ಥರಾ.. ಏನೋ ನಾಕು ದಿನ ಹಾಕ್ಕೊಂಡು ಆಮೇಲೆ ತೆಗೀತೀಯ ಅಂದುಕೊಂಡರೆ ಹಾಕ್ಕೊಂಡೇ ಇದ್ದೀಯ ಅಂತ ನನಗೆ ಆವರೆಗೆ ಅಪರಿಚಿತವಾಗಿದ್ದ ಧ್ವನಿಯಲ್ಲಿ ರೇಗಿದ್ದ. ಮತ್ತೆ ಎರಡು ಸಲ ಈ ವಿಷಯವಾಗಿ ಸಣ್ಣದಾಗಿ ಜಗಳವೂ ನಮ್ಮಲ್ಲಿ ಆಯಿತು."

ಮಧುಕರ ಆ ಸಂದರ್ಭದಲ್ಲಿಯೂ ಬುಗುಡಿ ಇವರಿಬ್ಬರ ನಡುವೆಯೂ ಒಂದು ಪುಟ್ಟ ಜಗಳವನ್ನು ಹುಟ್ಟುಹಾಕಿದ್ದಕ್ಕೆ ಕೊಂಚ ಖುಷಿಯಾದ.

"ಅದೇ ಟೂರ್ ಹೋಗಿದಾನೆ ಅಂದ್ನಲ್ಲ.. ಅಲ್ಲಿ ಅವನಿಗೆ ಸಿಕ್ಕಾಪಟ್ಟೆ ಜ್ವರ ಏರಿಬಿಟ್ಟಿದೆ.. ವೈರಲ್ ಫೀವರ್. ವಾಪಾಸು ಟ್ರಾವೆಲ್ ಮಾಡೋ ಹಾಗೂ ಇಲ್ಲ. ಅಲ್ಲೇ ಅವನ ಆಫೀಸಿನವರು ಆಸ್ಪತ್ರೆಗೆ ಸೇರ್ಸಿದ್ದಾರೆ"

"ಹೌದಾ.. ಈಗ ಹೇಗಿದ್ದಾನೆ.. ಯಾವಾಗ ವಾಪಾಸಾಗ್ತಾನಂತೆ..."

ಶಂಕರನಿಗೆ ಆರಾಮಿಲ್ಲ ಎಂದು ಕೇಳುತ್ತಲೇ ಮಧುಕರನ ಹುಡುಗಾಟದ ಲಹರಿ ಹಿಂದೆ ಸರಿಯಿತು.

"ಈಗ ಅಡ್ಡಿಲ್ಲ. ಅವನ ಹತ್ರ ಅವರಮ್ಮ ಕೊಟ್ಟಿದ್ದ ಒಂದು ಹಳೇ ಪೆನ್ ಇದೆ. ನಾವೆಲ್ಲ ಭಾಳ ಹಿಂದೆ ಉಪಯೋಗಿಸ್ತಾ ಇದ್ವಿ.. ನೀನು ಅಂತಾದ್ರಲ್ಲಿ ಬರೆದಿರಬಹುದು.. ಮರದ ಪೆನ್ ಅದಕ್ಕೆ ಆ ಹಳೇಕಾಲದ ರಿಫೀಲ್ ಇರ್ತಾ ಇತ್ತು. ಈಗಿನ ಜೆಲ್ ರಿಫಿಲ್ ಕಾಲದಲ್ಲಿ ಅದರ ರಿಫಿಲ್ ಎಲ್ಲೂ ಸಿಗಲ್ಲ ಬಿಡು. ಅವನ ಬ್ರೀಫ್‌ಕೇಸ್‌ನಲ್ಲಿ ಆ ಪೆನ್ ಸದಾ ಇರ್ಲೇಬೇಕು. ಬರೆಯಲಿಕ್ಕೇ ಆಗದ ಆ ಪೆನ್ ಹಿಡ್ಕೊಂಡು ಸುಮ್ಮನೆ ಕಾಗದದ ಮೇಲೆ ಆಗೀಗ ಚೂರು ಗೀರಿದ್ರೆನೆ ಅವನಿಗೆ ಸಮಾಧಾನ. ಆಸ್ಪತ್ರೆಯಲ್ಲಿ ಮಲಗಿದವ ಆ ಪೆನ್ ತಗೊಂಡು ಹಾಗೆ ಏನೋ ಗೀರ್ತಾ ಇದ್ನಂತೆ.. ತನ್ನಮ್ಮನ ಗೆರೆಗಂಟಿದ ಬೆರಳ ಸ್ಪರ್ಶ, ದುಪ್ಪಟ್ಟಾದ ವಾಸನೆ, ಅವ್ವನ ಕಡೆಯ ಉಸಿರಿನ ಬಡಿತ.. ಎಲ್ಲ ನೆನಪಾಗ್ತಾ ತುಂಬಾನೆ ಭಾವೋದ್ವೇಗಕ್ಕೆ ಒಳಗಾದವ ನನಗೆ ಫೋನ್ ಮಾಡಿದ. ಅವನ ಆ ಕ್ಷಣದ ಭಾವೋತ್ಕಟತೆಯನ್ನು ಅನುಭವಿಸುವ ಫೋನ್ ರಿಸೀವರ್‌ಗಂಟಿದ ಕಿವಿ, ಬರಿಯ ಊಂಗುಟ್ಟುವಿಕೆ ಅಷ್ಟೇ ಅವನಿಗೆ ಸಾಕಿತ್ತು ಸಮಾಧಾನಗೊಳಿಸಲಿಕ್ಕೆ. ನಾನು ಮೆತ್ತಗೆ ಊಂ ಅಂತಿರುವಾಗ ಅವನೇನು ಉಸುರಿದ ಗೊತ್ತಾ ಮಧೂ... 'ಸಾರಿ ಡಾ... ಕಿವಿ ಬುಗುಡಿ ತೆಗೀಬೇಡ...' ಅಂದ. ಕಡೆಯಲ್ಲಿ ಎಂದಿನಂತೆ ಮುದ್ದಿಡುವಾಗಲೂ ಇದು

ನಿನ್ನ ಬುಗುಡಿಗೆ ಅಂತ ಕಿಸ್ ಮಾಡಿದ"

ಶಿವಾನಿ ಮಾತು ನಿಲ್ಲಿಸಿದಳು. ಅವಳು ನಿಡಿದಾಗಿ ಉಸಿರೆಳೆದುಕೊಂಡಿದ್ದು ಇಲ್ಲೇ ತನ್ನ ಪಕ್ಕದಲ್ಲೋ ಎಂಬಷ್ಟು ಸ್ಪಷ್ಟವಾಗಿ ಮೊಬೈಲ್‌ನಲ್ಲಿ ಕೇಳಿತು.

"ಬುಗುಡಿ ತೆಗೀಲೆ ಬೇಕಾಗುತ್ತೆ.. ಯಾಕಂದ್ರೆ ನಾ ಅದನ್ನ ವಾಪಸು ಇಸ್ಕೊಳ್ಳಾಕ ಬಂದೀನಿ" ಮಧುಕರ ಒಂದೇ ಉಸಿರಲ್ಲಿ ಹೇಳಿದ.

"ವಾಟ್ ಮಧೂ.... ಕನ್ನಡಾದಲ್ಲಿ ಏನು ಹೇಳ್ತಿದ್ದೀಯ..." ಓ.. ಇವಳಿಗೆ ಅರ್ಥ–ವಾಗಿಲ್ಲ.. ಸದ್ಯ.. ಅಂದುಕೊಂಡ. ಇವನ ಮಾತಿನತ್ತ ಲಕ್ಷ್ಯ ಹರಿಸದ ಶಿವಾನಿ ಮತ್ತೆ ಹೇಳತೊಡಗಿದಳು

"ಶಂಕರ್ ಹೇಳದಿದ್ರೂ ಅಥವ ತೆಗಿ ಅಂತ ಹೇಳಿದ್ರೂ ನಾನು ತೆಗೆಯೋಳಲ್ಲ ಬಿಡು... ನಿಮ್ಮಮ್ಮನ ಮುಖದ ಮೇಲೆ ಒಂಥರಾ ಎಲ್ಲವನ್ನೂ, ಎಲ್ಲರನ್ನೂ ಪ್ರೀತಿಸೋ ಭಾವನೆ ಯಾವಾಗ್ಲೂ ಇರ್ತಿತ್ತು.. ಅದೇ ನನ್ನನ್ನ ಮತ್ತೆ ಮತ್ತೆ ಅವರ ಹತ್ರ ಬರೋ ಹಾಗೆ ಮಾಡ್ತಿತ್ತು.. ಆದ್ರೆ ಅವರಿಗೆ ನನ್ನಲ್ಲಿ ಯಾಕಂಥ ಅಕ್ಕರೆ ಹುಟ್ತೋ ಗೊತ್ತಿಲ್ಲ.. ಆ ಬುಗುಡಿ ನಂಗೆ ಕೊಡ್ತಾರೆ ಅಂತ ಅವರು ನನ್ನ ಕಿವಿಗೆ ಹಾಕಿ ನೋಡೋಣ ಎಂದು ಹಾಕಿದಾಗಲೂ ಅನ್ನಿಸಿರಲಿಲ್ಲ.. ನೋಡು ಮಧೂ.. ನಾನೀಗ ಅದನ್ನು ಮುಟ್ತಾ ಇದ್ದೀನಿ.. ಹಾಗೆ ಮುಟ್ಟಿದಾಗೊಮ್ಮೆ ಆಂಟಿಯ ಸ್ಪರ್ಶ, ಬಿಸುಪು ಮತ್ತೆ ನನ್ನ ಕೈಗೆ ಸಿಕ್ಕಿದ ಹಾಗೆ ಅನ್ನಿಸುತ್ತೆ.." ಅವಳೀಗ ತೀರಾ ಭಾವೋದ್ವೇಗದಿಂದ ಹೇಳತೊಡಗಿದ್ದಳು.

ಮಧುಕರ ಇಂಥವಳಲ್ಲಿ ಬುಗುಡಿ ಹೇಗೆ ವಾಪಾಸು ಕೇಳುವುದು, ಕೇಳಿದರೂ ಅವಳು ಕೊಟ್ಟಾಳೆಯೇ.. ಆಟದಲ್ಲಿ ಗೋಲಿ ಕಳೆದುಕೊಂಡ ಚಿಕ್ಕ ಹುಡುಗ ಗೆಳೆಯನಿಗೆ ಗೋಲಿ ಕೇಳುವ ಭಾವದಲ್ಲಿ ಏನು ಮಾಡುವುದೆಂದು ಹಾಗೆಯೇ ಯೋಚಿಸುತ್ತ ನಿಂತ.

"ಏಯ್ ಮಧೂ.. ಈ ಫೋನ್ ರಿಸೀವರ್ ಈಗ ಬುಗುಡಿಗೆ ತಾಗ್ತಾ ಇದೆ.. ನಿಂಗೆ ಕೇಳಿಸ್ತಾ ಇದೆಯಾ..." ಮಧುಕರ ಈಗ ಮಾತ್ರ ಅವಾಕ್ಕಾಗಿ ನಿಂತುಬಿಟ್ಟ. ಅವನಿಗೆ ಕೇಳಿದ್ದು ತಾನು ಚಿಕ್ಕವನಿದ್ದಾಗ ಬುಗುಡಿಯನ್ನು ಅಲುಗಾಡಿಸಿದಾಗ ಬರುತ್ತಿದ್ದ ಸೂಕ್ಷ್ಮ ಕಂಪನ.. ಮತ್ತು ಅವ್ವಾನ ಎದೆಬಡಿತದ ಕಡೆಯ ಸದ್ದು...

"ಶಿವಾನಿ.. ಇದು ನಮ್ಮವ್ವಾನ ಬುಗುಡಿಗೆ" ಮೆತ್ತಗೆ ಮೊಬೈಲ್‌ನಿಂದ ಮುತ್ತಿಟ್ಟ. ಬಹುನಿಧಾನವಾಗಿ, ಬುಗುಡಿಗೆ ಕೇಳಿಸದಂತೆ ಮೊಬೈಲ್ ಸ್ವಿಚ್ ಆಫ್ ಮಾಡಿ ಪಕ್ಕದಲ್ಲಿದ್ದ ಮರವನ್ನು ಆಸರೆಗೆ ಹಿಡಿದುಕೊಂಡ.

2007

ಕಾಲಿಟ್ಟಲ್ಲಿ ಕಾಲುದಾರಿ

ಬಸ್ಸು ನಿಧಾನವಾಗಿ ಚಲಿಸಿದ ನಂತರವೇ ಅವಳಿಗೆ ಅಂತೂ ತಾನು ಊರಿಗೆ ಹೊರಟಿರುವುದು ಇದೀಗ ಖಚಿತವಾದಂತೆ ಜೋರಾಗಿ ಉಸಿರೆಳೆದುಕೊಂಡಳು. ಆ ಸಂಜೆ ಕಡೆಗಳಿಗೆಯವರೆಗೂ ಎಲ್ಲ ಸುರಳೀತ ಮುಗಿದು ತಾನು ಹೊರಡುತ್ತೇನೆ ಎಂದು ಅನ್ನಿಸಿರಲಿಲ್ಲ. ಹೋಗುವ ಮುಂಚೆ ಮುಗಿಸಲೇಬೇಕಿದ್ದ ಒಂದಿಷ್ಟು ಕೆಲಸಗಳು.. ಚಿಕ್ಕಪುಟ್ಟ ಹೊಂದಾಣಿಕೆಗಳು.. ಬಟ್ಟೆಬರೆ ಜೋಡಿಸಿಕೊಳ್ಳುವುದು.. ತುಸು ಛೆಂದದ ಸೀರೆಗಳನ್ನು ಆರಿಸಿಕೊಂಡು ಅವಕ್ಕೆ ಗಂಜಿ, ಇಸ್ತ್ರಿ.. ಕೊಡಬೇಕಿರುವ ಬಿಲ್‌ಗಳು, ಬಾಡಿಗೆಹಣ... ಪ್ರತಿ ಬಾರಿಯಂತೆ. ಅವಳಿಗೆ ಕೆಲವು ಸಲವಂತೂ ಥತ್ತೇರಿಕಿ ಹೋಗೋದು ಬೇಡ ಏನೂ ಬೇಡ ಎಲ್ಲಾದ್ರೂ ಛೆಂದ ಕುಳಿತು ಒಂದಿಷ್ಟು ಅತ್ತು ಹಗುರಾಗಿಬಿಡಬೇಕು ಎನ್ನಿಸುತ್ತಿತ್ತು.

ಬಸ್ ನಿಲ್ದಾಣ... ಕಟ್ಟಡಗಳು... ಸಿಗ್ನಲ್‌ಗಳು ಎಲ್ಲ ದಾಟಿ ಬಸ್ಸು ನಗರದ ಹೊರವಲಯ ದಾಟುತ್ತಿದೆ... ಹೆದ್ದಾರಿಯ ದೃಶ್ಯಗಳು ತೆರೆದುಕೊಳ್ಳುತ್ತಿವೆ. ಸಂಜೆಗತ್ತಲಲ್ಲಿ ದಾರಿಯ ಪಕ್ಕದ ಹೊಲಗದ್ದೆಗಳು ಕೆಲವೆಡೆ ಕಪ್ಪು ಹಸಿರಾಗಿ.. ಕೆಲವೆಡೆ ಒಣಗಿ ..ಕೆಲವೆಡೆ ಸೂರ್ಯಕಾಂತಿ ಹೂಗಳಿಂದ ಕಂದುಹಳದಿಯಾಗಿ ಕಾಣುತ್ತಿದೆ. ಕಂಡಕ್ಟರ್‌ನಿಗೆ ರಿಸರ್ವೇಶನ್ ಟಿಕೆಟ್ ತೆಗೆದು ತೋರಿಸುತ್ತಿರುವಂತೆ ಮಡಿಕೆಯಾಗಿದ್ದ ಪುಟ್ಟ ಕಾಗದ ಕಾಣಿಸಿತು. ಊರಿಗೆ ಹೋಗುವ ಮುಂಚೆ ಅಪ್ಪನಿಗೆ ತೆಗೆದುಕೊಳ್ಳುವ ಎಂದು ಬರೆದಿದ್ದ ನಾಲ್ಕಾರು ಪುಸ್ತಕದ ಹೆಸರು.. ಅಮ್ಮನಿಗೆ ಏನಾದರೂ ತೆಗೆದುಕೊಳ್ಳಲೇ ಬೇಕೆಂದಿದ್ದ ಪಟ್ಟಿ ದುಡ್ಡಿನ ಹೊಂದಾಣಿಕೆಯ ಬೆವರಲ್ಲಿ ಮುದ್ದೆಯಾಗಿ ಪರ್ಸ್‌ನ ಮೂಲೆ ಹಿಡಿದು ಕುಳಿತುಬಿಟ್ಟಿದೆ.

‘ಪ್ರತಿಸಲ ಹೀಗೇ ಆಗ್ತಿದೆ.. ಶ್ಯೀ’

'ಇದಕ್ಕಿಂತ ಒಳ್ಳೆಯ ಕೆಲಸದಲ್ಲಿದ್ದಿದ್ರೆ..'

'ಆವಾಗ್ಲೇ ಇನ್ನೊಂಚೂರು ಚೆನ್ನಾಗಿ ಓದಿದ್ರೆ...'

'ಓದುವಾಗ ಯಾರಾದ್ರೂ ಒಂಚೂರು ಮಾರ್ಗದರ್ಶನ ಮಾಡಿದ್ರೆ..'

'ಒಳ್ಳೆಯ ಕೋರ್ಸ್‌ಗೆ ಸೇರಿಕೊಂಡಿದ್ದರೆ..'

'ಬೇರೆಯ ಅವಕಾಶಗಳ ಬಗ್ಗೆ ನಾನೇ ಒಂಚೂರು ಯೋಚಿಸಿದ್ರೆ'

'ಹಳವಂಡಗಳ ಬೆನ್ನತ್ತುವುದನ್ನು ಬಿಟ್ಟು ಕ್ರಿಯಾಶೀಲತೆಯಿಂದ ನನ್ನ ಆಕಾಶ ನಾನೇ ವಿಸ್ತರಿಸಿಕೊಂಡಿದ್ದರೆ..'

ಈಗ ಹೆದ್ದಾರಿಯಲ್ಲಿ ಭರ್ರನೆ ಸಾಗಿ ಹೋಗುವ ವಾಹನಗಳ ಹೆಡ್‌ಲೈಟ್ ಒಂದೊಂದೇ ವಾಕ್ಯಗಳ 'ರೆ' ಮೇಲೆ ಬಿದ್ದು ಫಳಫಳನೆ ಹೊಳೆಯುತ್ತಿದೆ. ಕಿಟಕಿಯ ಹೊರಗೆ ಗೆರೆಯಾಗಿದ್ದ ಚಂದ್ರ ಮೆಲ್ಲನೆ ಅಗಲವಾಗುತ್ತ ಇದೀಗ ಅರೆಮುಕ್ಕಾದ ಚಂದ್ರ ಬಿಂಬವಾಗಿದೆ. ಫಕ್ಕನೆ ಅವಳಲ್ಲಿ ಒಂದು ನೆನಪು. ಈ ಸಲವೂ ಹಡಪ ಜೋಡಿಸಿಡುವಾಗ 'ಅದು' ಸಿಗಲಿಲ್ಲ. ಆಗೀಗ ತನ್ನ ಇಡೀ ಹಳೆಯ ಹಡಪ ಕಿತ್ತು, ಕುಡುಗಿ ಸಮಾ ಜೋಡಿಸಿಡುವಾಗ ಅವಳು ಮರೆಯದೇ ಮುಲೆಮೂಲೆಯನ್ನು ಶೋಧಿಸುತ್ತಿದ್ದಳು. ಒಂದಾನೊಂದು ಕಾಲದಲ್ಲಿ ಬರೆದಿದ್ದ ಡೈರಿಯಂತಿದ್ದ ಆ ಕಥೆ ಯಾವುದಾದರೂ ಮೂಲೆಯಲ್ಲಿ ಇನ್ನೂ ಮೆತ್ತಗೆ ಉಸಿರಾಡುತ್ತಿರಬಹುದೇ ಎಂದು. ಹಾಗೆ ನೋಡಿದರೆ ಅವಳು ಹಡಪ ಜೋಡಿಸಿಡುವುದೇ ಅದನ್ನು ಹುಡುಕಲು.

ಎದುರಿನ ಯಾವುದೋ ವಾಹನದ ಬೆಳಕು ತುಂಬ ಪ್ರಖರವಾಗಿರಬೇಕು. ರಸ್ತೆಯ ಆಚೆ ಗದ್ದೆಯಲ್ಲಿನ ಗೋಧಿ ತೆನೆಗಳು.. ಅದರ ಪಕ್ಕದ ಸೂರ್ಯಕಾಂತಿ ಹೂಗಳು ಹಳದಿಯಾಗಿ ಹೊಳೆದು ಕಣ್ಣೆದುರು ಮೋಹಕ ದೃಶ್ಯವೊಂದು ಅರೆಕ್ಷಣ ತೆರೆದುಕೊಂಡು ಮತ್ತೆ ಮಾಯವಾಯಿತು. ಹರಡಿದ ಹಳದಿ ಬೆಳಕಲ್ಲಿ ಪುಟ್ಟ ಪ್ರಶ್ನೆಯೊಂದು ಮಿಂಚಿತು.

'ಅಂದಹಾಗೆ ಅದು ಡೈರಿಯಂತಿದ್ದ ಕಥೆಯೋ ಅಥವಾ ಕಥೆಯಂತಿದ್ದ ಖರೇ ಖರೇ ಡೈರಿಯೋ..?'

ಎಷ್ಟೋ ವರ್ಷಗಳ ಹಿಂದೆ ಬರೆದಿದ್ದು .. ಕಥೆ ಏನಿತ್ತು ಅಂತ ಪೂರ್ಣ ನೆನಪಾಗುವುದೇ ಇಲ್ಲ. ಆದರೂ ಮಣಿಸರದಲ್ಲಿ ಪೋಣಿಸಿದ್ದ ಪುಟ್ಟಪುಟ್ಟ ಮುತ್ತಿನ ಹಾಗಿದ್ದ ಆ ಕೈಬರಹದ ಮಡಿಸಿದ ಹಾಳೆಗಳು ನೆನಪಾದಾಗೆಲ್ಲ ಅವಳು ತೀವ್ರ ಭಾವತೀವ್ರತೆಗೆ ಪಕ್ಕಾಗುತ್ತಾಳೆ. ಹೊರಗಿನ ಚಿಟ್ಟೆ ಮೇಲೆ ಕುಳಿತು ಬರೆದಿದ್ದು.. ಎದುರಿನ ತಂತಿ ಬೇಲಿ.. ಬೇಲಿಗಂಟಿಕೊಂಡಿದ್ದ ಹಾಗೆ ಬೆಳೆದಿದ್ದ ಜಾಜಿ ಕರವೇರದ ಮರಗಳು.. ಬೇಲಿಯಾಚೆಗಿನ ಲೈಟು ಕಂಬ.. ಆ ಮುಸ್ಸಂಜೆಯ ಗಂಧ ಗಾಳಿ ಅವಳನ್ನು ಇವತ್ತಿಗೂ ಗಾಢವಾಗಿ ಆವರಿಸಿಕೊಳ್ಳುತ್ತದೆ.

ಬಸ್ಸು ಈಗ ಸೇತುವೆ ಮೇಲೆ ಹೋಗುತ್ತಿದೆ. ಬಸ್ಸಿನ ಡ್ರೈವರ್ ವೇಗ ಕಡಿಮೆ ಮಾಡಿದ. ಹಾಗೆ ಹೋಗುವಾಗ ಕೇಳಿ ಬರುವ ಬೇರೆಯದೇ ಆದ ಗಾಳಿಯ ಸದ್ದು.. ಸೇತುವೆ ಕೆಳಗೆ ಕೃಷ್ಣೆಯ ನೀರು ಎಷ್ಟಿರಬಹುದು.. ಬಿರು ಬೇಸಿಗೆ ಬೇರೆ ಬತ್ತಿ ಹೋಗಿದೆಯಾ ಎಂಥ... ಅವಳು ಕೆಳಗೆ ಬಗ್ಗಿ ನೋಡಲು ಪ್ರಯತ್ನಿಸಿದಳು. ಈ ಬಸ್ಸಿನ ಬೆಳಕು.. ಎದುರಿನಿಂದ ಬಂದ ವಾಹನದ ಬೆಳಕು ಎರಡೂ ಅರೆಕ್ಷಣ ತಳ ಕಾಣುವಂತೆ ನಿಧಾನ ಹರಿಯುತ್ತಿದ್ದ ಕೃಷ್ಣೆಯ ಮೇಲೆ ಬಿದ್ದು ತುಸುಭಾಗ ನೀರು ಮಾತ್ರ ನಸು ಹಳದಿಯಾಗಿ ಹೊಳೆಯುತ್ತಿದೆ. ಅದರಾಚೆ, ಈಚೆ ಬದಿಯ ನೀರು ಮಂದ ತಿಂಗಳ ಬೆಳಕಿನಲ್ಲಿ ನಸುಕಂದು ಛಾಯೆಯಲ್ಲಿ ಹೊಳೆಯುತ್ತಿದೆ. ಆಗೀಗ ನೆನಪಾಗುವ ಕಥೆಯ ಸಾಲುಗಳು ಹರಡಿದಂತೆ ಸೇತುವೆಯ ಕೆಳಗೆ ಕೃಷ್ಣೆಯ ದೃಶ್ಯ ಮತ್ತು ಮೆಲ್ಲ ಜುಳು ಜುಳು ನಾದ.. ಸಾಲುಗಳು ಅಕ್ಷರವಾಗಿ ತೆರೆದುಕೊಳ್ಳದೇ.. ಅಕ್ಷರದೊಳಗಿನ ಭಾವ ಮಾತ್ರವಾಗಿ ಎದೆಯಾಳಕ್ಕೆ ಇಳಿದಂತೆ ಕೆಳಗೆ ಹರಿಯುವ ತಣ್ಣಗಿನ ಕೃಷ್ಣೆಯಂತೆ ಆತ್ಮವಿಡೀ ಒದ್ದೆ.

ಒದ್ದೆ ಆತ್ಮದಡಿ ತೇವಗೊಳ್ಳುತ್ತಿರುವ ಚಿತ್ರ..

ಅತ್ತೆ ಮನೆಯಲ್ಲಿ ಓದುತ್ತಿರುವಾಗ ತನಗೆ ಅಪ್ಪನನ್ನು ನೋಡದೆ ಇರುವುದು ಹೇಗೆ ಕಷ್ಟವಾಗುತ್ತಿದೆ... ಪೆನ್ಸಿಲ್ ನೋಟ್‌ಪುಸ್ತಕ ಬೇಕಾದಾಗ ಅವರಲ್ಲಿ ಕೇಳುವುದೂ ಎಷ್ಟು ಸಂಕೋಚವೆನ್ನಿಸುತ್ತದೆ... ಅತ್ತೆ ಮನೆಯಲ್ಲಿ ಎಲ್ಲರ ಪ್ರೀತಿಯಲ್ಲಿ ಬೆಚ್ಚಗೆ ಇರುವಾಗಲೂ ಅಪ್ಪ ಅಮ್ಮನ ಹನಿಪ್ರೀತಿಗಾಗಿ ಮನಸ್ಸು ಎಷ್ಟು ಒದ್ದಾಡುತ್ತೆ, ಅಪ್ಪ ಬಂದಾಗ ಏನೆಲ್ಲ ಮಾತಾಡಬೇಕೆನ್ನಿಸಿದರೂ ಯಾವ ಭಾವವೂ ಶಬ್ದವಾಗದೇ ಒಳಗೊಳಗೇ ನಿರಂತರ ತಲ್ಲಣವಾಗಿ ಪ್ರತೀಕ್ಷೆಯಾಗಿ ಉಳಿದು...

ಇದೀಗ ಕಿಟಕಿಯಲ್ಲಿ ಕಥೆಯ ಪುಟ್ಟ ಹುಡುಗಿ.

ಮತ್ತು ಅರೆಮುಕ್ಕಾದ ಚಂದ್ರಬಿಂಬ ಕಿಟಕಿಯ ಸಮಾ ಎದುರಿಗೆ.

ಮತ್ತು ಹಾಗೆ ಉಳಿದೇಬಿಟ್ಟ ಕನವರಿಕೆ, ಪ್ರತೀಕ್ಷೆ...

ಅರೇ ಹೌದಲ್ಲ ಮನೆಗೆ ವಾಪಾಸಾಗಿ ಕಾಲೇಜಿಗೆ ಹೋಗುವ ದಿನಗಳಲ್ಲಿಯು ಇದೇ ಕನವರಿಕೆ, ಇಂಥದೊಂದು ಪ್ರತೀಕ್ಷೆ ಹಾಗೇ ಉಳಿದುಬಿಟ್ಟಿತಲ್ಲ. ಯಾವುದೋ ಹುಡುಗ ಸ್ನೇಹದಿಂದ ನಾಲ್ಕು ಮಾತಾಡಿದ್ದನ್ನು ಅನುಮಾನಿಸಿದ ಅಮ್ಮ.. ಬೆಂಬಲಿಸಿದ ಅಪ್ಪ.. ಸೂಕ್ಷ್ಮ ಕ್ರೌರ್ಯದಂತಹುದೇನೋ ಬಾಧಿಸಿದ ಹಾಗೆ. ತದನಂತರ ತಾನು ಒಳಗೊಳಗೇ ಅಷ್ಟೆಲ್ಲ ಪ್ರೀತಿಸುವ ಅಪ್ಪನ ಕಣ್ಣಲ್ಲಿ ಬೇರೆಯದೇ ಭಾವ ಇರುವಂತೆ ಭಾಸವಾಗುತ್ತ.. ಸದಾ ಕಣ್ಣೋಟದಿಂದ ತಪ್ಪಿಸಿಕೊಳ್ಳುವ ಪ್ರಯತ್ನ. ಯಾವ ಪ್ರೀತಿಜಲದ ಅಲೆಗಳು ತಟ್ಟದೆ ಇಡೀ ಜಗತ್ತಿನಲ್ಲಿ ಒಂಟಿಯಾದ ಹಾಗೆ... ವಿಚಿತ್ರವಾಗಿ ಕಾಡುವ ಅಸುರಕ್ಷಿತ ಭಾವ.. ಗಾಢಾಂಧಕಾರದಲ್ಲಿ ಅಗಾಧ ಕತ್ತಲು ತನ್ನ ಮೇಲೆ ಕವುಚಿ ಬಿದ್ದು ಭಯದಿಂದ ಥರಗುಟ್ಟುಗುಡತೊಗಿದ ಅದೆಷ್ಟು ರಾತ್ರಿಗಳು..

ಎದುರಿನಿಂದ ಬರುತ್ತಿರುವ ಒಂದು ದೊಡ್ಡ ಟ್ರಕ್‌ನ ತೀರಾ ಪ್ರಖರ ಎನ್ನಿಸುವಂತಿದ್ದ

ಬೆಳಕು..

ಕಿಟಿಯಾಚೆಗಿನ ಪುಟ್ಟ ಹುಡುಗಿ ಮಾಯವಾದಳು.

ಕಿಟಕಿಯಿಂದ ಬೀಸತೊಡಗಿದ ತಣ್ಣಗಿನ ಗಾಳಿ. ಕಿಟಕಿಯಾಚೆ ಅಲ್ಲೊಂದು ಇಲ್ಲೊಂದು ಮೋಡದ ತುಣುಕುಗಳು ಕೆನೆ ಮೊಸರು ಚೆಲ್ಲಿದಂತೆ. ದೂರದಲ್ಲಿ ಯಾವುದೋ ಪಟ್ಟಣದ ದೀಪಗಳು ಸಾಲುಸಾಲಾಗಿ ಮಿನುಗುತ್ತಿದೆ.

ಹಾಗೆ ಶುರುವಾದ ಆ ಪಯಣ ತನ್ನನ್ನು ಯಾವ್ಯಾವುದೋ ತಿರುವಿನಲ್ಲಿ ಹಾದು ಯಾವ್ಯಾವ ಬಿಂದುವಿಗೆ ತನ್ನನ್ನು ಎಳೆತಂದುಬಿಟ್ಟಿತಲ್ಲ.. ಯಾವ ಬಿಂದುವಿನಲ್ಲಿಯೂ ಹುಡುಕಾಟ ಕೊನೆಗೊಳ್ಳಲಿಲ್ಲ. ಯಾವ ಬಿಂದುವೂ ಪೂರ್ಣ ಪರಿಚಿತ ಭಾವ, ಸುರಕ್ಷಿತ ಭಾವ ಹುಟ್ಟಿಸಲಿಲ್ಲ... ತಟ್ಟನೆ ಕಿಟಕಿ ಮುಚ್ಚಿ ಸೀಟಿಗೊರಗಿ ಬಿಗಿಯಾಗಿ ಕಣ್ಮುಚ್ಚಿದಳು.

ಕತೆಯ ಹುಡುಗಿಯ ಹುಡುಕಾಟದ ದಿನಚರಿ ಮತ್ತು ಕತೆ ಹೊರಗಿನ ದಿನಚ-ರಿಯಲ್ಲಿ ಹುಡುಗಿಯ ತಪ್ತ ಆತ್ಮದ ಅಲೆದಾಟ... ಏನೇನೋ ನೆನಪುಗಳು.. ಅಕ್ಷರಗಳ ಸಾಲುಗಳಾಗದೇ ಹಾಗೇ ಉಳಿದ ತುಂಡು ತುಂಡು ಭಾವಗಳು... ಅವಳೀಗ ನಿಧಾನ ಮಂಪರಿಗೆ ಜಾರಿದಳು.

▞

"ಓ ಸವಾರಿ ಯಾವಾಗ ಬಂದಿದ್ದು... ಬೆಳಗಿನ ಝಾವ ಬಂದಿದ್ದನೇ.. ಎಲ್ಲ ಆರಾಮನೇ.. ಮತ್ತೆಂಥೇ ವಿಶೇಷ... ಇದು ಎಷ್ಟು ತೊಲದ್ದೇ... ಇಂಥ ಹೊಸಾ ನಮೂನಿದೆಲ್ಲ ಕಪ್ಪಾಗುತ್ತೆ ಮಾರಾಯ್ತಿ... ಈ ಸರ ಇನ್ನೊಂಚೂರು ದಪ್ಪ ಮಾಡಿಸ್ಕೋಬೆಕಿತ್ತೇ.. ಮತ್ತೇನೇನು ತಗಂಡೆ.. ಮತ್ತೆ ಈ ಸಲವಾದ್ರೂ ಮದುವೆಯಾಗ್ತೀಯ ಹೆಂಗೆ.. ನಿಂಗೇನು ಸುಮಾರು ಜನ ಪರಿಚಯ ಆಯ್ದು.. ನೀನೆ ನೋಡ್ಕ್ಯಂಬಿಡು..."

ಪಕ್ಕದ ಮನೆಯ ಭಾಗ್ಯ ಚಿಕ್ಕಿಯ ವಿಚಾರಣೆ ಸಾಗುತ್ತಲೇ ಇದೆ.

"ಈಗೆಲ್ಲ ಅಷ್ಟು ದಪ್ಪದ ಸರ ಯಾರು ಹಾಕ್ಕೆತ್ತ.. ಅದೆಲ್ಲ ಮದ್ಲಿನ ಕಾಲ್ದಲ್ಲಾತು.. ಅವಳು ಹಂಗೆ ತಾನೆ ನೋಡ್ಕ್ಯಳದಾಗಿದ್ರೆ ಯಾವಾಗ್ಲೋ ಮದ್ವೆಯಾಗ್ತಿದ್ದ.. ಎಲ್ಲ ಕೂಡಿ ಬರಕು ಅಷ್ಟೇ..." ಇವಳ ಚುಟುಕಾದ ಉತ್ತರಕ್ಕೆ ಅವಳಮ್ಮ ತುಸುತುಸು ಸೇರಿಸಿ ಮುಂದು ವರಿಸ್ತಿದ್ದಾಳೆ.

ಅಲ್ಲಿಯ ನಾಟಕವನ್ನು ಇಲ್ಲಿಯೂ ಮುಂದುವರೆಸುವ ಪಾತ್ರಧಾರಿಯ ರೀತಿ ಅವಳು ಭಾಗ್ಯ ಚಿಕ್ಕಿಯನ್ನು, ಅಮ್ಮನನ್ನು ನೋಡುತ್ತ ಅದೂ ಇದೂ ಮಾತಾಡ್ತಾಳೆ.

ಇವಳ ವಿಚಾರಣೆ ಮುಗಿಸಿದ ಭಾಗ್ಯಚಿಕ್ಕಿ ತನ್ನ ಸೊಸೆಯ ಬಗ್ಗೆ ಒಂದಿಷ್ಟು ದೂರುಗಳನ್ನು ಹೇಳತೊಡಗಿದಳು. ತಾನು ಚಿಕ್ಕವಳಿದ್ದಾಗ ಇದೇ ಭಾಗ್ಯಚಿಕ್ಕಿ ತನ್ನತ್ತೆಯ ಸುದ್ದಿಯನ್ನು ಅಮ್ಮನಿಗೆ ಪಿಸಿಪಿಸಿ ಹೇಳುತ್ತ ಕಣ್ಣುಮೂಗು ಎಲ್ಲ ಒರೆಸಿಕೊಳ್ಳುವುದು ನೆನಪಾಗಿ ಅವಳ ಮೂಗಿನ ಸೊರ್‌ಸೊರ್ ಸದ್ದು ಕೇಳುತ್ತ ತಾನು ಹೇಸಿಗೆ

ಪಟ್ಟುಕೊಳ್ಳುತ್ತಿದ್ದದ್ದು ನೆನಪಾಯಿತು. ಸೊಸೆಯ ಸುದ್ದಿಯೂ ಮುಗಿಯಿತು.

ಹೊರಡುವ ಸೂಚನೆಯೇ ಇಲ್ಲದ ಭಾಗ್ಯ ಚಿಕ್ಕಿ ಆರಾಮಾಗಿ ಅಕ್ಕಿ ಮರಿಗೆಯ ಮೇಲೆ ಕುಳಿತು ಹರಟುತ್ತಿದ್ದಾಳೆ.

"ಭಾವ ನಾಳೆ ಬರ್ತಾನೇನೆ... ಹಂಗಾರೆ ಅವಂಗೆ ಮಗಳು ಬಂದಿದ್ದು ಗೊತ್ತಿಲ್ಲೆ" ಎಂದಳು. ಮದುವೆಯೊಂದಕ್ಕೆ ಹೋದ ಅವಳಪ್ಪ ನಾಳೆ ಬರುವುದನ್ನು ಇವಳು ಬಂದೊಡನೆ ಹೇಳಿದ್ದನ್ನೇ ಅವಳಮ್ಮ ವಿವರಿಸ ತೊಡಗಿದಂತೆ ಇವಳಲ್ಲಿ ಸಣ್ಣನೆಯ ಮಿಂಚು. ಅರೆ... ಹೌದಲ್ಲ... ಹಾಗಾದ್ರೆ ಇವತ್ತು ಮನೆಯಲ್ಲಿ ತಾನು ಮತ್ತು ಅಮ್ಮ ಇಬ್ಬರೇ ಎಂಬ ಸಂಗತಿ ಈಗ ಬೇರೆ ಆಯಾಮದೊಡನೆ ತೆರೆದುಕೊಳ್ಳತೊಡಗಿತು.

ಆ ಕಥೆ ಇಲ್ಲೇ ಎಲ್ಲಾದ್ರೂ ಅಪ್ಪನ ಹಳೇ ಪುಸ್ತಕಗಳ ಮಧ್ಯೆ ಇದ್ದರೆ ಎಂಬ ಪುಟ್ಟ ಅನುಮಾನ ಫಕ್ಕನೆ ಹುಟ್ಟಿಬಿಟ್ಟಿತು. ಆ ಸನ್ನಿವೇಶದಲ್ಲಿ ಅದಕ್ಕೆ ತೀರಾ ಹೊರತಾದ ರೀತಿಯಲ್ಲಿ ಹುಟ್ಟಿದ ಇಂಥದ್ದೊಂದು ಅನುಮಾನ ಸಣ್ಣಗೆ ಪುಳಕವನ್ನೂ ಹುಟ್ಟಿಸಿತು. ಅಪ್ಪ ಮನೆಯಲ್ಲಿ ಇಲ್ಲ ಎನ್ನುವ ಸಂಗತಿ ಕಥೆ ಹುಡುಕುವ ಸಾಧ್ಯತೆಯೊಂದನ್ನು ತೆರೆಯುತ್ತಿದೆಯೇ... ಒಂದು ಹಳೇ ಟ್ರಂಕ್‌ನಲ್ಲಿ ಕಾಲೇಜಿನ ತನ್ನ ಹಳೇ ಪುಸ್ತಕಗಳನ್ನಿಟ್ಟದ್ದು ಈಗಲೂ ಹಾಗೆಯೇ ಇದೆ. ಅದರೊಳಗೆ ಎಲ್ಲಾದ್ರೂ ಆ ಕಥೆ ಅಡಗಿ ಕುಳಿತಿರಬಹುದೇ ಅಥವಾ ಅಪ್ಪನ ಹಳೇ ಪುಸ್ತಕಗಳ ಮಧ್ಯೆ...

ಭಾಗ್ಯಚಿಕ್ಕಿ ಮತ್ತು ಅಮ್ಮ ಮನೆಯ ಸುದ್ದಿ ಮುಗಿಸಿ ಕೇರಿಯ ಮತ್ತಾರದೋ ಸುದ್ದಿಗೆ ಹಾರುತ್ತಿದ್ದಾರೆ.. ಇವಳು ಕಸಬರಿಗೆ ಒದ್ದೆ ಬಟ್ಟೆ, ಚಿಕ್ಕ ಬಕೆಟ್ ಹಿಡಿದವಳೇ ಆನು ಮೆತ್ತು ಕಸ ಹೊಡಿತಿ ಎಂದವಳೇ ಮಹಡಿ ಏರತೊಡಗಿದಳು.

"ಇವತ್ತಷ್ಟೇ ಬೈಂದೆ... ನಾಳೆ ಮಾಡ್ಲಕ್ಕಡೇ" ಅಮ್ಮನ ಕಾಳಜಿ

"ಮದ್ಲಿನ ಹಾಗೇ ಇದ್ದಾಳಪ್ಪ.. ಖಾಲಿ ಕೂತ್ಗಳ ಪೈಕಿನೇ ಅಲ್ಲ ಅವಳು... ಪಾಪ ದಿನಾ ನೀನೆ ಮಾಡ್ತೆ. ಇವತ್ತಾರೂ ಮಾಡ್ಲಿ ತಗ..." ಭಾಗ್ಯಚಿಕ್ಕಿಯ ಮೆಚ್ಚುಗೆ ಬೆರೆತ ಮಾತು ಏಣಿಯೇರುತ್ತಿದ್ದವಳ ಹಿಂಬಾಲಿಸಿತು.

ಅವಳ ಹಳೇ ಟ್ರಂಕ್‌ನಲ್ಲಿ ಕಂದು ಹಳದಿ ಛಾಯೆಗೆ ತಿರುಗಿದ್ದ ನಾಲ್ಕಾರು ನೋಟ್‌ಪುಸ್ತಕ, ಪಠ್ಯಪುಸ್ತಕ ಬಿಟ್ಟರೆ ಮತ್ತೇನೂ ಇರಲಿಲ್ಲ. ಹಳೇ ಪುಸ್ತಕಗಳ ವಾಸನೆಯಲ್ಲಿ ಅದು ಇಲ್ಲ ಎಂಬ ಸತ್ಯ ಮಿಳಿತವಾಗಿರುವಂತೆ ಅನ್ನಿಸುತ್ತಿದ್ದರೂ ಮತ್ತೆ ಮತ್ತೆ ಎತ್ತಿಟ್ಟು, ತಿರುವಿ ಹಾಕಿದಳು. ಕಡೆಗೆ ಆ ಟ್ರಂಕ್ ಬಾಗಿಲು ಮುಚ್ಚಿ ಆಚೆ ಬೇರೆ ಪೆಟ್ಟಿಗೆಯಲ್ಲಿದ್ದ ಅಪ್ಪನ ಹಳೆಯ ಪುಸ್ತಕಗಳನ್ನು ನೋಡತೊಡಗಿದಳು. ಒಂದೊಂದಾಗಿ ಮಗುಚುತ್ತ, ಧೂಳು ಝಾಡಿಸತೊಡಗಿದಳು. ಪುಸ್ತಕಗಳನ್ನು ಕೊಡವುತ್ತ, ಅವುಗಳನ್ನು ತೆರೆದು ಅಲ್ಲಿ ಇಲ್ಲಿ ಕಣ್ಣು ಹಾಯಿಸುತ್ತ, ಮುನ್ನುಡಿ ಬೆನ್ನುಡಿ ಯಾರು ಬರೆದಿದ್ದಾರೆ, ಮೊದಲ ಮಾತು, ನನ್ನ ಮಾತು ಇತ್ಯಾದಿಗಳಲ್ಲಿ ಆ ಬರೆಹಗಾರರು ಏನು ಹೇಳಿದ್ದಾರೆ, ಯಾರ್ಯಾರಿಗೆ ಕೃತಜ್ಞತೆ ಹೇಳಿದ್ದಾರೆ, ಅವರಿಗೆ ಹತ್ತಿರದವರು ಯಾರು ಅಂತ ಆ ಬರಹಗಳಲ್ಲಿ

ಹೊಳೆಯುವಂತಿದೆಯೇ ಅಂತೆಲ್ಲ ನೋಡತೊಡಗಿದಳು.

ಆ ಕಂದು ಹಳದಿ ಪುಸ್ತಕಗಳಿಗೆ ಅವುಗಳದೇ ವಿಶಿಷ್ಟ ವಾಸನೆಯಿತ್ತು. ಆ ಎಲ್ಲ ಪುಸ್ತಕಗಳು.. ಅವುಗಳೊಳಗಿನ ಅಪ್ಪನ ಕೈಬೆರಳ ಸ್ಪರ್ಶ ಎಲ್ಲ ಅತ್ಯಂತ ಪರಿಚಿತ ಎನ್ನಿಸುತ್ತ ಹಳೇ ಪುಸ್ತಕಗಳಲ್ಲಿ ಕಾಣತೊಡಗಿದ ಅಪ್ಪನ ಚಹರೆ ತನಗೆ ತೀರ ಹತ್ತಿರದ್ದು ಎನ್ನಿಸುತ್ತ ಅದನ್ನೆಲ್ಲ ಬೆರಳಿಂದ ಮೆಲ್ಲ ತಟ್ಟುತ್ತಿದ್ದೇನೆ... ಅರೆ ತಾನು ತೆರೆದುಕೊಳ್ಳಬೇಕಾಗಿದ್ದೇ ಇಂಥ ಕ್ಷಣಗಳಿಗೆ ಎಂಬಂತೆ ಮೋಡಿಗೊಳಗಾದಂತೆ ಕುಳಿತಿ-ದ್ದಳು. ಅದನ್ನು ಪೂರ್ಣ ಜೋಡಿಸಿಡುವಷ್ಟರಲ್ಲಿ ಅವಳಿಗೆ ಬೆವರು ಕಿತ್ತುಕೊಂಡು ಬರಲಾರಂಭಿಸಿತ್ತು. ಜತೆಗೆ ಕುಕ್ಕುರುಗಾಲಲ್ಲಿ ಕುಳಿತಿದ್ದು ಬೇರೆ. ಅದನ್ನೆಲ್ಲ ನೋಡುವ ಭರದಲ್ಲಿ ತಾನು ಹಾಗೆ ಕುಳಿತಿದ್ದೇನೆ ಎಂಬುದೂ ಅರಿವಿಗೆ ಬಂದಿರಲಿಲ್ಲ. ಈಗ ಮಂಡಿಯೆಲ್ಲ ನೋಯ ತೊಡಗಿ ಎದ್ದು ಹೊರಟವಳಿಗೆ ಪೆಟ್ಟಿಗೆಯ ಪಕ್ಕದ್ದಲ್ಲಿದ್ದ ಇನ್ನೊಂದು ಪುಟ್ಟ ಟ್ರಂಕ್ ಕಾಣಿಸ್ತು. ಅದನ್ನೊಂದು ಜೋಡಿಸಿಟ್ಟುಬಿಡುವ ಎನ್ನಿಸಿ, ಈ ಸಲ ಚಕ್ಕಳಮಕ್ಕಳ ಹಾಕಿ ಕುಳಿತಳು. ಒಂದೊಂದಾಗಿ ಎಲ್ಲ ಪುಸ್ತಕಗಳ ಧೂಳು ಕೊಡವಿ, ತುಸು ತೆರೆದು ನೋಡುತ್ತ ಹೊರಗಿಟ್ಟಳು. ಮೂಲೆಯಲ್ಲಿ ಹಳೇ ನೋಟ್‌ಪುಸ್ತಕವೊಂದು ಕಾಣಿಸಿತು. ಮೇಲಿನ ರಟ್ಟು ತುಂಬ ಶಿಥಿಲಗೊಂಡಿತ್ತು. ಹಿಂದಿನಿಂದ ಪುಟ ತೆರೆದವಳಿಗೆ ತುಂಬ ಪುಟ ಖಾಲಿಯಾಗಿರುವಂತೆ ಕಾಣಿಸಿ ಮೇಲಿನ ಧೂಳು ಝಾಡಿಸಿ ಹಾಗೇ ಇಟ್ಟು ಮುಂದಿನ ಪುಸ್ತಕಕ್ಕೆ ಕೈಹಾಕಿದವಳಲ್ಲಿ ಪುಟ್ಟ ಕುತೂಹಲ... ಅದರಂಚಿಗೆ ಅನುಮಾನದ ಚಿಕ್ಕ ಎಳೆ ಕೂಡ. ನೋಟ್ ಪುಸ್ತಕ ಮತ್ತೆ ತೆಗೆದುಕೊಂಡು ಮೊದಲಿನಿಂದ ನಿಧಾನವಾಗಿ ಪುಟ ತೆರೆಯತೊಡಗಿದಳು. ಮೊದಲೊಂದೆರೆಡು ಪುಟ ಖಾಲಿ.. ನಂತರದ ಪುಟದಲ್ಲಿ ಯಾವುದೋ ಕವಿಯ ಅಪೂರ್ಣ ಕವನದ ಸಾಲುಗಳಂತೆ...

"ನಾನು ಕರಗಿ ಹೋಗುತ್ತಿರುವೆ...

ಕಳೆದುಹೋಗುತ್ತಿರುವೆ...

ಬಸಿದು ಹೋಗಿದೆ ಚೈತನ್ಯ...

ಕುಸಿದು ಹೋಗಿರುವೆ ಒಳಗೊಳಗೇ..." ಎಂದು ಬರೆಯಲಾಗಿತ್ತು.

ವೇಗವಾಗಿ ಮುಂದಿನ ಪುಟ ತೆರೆದಳು. ಖಾಲಿ ಇತ್ತು. ಮತ್ತೆ ಮುಂದಿನ ಪುಟದಲ್ಲಿ ಒಂದು ಚಿಕ್ಕ ವಾಕ್ಯ..

"ರವಿ ಮೈಸೂರಿಗೆ ಓದಲು ಹೋಗ್ತಿದಾನೆ.. ಹೋಗಲು ಸಾಧ್ಯವಾಗದೇ ನಾನೊಬ್ಬನೇ ಇಲ್ಲಿ"

ಅರೆ ಏನಾಯಿತು.. ಅಪ್ಪನಿಗೆ ಸೀಟು ಸಿಗಲಿಲ್ಲವೋ ಅಥವ ಬೇರೆ ಯಾವುದೋ ಸಮಸ್ಯೆ ಇತ್ತೋ.. ಅಂದಹಾಗೆ ಯಾರಿದು ರವಿ.. ರವಿ ರವಿ ಗುಣುಗುಣುಸಿದವಳಿಗೆ ಫಕ್ಕನೆ ನೆನಪಾಯಿತು. ಇದೀಗ ತಾನೆ ಯಾವುದೋ ಪುಸ್ತಕದ ಮೇಲೆ ರವಿ ಅಂತ

ಹೆಸರು ನೋಡಿದ ಹಾಗಿತ್ತು... ಪಟ್ಟನೆ ಜೋಡಿಸಿಟ್ಟ ಪುಸ್ತಕಗಳಲ್ಲಿ ಮತ್ತೆ ಹುಡುಕಿದಳು. ಹೌದು.. ಒಂದು ಪುಸ್ತಕ ರವಿ ಅಪ್ಪನಿಗೆ ಉಡುಗೊರೆಯಗಿ ಕೊಟ್ಟಿದ್ದ.. ಓ ಹಾಗಾದ್ರೆ ಅಪ್ಪನ ಆಪ್ತ ಸ್ನೇಹಿತ.. ಈಗ ನೋಟ್‌ಪುಸ್ತಕದ ಪ್ರತಿಪುಟವನ್ನೂ ಎಚ್ಚರಿಕೆಯಿಂದ ತೆರೆಯತೊಡಗಿದಳು. ಕೆಲವು ಪುಟ ಖಾಲಿ.. ಕೆಲವೆಡೆ ಚಿಕ್ಕ ಚಿಕ್ಕ ಒಂದೆರಡು ವಾಕ್ಯಗಳು

"ರವಿಯಿಂದ ಪತ್ರ ಬಂದಿದೆ. ಅವನಲ್ಲಿ ಬರವಣಿಗೆಯಲ್ಲಿ ತನ್ನನ್ನು ತಾನು ಕಂಡುಕೊಳ್ಳುತ್ತಿದ್ದಾನೆ... ನಾನಿಲ್ಲಿ ದೊಡ್ಡ ಸೊನ್ನೆ"

"ಅಣ್ಣ ದುಡ್ಡು ಕಳಿಸಿದ್ದಾನೆ"

"ರವಿ ಅರಳುತ್ತಿದ್ದಾನೆ.. ಎಂಥ ಖುಷಿಯ ಸಂಗತಿ.. ನಾನಿಲ್ಲಿ ನಾಯಿಯ ಹಾಗೆ ಅಂಡಲೆದುಕೊಂಡಿದ್ದೇನೆ"

"ಮನೆಯಿಂದ ಪತ್ರ ಬಂದಿದೆ. ಈ ಸಾರಿ ಮುಳುಗಡೆ ಖಚಿತವಂತೆ."

"ಬೇರೆ ಕಡೆ ಜಮೀನು ಕೊಟ್ಟಿದ್ದಾರಂತೆ... ಅಣ್ಣ ಮುಂದಿನ ವಾರ ಬರ್ತೀನಿ, ಇಬ್ಬರೂ ನೋಡಿಕೊಂಡು ಬರೋಣ ಎಂದಿದ್ದಾನೆ"

"ರವಿ ಇಲ್ಲದೆ ಇಲ್ಲಿಯ ಬದುಕು ನಿಸ್ಸಾರ. ಸಾಹಿತ್ಯ ಓದು ಎಲ್ಲ ಹಿಂದೆ ಸರಿಯುತ್ತಿದೆ"

"ಅಣ್ಣನೊಬ್ಬನಿಗೇ ನಿಭಾಯಿಸಲು ಕಷ್ಟವಾಗ್ತಿದೆ. ಓದು ಮುಗಿದೊಡನೆ ಹೊಸ ಜಮೀನು ನೋಡಿಕೊಳ್ಳಬೇಕಾಗಬಹುದು."

"ರವಿಯ ಪತ್ರ ಕಡಿಮೆಯಾಗಿದೆ. ಹೊಸ ಗೆಳೆಯರು.. ಮುಕ್ತ ಆಗಸ.. ರವಿ ಮೇಲೆ ಮೇಲೆ ಹಾರ್ತಿದಾನೆ.. ನನ್ನ ರೆಕ್ಕೆಗಳು ಸುಟ್ಟುಹೋಗಿದೆ ಇಲ್ಲಿ."

"ಅಣೆಕಟ್ಟು ಕೊನೆಯಹಂತದಲ್ಲಿದೆ. ಈ ಸಲದ ಮಳೆಗಾಲದಲ್ಲಿ ಮನೆವರೆಗೆ ನೀರು. ಇನ್ನೆರಡು ತಿಂಗಳಲ್ಲಿ ಎಲ್ಲರೂ ತರೀಕೆರೆಗೆ."

"ಇನ್ನು ಕಾಲೇಜಿಗೆ ಮಂಗಳ ಹಾಡಿದಂತೆ."

ಅದರಲ್ಲಿದ್ದಷ್ಟು ಇಷ್ಟೇ.. ಮತ್ತು ಉಳಿದದ್ದು ಖಾಲಿ ಪುಟ..

ಬರೀ ಇಷ್ಟೇನಾ.. ಉಳಿದದ್ದು ನಿಜಕ್ಕೂ ಖಾಲಿಪುಟಗಳೇ..? ಕೆಲವು ಪುಟ ಹರಿದಿರಬಹುದೇ.. ಅದನ್ನು ಕೈಯಲ್ಲಿ ಹಿಡಿದು ಸೂಕ್ಷ್ಮವಾಗಿ ಗಮನಿಸಿದಳು.. ಹೌದು ನಡುನಡುವೆ ಪುಟ ಹರಿದಿದ್ದರ ಗುರುತು ಇದೆ. ಅದಿಷ್ಟು ಹರಿದು ಇಷ್ಟನ್ನು ಇಟ್ಟದ್ದು ಯಾಕೆ.. ಬರೆಯುತ್ತಿದ್ದಂತೆ ಬೇಡ ಎನ್ನಿಸಿ ಹರಿದಿರಬಹುದೇ.. ಹರಿದ ಪುಟದಲ್ಲಿ ದಾಖಲಾದ ಹುಡುಗ ಎಲ್ಲಿ ಮಾಯವಾದ..? ಬರೆದು ಹಾಗೇ ಉಳಿಸಿದ ಈ ಪುಟಗಳಲ್ಲಿಯ ಹುಡುಗ ಬದುಕಿನ ಅದಾವ ಸಂದಿಯಲ್ಲಿ ಕಳೆದುಹೋದ..? ಆ ಹರಿದ ಪುಟಗಳಿಂದ ಮಾಯವಾದ ಹುಡುಗ ಮತ್ತು ಉಳಿದ ಈ ಪುಟಗಳಲ್ಲಿ

ದಾಖಲಾಗಿದ್ದ ಹುಡುಗ ಇಬ್ಬರೂ ಅವಳಿಗೆಲ್ಲಿಯೂ ಮುಖಾಮುಖಿಯಾಗಿರಲಿಲ್ಲ. ಅವಳು ಕಂಡ ಅಪ್ಪನ ಭಾವಭಂಗಿ ಚಹರೆಯಲ್ಲಿ ಆ ಯಾವ ಛಾಯೆಯೂ ಕಾಣಿಸಿರಲೇ ಇಲ್ಲ.

"ದೇವರೇ... ಬದುಕಿನ ಅದಾವ ಮಜಬೂರಿ ಆ ಹುಡುಗನನ್ನು ಹೀಗೆ ಮಾಯವಾಗಿಸಿ ಬಿಟ್ಟಿತು.. ಅದಾವ ದುರ್ಭರತೆ ಅವನ ಮುಕ್ತ ಆಗಸವನ್ನು, ಅವಕಾಶವನ್ನು ಕಿತ್ತುಕೊಂಡು ಅದಾವ ಬಿಸಿ ಗಳಿಗೆಯಲ್ಲಿ ಅವನ ಆತ್ಮದ ರೆಕ್ಕೆಗಳನ್ನು ಸುಟ್ಟುಹಾಕಿತು...?" ಆ ಹಳದಿಕಂದು ಬಣ್ಣದ ನೋಟ್ ಪುಸ್ತಕವನ್ನು ಕೈಯಲ್ಲಿ ಹಿಡುದುಕೊಂಡು ತನಗೆ ಪರಿಚಿತವಾದ ಅಪ್ಪನ ಕೈ ಬರಹವನ್ನು ಮೆಲ್ಲನೆ ಬೆರಳಿಂದ ಸವರುತ್ತ ಅವಳಿಡಿಯಾಗಿ ದ್ರವಿಸತೊಡಗಿ, ಕಣ್ಣಾಲಿಗಳಲ್ಲಿ ನೀರು ತುಂಬಿ ಹಾಗೇ... ತುಂಬ ಹೊತ್ತು ಹಾಗೇ ಕುಳಿತಿದ್ದಳು.

▪▪

ಸಂಜೆಗತ್ತಲು ಗಾಢವಾಗುತ್ತ ಮನೆ ಎದುರಿನ ತೋಟದಲ್ಲಿ, ಮನೆ ಹಿಂದಿನ ಕಾಡಿನಲ್ಲಿ ರಾತ್ರಿ ಮೆಲ್ಲನೆ ಸೆರಗು ಹಾಸ್ತಿದೆ. ತೋಟದ ಅಡಿಕೆ ಮರಗಳ ಸಂದಿಯಿಂದ ಮತ್ತೆ ಚಂದ್ರಬಿಂಬ ಗೆರೆಯಂತೆ ಕಾಣುತ್ತಿದೆ. ಅಲ್ಲೊಂದು ಇಲ್ಲೊಂದು ನಕ್ಷತ್ರಗಳು ಮಸುಕಾಗಿ ಮಿನುಗುತ್ತಿವೆ. ಜೀರುಂಡೆಯ ಸದ್ದು ಕೂಡ ಮೆಲ್ಲನೆ ತೀವ್ರವಾಗುತ್ತಿದೆ. ಅವಳು ಅಂಗಳದಲ್ಲಿ ನಿಧಾನವಾಗಿ ಓಡಾಡುತ್ತ ತನಗೆ ಅತ್ಯಂತ ಪರಿಚಿತಭಾವದ ರಾತ್ರಿಯ ಈ ಗಂಧ ಗಾಳಿಯನ್ನು ಅನುಭವಿಸುತ್ತಿರುವಾಗ ಅಂಗೈಯಲ್ಲಿ, ಕೈ ಬೆರಳಲ್ಲಿ ಆ ನೋಟ್‌ಪುಸ್ತಕದ ಸ್ಪರ್ಶವಿನ್ನೂ ಉಳಿದೇ ಬಿಟ್ಟಿರುವ ಹಾಗೆ.

ಅದಾವ ಸನ್ನಿವೇಶದ ಅದಾವ ಗಳಿಗೆಯಲ್ಲಿ ಅಪ್ಪನ ಆತ್ಮವೂ ಹಿಂದೆ ಸರಿದು ಬಿಟ್ಟಿತು.. ನೋಟ್ ಪುಸ್ತಕದ ಪುಟಗಳಲ್ಲಿ ದಾಖಲಾದ ಹುಡುಗನ ನವಿರು ಚೈತನ್ಯ ಅದಾವುದೋ ಗಳಿಗೆಯಲ್ಲಿ ಆವಿಯಾಗಿದ್ದೇ ತಾನು ಹುಡುಕುತ್ತಿದ್ದ ಆ ಕತೆಯ ಹುಡುಗಿಯ ಹುಡುಕಾಟಕ್ಕೂ ಕಾರಣವಾಗಿಬಿಟ್ಟಿತೇ.. ಆ ಹುಡುಗ ಹಾಗೆ ಆವಿಯಾಗಿರದಿದ್ದರೆ ಬಹುಶಃ ಕಥೆಯ ಪುಟ್ಟ ಹುಡುಗಿಗೂ ತಲ್ಲಣ, ತಡಕಾಟಗಳು ಅಷ್ಟಿರದೇ ಅವಳಿಗೂ ಒಂದು ಸುರಕ್ಷಿತ ಭಾವ ಸಿಗುತ್ತಿತ್ತೇ..? ನಡೆದಾಡುತ್ತ ದಣಪೆಯ ಬಳಿ ಬಂದಳು. ಎದುರಿನ ಎತ್ತರದ ಮರದ ಸುತ್ತ ಮಿಂಚುಹುಳಗಳು.. ಫಳ್ ಫಳಕ್ ಎಂದು ನಸುಹಳದಿಗೆಂಪು ಬೆಳಕನ್ನು ಮಿಂಚಿಸುತ್ತ ಕತ್ತಲಲ್ಲಿ ಮಾಯವಾಗುತ್ತಿದೆ. ಎಷ್ಟೆಲ್ಲ ಹಿಂಸೆ ಅವಮಾನದ ಕ್ಷಣಗಳು... ಹುಡುಕಾಟದಲ್ಲಿ ಸೋತುಸುಣ್ಣವಾದ ಎಷ್ಟೆಲ್ಲ ಗಳಿಗೆಗಳು... ಯಾವುದೂ ತನ್ನ ಆತ್ಮದಾಳದ ನಿಜದ ಹುಡುಕಾಟವನ್ನು ಸುಟ್ಟುಹಾಕಲಿಲ್ಲವಲ್ಲ... ಇದು ಹೀಗೆಯೇ ತನ್ನ ಸಹಜ ತೀವ್ರತೆಯಲ್ಲಿ ಜೀವಂತ ಉಳಿದು, ತನ್ನನ್ನೂ ಎಷ್ಟೆಲ್ಲ ಸೃಜನಶೀಲ ಗಳಿಗೆಗೆ ಪಕ್ಕಾಗಿಸಿದೆಯಲ್ಲ... ಅರೆ ಎಂಬ ಪುಟ್ಟ ಅಚ್ಚರಿಗೆ ಪಕ್ಕಾಗಿ ಅವಳು ನಿಂತೇ ಇರುವಾಗ ಎದುರಿನ ದೊಡ್ಡ ಮರ

ಫಳ್‌ಫಳಕ್ ಹಳದಿಗೆಂಪು ಬಣ್ಣದಲ್ಲಿ ಮಿಂಚುಹುಳದ ತೇರಿನಂತೆ ಹೊಳೆಯುತ್ತಿತ್ತು.

ವಾಪಾಸು ಹೋಗುವ ದಿನ ಬರುತ್ತಿದೆ.. ತಾನು ಎಂದೋ ಬರೆದ ಕಥೆಯ ಪುಟ್ಟ ಹುಡುಗಿ.. ತನಗೆ ಸಿಕ್ಕ ನೋಟ್ ಪುಸ್ತಕದ ವಾಕ್ಯಗಳಲ್ಲಿ ತೆರೆದುಕೊಂಡ ಕಥೆ.. ಅದರೊಳಗೆ ತುಸು ದಾಖಲಾಗಿ, ತುಸು ದಾಖಲಾಗದೇ ಒಟ್ಟಾರೆ ವಾಸ್ತವದಲ್ಲಿ ಕಳೆದುಹೋದ ಹುಡುಗ ಮತ್ತು ಇದೀಗ ಸದ್ಯದ ದೈನಂದಿನ ಬದುಕಿಗೆ ತೆರೆದುಕೊಂಡಿರುವ ತಾನು ಮತ್ತು ಅಪ್ಪ.. ಎಲ್ಲ ಒಂದು ಥರ ಕಲಸು ಮೇಲೋಗರವಾದಂತೆ; ಯಾವುದು ನಿಜ, ಯಾವುದು ಭ್ರಮೆ ತಿಳಿಯದೇ ಅವಳಿಗೆ ವಿಚಿತ್ರ ಭಾವಗಳಿಗೆ ಪಕ್ಕಾಗಿ ಅಲ್ಲಿ ಇಲ್ಲಿ ನಿಂತುಬಿಡುವಂತಾಗುತ್ತಿತ್ತು.

ಆ ರಾತ್ರಿ ಊಟಕ್ಕೆ ಕೂತಾಗ ಮುಳುಗಡೆ ಆದ ಊರನ್ನು ಇವಳು ನೋಡಿಯೇ ಇಲ್ಲ ಎಂಬ ವಿಷಯ ಅದು ಹೇಗೋ ಮಾತಿನ ನಡುವೆ ತೂರಿ ಬಂದು, ಮುಳುಗಡೆ ಆದ ಸ್ಥಳದಿಂದ ಸ್ವಲ್ಪ ದೂರದ ಹಳ್ಳಿಯಲ್ಲಿ ಇವರ ದಾಯಾದಿಗಳು ಇದ್ದರು. ಅವರು ಯಾವಾಗಲಾದರೂ ಅವಳ ವಿಷಯ ವಿಚಾರಿಸುವುದು, ಅವರ ಮನೆಯಲ್ಲಿ 'ಯಾರ ಉಪನಯನವಾಯಿತು', 'ಯಾರ ಮದುವೆ ಆಯಿತು', 'ಬಾಣಂತನ ಆಯಿತು' ಎಂದು ಅವಳಮ್ಮ ಕಥೆ ಹೇಳುವಾಗ 'ಹೌದಾ..', 'ಆಮೇಲೆ ಎಂಥ ಆಯ್ತು...', 'ಓ ನಂಗೊತ್ತೆ ಇರಲಿಲ್ಲ' ಎಂಬಂಥ ಪ್ರತಿಕ್ರಿಯೆ ನೀಡುತ್ತಿದ್ದ ಇವಳಿಗೆ ಇದ್ದಕ್ಕಿದ್ದಂತೆ ಮುಳುಗಡೆ ಆದಲ್ಲಿಗೆ ಹೋಗುವ ಹುಕಿ ಬಂದುಬಿಟ್ಟಿತು. ನಾಳೆ ಹೋಪನ ಅಪ್ಪಾ ಎನ್ನುತ್ತಿದ್ದಂತೆ ಅವಳಪ್ಪ, ಅಮ್ಮನಿಗೂ ತುಸು ಉಮೇದು ಬಂದು ಯಾವ ಬಸ್ಸಿಗೆ ಹೊರಡುವುದು ಎಷ್ಟು ಹೊತ್ತಿಗೆ ಎಂದೆಲ್ಲ ನಿರ್ಧರಿಸಿಯೂ ಆಯ್ತು.

ಬೆಳಗ್ಗೆ ದಾಯಾದಿ ನೆಂಟರ ಮನೆಯಲ್ಲಿ ಅಣ್ಣಯ್ಯ ತೋರಿಸುತ್ತಿದ್ದ ತೋಟದಲ್ಲಿ ಓಡಾಡುವಾಗಲೂ ಅವಳ ಕಣ್ಣೆಲ್ಲ ತೋಟದಾಚೆ ತುಂಬ ದೂರದಲ್ಲಿ ಮಸುಕಾಗಿ ಕಾಣುತ್ತಿದ್ದ ನೀರಿನ ಮೇಲೆಯೇ.

ಮಧ್ಯಾಹ್ನ ಊಟ ಮುಗಿಸಿ ಹೊರಟಾಗ ಅಣ್ಣಯ್ಯನೊಂದಿಗೆ ಅಪ್ಪ ತೋಟದ ಯಾವತ್ತೂ ಆಗುಹೋಗುಗಳ ಕುರಿತು ಮಾತಾಡುತ್ತ ನಡೆಯುವಾಗ ಆಗೀಗ ಫಕ್ಕನೆ ಮೂವತ್ತು ನಲವತ್ತು ವರ್ಷದ ಹಿಂದೆ ಹೋಗುತ್ತಿದ್ದರು.

"ಓ ಅಲ್ಲಿ ಕಾಣಿಸುತ್ತಲ್ಲ... ಆ ಮನೆಗಳು... ಇಲ್ಲಿಂದ ಅವಾಗ ಇದೇ ರಸ್ತೆಯಲ್ಲಿ ಹೋಗಿ ಆಮೇಲೆ ಬಲಕ್ಕೆ ತಿರುಗಿ ಗುಡ್ಡದ ಬುಡದಲ್ಲೇ ಹೊಗ್ತಿದ್ವಿ..." ಹೇಳುತ್ತಲೇ ಒಮ್ಮೆ ಹಾಗೆ ಹೋಗುವಾಗ ಕತ್ತಲಾಗಿ ದಿಕ್ಕು ತಪ್ಪಿ ತುಂಬ ಹೊತ್ತು ಕಾಡಲ್ಲಿಯೇ ತಿರುಗಾಡಿದ್ದನ್ನು, ಒಳಗೊಳಗೇ ಹೆದರಿಕೆಯಾಗಿದ್ದನ್ನು, ಮತ್ತೊಮ್ಮೆ ಗಬ್ಬದ ಎಮ್ಮೆಯೊಂದು ಆಚೆ ಬದಿ ಕಾನಿನಲ್ಲಿ ದಾರಿ ತಪ್ಪಿ ಎರಡು ದಿನವಾದರೂ ಮನೆಗೆ ಬಾರದೆ ಆಮೇಲೆ ಕರು

ಜತೆ ಸೋತು ಬಸವಳಿದು ಬಂದಿದ್ದನ್ನು ಹೀಗೆ ಆಗಿನ ಏನಾದರೂ ಘಟನೆಯನ್ನು ವಿವರಿಸುತ್ತಿದ್ದರು. ಅಲ್ಲಿ ಕಂಡ ಯಾವುದೋ ಬೇರು ಮತ್ತಾವುದೋ ಎಲೆಯ ಔಷದಿ ಗುಣವನ್ನ ಹೇಳುತ್ತಿದ್ದರು. ಕಾಡಿನ ಚಿಕ್ಕ ಕಾಲ್ದಾರಿಯಲ್ಲಿ ಹತ್ತಿ ಇಳಿದು ನಡೆಯುತ್ತಿರುವಾಗ ಅಣ್ಣಯ್ಯ "ಇಲ್ಲೊಂದು ಚೌಡಿ ಬಣ್ಣ ಇದೆಯಲ್ಲ... ನಮಸ್ಕಾರ ಮಾಡಿ ಹೋಪನನ" ಎಂದ.

"ಕಾಯಿ ತಂದಿದ್ರೆ ಒಡ್ಕೊಂಡು ಹೋಗ್ಬಹುದಿತ್ತಲಾ.. ಅವಾಗೆಲ್ಲ ಚೌಡಿಗೆ ಎಷ್ಟು ನಡ್ಕತಿದ್ವಿ ಮಾರಾಯ.. ಈಗ..." ಅಪ್ಪ ಮೆಲ್ಲನೆ ನಿಟ್ಟುಸಿರು ಬಿಡುತ್ತಲೇ ನಮಸ್ಕಾರ ಮಾಡಿದರು. ಅಣ್ಣಯ್ಯ ಕೂಡ ಹೂಂ ಎನ್ನುತ್ತ ನಮಸ್ಕಾರ ಮಾಡಿದ.

'ಯಾವ ದೇವರೂ ನಮ್ಮನ್ನು ಉದ್ಧಾರ ಮಾಡುವುದು ಅಷ್ಟರಲ್ಲಿಯೇ ಇದೆ.. ಚೌಡಿ ನಮ್ಮನ್ನು ನಿಜವಾಗಿಯೂ ಕಾಯ್ದಿದ್ದರೆ ಏನೆಲ್ಲ ಕಷ್ಟಗಳನ್ನು ಹಾದುಕೊಂಡು ಬರುವಂತಾಗ್ತಿತ್ತೇ..' ಅವಳ ಮನದಲ್ಲಿ ಎಂದಿನ ಹಾಗೆ ಚಿಕ್ಕ ಚಿಕ್ಕ ವಾಕ್ಯಗಳು. ತಾನು ಸುಮ್ಮನೆ ನಿಂತಿದ್ದರೆ ಅಪ್ಪನ ಮನಸ್ಸಿಗೆ ಬೇಸರವಾಗುತ್ತೆ ಎನ್ನಿಸಿ ಒಂದು ಸುತ್ತು ತಿರುಗಿ ಕಣ್ಮುಚ್ಚಿ ನೆಲಕ್ಕೆ ಹಣೆಯೂರಿದವಳ ಕಣ್ಣಿನಲ್ಲಿ ನಿಜಕ್ಕೂ ಏನಿತ್ತು?

ಅಲ್ಲಿಂದ ತುಸು ಕೆಳಗೆ ನಡೆದರು.

"ಮೊದಲು ಅಲ್ಲಿ ತೋಟ ಇತ್ತು. ಮನೆ ಅಲ್ಲೇ ಒಂಚೂರು ಮೇಲೆ.. ಆ ಕಡೆಯಿಂದ ಸಣ್ಣಕ್ಕೆ ನೀರು ಹರಿದು ಬರ್ತಿತ್ತು. ಮಳೆಗಾಲದಲ್ಲಿ ಭಾರಿ ಜೋರು ಮಾರಾಯ. ಮನೆ ಎದ್ರಿಗೇ ಆಗ್ತಿತ್ತಲಾ ಹಂಗಾಗಿ ಅದನ್ನ ದಾಟಕ್ಕೆ ಅಂತ ಎನ್ನಪ್ಪ ಇಲ್ಲಿ ಸಂಕದ ಹಾಕಿದ್ದ. ಮುಳುಗಡೆ ಆದಮೇಲೆ ಎಷ್ಟು ಕೀಳಕ್ಕೆ ಬತ್ತು ಅಷ್ಟು ನಾಟ ತಗಂಡ್ಹೋಗಿ ಅಲ್ಲಿ ಮನೆ ಮಾಡಿದ್ದಾತು. ಮುಳುಗಡೆ ಆದಮೇಲೂ ಎರಡು ಮೂರು ವರ್ಷ ಫಸಲು ಕೈಗೆ ಸಿಕ್ತು. ಆವಾಗ ಇಲ್ಲಿ ಹಂಗೇ ಒಂದು ಲಾಯದ ಥರ ಮನೆ ಮಾಡಿದ್ದ. ಅಪ್ಪ, ಅಮ್ಮ ಇರ್ತಿದ್ದ. ಒಂದೆರಡು ದನಕರು ಅಷ್ಟೇ ಕಟ್ಕಂಡಿದ್ದ. ಆ ಲಾಯದ ಎದುರು ಬಾಗಿಲು ಇಲ್ಲೇ ಇತ್ತು ಆ ಕಡಿಗೆ ಕೊಟ್ಟಿಗೆ. ಹೋಗಿ ಬರೋ ದಾರಿ ಇದೇ ಆಗಿತ್ತು."

ಅವಳಪ್ಪ ಇವರಿಬ್ಬರನ್ನೂ ಕರೆದುಕೊಂಡು ಹೋಗಿದ್ದು ಬರಿಯ ಜಾಗ ತೋರಿಸಲಿಕ್ಕೆ ಮಾತ್ರವಾಗಿರಲಿಲ್ಲ. ಸುಮಾರು ಮೂವತ್ತು ಮೂವತ್ತೈದು ವರ್ಷಗಳ ಹಿಂದಿನ ಬದುಕಿನ ಒಂದು ಝಲಕ್, ಒಂದು ದೃಶ್ಯದ ತುಣುಕು ಅಪ್ಪನ ಶಬ್ದಗಳಲ್ಲಿ ಫಳಕ್ಕನೆ ಮೂಡಿ ಮರೆಯಾಗುತ್ತಿತ್ತು. ಲಾಯ ಇತ್ತು ಎಂದು ವರ್ಣಿಸಿದ ಸಪಾಟಾದ ಜಾಗದಲ್ಲಿ ಅಲ್ಲೊಂದು ಇಲ್ಲೊಂದು ಬಿಕ್ಕೆ ಗಿಡ, ಲಂಟಾನ ಪೊದೆಗಳು, ಕೌಳಿಮಟ್ಟಿ, ಮತ್ತಿ ಮರ ಇತ್ತು. ಮನೆ ತೋಟ ಇತ್ತು ಎಂದು ತೋರಿಸಿದ ಜಾಗದಲ್ಲಿ ನೀರು ಮಾತ್ರ ನಿಂತಿತ್ತು. ಅವಳಪ್ಪ ಮೂವತ್ತು ಮೂವತ್ತೈದು ವರ್ಷಗಳ ಹಿಂದಿನ ಬದುಕನ್ನು ಮೆಲ್ಲನೆ ಸ್ಪರ್ಶಿಸುತ್ತಿರುವಂತೆ ಅದರೆಲ್ಲ ಭಾವಭಾವನೆಗಳಿಗೆ ಪಕ್ಕಾದವರಂತೆ ತುಸು ಭಾರವಾದ ದನಿಯಲ್ಲಿ ಹೇಳುವಾಗ ಇವಳು ಅಣ್ಣಯ್ಯನಿಗೆ ಬರಿದೇ ಹೂಂಗುಡುವುದು ಮಾತ್ರ ಸಾಧ್ಯವಾಗುತ್ತಿತ್ತು. ಅಪ್ಪ ಹೇಳಿದ ಮಾತನ್ನು ಅನುಸರಿಸಿ ಆ ಜಾಗದತ್ತ ನೋಡಿದರೆ

ಅಲ್ಲಿ ಏನೂ ಇರಲಿಲ್ಲ. ಆದರೆ ಅದನ್ನು ಕೇಳುತ್ತ ಅರೆಕ್ಷಣ ಕಣ್ಮುಚ್ಚಿದರೆ ಮಾತ್ರ ವರ್ಷಗಳ ಹಿಂದಿನ ಬದುಕು ಮಿಂಚಿ ಮಾಯವಾಗುತ್ತಿತ್ತು.

ಅಲ್ಲಿಂದ ಮತ್ತೆ ಸ್ವಲ್ಪ ಕೆಳಗೆ ಇಳಿಜಾರಿನಲ್ಲಿ ನಡೆದು ನೀರು ನಿಂತ ಕಡೆ ಬಂದರು. ಎರಡೂ ಕಡೆ ಎತ್ತರದ ಜಾಗದಲ್ಲಿ ದಟ್ಟ ಕಾಡು... ನಡುವೆ ಅಗಳದಲ್ಲಿ ಕಣಿವೆಯಲ್ಲಿ ಹಿನ್ನೀರು ಆವರಿಸಿ ನಿಂತಿತ್ತು. ಕಡುಹಸಿರಿನ ಮಧ್ಯದ ನೀರು ನೀಲ ನೀಲ... ಅದಕ್ಕೂ ದೂರದಲ್ಲಿ ಬೆಟ್ಟಗುಡ್ಡವನ್ನು, ನೀರನ್ನು ಸ್ಪರ್ಶಿಸುತ್ತಿರುವ ಆಗಸ ಕೂಡ ನೀಲನೀಲ. ಅದೆಂಥಹ ಮಾಂತ್ರಿಕ ಮೋಹಕತೆಯ ದೃಶ್ಯವಾಗಿತ್ತೆಂದರೆ ಹಾಗೆ ನೀರಿಗೆ ಎದುರಾಗಿ ಬಂದು ನಿಲ್ಲುತ್ತಲೇ ಮೂರು ಜನರೂ ಮಾತು ಹೊರಡದೇ ಸುಮ್ಮನೆ ನಿಂತು ಬಿಟ್ಟರು.

ಈ ನೀಲನೀಲದಡಿಯಲ್ಲಿ ಮುಳುಗಡೆಯಾಗಿದ್ದು ಬರಿಯ ಮನೆ, ತೋಟ, ಕಾಡು ಮಾತ್ರವಾಗಿರಲಿಲ್ಲ. ಅದರೊಂದಿಗೆ ಸಮ್ಮಿಳಿತವಾಗಿದ್ದ ಅಷ್ಟೆಲ್ಲ ಕುಟುಂಬಗಳ ಬದುಕು.. ಸುತ್ತಣ ಚರಾಚರದೊಂದಿಗೆ ಬೆರೆತಿದ್ದ ಭಾವಭಾವನೆಗಳು.. ಮೂರ್ತಅಮೂರ್ತ ಸಂಬಂಧಗಳು ಎಲ್ಲವೂ ಮುಳುಗಿತ್ತು. ಮುಳುಗಿದ್ದು ಇಷ್ಟು ಮಾತ್ರವಾಗಿರಲಿಲ್ಲ.. ಬಹುಶಃ ಅಪ್ಪನ ನೋಟ್‌ಪುಸ್ತಕದೊಳಗಿನ ಹುಡುಗನ ಆತ್ಮವೂ ಆಳದಲ್ಲಿ ಮುಳುಗಿ ಹೋಗುವಂತಹ ಸನ್ನಿವೇಶಗಳು ಸೃಷ್ಟಿಯಾಗಿಬಿಟ್ಟಿತ್ತೇ... ಇದು ಮಾತ್ರ ಅಷ್ಟು ಸುಲಭವಾಗಿ ಅವಳ ಗ್ರಹಿಕೆಗೆ ಸಿಗುವಂತಿರಲಿಲ್ಲ.

“ಈ ಸಲ ನೀರು ಅಷ್ಟು ಹೆಚ್ಚು ಬಂದಿಲ್ಲ. ಮಳೆ ಕಡಿಮೆ ಆತಲ್ಲ ಅದಕ್ಕೇ.. ಮದ್ಲಿನಂಗೆ ಕಾಡೂ ಇಲ್ಲ.. ಮಳೇನೂ ಇಲ್ಲ...”

ಅಣ್ಣಯ್ಯ ವಿವರಿಸುತ್ತಿದ್ದಾನೆ.

“ಭರ್ತಿ ನೀರು ಬಂದರೆ ಅಲ್ಲೀವರೆಗೆ ಬತ್ತು ಅಲ್ದನಾ” ಅವಳಪ್ಪ ಗುರುತಿನ ಕಲ್ಲೊಂದನ್ನು ತೋರಿಸಿ ಹೇಳಿದರು. ಅವರಿಬ್ಬರೂ ಹಾಗೆಯೇ ಲೋಕಾಭಿರಾಮ ಮಾತಿಗೆ ತೊಡಗುತ್ತಿದ್ದಂತೆ ಅವಳು ಅವರಿಂದ ಸ್ವಲ್ಪ ದೂರ ಆಚೆ ಹೋಗಿ ನೀರಿನಲ್ಲಿ ಕಾಲು ಇಳಿಬಿಟ್ಟುಕೊಂಡು ಬಂಡೆಯ ಮೇಲೆ ಕುಳಿತಳು. ತಣ್ಣಗಿನ ನೀರು.. ಆಗೀಗ ತುಸು ಜೋರಾಗಿ ಗಾಳಿಗುಂಟ ಬರುವ ನೀರಿನ ಅಲೆಗಳು.

ಈ ನೀರಲ್ಲಿ ಮೂವತ್ತೈದು ವರ್ಷಗಳ ಹಿಂದಿನ ನೀರಿನ ಕಣಗಳೂ ಇರಬಹುದೇ.. ಈ ನೀರಿನ ಕಣಗಳಲ್ಲಿ ಆಗಿನ ಅಪ್ಪನನ್ನು ನೋಡಿದ ನೀರಕಣಗಳೂ ಇರಬಹುದೇ.. ಅವಳಿಗೆ ಕಣ್ಣು ತುಂಬಿ ಬರತೊಡಗಿತ್ತು. ಕಣ್ಣಿನಿಂದ ನೀರಹನಿಗಳು ಕಾಲ ಕೆಳಗಿನ ನೀರಿಗೆ ಬಿದ್ದು ಕಣ್ಣೀರು ಹಿನ್ನೀರಿಗೆ ಸೇರುತ್ತಿರುವ ಗಳಿಗೆಯಲ್ಲಿ ಸಂಜೆಯಾಗುತ್ತಿದೆ. ಮೋಡದ ಮರೆಯಲ್ಲಿರುವ ಸೂರ್ಯನ ಬೆಳ್ಳಿಬೆಳಕಿನ ರೇಖೆಗಳು ನೀರ ಮೇಲೆ ಪ್ರತಿಫಲಿಸುತ್ತಿದೆ. ಅಲೆಗಳು ಬೆಳ್ಳಗೆ ಹೊಳೆಯುತ್ತಿವೆ.

ಅರೆ... ಎಂಥ ಅದು ಅಲೆಗಳ ಮೇಲೆ ಬೆಳ್ಳಿ ರೇಖೆಯಂತೆ ಮಿಂಚಿದ್ದು... ಸೂರ್ಯನ ಕಿರಣ ಮಾತ್ರವೇ... ಊಹೂಂ... ಬರಿಯ ಕಿರಣಗಳಲ್ಲ... ಶಬ್ದಗಳಿಗೆ ಸರಿಯಾಗಿ

ನಿಲುಕದ ಭಾವವೊಂದು ರೇಖೆಯಂಚಿನಲ್ಲಿ ಹೊಳೆಯುತ್ತಿದೆ. ಎಷ್ಟೆಲ್ಲ ಬದುಕು ಮುಳುಗಿ ಹೋಗಿರುವುದನ್ನು ನೋಡಿದ ಈ ನೀರಿನ ಕಣಗಳು ತಾನೊಂದು ಅರ್ಥ-ಪೂರ್ಣ ಬದುಕನ್ನು ಕಟ್ಟಿಕೊಳ್ಳಲು ಹೆಣಗುತ್ತಿರುವುದುಕ್ಕೂ ಸಾಕ್ಷಿಯಾಗುತ್ತಿದೆಯೇ... ಏನೆಲ್ಲದರ ನಡುವೆಯೂ ತನ್ನೊಳಗಿನ ಚೈತನ್ಯವನ್ನು ಕಾಪಿಟ್ಟುಕೊಳ್ಳಲು ತಾನು ನಡೆಸುವ ಸಂಘರ್ಷಕ್ಕೂ ಸಾಕ್ಷಿಯಾಗುತ್ತಿದೆಯೇ...

ಲೋಕಾಭಿರಾಮ ಮಾತಿನಲ್ಲಿ ಮುಳುಗಿದ್ದ ಅಣ್ಣಯ್ಯನೊಂದಿಗೆ ಅಪ್ಪ "ಕತ್ಲಾಗ್ತಿದ್ದು. ಇನ್ನು ಹೋಪನ. ಕೊನಿಗೆ ರಸ್ತೇನೂ ಕಾಣದಿಲ್ಲೆ" ಎನ್ನುತ್ತ ಎದ್ದರು.

ಅಣ್ಣಯ್ಯ, ಅಪ್ಪ ಇಬ್ಬರೂ ಕರೆಯುತ್ತಿದ್ದರೆ ಅವಳು ಧ್ಯಾನಸ್ಥಳಂತೆ ಕುಳಿತೇ ಇದ್ದಾಳೆ.

"ಮತ್ತೆ ಮುಂದಿನ ವರ್ಷ ಬಂದಾಗ ಬಪ್ಪನ. ಈಗ ಬಾರೆ ಹೋಪನ"

ಮತ್ತೆ ಇಲ್ಲಿಗೆ ಬಂದೇ ಬರ್ತೇವೆ ಎಂಬಂಥ ಭರವಸೆಯಲ್ಲಿ ಅಣ್ಣಯ್ಯ ನಸುನಗುತ್ತಿದ್ದಾನೆ.

ನೀರ ಮೇಲೆ ಮೃದುವಾಗಿ ಹಾಯ ತೊಡಗಿದ ತಂಗಾಳಿ... ಆಗಸದಂಚಿನಿಂದ ಮೆಲ್ಲಮೆಲ್ಲಗೆ ಹಸಿರು ಕಾಡಿಗೆ ಇಳಿಯತೊಡಗಿದ ಕತ್ತಲು... ಕಣ್ಣೆದುರಿನ ಅಗಾಧ ಹಿನ್ನೀರು... ಹಿನ್ನೀರಿನಲ್ಲಿ ಮುಳುಗಿದ ಕಣ್ಣಳತೆಗೆ ಸಿಗದ ಸಂಗತಿಗಳು... ಕಾಡಿನಾಚೆ ದೂರದಲ್ಲೆಲ್ಲೋ ಉಸಿರಾಡುತ್ತಿರುವ ನಾಗರಿಕ ಜಗತ್ತಿನಿಂದ ಆ ಕ್ಷಣದಲ್ಲಿ ಪ್ರತ್ಯೇಕಗೊಂಡಂತೆ ದಡದಲ್ಲಿ ನಿಂತ ತಾವು ಮೂವರು... ಅವಳಿಗೇಕೋ ವಿಚಿತ್ರ ಅಚ್ಚರಿಯೆನ್ನಿಸಿತು. ಹಿನ್ನೀರಿನೆಡೆಯಿಂದ ಬಸ್ಸು ಬರುವ ಟಾರ್ ರಸ್ತೆಯತ್ತ ಇವರನ್ನ ಕರೆದೊಯ್ಯಲಿರುವ ಕಾಲುದಾರಿ ಮಲಗಿದೆ ಸದ್ದಿಲ್ಲದೆ.

'ಇದೀಗ ತಾನೆ ನೀರಿನ ಮೇಲೆ ಅಮೂರ್ತವಾಗಿ ಮಿಂಚಿದ ಭಾವನೆಯ ತುಣುಕೊಂದನ್ನು ಮೂರ್ತವಾಗಿಸುವ ಆತ್ಮವಿಶ್ವಾಸದತ್ತ ಈ ಕಾಲುದಾರಿ ತನ್ನನ್ನು ಕೊಂಡೊಯ್ಯಲಿದೆಯೇ...'

ಮರಳ ದಡದಿಂದ ಕಾಲುದಾರಿಯತ್ತ ಸಾಗಿದ ಅಪ್ಪ ಅಣ್ಣಯ್ಯನ ಹಿಂದೆ ಹೆಜ್ಜೆ ಹಾಕತೊಡಗಿದಳು. ಗಾಢವಾಗುತ್ತಿರುವ ನಸುಗತ್ತಲಲ್ಲೂ ಇವರ ಕಣ್ಣಿಗಷ್ಟೇ ಕಾಣುವಂತೆ ಇವರು ಕಾಲಿಟ್ಟಲ್ಲಿ ಕಾಲುದಾರಿ ತೆರೆದುಕೊಳ್ಳತೊಡಗಿತು.

2005

ಒಂಟಿ ಗೆಜ್ಜೆ

ಮಿನು ಎದ್ದು ಹೊರ ಬಂದರೆ ಹಾಲ್‌ನಲ್ಲಿ ಅಮ್ಮ ಹನಿ ತುಂಬಿದ ಕಣ್ಣುಗಳಿಂದ ಕಿಟಕಿಯಾಚೆ ನೋಡುತ್ತ ಕಳಾಹೀನಳಾಗಿ ಕುಳಿತದ್ದು ಕಾಣಿಸಿತು. ಬೆಳಗ್ಗೆ ಬೆಳಗ್ಗೆ ಇಂಥ ದೃಶ್ಯ ನೋಡುವುದೆಂದರೆ ಮಿನುಗೆ ಅಸಹನೆ. ನೋಡಿದರೂ ನೋಡದಂತೆ ಮುಖ ತೊಳೆಯಲು ನಡೆದಳು. ಅವಳು ಮುಖ ತೊಳೆದು ಬಂದು ಟೀ ಮಾಡಿಕೊಳ್ಳುವಾಗ ಅಲ್ಲಿದ್ದ ಕಪ್ ನೋಡಿ ಅಮ್ಮ ಆಗಲೇ ಮಾಡಿಕೊಂಡು ಕುಡಿದಿದ್ದಾಳೆ ಎಂದುಕೊಂಡಳು. ಇನ್ನೊಮ್ಮೆ ಕೇಳುವ ಗೋಜಿಗೂ ಹೋಗದೇ ಕಪ್ ಹಿಡಿದು ಹಾಲ್‌ಗೆ ಬಂದು ಟೀ ಹೀರುವಾಗಲೂ ಅಮ್ಮ ಮಿಸುಕಾಡದೆ ಹಾಗೆಯೇ ಕುಳಿತದ್ದು ಗಮನಿಸಿ ಯಾಕೋ ಮನದ ಮೂಲೆಯಲ್ಲಿ ಮರುಕ ಒಸರ ತೊಡಗಿತು. ಕಪ್ ಕೈಯಲ್ಲಿ ಹಿಡಿದೇ ಹತ್ತಿರ ಹೋದಳು.

"ಮಮಾ... ಮಮಾ..."

ಪಟಪಟನೆ ಕಣ್ಣು ರೆಪ್ಪೆಗಳನ್ನು ಬಡಿಯುತ್ತ ಕಣ್ಣಂಚಿನಲ್ಲಿ ಇದ್ದ ಹನಿಗಳನ್ನು ಅಡಗಿಸಲು ಪ್ರಯತ್ನಿಸುತ್ತ ತನ್ನತ್ತ ತಿರುಗಿದ ಅಮ್ಮನನ್ನು ನೋಡಿದಾಗ ಮಾತ್ರ ಮಿನು ಪೂರ್ಣ ಕರಗಿದಳು. ಛೇ... ತಾನ್ಯಾಕೆ ಇಷ್ಟು ಒರಟಾಗ್ತಿದ್ದೇನೆ....

"ಮಮಾ ನೀಡ್ಸ್ ಯು... ನಿಂಗ್ಯಾಕೆ ಅರ್ಥವಾಗಲ್ಲ ಮಿನು... ಸ್ವಲ್ಪ ಸಮಯ ಅವಳ ಜತೆ ಕಳೆದ್ರೆ ನಿನ್ನ ಕೆರಿಯರ್ ಮುಳುಗಿಹೋಗಲ್ಲ" ಎರಡು ದಿನದ ಹಿಂದೆ ಊರಿಗೆ ಹೋಗುವ ಮುಂಚೆ ಗಿರಿ ಹೇಳಿದ್ದು ನಿಜ.

"ಮಮಾ... ಪ್ಲೀಸ್... ಈಗ.. ಬೆಳಗ್ಗೆ ಬೆಳಗ್ಗೆ ಅಳೋವಂಥದ್ದು ಏನಾಗಿದೆ..."

ಎಷ್ಟೇ ಮೆತ್ತಗೆ ಹೇಳಬೇಕೆಂದರೂ ಬೆಳಗ್ಗೆ ಬೆಳಗ್ಗೆ ಎನ್ನುವಾಗ ಮಿನುವಿಗೆ ಅರಿವಾಗದಂತೆಯೇ ತುಸು ಅಸಹನೆ ಇಣುಕಿತು.

"ಮಿನು.. ನಿಂಗೆ ಗೆಜ್ಜೆ ಸದ್ದು ಕೇಳ್ತಾ ಇದೆಯಾ... ಆ ಪಕ್ಕದ ಫ್ಲಾಟ್‌ನಿಂದ... ಅದೇ ಆ ಚಿಕ್ಕ ಹುಡುಗಿ ಬಹುಶಃ ಡಾನ್ಸ್ ಮಾಡ್ತಿದಾಳೆ.. ನಾನು ಬಾಲ್ಕನಿಯಲ್ಲಿ ಮರೇಲಿ ನಿಂತು ನೋಡಿದೆ. ಅವಳಪ್ಪ ಕಾಲಿಗೆ ಗೆಜ್ಜೆ ಕಟ್ತಾ ಇದ್ದ... ಮಿನು... ದಾದಾ ಕೂಡ ನಂಗೆ ಹಾಗೇ ಕಟ್ತಾ ಇದ್ರು ಮಿನು..." ಮುಂದೆ ಮಾತಾಡಲಾಗದ ಅಮ್ಮ ಮುಖ ಮುಚ್ಚಿಕೊಂಡಳು.

ಮಿನುವಿಗೆ ತಟ್ಟನೆ ಎಲ್ಲ ಅರ್ಥವಾಯಿತು.

"ಮಮಾ... ಅದೆಲ್ಲ ಮುಗಿದುಹೋಗಿದ್ದಲ್ಲವಾ... ಈಗ್ಯಾಕೆ ಅದರ ನೆನಪು... ಊಂ... ಕಮಾನ್ ಮಮಾ... ಬೇಕಿದ್ರೆ ನಾನು ಈಗ ನಿನ್ನ ಕಾಲಿಗೆ ಗೆಜ್ಜೆ ಕಟ್ತೀನಿ, ನೀನು ಡಾನ್ಸ್ ಮಾಡು..."

ಮಿನು ಅಮ್ಮನನ್ನು ಸಮಾಧಾನಿಸುವಂತೆ, ಪುಸಲಾಯಿಸುವಂತೆ ಹತ್ತಿರ ಕುಳಿತು ಭುಜದ ಸುತ್ತ ಕೈ ಹಾಕಿದಳು.

"ಘಟನೆಗಳಿಗೆ ಅಂತ್ಯ ಇರುತ್ತೆ ಮಿನು... ಮುಗ್ದು ಹೋಗಿರುತ್ತೆ.... ಆದ್ರೆ ಅದು ಒಳಗೊಂದು ಹುಣ್ಣು ಮಾಡಿ ಹೋಗುತ್ತಲ್ಲ ಅದು ಕೆಲವೊಮ್ಮೆ ಮಾಯೋದೆ ಇಲ್ಲ.. ಯಾವತ್ತೂ ಹಸಿಯಾಗಿ ಉಳಿದುಬಿಡುತ್ತೆ.. ದಿನದಿನಕ್ಕೆ ಆ ಹುಣ್ಣು ಮತ್ತಷ್ಟು ಒಳಕ್ಕೆ ಸರೀತಾ ಒಳಗೆ ಮತ್ತಷ್ಟು ನೋವು ಕೊಡುತ್ತ... ಹೊರಗೆ ಮಾತ್ರ ಏನೂ ಇಲ್ಲದ ಖಾಲಿ ಸಿಪ್ಪೆಯಂತೆ..." ಅಮ್ಮ ಗೊಣಗಿದಳು.

'ಏಳು ಘಂಟೆಯಾಗ್ತಿದೆ.... ಬೇಗ ಹೊರಡದಿದ್ರೆ ಟ್ರಾಫಿಕ್‌ನಲ್ಲಿ ಸಿಕ್ಕಿಕೊಂಡು ಮತ್ತಷ್ಟು ತಡವಾಗುತ್ತೆ... ಹತ್ತಕ್ಕೆ ಸರಿಯಾಗಿ ಮೀಟಿಂಗ್ ಇದೆ, ತಲೆ ಸ್ನಾನ ಬೇರೆ ಮಾಡಬೇಕು, ಈ ಅಮ್ಮ ಇನ್ನು ತನ್ನ ಹಳೆಯ ಪುರಾಣ ಬಿಚ್ಚಿದರೆ ನನ್ನ ತಲೆಯೂ ಕೆಡುವುದು ಗ್ಯಾರಂಟಿ..' ಮಿನುವಿನ ಮನಸ್ಸಿನಲ್ಲಿಯೇ ಲೆಕ್ಕಾಚಾರ.

"ಓಕೆ ಮಮಾ... ನಿಂಗೆ ಹಳೆಯ ನೆನಪಿಂದ ಯಾತನೆಯಾಗುತ್ತೆ.. ಒಪ್ಪಿಕೊಳ್ತೀನಿ. ಆದ್ರೆ ಎಷ್ಟು ದಿನ ಅಂತ ನೀನು ಹೀಗೇ ಯಾತನೆ ಪಡ್ತಾ ಇರ್ತೀಯ ಮಮಾ... ಹೆಚ್ಚು ಕಡಿಮೆ ಇಪ್ಪತ್ತು ವರ್ಷದಿಂದ ಅದೇ ಯಾತನೆಯನ್ನು ನೆನಪು ಮಾಡಿಕೊಳ್ತಾನೆ ಇದೀಯ... ಇನ್ನೂ ಎಷ್ಟು ವರ್ಷ ಅದೇ ನೆನಪು ಮಾಡಿಕೊಳ್ತೀಯ... ನಂಗೆಲ್ಲ ಅರ್ಥ ಆಗತ್ತೆ ಮಮಾ..."

ಮಿನುವಿನ ಕಣ್ಣಂಚಿನಲ್ಲಿ ದೊಡ್ಡವಳಾದ ನಂತರ ಒಂದೊಂದಾಗಿ ನಿಧಾನ ಅರ್ಥೈಸಿಕೊಂಡ ಚಿತ್ರಗಳು...

ದಾದಾ ಮಮಾಗೆ ತುಂಬ ಪ್ರೀತಿಯಿಂದ ಡಾನ್ಸ್ ಕಲಿಸಿದ್ದರು, ಮಮಾನ ಕಂಠವೂ ಚೆನ್ನಾಗಿತ್ತು, ದಾದ ತಾವು ಸಾಯೋ ಮುಂದೆ ಅವಸರದಲ್ಲಿ ಮದುವೆ ಮಾಡಿದ್ರಲ್ಲ ಅದೇ ತಪ್ಪಾಯಿತೇನೋ... ಆಮೇಲೆ ಕೂಡು ಕುಟುಂಬದಲ್ಲಿ ಮಮಾಗೆ ಕುಣಿಯೋಳು ಅಂತ ಹಂಗಿಸ್ತಾ ಇದ್ರು, ಪಪಾ ಕೂಡ ಡಾನ್ಸ್ ಮಾಡೋದು ಬೇಡ ಅಂದ್ರು, ತನ್ನ ಉಸಿರಾಗಿದ್ದ ಗೆಜ್ಜೆಯನ್ನ ಅಖಂಡ ಹತ್ತು ವರ್ಷಗಳ ಕಾಲ ಮಮಾ ಕಾಲಿಗೆ ಕಟ್ಟಿಕೊಳ್ಳಲೇ ಇಲ್ಲ, ಅದರ ನಡುವೆ ತಾವಿಬ್ಬರು ಹುಟ್ಟಿದ್ದು, ಮಮಾಗೆ ಆಗ ದುಃಖ ಹಂಚಿಕೊಳ್ಳಲು ಯಾರೂ ಇರಲಿಲ್ಲ, ಆಮೇಲೆ ಪಪಾಗೆ ಬಾಂಬೆಗೆ ವರ್ಗವಾಗಿ ಹೋದ ಮೇಲೆ ಅವನ ಇಷ್ಟವನ್ನೂ ಮೀರಿ ಮಮಾ ಡಾನ್ಸ್ ಮಾಡತೊಡಗಿದಳು, ಮತ್ತೆ ಮಮಾನ ಎದೆ ಬಡಿತ ಗೆಜ್ಜೆ ಸದ್ದಿನೊಂದಿಗೆ ಮಿಳಿತವಾಗಿತ್ತು... ಮಮಾನ ಸಂಘರ್ಷ, ಯಾತನೆ, ಒಂಟಿತನದ ಗಳಿಗೆಗಳು.... ಆದರೆ ನೆನಪುಗಳು ಇಷ್ಟೇ ಮಾತ್ರವಲ್ಲ... ಇದರೊಂದಿಗೆ ತಳಕುಹಾಕಿ ಕೊಂಡಿರುವ ತನ್ನ ಮತ್ತು ಪುಟ್ಟ ತಮ್ಮ ಪರಾಶರನ ಭಾವನೆಗಳು ಕೂಡ... ತಮ್ಮಿಬ್ಬರದೇನು ತಪ್ಪಿತ್ತು... ಎಲ್ಲ ಹೊತ್ತಿಗೂ ವ್ಯಗ್ರತೆ ಹುಟ್ಟಿಸುತ್ತ ಉಳಿದೇ ಬಿಟ್ಟ ಯಾತನೆಯಾಗಿತ್ತು ಅದು. ಅರ್ಥೈಸಿಕೊಂಡಿದ್ದೇನೆ, ಜತೆಗಿದ್ದೇನೆ ಮಮಾ ಎಂದು ಹೇಳುವ ಮಾತು ಮಿನುವನ್ನು ಮತ್ತೆಲ್ಲಿಗೋ ನಿಲ್ಲಿಸಿಬಿಡುತ್ತಿತ್ತು.

"ನೀವಿಬ್ಬರೂ ಒಂದೇ ಮನೆಯಲ್ಲಿದ್ದರೂ ತಿಂಗಳುಗಟ್ಟಲೆ ಒಬ್ಬರಿಗೊಬ್ಬರು ಪ್ರೀತಿಯಿಂದ ಮಾತಾಡ್ತಿರಲಿಲ್ಲ, ನಿಮ್ಮಿಬ್ಬರ ನಡುವೆ ಏನೆಲ್ಲ ಕಂದಕ ಸೃಷ್ಟಿಸುವಲ್ಲಿ ನಿನಗಿಂತ ಪಪಾ ಹನ್ನೆರಡು ವರ್ಷ ದೊಡ್ಡವನಾಗಿದ್ದದ್ದೂ ಕಾರಣವಿರಬೇಕು ಅಲ್ವಾ ಮಮಾ, ನಿನ್ನ ಆಸೆ, ಆಕಾಂಕ್ಷೆ, ಕಾಮನೆಗಳು ಯಾವುದಕ್ಕೂ ಆತ ಸಾಥ್ ಆಗಲಿಲ್ಲ, ಆತ ಕನಸು ಕಂಡ ಸಂಪ್ರದಾಯಸ್ಥ ಹೆಂಡತಿಯ ಪಾತ್ರಕ್ಕೂ ನೀನು ಸರಿಹೊಂದಲಿಲ್ಲ, ಆದರೆ ಮಮಾ... ನೀವು ನನ್ನನ್ನ ಪರಾಶರನನ್ನು ಇದೆಲ್ಲದರ ಬಲಿಪಶು ಮಾಡಿಬಿಟ್ರಿ... ನಮಗಿಬ್ಬರಿಗೂ ಎಷ್ಟು ಹೊಡೆತ, ಬೈಗುಳ... ಒಂದು ದಿನವೂ ನಾವು ನಿಮ್ಮಿಬ್ಬರೊಂದಿಗೆ ತಿರುಗಾಡಲಿಲ್ಲ... ಉಳಿದ ಗೆಳೆಯ, ಗೆಳತಿಯರು ಅಪ್ಪ ಅಮ್ಮಂದಿರೊಂದಿಗೆ ಖುಷಿಯಾಗಿ ಇದ್ರೆ ನಾವಿಬ್ರೂ ಪ್ರತಿ ರಾತ್ರಿ ನಿಮ್ಮಿಬ್ಬರ ಯುದ್ಧ ಯಾವಾಗ ಶುರುವಾಗುತ್ತೋ ಅಂತ ಒಂಥರ ಭಯದಿಂದ ಎದುರು ನೋಡುವಂತೆ ಆಗಿತ್ತಲ್ಲ ಮಮಾ... ನಾವಿಬ್ರು ಏನೋ ಒಂದು ವಸ್ತು ಅನ್ನೋ ಹಾಗೆ ನಿಮ್ಮಿಬ್ಬರ ಮೇಲೆ ಹಕ್ಕು ಸಾಧಿಸಲು ಇಬ್ರೂ ಎಷ್ಟು ಪ್ರಯತ್ನ ಪಡ್ತಾ ಇದ್ರಲ್ಲ ಮಮಾ... ನಂಗೂ ಅದೆಲ್ಲ ಇನ್ನೂ ಮಾಯದ ಹುಣ್ಣಿನ ಥರ ಉಳ್ಕೊಂಬಿಟ್ಟಿದೆ ಮಮಾ..."

ಹೇಳ ಹೇಳುತ್ತ ಮಿನು ಜೋರಾಗಿಯೇ ಅಳ ತೊಡಗಿದಳು.

ಪಕ್ಕದ ಅಪಾರ್ಟ್‌ಮೆಂಟ್‌ನಿಂದ ಕೇಳಿದ ಪುಟ್ಟ ಹುಡುಗಿಯ ಗೆಜ್ಜೆಯ ನಾದ ಇಂಥದೊಂದು ಸದ್ದನ್ನು ಹುಟ್ಟುಹಾಕುತ್ತೆ ಎಂಬುದನ್ನು ನಿರೀಕ್ಷಿಸದ ಅಮ್ಮ ತಬ್ಬಿಬ್ಬಾಗಿ ಕುಳಿತುಬಿಟ್ಟಳು. ಈ ಸದ್ದು ಮಗಳೊಳಗೆ ಎಷ್ಟೆಲ್ಲ ದಿನಗಳಿಂದ ಇದೆ?

ಅರೆಕ್ಷಣದ ಬಳಿಕ ಸಾವರಿಸಿಕೊಂಡಿದ್ದು ಮಿನುವೇ.

"ಮಮಾ... ಅರ್ಥ ಮಾಡ್ಕೋ ಮಮಾ... ನೀನು ನಿಂಗಾಗಿ ಬದುಕಬೇಕು... ಬೇರೆಯವರಿಗಾಗಿ ಅಲ್ಲ, ಹಾಗೇ ಬೇರೆಯವರೂ ನಿಂಗಾಗಿ ಬದುಕಲ್ಲ ಮಮಾ... ಟ್ರೈ ಟು ಕಂಟ್ರೋಲ್ ಯುವರ್ ಫೀಲಿಂಗ್ಸ್ ಮಮಾ... ಆರಾಮಾಗಿರು"

ಮಿನು ಮತ್ತೆ ಅಮ್ಮನನ್ನು ಬಳಸಿದಳು. ಮಾತಾಡದ ಅಮ್ಮ ಆಗಲಿ ಎಂಬಂತೆ ತಲೆಯಲ್ಲಾಡಿಸಿದಳು.

"ನೀನೀಗ ವಾಪಾಸು ನಂಗೇನು ಬೈಯಬೇಕು ಹೇಳು..." ಮಿನು ಕಣ್ಣೊರೆಸಿಕೊಳ್ಳುತ್ತ ನಗಲು ಯತ್ನಿಸಿದಳು.

ಏನು ಎಂಬಂತೆ ಅಮ್ಮ ನೋಡಿದಳು.

"ಅರೆ ಪಾಗಲ್.. ನೀನೂ ಅದನ್ನೆಲ್ಲ ಎಷ್ಟು ವರ್ಷ ಅಂತ ನೆನಪಿಸಿಕೊಳ್ತಾ ಯಾತನೆ ಪಡ್ತೀಯ... ನಂಗೇನೋ ಊರು ಹೋಗು ಅಂತಿದೆ ಕಾಡು ಬಾ ಅಂತಿದೆ... ನೀನು ಬಾಳಿ ಬದುಕಬೇಕಾದವಳು ಮಗಳೇ.. ಅದೆಲ್ಲ ಮರೆತು ಹೊಸ ಗೆಜ್ಜೆಯೊಂದಿಗೆ ಹೆಜ್ಜೆ ಹಾಕು ಮಗಳೇ ಅಂತೆಲ್ಲ ಹಳೇ ಸಿನಿಮಾದಲ್ಲಿ ಬರುತ್ತಲ್ಲ ಹಾಗೆ ಹೇಳಬೇಕು..."

ಅಮ್ಮನ ಕಣ್ಣಲ್ಲಿ ಮೆಲ್ಲಗೆ ನಗು ಬೆಳಗುತ್ತ... ಹೇಳಿದ ಮಿನುವಿನ ಒದ್ದೆ ಕಂಗಳಲ್ಲಿ ನಗು ಪ್ರತಿಫಲಿಸುತ್ತ...

"ಅರೆ ಮಮಾ... ನಾನೇನೆಂದೆ... ಹೊಸ ಗೆಜ್ಜೆ... ಮರೆತೇ ಬಿಟ್ಟಿದ್ದೆ ಮಮಾ... ಅದು ಹಾಗೇ ಇದೆ ಮಮಾ... ತಂದಿಟ್ಟವಳು ಆಮೇಲೆ ಎಲ್ಲೂ ಕಾರ್ಯಕ್ರಮ ಕೊಡಲೇ ಇಲ್ಲ... ಎರಡು ವರ್ಷ ಆಯ್ತು.... ಈಗ ಪ್ರಾಕ್ಟೀಸ್ ಸಹಿತ ಮಾಡದೆ ಎಷ್ಟು ದಿನವಾಯ್ತು..."

ಮಿನು ಒಂದಕ್ಕೊಂದು ಸಂಬಂಧವಿರದ ವಾಕ್ಯಗಳನ್ನು ಬಡಬಡಿಸಿದವಳು ಓಡು ನಡಿಗೆಯಲ್ಲಿ ಒಳಗೆದ್ದು ಹೋದಳು. ಅವಳಲ್ಲಿ ಇನ್ನೂ ಹುಡುಗತನದ ಛಾಯೆ ಲಾಸ್ಯವಾಡುವುದನ್ನು ಅಮ್ಮ ಅಚ್ಚರಿಯಿಂದ ದಿಟ್ಟಿಸುವಾಗ ಮಿನು ಎರಡು ಗೆಜ್ಜೆ ಪಟ್ಟಿಯನ್ನು ಹಿಡಿದು ಬಂದಳು.

"ಮಮಾ ಪ್ಲೀಸ್.. ಮಮಾ... ಲೆಟ್ ಅಸ್ ಡಾನ್ಸ್.. ಕಮಾನ್.. ಮಮಾ.."

ಮಿನು ಒಂದು ಪಟ್ಟಿಯನ್ನು ಅಮ್ಮನಿಗೆ ಕಟ್ಟಿ ಇನ್ನೊಂದನ್ನು ತಾನು ಕಟ್ಟಿಕೊಂಡಳು.

"ಮಮಾ... ನೆನಪಿದ್ಯಾ ನಿಂಗೆ... ನಾನು ಚಿಕ್ಕವಳಿದ್ದಾಗ ಸ್ಕೂಲ್‌ನಲ್ಲಿ ಗ್ರೂಪ್‌ಡಾನ್ಸ್‌ನಲ್ಲಿ ಸೇರಲೂ ಪಪಾ ಬಿಡ್ತಿರಲಿಲ್ಲ, ನೀನೂ ಯಾಕೋ ಮೌನವಾಗಿಬಿಟ್ಟೆ... ಇಲ್ಲಿಗೆ ಓದಲು ಬಂದಿದ್ದೇ ಮನಸ್ಸು ತಡೆಯದೇ ಡಾನ್ಸ್ ಕ್ಲಾಸ್‌ಗೆ ಸೇರ್ಕೊಂಡಿದ್ದು ಒಳ್ಳೆಯದಾಯ್ತು ಅಲ್ವಾ ಮಮಾ... ಎಲ್ಲೋ ಒಳಗೆ ನಿನ್ನ ರಕ್ತ ಹರೀತಾ ಇತ್ತು ಕಾಣುತ್ತೆ... ತುಂಬ ಬೇಗ ಕಲಿತೆ..." ಮಿನು ಹೇಳುತ್ತಲೇ ಆಫೀಸ್, ಟ್ರಾಫಿಕ್, ಮೀಟಿಂಗ್ ಎಲ್ಲ ಮರೆತವಳಂತೆ ಟೇಪ್ ರೆಕಾರ್ಡ್‌ರಲ್ಲಿ ಯಾವುದೋ ಕೆಸೆಟ್ ತುರುಕಿದಳು.

ಇದೀಗ ಅಮ್ಮನಿಗೂ ತುಸು ಹುರುಪು. ಇಬ್ಬರಿಗೂ ಪ್ರಾಕ್ಟೀಸ್ ಇಲ್ಲದೆ ಎಷ್ಟೋ ದಿನಗಳಾಗಿದ್ದರೂ ಹೆಜ್ಜೆ ತಪ್ಪದ ಪಾದಗಳು... ತಾವೇ ತಾವಾಗಿ ನರ್ತಿಸುವ ಪಾದಗಳು... ಮುದ್ರಾ ಹಸ್ತ... ಕಣ್ಣೋಟ ಭಾವ ಭಂಗಿ... ಯಾವುದೂ ಮರೆತಿಲ್ಲ, ಮರೆಯುವುದಿಲ್ಲ, ಇದು ಸಹಜ ನಡೆಯೆಂಬಂತೆ. ಕೆಲ ನಿಮಿಷಗಳ ನಂತರ ಮೊದಲು ಕುಸಿದು ಕುಳಿತದ್ದು ಮಂಡಿನೋವಿನ ಅಮ್ಮನೇ. ಮಿನು ಇನ್ನೂ ನರ್ತಿಸುತ್ತಿದ್ದಳು... ಅಮ್ಮ ಏದುಸಿರು ಬಿಡುತ್ತಲೇ ತಾಳ ಹಾಕತೊಡಗಿದಳು. ಮಿನು ಹೆಜ್ಜೆ ನಿಂತಿದ್ದು ತಿಲ್ಲಾನದೊಂದಿಗೆ.

ನೆಲದ ಮೇಲೆ ಕುಳಿತ ಮಿನುವಿನ ಮುಖ ಕುತ್ತಿಗೆಯ ಮೇಲಿನ ಬೆವರನ್ನು ಅಮ್ಮ ಸೆರಗಿನಿಂದ ಒರೆಸ ಹೋದಳು.

'ಬೇಡಾ.... ಬೇಡ ಮಮಾ' ಕೊಸರಿಕೊಂಡು ಎದ್ದವಳು ಸೋಫಾ ಮೇಲೆ ಕುಸಿದಳು. "ಎಷ್ಟು ಚೆನ್ನಾಗಿ ಮಾಡ್ತೀಯ ರಾಣಿ" ಅಮ್ಮ ಅಕ್ಕರೆ ಹತ್ತಿಕ್ಕಿಕೊಳ್ಳಲಾಗದೆ ಮೆತ್ತಗೆ ಉಸುರಿ, ಮಗಳನ್ನು ಬಳಸಿ ಹಿಡಿದುಕೊಳ್ಳಲು ನೋಡಿದಳು.

"ಮಮಾ.. ಪ್ಲೀಸ್ ಮಮಾ... ಮಾತಾಡಿಸ್ಬೇಡ... ನಂಗೊಬ್ಬಳಿಗೇ ಬಿಡು.." ಮಿನು ತನ್ನ ಮಂಡಿಯಲ್ಲಿ ಮುಖ ತೂರಿಸಿದಳು.

"ನನ್ನೊಳಗೆ ಒಂದು ಜ್ವಾಲಾಮುಖಿ ಇದೆ, ಸುಡ್ತಾ ಇದೆ ನನ್ನನ್ನ..."

ಅಮ್ಮ ಈಗ ಪೂರ್ಣ ಕಕ್ಕಾಬಿಕ್ಕಿ.

"ಮಿನು... ನೀನು ಗಿರಿಯನ್ನು ತುಂಬ ಪ್ರೀತಿಸ್ತೀಯ ಅಲ್ವಾ... ನೀವಿಬ್ರೂ..." ಅಮ್ಮನಿಗೆ ಮುಂದೇನು ಹೇಳಬೇಕು.. ತುಂಬ ಪ್ರೀತಿಸ್ತಾ ಇದೀರ ಎನ್ನಬೇಕೋ, ತುಂಬ ಅರ್ಥಮಾಡಿಕೊಂಡೇ ಮದುವೆಯಾಗಿದ್ದೀರ ಅಲ್ಲವಾ ಎನ್ನಬೇಕೋ ತಿಳಿಯದೇ ಅರ್ಧಕ್ಕೆ ನಿಲ್ಲಿಸಿದಳು.

"ಮಮಾ... ನಾನು ಅವನನ್ನ ಪ್ರೀತಿಸ್ತೀನಿ, ಅವನಿಗೆ ನನ್ನ ಬಿಟ್ರೆ ಮತ್ಯಾರು ಹತ್ತಿರದ ಸ್ನೇಹಿತರಿಲ್ಲ, ಪ್ರತಿಯೊಂದನ್ನೂ ನನ್ನ ಹತ್ತಿರ ಹೇಳಿಕೊಳ್ತಾನೆ, ಪ್ರತಿಕ್ಷಣ ನಾನು ಅವನ ಮಾತುಗಳನ್ನ, ಭಾವನೆಗಳನ್ನು ಆಲಿಸ್ತೀನಿ, ಆದ್ರೆ.. ನಂಗೆ ನನ್ನನ್ನು ಪ್ರೀತಿಸೋರು ಬೇಕು, ಗಿರಿಗೆ ಬರೀ ನನ್ನಿಂದ ಪಡೆಯೋದೆ ಗೊತ್ತು... ಕಾಳಜಿ ಪಡೆಯೋದು ಗೊತ್ತು.. ಪ್ರೀತಿ ಮಾಡಿಸಿಕೊಳ್ಳೊದು ಗೊತ್ತು... ನಂಗೆ ವಾಪಾಸು ಪೂರ್ಣ ಖಾಲಿಯಾದ ಹಾಗೆ ಅನ್ನಿಸ್ತಾ ಇದೆ... ಓಹ್ ಮಮಾ ನೀನು ಹಳೇ ಕಾಲದವ್ಳು... ನಿಂಗಿದೆಲ್ಲ ತಿಳಿಯಲ್ಲ..."

ಎಂದಿನಂತೆ ಅವಳಿಂದ ಈಗಲೂ ಹಳೇ ಕಾಲದವಳು ಎನ್ನಿಸಿಕೊಂಡ ಅಮ್ಮನಿಗೆ ಏನು ಮಾತಾಡಬೇಕೆಂದು ತೋಚದೆ ಪೆಚ್ಚಾಗಿ ನಿಂತಳು.

ನಿಧಾನವಾಗಿ ಗೆಜ್ಜೆ ಬಿಚ್ಚಿಟ್ಟ ಮಿನು ಸ್ನಾನಕ್ಕೆ ನಡೆದಳು.

ಮತ್ತೆ ಲೋಕಾಭಿರಾಮದ ಮಾತಿನ ಹೊರತಾಗಿ ಇಬ್ಬರೂ ಪರಸ್ಪರ ಕಣ್ಣಲ್ಲಿ ಕಣ್ಣಿಟ್ಟು ನೋಡಿಕೊಳ್ಳಲೂ ಇಲ್ಲ.

ಎಂದಿನಂತೆ ಆ ಸಿಗ್ನಲ್ ಬಳಿ ಬರುವಾಗಲೇ ಪರಾಶರನ ನೆನಪು.

'ನಂಗೆ ಮನೆಯಲ್ಲಿರಕ್ಕಾಗಲ್ಲ, ಓಡಿ ಹೋಗ್ತೀನಿ' ಎಂದವನು ಹಾಗೇ ಮಾಡಿಬಿಟ್ಟಿದ್ದನಲ್ಲ ಒಮ್ಮೆ, ಅವನಿಗಾಗ ಎಷ್ಟು ಹೆಚ್ಚೆಂದ್ರೆ ಹತ್ತು ಹನ್ನೊಂದು ವರ್ಷ... ತಾನು ಏ ಹೋಗ್ಬೇಡ ಕಣೋ ಎನ್ನುತ್ತಿದ್ದದ್ದು, ತಾವಿಬ್ಬರೂ ಏನು ಮಾಡ್ತಿದ್ದೇವೆ ಎಂಬುದನ್ನು ಗಮನಿಸಲೂ ಸಮಯವಿಲ್ಲದಂತಿದ್ದ ಅಪ್ಪ ಅಮ್ಮ, ಆ ದೊಡ್ಡ ಮನೆಯ ವಿಶಾಲವಾದ ಹಜಾರಗಳು, ಅಲ್ಲಿಯ ಕತ್ತಲೆ ಬೆಳಕಿನ ವಿನ್ಯಾಸಗಳು, ರಾತ್ರಿ ಅಪ್ಪ ಕುಡೀತಾ ಕುಳಿತರೆ ಅಮ್ಮ ಎಷ್ಟು ಹೊತ್ತಿಗೆ ಮನೆ ಸೇರುತ್ತಿದ್ದದ್ದು, ಸುಶ್ರಾವ್ಯವಾಗಿ ಹಾಡುತ್ತಿದ್ದ ಅಮ್ಮ ಮನೆಯಲ್ಲಿ ಕೂಡ ಆಗೀಗ ರಾತ್ರಿ ಹಗಲು ನೋಡದೆ ಹಾಡಿನಲ್ಲಿ ಮಗ್ನಳಾಗುತ್ತಿದ್ದದ್ದು... ಎಲ್ಲ ನೆನಪಾಗುತ್ತೆ. ಇದನ್ನೆಲ್ಲ ಒಮ್ಮೆ ಗಿರಿಗೆ ಹೇಳಿ ಹಗುರಾಗಬೇಕೆಂದುಕೊಳ್ಳುವುದೇನೋ ಹೌದು. ಯಾಕೆ ಹೇಳಲಾಗುತ್ತಿಲ್ಲ.. ಅವನೆಲ್ಲ ತೋಡಿಕೊಂಡು ಹಗುರಾದ ಗಳಿಗೆಯಲ್ಲಿ, ಎಲ್ಲ ಆಲಿಸುವ ಗಳಿಗೆಯಲ್ಲಿಯೂ ತನಗೆ ಹಾಗೆ ಭಾವಬೆತ್ತಲಾಗುವುದು ಸಾಧ್ಯವೇ ಆಗುತ್ತಿಲ್ಲ. ಅಥವ ಅವನು ಅದಕ್ಕೆ ಆಸ್ಪದ ಕೊಡುತ್ತಿಲ್ಲವೇ... ಮೊದಲಿಂದ ನನ್ನ ಕೆನ್ನೆ ಮೇಲಿಳಿಯುವ ಅವನ ಹಳಹಳಿಕೆಗಳನ್ನು ಒರೆಸುವುದೇ ಆಗುತ್ತಿದೆ... ತನ್ನಷ್ಟೇ ವಯಸ್ಸಿನವನು, ಜತೆಗೇ ಕಲಿತವನು, ತನ್ನನ್ನು ಇನ್ನೊಂದು ಆತ್ಮದಂತೆ ಭಾವಿಸಿದವನು, ಮದುವೆಯ ಪ್ರಪೋಸಲ್ ಎದುರಿಟ್ಟಾಗ ಮಿನುಗೆ ಆಗ ನಿರಾಕರಿಸಲು ಕಾರಣಗಳೇ ಇರಲಿಲ್ಲ. ಹೆಸರಾಂತ ಜಾಹೀರಾತು ಕಂಪನಿಯಲ್ಲಿ ದೊಡ್ಡ ಕೆಲಸದಲ್ಲಿದ್ದಾನೆ, ಸಿತಾರ್ ನುಡಿಸುತ್ತಾನೆ, ಚೆಸ್ ಆಡುತ್ತಾನೆ, ಎಂದೋ ಓದಿದ ಇಂಗ್ಲಿಷ್ ಕಾದಂಬರಿಗಳ, ಕವನದ ಸಾಲನ್ನು, ತನ್ನ ಮನೆಭಾಷೆ ತಮಿಳಿನ ಗಾದೆಗಳನ್ನು ಉದ್ಧರಿಸಿ ಸೊಗಸಾಗಿ ಮಾತಾಡುತ್ತಾನೆ, ಅಷ್ಟೇ ಯಾಕೆ ಹಾಸಿಗೆಯಲ್ಲಿ ಕೂಡ ಹಿಂಡಿ ಹಿಪ್ಪಿ ಮಾಡಿ ಮತ್ತೇ-ರಿಸುವಂತೆ ಮಾಡಿ, ಸುಖ ನೀಡುತ್ತಾನೆ... ತನಗೂ ಸೆಕ್ಸ್ ಇಷ್ಟವೇ.. ತಾನೇನೂ ಸನ್ಯಾಸಿನಿಯಾಗಲು ಹೊರಟವಳಲ್ಲ... ಯಾವಾಗಿದ್ದರೂ ಮದುವೆಯಾಗಲೇಬೇಕು... ಗಿರಿ ಒಳ್ಳೆಯ ಗೆಳೆಯ... ಯಾಕೆ ಇವನನ್ನೇ ಮದುವೆಯಾಗಬಾರದು.... ಹಾಗೆಲ್ಲ ಯೋಚಿಸಿ ಮದುವೆಯಾದದ್ದಾಗಿತ್ತು.

ಅಪ್ಪ ಅಮ್ಮ ಮಿನುವಿನ ಮದುವೆಯಲ್ಲಿ ಮಾತ್ರ ಗಿರಿಯ ಮನೆಯವರಿಗೆ ತಮ್ಮ ಬಿರುಕು ಗೊತ್ತಾಗದಂತೆ ನಟಿಸಿದರು. ಗಿರಿಯನ್ನು ಅಮ್ಮ ಕೂಡ ಇಷ್ಟಪಡಲಾರಂಭಿಸಿದ್ದಾಳೆ. ಎಲ್ಲ ಸರಿಯೇ... ಆದ್ರೆ ಈಗ್ಯಾಕೆ ತನಗೆ ಹೀಗೆ ತಣಿಯದ ಹುಡುಕಾಟವಿದ್ದಂತೆ ಭಾಸವಾಗುತ್ತಿದೆ... ಯಾವುದು ಭ್ರಮೆ... ತನಗೆ ಆ ಮಾರ್ಕ್ ಬಗ್ಗೆ ಹುಟ್ಟಿದ ಹುಚ್ಚು ವ್ಯಾಮೋಹಕ್ಕೆ ಇದು ತಾನು ಕೊಟ್ಟುಕೊಳ್ಳುತ್ತಿರುವ ನೆವವೇ ಅಥ-ವ ಗಿರಿಯೊಂದಿಗೆ ಸುಖವಾಗಿರುವೆ ಎಂದುಕೊಳ್ಳುವುದು ಭ್ರಮೆಯೇ... ಮಾರ್ಕ್ ಕೂಡ ಮದುವೆಯಾದವನು, ಮಗು ಕೂಡ ಇದೆ, ತನಗೂ ಬೇಕೆಂದರೆ ಪ್ಲಾನಿಂಗ್

ಕೊಂಚ ಸಡಿಲಿಸಿದರೆ ಮುಂದಿನ ತಿಂಗಳೇ ಕನ್ಸೀವ್ ಆಗಬಹುದು, ಯಾರ ಮಗು ಬೇಕು ಗಿರೀದು... ಅಥವ ಮಾರ್ಕ್? ಓಹ್... ಇನ್ನೂ ಅಲ್ಲಿಯವರೆಗೆ ಹೋಗಿಲ್ಲ, ಹೋದರೆ.... ಹೊಕ್ಕಳಿನಾಳದಿಂದ ವಿಚಿತ್ರ ಕಂಪನ. ಗಿರಿ ತನಗೆ ಲಹರಿಯಿದ್ದ ರಾತ್ರಿಗಳಲ್ಲಿ ಸೊಂಟ, ಬೆನ್ನು, ತೊಡೆ, ಮೊಲೆ ಎಲ್ಲಡೆ ಕಚ್ಚಿ ಮದ್ದಿಡುವಾಗ, ತನ್ನಿಂದ ಅಷ್ಟೆಲ್ಲ ಸುಖ ಹೀರುವಾಗ ಯಾವ ಮಾರ್ಕ್‌ನ ನೆನಪೂ ಕಾಡುವುದಿಲ್ಲ. ಎಲ್ಲ ಮುಗಿದ ನಂತರವೂ ತನ್ನೆದೆ ಮೇಲೆ ತಲೆಯಿಟ್ಟು ಮಾತಾಡ್ತಾ ಮಾತಾಡ್ತಾ, ತಾನು ಆಲಿಸುತ್ತ ಅವನು ನಿಧಾನಕ್ಕೆ ನಿದ್ದೆಗೆ ಜಾರಿದ ನಂತರ ತನಗೇಕೆ ಹೀಗೆ ಖಾಲಿಯಾದಂತೆ, ಜತೆಗೆ ಅವನೊಂದಿಗೆ ತೋಡಿಕೊಳ್ಳಲಾರದೆ ಉಳಿದ ಭಾವದಿಂದಾಗಿ ತೀರಾ ಭಾರವಾದಂತೆ ಎರಡೂ ಒಟ್ಟಿಗೇ ಅನ್ನಿಸುತ್ತೆ... ಗಿರಿ ಬೇಗ ಊರಿನಿಂದ ಬಂದರೆ ಸಾಕಪ್ಪ, ಗಿರಿಯ ಮೈಮನಸ್ಸಿನಲ್ಲಿ ಕರಗಿಹೋಗಬೇಕು ಎಂದು ಉತ್ಕಟವಾಗಿ ಅನ್ನಿಸುವ ಗಳಿಗೆಯಲ್ಲಿಯೂ ಮಾರ್ಕ್ ತನ್ನನ್ನು ಕೊಂಚ ಕಾಳಜಿಯಿಂದ ವಿಚಾ-ರಿಸಿಕೊಂಡರೂ ಸಾಕು ತಾನು ಯಾಕೆ ಹಾಗೆ ಇನ್ನಿಲ್ಲದ ಹಾಗೆ ಕೊಚ್ಚಿಕೊಂಡು ಹೋಗುತ್ತೇನೆ... ತನಗಿಂತ ಅವನು ಸಾಕಷ್ಟು ದೊಡ್ಡವನಾಗಿದ್ದರಿಂದ ಪಪಾನಿಂದ ದೊರೆಯದ ಅಕ್ಕರೆ, ಪ್ರೀತಿ, ಕಾಳಜಿ ಆ ಕಾಂಪ್ಲೆಕ್ಸ್‌ನ್ನು ಪೂರೈಸಿಕೊಳ್ಳಲೆಂದೆ... ಆದರೆ ಅಷ್ಟೇ ಅಲ್ಲ... ಎಲ್ಲೋ ಮೂಲೆಯಲ್ಲಿ ಗಿರಿಗಿಂತ ಮಾರ್ಕ್‌ನನ್ನು ಸೆಕ್ಷುವಲಿ ಕೂಡ ಇಷ್ಟಪಡಲಾರಂಭಿಸಿದ್ದೇನೆಯೇ ಎಂಬ ಅನುಮಾನ ಕೂಡ. ಮಿನುಗೆ ಪ್ರತಿಬಾರಿ ಗಿರಿ ಊರಿಗೆ ಹೋದಾಗ ಇಂಥಹದೇ ತಳಮಳ. ಇಲ್ಲ ಈ ಸಲ ಗಿರಿ ಬಂದ ನಂತರ ಒಮ್ಮೆ ಎಲ್ಲ ಹೇಳಿಕೊಂಡು ಹಗುರಾಗಬೇಕು... ಬರೀ ಪ್ರೀತಿ ಪಡೆಯೋದಷ್ಟೆ ಅಲ್ಲ, ನನ್ನೊಳಗೆ ಒಂದಿಷ್ಟು ತುಂಬು, ನನ್ನನ್ನು ಚಿಕ್ಕ ಮಗುವಿನಂತೆ ಕಾಳಜಿ ಮಾಡಿ ಮುದ್ದು ಮಾಡು ಎನ್ನಬೇಕು ಎಂದುಕೊಳ್ಳುತ್ತಲೇ ಗಾಡಿ ಓಡಿಸಿದಳು.

ಮಧ್ಯಾಹ್ನ ಇನ್ನೇನು ಊಟಕ್ಕೆ ಕುಳಿತು ಕೊಳ್ಳಬೇಕು... ಮೊಬೈಲ್ ಸದ್ದು. ಆ ಕಡೆಯಿಂದ ಅಮ್ಮನ ಧ್ವನಿ.

"ಮಿನು... ಪಿಂಕಿ ನನ್ನ ಉಂಗುರ ನುಂಗಿ ಬಿಟ್ತು..."

ಅಮ್ಮ ಹೇಳಿದ್ದನ್ನು ಅರಗಿಸಿಕೊಳ್ಳಲು ಮಿನುಗೆ ಒಂದೆರಡು ಸೆಕೆಂಡ್‌ಗಳೇ ಬೇಕಾಯ್ತು.

"ಮಮಾ... ಏನು ಹೇಳ್ತಿದ್ದಿಯಾ... ಅದು ವಜ್ರದ ಹರಳಿಂದು ಅಂತ ಗೊತ್ತು ತಾನೆ.. ನಿಂಗೆ ಗೊತ್ತಿದೆ ಪಿಂಕಿ ಎಷ್ಟು ಹುಡುಗಾಟ ಮಾಡುತ್ತೆ ಅಂತ... ಬಾಲ್ ಥರ ಅದ್ರ ಜತೆ ಉಂಗುರ ತಗೊಂಡು ಆಡ್ತಿದ್ಯಾ..."

ಮಿನುಗೆ ಕೋಪ ಏರ ತೊಡಗಿತು. ಆ ಕಡೆಯಿಂದ ಪುಟ್ಟ ಹುಡುಗಿಯ ಹಾಗೆ ಅಮ್ಮನ ಮುಗ್ಧ ನಗು.

ಮಿನು ಮಾತಾಡುತ್ತ ಆ ಮೂರನೇ ಮಹಡಿಯ ತುದಿಯ ಬಾಲ್ಕನಿಗೆ ಬಂದಿದ್ದರಿಂದ

ಸಹೋದ್ಯೋಗಿಗಳಿಗೆ ಅವಳತ್ತ ಗಮನ ಇರಲಿಲ್ಲ.

"ಹಾಂ.. ಮಿನು... ಸುಮ್ಮನೆ ಬೆರಳಿಂದ ತೆಗೆದು ಹಿಡ್ಕೊಂಡಿದ್ದೆ... ಪಿಂಕಿ ಬಾಲ ಅಲ್ಲಾಡಿಸ್ತಾ ಕಾಲಿನ ಹತ್ತಿರ ಕುಳಿತಿತ್ತು... ಎರಡು ಸಲ ಮೇಲೆ ಹಾರಿಸಿದೆ... ಹಿಡಿದು ಕೊಡ್ತು.. ಮೂರನೇ ಸಲ ಅದರ ಬಾಯೊಳಗೆ ಹೋಯ್ತು ಕಾಣುತ್ತೆ, ನುಂಗಿಬಿಟ್ಟಿದೆ... ಅದು ಟಾಯ್ಲೆಟ್ ಮಾಡಿದಾಗ ಹೊರಗೆ ಬೀಳಬಹುದು ಬಿಡು... ಪಿಂಕಿಗೆ ಏನು ಗೊತ್ತಾಗುತ್ತೆ. ಪಾಪ"

"ಮಮಾ.. ಅದಕ್ಕೆ ಗೊತ್ತಾಗಲ್ಲ, ಆದ್ರೆ ನಿಂಗೆ ಗೊತ್ತಾಗುತ್ತೆ ತಾನೆ... ಉಂಗುರ ಎಲ್ಲ ತಗೊಂಡು ಅದಕ್ಕೆ ಆಡಕ್ಕೆ ಕೊಡ್ತಾರಾ... ಅದರ ಗಂಟಲೊಳಗೆ ಸಿಕ್ಕೊಂಡಿಲ್ಲ ತಾನೆ..." ಮಿನು ಸಣ್ಣಗೆ ಚೀರಿ ಮಾತಾಡಲು ಶುರುಮಾಡಿದಳು.

"ನೋ ಬೇಟಾ... ಅದು ಆರಾಮಾಗಿಯೇ ಇದೆ.. ಇನ್ನು ಮೂರು ನಾಲ್ಕು ದಿನ ಅದು ಟಾಯ್ಲೆಟ್ ಮಾಡೋದನ್ನೇ ನಾವು ಕಣ್ಣಲ್ಲಿ ಕಣ್ಣಿಟ್ಟು ಕಾಯಬೇಕಲ್ಲ... ಅದೇ ಬೇಸರ..." ಅಮ್ಮ ಪುಟ್ಟ ಹುಡುಗಿಯ ಕಾಲ್ಗೆಜ್ಜೆಯ ಸದ್ದಿನಿಂದ ಗಲಗಲನೆ ನಕ್ಕಷ್ಟೂ ಮಿನುಗೆ ವಿನಾಕಾರಣ ಸಿಟ್ಟು ಏರತೊಡಗಿತು. ಅಮ್ಮನ ನಗು ಹಿಂದಿನ ಯಾವುದೋ ಯಾತನೆಗಳ ಮೇಲೆ ಸದ್ದು ಮಾಡಿ ಬೀಳುತ್ತಿದೆ.... ಆ ಯಾತನೆ ಇದೀಗ ಮೊಬೈಲ್ ಹಿಡಿದ ಅಂಗೈನ ಸ್ಪರ್ಶಕ್ಕೂ ನಿಲುಕುತ್ತಿರುವಂತೆ....

"ಯೂ ಬಿಚ್... ಡೋಂಟ್ ಯು ಹ್ಯಾವ್ ಸೆನ್ಸ್..."

ಫಕ್ಕನೆ ಅಮ್ಮನ ನಗು ನಿಂತಿತು.

"ವಾಟ್ ಬೇಟಾ... ನಂಗೆ ಬಿಚ್ ಹೇಳ್ತಾ ಇದ್ದೀಯ.." ಅಮ್ಮನ ಧ್ವನಿಯಲ್ಲಿ ಸಣ್ಣಗೆ ನಡುಕ.

"ಹಾಂ ಬಿಚ್.... ನೆನಪು ಮಾಡ್ಕೋ ಮಮಾ.. ನಾನು ಚಿಕ್ಕವಳಿದ್ದಾಗ ಸಣ್ಣಪುಟ್ಟ ತಪ್ಪಿಗೂ ನೀನು ಹ್ಯಾಗೆ ನಂಗೆ ಹೊಡೀತಾ ಇದ್ದೆ, ಎಷ್ಟು ಕೆಟ್ಟದಾಗಿ ಬೈಯ್ತಾ ಇದ್ದೆ, ಒಂದು ಸಲವಾದ್ರೂ ಪ್ರೀತಿಯಿಂದ ತಲೆ ಸವರ್‍ತಾ ಇದ್ಯಾ... ಈಗ ನನ್ನನ್ನ ತಬ್ಬಿಕೊಂಡು ಮುದ್ದು ಮಾಡಲಿಕ್ಕೆ ನಿಂಗೆ ಆಸೆಯಾಗುತ್ತೆ, ನನ್ನ ಜತೆಗಿರಲಿಕ್ಕೆ ಆಸೆಯಾಗುತ್ತೆ, ಯಾಕಂದ್ರೆ ನಿನ್ನ ಯೌವನ ಈಗ ಇಲ್ಲ, ಆ ಸೊಕ್ಕು ಇಲ್ಲ, ಏಕಾಂಗಿ ಅನ್ನಿಸುತ್ತೆ, ಮಕ್ಕಳು ನಿನ್ನನ್ನ ಪ್ರೀತಿಸಬೇಕು, ಕಾಳಜಿ ಮಾಡಬೇಕು ಅನ್ನಿಸುತ್ತೆ.. ಅದೇ ಆಗ ನಮಗೆ ನೀನು ಹೇಗೆ ನೋಡಿಕೊಂಡಿದ್ದೆ... ನಮ್ಮನ್ನ ಹ್ಯಾಗೆ ದೂರ ಮಾಡಿದ್ದೆ... ನಾವಿಬ್ರೂ ನಿನ್ನ ಹನಿ ಪ್ರೀತಿಗಾಗಿ ಕಾತರಿಸಿದ್ದು ಜೀವಮಾನವಿಡೀ ಆ ಯಾತನೆ ಉಳಿಯುವಂತೆ ಮಾಡಿದ್ಯಲ್ಲ ಮಮಾ"

ಮಿನುವಿನ ಧ್ವನಿ ಕಟುವಾಗುತ್ತ... ತಂತಿಯ ಆಧಾರದ ಅಗತ್ಯವೂ ಇರದೆ ಮೊಬೈಲ್‌ನಲ್ಲಿ ಸಾಗತೊಡಗಿದ ಕಟು ಧ್ವನಿ ಇದೀಗ ಏನೆಲ್ಲ ವಾಸ್ತವ ಬಿಂಬವನ್ನು

ಎರಡೂ ಕಡೆ ಮೂಡಿಸತೊಡಗಿತು.

"ಹಾಂ ಮಿನು... ನಾನು ಕೆಟ್ಟದಾಗಿ ನೋಡಿಕೊಂಡಿದ್ದೆ... ಹದಿನಾರಕ್ಕೆ ಮದುವೆಯಾಗಿ, ಆ ತುಂಬಿದ ಮನೆಯಲ್ಲಿ ಗಾಣದೆತ್ತಿನ ಥರ ದುಡಿಸಿಕೊಂಡ್ರು ನೋಡು, ಆಗ ನಿಮ್ಮ ಪಪಾ ಉಸಿರಿಲ್ಲದೆ ಸುಮ್ಮನಿದ್ರು ನೋಡು... ಅಖಂಡ ಹತ್ತು ವರ್ಷ ಗೆಜ್ಜೆ ಕಟ್ಟದಿದ್ರೂ ಕುಣಿಯೋಳು ಅಂತ ಹೇಳಿಸ್ಕೊಂಡೆ ನೋಡು... ಆ ನೋವನ್ನ ಯಾತನೆಯನ್ನ, ಆಕಾಶದೆತ್ತರ ನನ್ನೊಳಗೆ ಜ್ವಾಲೆ ದಹಿಸ್ತಾ ಇತ್ತಲ್ಲ ಅದನ್ನ ನನ್ನೊಳಗೇ ಸಹಿಸ್ಕೊಂಡೆ ನೋಡು... ಅದನ್ನ ಯೋಚನೆ ಮಾಡಿದೀಯ... ಮರಾಠಿ ಅರ್ಥೋಡಾಕ್ಸ್ ಕುಟುಂಬದಲ್ಲಿ ಅದಕ್ಕೆ ಮಾನಸಿಕ ತಯಾರಿಯೇ ಇಲ್ಲದೆ ಕಾಲಿಟ್ಟ ನಾನು ಹೇಗೆ ಒಳಗೊಳಗೇ ನುಂಗಿದೆ... ಅದನ್ನೆಲ್ಲ ಆಗೀಗ ತಡೆಯಲಾರದೆ ನಿಮ್ಮಿಬ್ಬರ ಮೇಲೆ ಹಾಕ್ತಾ ಇದ್ದೆ.. ನಾನು ಮಾಡೋದು ತಪ್ಪು, ಒಂದಲ್ಲ ಒಂದು ದಿನ ನೀವಿಬ್ರೂ ಈ ಥರ ನನ್ನನ್ನೂ ಕೆಟ್ಟದ್ದಾಗಿ ನಡಸ್ಕೋತೀರ ಅನ್ನಿಸ್ತಾ ಇರ್ತಿತ್ತು. ಆದ್ರೂ ನಂಗೆ ನನ್ನನ್ನ ತಡ್ಕೋಳೋಕೆ ಆಗ್ತಾ ಇರಲಿಲ್ಲ... ನಾನು ಅಂಥ ಕೆಟ್ಟ ಮನಸ್ಥಿತಿಯಲ್ಲಿಯೂ ತಾಯಿಯಾಗಿ ನಿಮ್ಮಿಬ್ಬರನ್ನ ಸಾಕಷ್ಟು ಚೆನ್ನಾಗಿಯೇ ನೋಡ್ಕೊಳ್ಳಲಿಲ್ಲವಾ... ನೀನು ಎರಡೂವರೆ ವರ್ಷದವರೆಗೆ ನನ್ನ ಮೊಲೆ ಜಗ್ಗಿ ಹಾಲು ಕುಡೀತಾ ಇದ್ದೆ, ಪರಾಶರ ಕೂಡ ಎರಡು ವರ್ಷ ಹಾಲು ಕುಡೀತಾ ಇದ್ದ, ಆಗಿನ ಕಾಲದಲ್ಲಿ ಆ ಕೂಡು ಕುಟುಂಬದಲ್ಲಿ ನಾನು ಒಳ್ಳೆ ಬ್ರೇಸಿಯರ್ ಕೂಡ ಹಾಕ್ಕೊಳ್ಳೋ ಹಾಗೆ ಇರಲಿಲ್ಲ, ಹತ್ತು ವರ್ಷದ ನಂತರ ಬಾಂಬೆಗೆ ವರ್ಗವಾಗಿ ಹೋದ ಮೇಲೆ ಕೋಮಲಾ ದೀದಿ ಹತ್ರ ಮತ್ತೆ ಡಾನ್ಸ್ ಮಾಡ್ತೀನಿ ಅಂತ ಹೋದಾಗ ಮೊದಲು ಅವರು ಏನು ಹೇಳಿದ್ರು ಗೊತ್ತಾ... ನಿನ್ನ ಮೊಲೆ ಈ ವಯಸ್ಸಿಗೇ ಜೋತು ಬಿದ್ದಿದೆ, ಸೊಂಟ ಬೇರೆ ಇಷ್ಟು ದಪ್ಪ ಮಾಡಿಕೊಂಡಿದ್ದೀಯ ಈಗೇನು ಡಾನ್ಸ್ ಮಾಡ್ತೀಯ ಅಂತ ಹುಡುಗಿಯರ ಎದುರಿಗೇ ಬೈದಿದ್ದರು, ಹೂತು ಹೋಗೋ ಅಷ್ಟು ಅವಮಾನ ಆಗಿದ್ರೂ ನಾನು ಛಲ ಬಿಡದೆ ಪ್ರಾಕ್ಟೀಸ್ ಮಾಡಿದ್ದರಿಂದ ಮತ್ತೆ ಹತ್ತಿರ ಕರ್‍ಕೊಂಡ್ರು... ನಿಮ್ಮ ಪಪಾಗೆ ನಾನು ನನ್ನನ್ನ ಪೂರ್ಣ ಸಮರ್ಪಣೆ ಮಾಡಿಕೊಂಡಿರಲಿಲ್ಲವಾ... ಆದ್ರೂ ಅವರು ಯಾಕೆ ನನ್ನ ಈ ನಡೆಯನ್ನ, ಲಾಸ್ಯವನ್ನು ಸಹಿಸಲಿಲ್ಲ, ಇಷ್ಟಾಗಿ ನನಗಿಂತ ಹತ್ತು ವರ್ಷ ದೊಡ್ಡವರಾಗಿದ್ದ ನಿಮ್ಮ ಪಪಾನಿಂದ ನೀವಿಬ್ಬರು ಹುಟ್ಟಿದ ನಂತರ ನಂಗೆ ಮೈ ಹಿಚುಕಿಸಿಕೊಳ್ಳೋದು ಬಿಟ್ಟರೆ ಬೇರೆ ಸುಖ ಸಿಗ್ತಿರಲಿಲ್ಲ ಅನ್ನೋದು ನಿಂಗೆ ಹ್ಯಾಗೆ ಅರ್ಥ ಆಗುತ್ತೆ... ನನ್ನನ್ನ ಹಿಂದಿನ ಕಾಲದವಳು ಅಂತೀಯಲ್ಲ... ನಾನು ಯಾವತ್ತೂ ಸುಖದ, ತೃಪ್ತಿಯ ಉತ್ತುಂಗ ಶಿಖರ ತಲುಪಲೇ ಇಲ್ಲ ಅನ್ನೋದನ್ನು ನೀನು... ಈಗಿನ ಕಾಲದವಳು, ಆಧುನಿಕ ಮನೋಭಾವದವಳು ಅರ್ಥ ಮಾಡ್ಕೋತೀಯ..."

ಆ ಕಡೆಯಿಂದ ಅಮ್ಮನ ಧ್ವನಿ ಕೂಡ ಕಟುವಾಗುತ್ತ... ತಾವಿಬ್ಬರೂ ಯಾಕೆ ಹೀಗೆ ಜಗಳ ಮಾಡಿಕೊಂಡು ಪರಸ್ಪರ ಹಿಂಸಿಸಿಕೊಳ್ಳುತ್ತಿದ್ದೇವೆ ಎಂಬ ಯೋಚನೆ ಅರೆಕ್ಷಣ ಮಿನುವಿನ ಮನದಲ್ಲಿ ಹಾದು ಹೋದರೂ ಅಮ್ಮನ ಧ್ವನಿ ಕೇಳುತ್ತ ಕೇಳುತ್ತ ಹಾಗೆ

ಮೂಡಿದ ಯೋಚನೆ ಅಷ್ಟೇ ಬೇಗನೆ ಆವಿಯಾಗಿ ಕಡೆಗೆ ಅವಳೂ ಕೆಟ್ಟದಾಗಿ ಚೀರಿದಳು.

"ಹಾಗಿದ್ರೆ ನೀನು ಪಪಾನನ್ನ ಬಿಟ್ಟು ಹೋಗಿ ಡಾನ್ಸ್ ಮಾಡ್ತಲೇ ಇರಬಹುದಿತ್ತಲ್ಲ... ಕಡೆಕಡೆಗೆ ನೀನು ಹೇಗೂ ಪಪಾನ ಮಾತು ಕೇಳದೆ ಕಾರ್ಯಕ್ರಮಕ್ಕೆ ಹೋಗ್ತಾ ಇದ್ದೆಯಲ್ಲ... ಯಾಕೆ ನಮ್ಮ ಜತೆಗಿದ್ದೂ ಇಲ್ಲದವಳ ಹಾಗೆ ನಮ್ಮನ್ನ ಅಷ್ಟು ಗೋಳು ಹೊಯ್ಕೊಂಡೆ ಮಮಾ... ಸುಖ ಬೇಕಿದ್ರೆ ಬೇರೆ ಯಾರನ್ನಾದ್ರೂ.. ಅದೇ ನಿನ್ನ ಜತೆಗೆ ಕೆಲವೊಮ್ಮೆ ಡಾನ್ಸ್ ಮಾಡ್ತಾ ಇದ್ದನಲ್ಲ ಅವನನ್ನು.. ಛೇ... ನಿಂಗೆ ಆ ಧೈರ್ಯವೂ ಇರಲಿಲ್ಲ...."

"ನಂಗೆ ಬಿಚ್ ಅಂದೆಯಲ್ಲ, ಬಿಚ್ ನಾನಲ್ಲ ನೀನು ಮಿನು... ಆ ಮಾರ್ಕ್ ಬಗ್ಗೆ.. ನಂಗೆ ಗೊತ್ತಿಲ್ಲ ಅಂದುಕೊಬೇಡ... ಬೇಡ ಬಿಡು... ಅದನ್ನ ನೀನೇ ಯೋಚನೆ ಮಾಡು. ಇಲ್ಲಿ ಕೇಳು ಮಿನು... ನಂಗೆ ಬೇಕಾಗಿದ್ದಿದ್ದು ಬರಿಯ ಹಾಸಿಗೆ ಸುಖ ಮಾತ್ರ ಆಗಿರಲಿಲ್ಲ... ಒಂದೆರಡು ದಿನದ ಸುಖ ಮಾತ್ರ ಆಗಿರಲಿಲ್ಲ... ಒಂದು ಸಂಸಾರದ ಸುಖ, ಸಾಂಗತ್ಯದ ಸುಖ... ಇಂಥ ಒಂದು ಕನಸಿನ ತುಣುಕಿಗಾಗಿ ಬದುಕಿಡೀ ಎಂಥ ಯಾತನೆ ಅನುಭವಿಸಿದೆ, ಎಷ್ಟೆಲ್ಲ ದೂರ ಸಾಗಿದೆ... ಒಂದು ಸಂಸಾರದ, ಸಾಂಗತ್ಯದ ಹುಡುಕಾಟ ಯಾವ್ಯಾವುದೋ ಬಿಂದುವಿಗೆ ನನ್ನನ್ನ ಎಳ್ಕೊಂಡು ಬಂದುಬಿಡ್ತಲ್ಲ..."

ಕಡೆಕಡೆಗೆ ಮಿನುಗೆ ಅಮ್ಮನ ಗದ್ಗದ ಕಂಠದಲ್ಲಿ ವಾಕ್ಯಗಳು ಬಿಡಿಬಿಡಿಯಾಗಿ ಕೇಳುತ್ತ... ಕೊನೆಯಲ್ಲಿ ಮೊಬೈಲ್ ಕೈಯಿಂದ ಜಾರಿದ ಶಬ್ದ... ನಂತರ ಆಚೆಯಿಂದ ಯಾವ ಸದ್ದೂ ಇಲ್ಲ. ಮಮಾ ಮೊದಲೇ ಡಿಪ್ರೆಶನ್‌ನಲ್ಲಿದ್ದಾಳೆ... ಏನಾದ್ರೂ ಹೆಚ್ಚು ಕಡಿಮೆಯಾದರೆ... ಮಿನುಗೆ ತೀರ ಕಳವಳಕ್ಕಿಟ್ಟುಕೊಂಡಿತು. ಊಟದ ನಂತರದ ಮೀಟಿಂಗ್‌ಗೆ ಇರಲೇ ಅಥವ ಅರ್ಧ ದಿನ ರಜೆ ಬರೆದಿಟ್ಟು ಹೋಗಲೇ... ಆದ್ರೆ ಇವತ್ತಿನದು ಮುಖ್ಯವಾದ ಮೀಟಿಂಗ್... ಮೇಲೆ ಬರಬೇಕೆಂದು ಇಷ್ಟೆಲ್ಲ ಒದ್ದಾಡುವ ತಾನು, ಈಗೆರಡು ವರ್ಷದಿಂದ ಡಾನ್ಸ್ ಬಿಟ್ಟು ಹಗಲು ರಾತ್ರಿ ಎನ್ನದೆ ಆಫೀಸಿನ ಕೆಲಸದಲ್ಲಿ ತೊಡಗಿರುವ ತಾನು ಮೀಟಿಂಗ್‌ನ್ನು ತಪ್ಪಿಸಿ ಹೋಗುವುದೇ... ಅದೂ ಸಾಧ್ಯವಾಗದು...ಛೇ.. ಏನಾದ್ರೂ ಆಗಲಿ ರಾತ್ರಿ ಮನೆಗೆ ಹೋದ ಮೇಲೆ ನೋಡುವ ಎಂದುಕೊಂಡು ಸುಮ್ಮನಾಗಿ ಬಿಟ್ಟಳು.

ಆದರೂ ಮನಸ್ಸು ತಡೆಯದೇ ಮತ್ತೆ ನಾಲ್ಕರ ಸುಮಾರಿಗೆ ಫೋನ್ ಮಾಡಿದಳು. ಅಷ್ಟರಲ್ಲಿ ಅಮ್ಮನಿಗೂ ಮನಸ್ಸು ಸ್ಥಿಮಿತಕ್ಕೆ ಬಂದಿತ್ತೇನೋ.. ಫೋನ್ ಕರೆಯನ್ನೇ ನಿರೀಕ್ಷಿಸಿದವಳಂತೆ ಮೊದಲ ರಿಂಗ್‌ಗೇ ತೆಗೆದುಕೊಂಡಳು.

"ಮಮಾ... ಮಮಾ.."

ಪಿಸುಗುಟ್ಟಿದಳು.

ಊಂ ಗುಟ್ಟಿದ ಅಮ್ಮನಿಗೆ ಮುಂದೆ ಮಾತು ಹೊರಡಲಿಲ್ಲ.

"ಸಂಜೆ ಬೇಗ ಬರ್ತೀನಿ ಮಮಾ"

"ಹಾಂ ರಾಣಿ" ಈ ಬಾರಿ ಮಿನು ಎನ್ನಲಿಲ್ಲ. ಸಧ್ಯ ಅಮ್ಮ ಸಹಜವಾಗಿದ್ದಾಳೆ ಎಂದುಕೊಂಡಳು.

ಸಂಜೆ ಮೀಟಿಂಗ್ ಮುಗಿದಾಗಲೇ ಏಳು ಘಂಟೆ.. ಹೊರ ಬಂದ ಮಿನುಗೆ ಬರುವಾಗ ಗಾಡಿ ಸರ್ವಿಸ್‌ಗೆ ಕೊಟ್ಟಿರುವುದು ನೆನಪಾಯಿತು. ಅಲ್ಲಿ ಹೋಗಿ ತೆಗೆದುಕೊಳ್ಳಲೋ ಅಥವ ಸೀದಾ ಮನೆಗೆ ಹೋಗಿ ನಾಳೆ ತೆಗೆದುಕೊಳ್ಳಲೋ... ಯಾಕೋ ಗಾಡಿ ಹೊಡೆಯಲು ಚೈತನ್ಯ ಉಳಿದಿಲ್ಲ ಎನ್ನಿಸಿ ಹಾಗೇ ಹೊರಗೆ ಬಂದಳು. ಆಟೋ ಹಿಡಿಯಲು ಮುಖ್ಯ ರಸ್ತೆಗೆ ಬಂದವಳಿಗೆ ಬೇಡ ಸಿಟಿಬಸ್‌ನಲ್ಲಿ ಹೋದ್ರಾಯ್ತು ಎನ್ನಿಸಿ ಸ್ಟಾಪ್‌ಗೆ ನಡೆದಳು. ಗಾಡಿ ಇಲ್ಲದಿದ್ದಾಗಲೆಲ್ಲ ಅಥವ ಹೊಗೆ ಕುಡಿಯುತ್ತ ಸಿಗ್ನಲ್‌ನಲ್ಲಿ ನಿಲ್ಲುವುದು ಬೇಡ ಎಂದುಕೊಂಡಾಗಲೆಲ್ಲ ಅರೆ ಕ್ಷಣ ಆಟೋ ಎಂದುಕೊಂಡರೂ ಸಿಟಿಬಸ್‌ನ ದೃಶ್ಯಗಳ ಆಕರ್ಷಣೆಯಿಂದ ಮಿನುಗೆ ತಪ್ಪಿಸಿಕೊಳ್ಳಲಾಗುತ್ತಿರಲಿಲ್ಲ. ಟಿಕೆಟ್ ತೆಗೆದು ಕುಳಿತರಾಯ್ತು... ಮುಕ್ಕಾಲು ಘಂಟೆ ಬೆಂಗಳೂರು ಬದುಕಿನ ಒಂದಿಷ್ಟು ಬಿಡಿ ಬಿಡಿ ಭಾಗದ ಪ್ರದರ್ಶನ ನೋಡಬಹುದು... ಎಂದುಕೊಳ್ಳುವ ಮಿನು ವಾರಕ್ಕೊಮ್ಮೆ ಯಾದರೂ ಬಸ್ಸಿಗೆ ಹೋಗುವುದು ಸಾಮಾನ್ಯ.

ಅವಳು ಸ್ಟಾಪ್‌ಗೆ ಬರುವಾಗ ತುಸು ದೂರದಲ್ಲಿ ಎದುರಿನಿಂದ ಹದಿನೆಂಟರ ಸುಮಾ-ರಿನ ಹುಡುಗನ ಕೈ ಹಿಡಿದು ಬರುತ್ತಿದ್ದ ಹೆಂಗಸು ಕಾಣಿಸಿದಳು. ಹೂ ಮುಡಿದು, ಒಂದಿಷ್ಟು ಮೇಕಪ್ ಬಳಿದುಕೊಂಡು, ಬಂದ ಯಾವ ಬಸ್ಸಿಗೂ ಹತ್ತದೆ ಕಾಯುತ್ತ ನಿಂತಿರುತ್ತಿದ್ದ ಅವಳನ್ನು ಅದೇ ಸ್ಟಾಪ್‌ನಲ್ಲಿ ಆಗೀಗ ನೋಡಿದ್ದ ಮಿನುಗೆ ತಟ್ಟನೆ ಅವಳ ಗುರುತು ಹತ್ತಿತು. ಅವಳ ಹಾಗೆ ಓಡಾಡುವ ನಾಲ್ಕಾರು ಹೆಂಗಸರನ್ನು ಅದೇ ಸ್ಟಾಪ್‌ನಲ್ಲಿ ಬಸ್ ಹತ್ತುವ, ಇಳಿಯುವ ಮಿನುವಿನ ಇನ್ನಿತರ ಸಹೋದ್ಯೋಗಿಗಳು ಗಮನಿಸಿದ್ದರು. ಮಧ್ಯಾಹ್ನದ ಊಟದ ಸಮಯದಲ್ಲಿ ಆಗೀಗ ಗಂಡಸರ್‍ಯಾರು ಇಲ್ಲದಿದ್ದಾಗ ಸಣ್ಣ ಧ್ವನಿಯಲ್ಲಿ ಹಾಗೆ ನೋಡಿದ ದೃಶ್ಯಗಳ ವಿನಿಮಯವಾಗುತ್ತಿತ್ತು. ಉಳಿದ ನಾಲ್ಕಾರು ಹೆಂಗಸರು ಕೊಂಚ ದಪ್ಪಕ್ಕೆ, ಉಬ್ಬಿದ ಮೊಲೆಗಳನ್ನು ಅರೆತೆರೆದ ರವಿಕೆಯಿಂದ ಕೆಟ್ಟದಾಗಿ ಪ್ರದರ್ಶಿಸುತ್ತ ತಮ್ಮದೇ ಆದ ವಿಚಿತ್ರ ಹಾವಭಾವದೊಂದಿಗೆ ಇದ್ರೆ ತೆಳ್ಳಗಿನ ಪೀಚು ದೇಹದ ಈ ಹೆಂಗಸು ಅಂಥ ಹಾವಭಾವಗಳನ್ನು ಅಷ್ಟಾಗಿ ಪ್ರದರ್ಶಿಸದೇ ತೀರಾ ಸಾದಾ ಸೀದಾ ಎಂಬಂತೆ ಇದ್ದಳು. ಮಿನು ಆ ಹೆಂಗಸನ್ನು ನೋಡಿದಾಗೆಲ್ಲ ವಿಚಿತ್ರ ಅಚ್ಚರಿಗೆ ಪಕ್ಕಾಗುತ್ತಿದ್ದಳು. ಇಂಥ ಹೆಂಗಸರ ಬಳಿ ಬರುವ ಗಂಡಸರಿಗೆ ಬಹುಶಃ ಬೇಕೇಬೇಕೆನ್ನಿಸುವ ದಪ್ಪ ಮೊಲೆ, ಸೊಂಟ ಯಾವುದೂ ಇಲ್ಲದ ಇವಳ ಬಳಿ ಮಲಗಲು ಯಾರಾದ್ರೂ ಬರಬಹುದೇ... ಅವಳಿಗೆ ಕೊಂಚವಾದ್ರೂ ಗಳಿಕೆಯಾಗಬಹುದೇ... ಉಳಿದವರಷ್ಟು ದುಡ್ಡು ಇವಳಿಗೆ ಸಿಕ್ಕುವುದಿಲ್ಲವೇನೋ ಅಥ-'ವ ಈ ಹೆಂಗಸು ಅಂಥವಳಲ್ಲವೇ... ಅವಳ ನಸುಗಪ್ಪಿನ ಆ ಕೋಲು ಮುಖದಲ್ಲಿ

ಒಂದು ಪುಟ್ಟ ಆಕರ್ಷಣೆ ಇದ್ದರೂ ಇಷ್ಟು ತೆಳ್ಳಗಿರುವ ಈ ಹೆಂಗಸು ಈ ದಂಥೆ ಮಾಡಲಾದ್ರೂ ಸಾಧ್ಯವೇ... ಹೀಗೇ ಇಂಥದೇ ಅಚ್ಚರಿ.

ಆ ಹುಡುಗನ ಕೈಹಿಡಿದು ಅವನೊಂದಿಗೆ ನಗುತ್ತ, ಮಾತಾಡುತ್ತ ಎದುರಿನಿಂದ ಬರುತ್ತಿದ್ದ ಆ ಹೆಂಗಸನ್ನು ನೋಡಿದ ಮಿನು ಅವಳ ತಮ್ಮ ಯಾರಾದ್ರೂ ಇರಬೇಕು ಎಂದು ಸಂಸಾರದ ಒಂದು ಎಳೆಯನ್ನು ಆ ದೃಶ್ಯಕ್ಕೆ ಪೋಣಿಸಿಕೊಂಡಳು, ಹಾಗೊಂದು ಸಾಧ್ಯತೆ ಪೋಣಿಸಿದ್ದೇ ಛೇ.. ಈ ಹೆಂಗಸು ಆ ದಂಥೆ ಮಾಡ್ತಿರಲಿಕ್ಕಿಲ್ಲ ಎಂಬ ಭಾವವೂ ಸುಳಿದುಹೋಯ್ತು. ಅವರು ಮಿನುವಿನಿಂದ ತುಸು ದೂರದಲ್ಲಿಯೇ ರಸ್ತೆ ದಾಟಿದರು. ಆಗ ಮಿನುಗೆ ಕಾಣಿಸಿದ್ದು ಆ ಹುಡುಗನ ಕೈಯಲ್ಲಿದ್ದ ಮಡಚಿದ ಕೋಲು... ಅವಳತ್ತ ನೋಡದೆ ನಗುತ್ತ ಮಾತಾಡುತ್ತಿದ್ದ ಆ ಹುಡುಗ... ಮಿನುಗೆ ತಟ್ಟನೆ ಅರಿವಾಯಿತು... ಅವನು ಅಂಧ ಹುಡುಗ.. ಅವನಿಗೆ ಇವಳು ರಸ್ತೆ ದಾಟಿಸುತ್ತಿದ್ದಾಳೆ... ಮಿನು ಅವರತ್ತಲೇ ನೋಡುತ್ತಿದ್ದಳು. ಎಷ್ಟೋ ದಿನಗಳ ಪರಿಚಯವಿದೆಯೆಂಬಂತೆ ಆ ಹುಡುಗ ಅವಳೊಂದಿಗೆ ಮಾತಾಡುತ್ತ ನಗುತ್ತಿದ್ದ.

ಫಕ್ಕನೆ ಕೆಲದಿನಗಳ ಹಿಂದೆ ಕುಮುದ ಹೇಳಿದ್ದು ನೆನಪಾಯ್ತು.

"ನಿನ್ನೆ ಎಂಥ ನೋಡಿದ್ದು ಗೊತ್ತಾ ಮಿನು... ಅದೇ ಆ ಸ್ಟಾಪ್‌ನಲ್ಲಿ ತುಂಬ ಚಿಕ್ಕ ವಯಸ್ಸಿನ ಒಬ್ಬಳು ಹುಡುಗಿ, ಇವರೆಲ್ಲಗಿರಿಂತ ಭಾರೀ ಸೆಕ್ಸಿಯಾಗಿ ಡ್ರೆಸ್ ಮಾಡಿಕೊಂಡು ಕಾಣಿಸಿಕೊಳ್ತಾಳಲ್ಲ... ಇಷ್ಟು ಚಿಕ್ಕ ವಯಸ್ಸಿಗೆ ಈ ದಂಧೆಗೆ ಇಳಿದ ಅವಳ ಮಜಬೂರಿ ಏನಿದೆಯೋ ಅಂತ ನಾವು ಮಾತಾಡಿಕೊಳ್ತಿದ್ದೆವಲ್ಲ ಅವಳು ನಾನು ಬಸ್ ಸ್ಟಾಪ್‌ನಲ್ಲಿ ನಿಂತಾಗ ಆ ಕಡೆ ತಿರುವಿನಲ್ಲಿ ನಿಂತಿದ್ದಳು. ಸ್ವಲ್ಪ ಹೊತ್ತಿನ ಮೇಲೆ ಬನಶಂಕರಿ ಕಡೆಯಿಂದ ಟುನಾಟ್ ಟು ಬರುತ್ತಲ್ಲ ಅದರಿಂದ ಒಂದು ಹುಡುಗಿ ಇಳಿದ್ಲು... ಇವಳೋ ಅವಳಿಗೇ ಕಾಯ್ತಿದ್ದಳೋ ಅನ್ನೋ ಹಾಗೆ ಅವಳ ಕೈ ಹಿಡ್ಕೊಂಡಳಪ್ಪ... ಓ ಆ ಹುಡುಗಿಯೂ ಎಲ್ಲೋ ಇವಳ ಫ್ರೆಂಡ್ ಇರಬೇಕಪ್ಪ ಅಂದುಕೊಂಡೆ... ಅವರಿಬ್ರೂ ಹೆಂಗೆ ನಗ್ತಾ ಮಾತಾಡ್ತಾ ಬರ್ತಾ ಇದ್ರೂ ಗೊತ್ತಾ ಮಿನು... ಅವರಿಬ್ರೂ ತಿರುವಿನಿಂದ ರಸ್ತೆ ದಾಟಿ ನಮ್ಮ ಸ್ಟಾಪ್ ಹತ್ರ ಬರ್ತಾ ಇರುವಾಗ ನಂಗೊತ್ತಾಗಿದ್ದು ಆ ಹುಡುಗಿ ಅಂಧ ಹುಡುಗಿ ಅಂತ... ಆ ಅಂಧ ಹುಡುಗಿಗೆ ಇವಳು ನೋಡಲು ಹೇಗಿದ್ದಾಳೆ ಅಂತ ಕಾಣುವುದಿಲ್ಲ... ಅವಳಿಗೆ ಇವಳು ತನ್ನ ಜತೆಗೆ ಮಾತಾಡ್ತಾ ಇರೋ ಒಂದು ಜೀವ ತನ್ನ ಕೈ ಹಿಡಿದ ಒಂದು ಹುಡುಗಿಯ ಧ್ವನಿ ಮಾತ್ರ... ಇವಳಿಗೆ ಆ ಅಂಧ ಹುಡುಗಿ ತನ್ನ ಹಾಗಿನ ಒಂದು ಜೀವ... ನಾವು ನಿಲ್ಲೋ ಸ್ಟಾಪ್‌ನ ರಸ್ತೆ ಕೊನೆಗೆ ಈ ಅಂಧ ಹುಡುಗೀರ ಒಂದು ಹಾಸ್ಟೆಲ್ ಇದ್ದ ಹಾಗೆ ಇದೆ, ನಾಲ್ಕೈದು ಜನ ಅಂಧ ಹುಡುಗೀರು ಅಲ್ಲಿಗೆ ಹೋಗೋದು ಬರೋದು ನೋಡ್ತೀವಿ ಅಲ್ಲವಾ.. ಆ ಹುಡುಗಿ ಅಲ್ಲಿಯವಳಿರಬೇಕು..."

ನಂತರ ಕುಮುದ, ಮಿನು ಅರ್ಧ ಘಂಟೆ ಚರ್ಚಿಸಿದ್ದು ಎಲ್ಲೆಲ್ಲೋ ಕೆಲಸ ಮಾಡುವ, ನಗರದ ಯಾವುದೋ ಭಾಗದಿಂದ ಮತ್ತಾವುದೋ ಭಾಗಕ್ಕೆ ಆರಾಮಾಗಿ ಬಸ್ಸು

ಹಿಡಿದೇ ಸಂಚರಿಸುವ, ಆತ್ಮವಿಶ್ವಾಸದ ಈ ಅಂಥ ಹುಡುಗಿಯರ ಕುರಿತಾಗಿ ಆಗಿತ್ತು. ಕಣ್ಣೇ ಇಲ್ಲದ ಈ ಹುಡುಗೀರು ಇಷ್ಟು ಮರ್ಯಾದೆಯಿಂದ ಕೆಲಸ ಮಾಡಿಕೊಂಡು ಜೀವನ ಮಾಡ್ತಾರಂತೆ.. ಎಲ್ಲ ನೆಟ್ಟಗಿರೋ ಈ ಹೆಂಗಸರು ದೇಹ ಮಾರಿಕೊಳ್ಳೋದು ಬಿಟ್ಟು ಮರ್ಯಾದೆಯಿಂದ ದುಡಿದು ತಿನ್ನಬಾರದೆ ಎಂಬ ಮಂಗಳ ವಾಕ್ಯದೊಡನೆ ಚರ್ಚೆ ಮುಗಿಸಿದ್ದರು. ಹೇಗೆ ಹಾಗೆಲ್ಲ ಮಲಗಲಾಗುತ್ತೆ ಎನ್ನುವುದೇ ಮಿನುಗೆ ಸದಾ ಕಾಡುವ ಪ್ರಶ್ನೆಯಾಗಿತ್ತು. ದುಡ್ಡಿಗಾಗಿ, ಅದು ಬರಬರುತ್ತ ರೂಢಿಯಾಗುತ್ತೆ, ಊಟ ತಿಂಡಿ, ನಿದ್ದೆಯ ಹಾಗೆ ಅದೂ ಕೂಡ ಎಂದು ಅಂದುಕೊಂಡರೂ ಯಾವುದೇ ಬಗೆಯ ಮಾನಸಿಕ ಬಂಧವೇ ಇಲ್ಲದೆ, ಮಾನಸಿಕ ಅಗತ್ಯವೇ ಇಲ್ಲದೆ ಬರಿಯ ಒಂದು ದೇಹದ ಹಸಿವೆಗಾಗಿ ಹೀಗೆ ಮಲಗುವುದು ಈ ಹೆಂಗಸರಿಗಾಗಲೀ, ಅವರೊಡನೆ ಹೋಗುವ ಆ ಗಂಡಸರಿಗಾಗಲೀ ಹೇಗೆ ಸಾಧ್ಯವಾಗುತ್ತಪ್ಪ ಎನ್ನುವುದೇ ಮಿನುಗೆ ವಿಚಿತ್ರವೆನ್ನಿಸಿಬಿಡುತ್ತಿತ್ತು.

ಅವರನ್ನೇ ನೋಡುತ್ತಿದ್ದ ಮಿನು ತನ್ನ ಬಸ್ ಬಂದರೂ ಹತ್ತುವುದು ಮರೆತು ಬಿಟ್ಟಳು. ಅದು ತುಸು ಚಲಿಸಿದ ಮೇಲೆ ಹಿಂಬದಿಯ ಬೋರ್ಡ್ ನೋಡಿದಾಗಲೇ ಅರಿವಾಯ್ತು. ಇನ್ನೊಂದು ಬರುತ್ತೆ ಎಂದುಕೊಂಡವಳು ಮತ್ತೆ ಅತ್ತಲೇ ದೃಷ್ಟಿ ನೆಟ್ಟಳು. ಈಗ ಅವರಿಬ್ಬರೂ ರಸ್ತೆಯ ಆಚೆಯ ಬಸ್‌ಸ್ಟಾಪ್‌ನಲ್ಲಿದ್ರು. ಎರಡು ಮೂರು ಬಸ್ ಬಂದಾಗ ಈ ಹೆಂಗಸು ಬಾಗಿ ಅದು ಎಲ್ಲಿಗೆ ಹೋಗುತ್ತೆ ಅಂತ ವಿಚಾರಿಸಿಕೊಂಡು, ಕಡೆಗೆ ಬಂದ ಒಂದು ಬಸ್ಸಿಗೆ ಅವನನ್ನು ಹತ್ತಿಸಿದಳು. ಅಲ್ಲೇ ನಿಂತು ಇನ್ನೂ ಬಸ್ಸು ಹತ್ತುತ್ತಿದ್ದ ಅವನಿಗೆ ಟಾಟಾ ಎಂಬಂತೆ ಚಿಕ್ಕ ಮಗುವಿನ ಹಾಗೆ ಕೈ ಮಾಡಿದಳು. ಅವನಿಗೆ ಕಾಣಿಸುವುದಿಲ್ಲ ಎಂಬುದನ್ನೇ ಅವಳು ಮರೆತಂತೆ, ಅವನಿಗೆ ಕಾಣಿಸಬೇಕಾದ ಅಗತ್ಯವೇ ಇಲ್ಲ ಎಂಬಂತೆ ಆ ಕೈಬೀಸುವಿಕೆ ಇತ್ತು. ಈ ದೃಶ್ಯಕ್ಕೆ ಸಂಬಂಧವೇ ಇರದಂತೆ ಇದ್ದಕ್ಕಿದ್ದಂತೆ ಅವಳಿಗೆ ಮಾರ್ಕ್‌ನ ವ್ಯಾಮೋಹ ನೆನಪಾಯಿತು. ಮನೆಯಲ್ಲಿ ಕಾಯುತ್ತಿರುವ ಮಮ್ಮಾ.... ನಾಳೆ ಬೆಳಗಿನ ಜಾವ ಊರಿಂದ ಬಂದಿಳಿಯುವ ಗಿರಿ ನೆನಪಾಗುತ್ತಿದ್ದಂತೆ ಅವಳ ಕೈಬೀಸುವಿಕೆಯಲ್ಲಿ ಅಡಗಿದ ಒಂದು ಸಹಜ ಜೈವಿಕತೆಯೇ ತನ್ನನ್ನು ಕಾಯ್ದು, ಕಾಪಿಡಲಿ ಎಂದು ಮಿನು ಮನದಲ್ಲಿಯೇ ಪ್ರಾರ್ಥಿಸತೊಡಗಿದಳು.

2005

ನಗು ಕಳೆಯದಿರಲಿ

"ನೀನಿಲ್ಲಿದ್ದೀಯ.. ಛೆ.. ನಾನು ನಿನ್ನನ್ನೇ ಹುಡುಕ್ತಿದ್ದೆ.." ವಿಂದ್ಯಾನ ಕಣ್ಣುಗಳಲ್ಲಿ ಹುಡುಕಾಟಕ್ಕೆ ಮೀರಿದ ತಲ್ಲಣವಿತ್ತು.

'ಯಾಕೆ..' ನನ್ನ ಮಾತು ಮುಗಿಯುವ ಮುನ್ನವೇ 'ಸಿಟ್ ಯಾ...' ಕೈಹಿಡಿದು ಜಗ್ಗಿದಳು.

ದೆಹಲಿ ಜೆಎನ್‌ಯು ಕ್ಯಾಂಪಸ್ಸಿನಲ್ಲಿ ಅವಳಿದ್ದಾಗಿನ ಕಥೆ ಏನಾದ್ರೂ ಮತ್ತೆ ಶುರುವಾಗಬಹುದೇ...

ಉಹೂಂ... ಯಾಕೋ ಅವಳ ಕಣ್ಣುಗಳಲ್ಲಿ ಜೆಎನ್‌ಯುದ ಕುರಿತು ಹೇಳುವಾಗಿನ ಮಿಂಚು ಇರಲಿಲ್ಲ.

ಅವಳು ಹೇಳಿದ್ದು ಇಷ್ಟು... ಇವತ್ತು ಬೆಳಗ್ಗೆ ಎಂದಿನ ಹಾಗೆ ಆಟೋದಲ್ಲಿ ಕುಳಿತು ಬರುವಾಗ ತಟ್ಟನೆ ನೆನಪಾಗಿದೆ... ಇವತ್ತು ಮಮ್ಮಿಯ ಹುಟ್ಟಿದ ಹಬ್ಬ ಅಂತ. ಸರಿ ನಾವು ಆಗೀಗ ಕಾಫಿ ಕುಡಿಯಲು ಹೋಗುವ ಮೂಲೆ ಅಂಗಡಿಯ ಬಳಿಯೇ ಆಟೋ ನಿಲ್ಲಿಸಿ ಅಲ್ಲಿದ್ದ ಬೂತ್‌ಗೆ ಹೋಗಿದ್ದಾಳೆ. ಆ ಕಾರ್ನರ್ ಅಂಗಡಿಯಲ್ಲಿ ಕಾಫಿ, ಐಸ್‌ಕ್ರೀಮ್ ಜತೆ ತರಹೇವಾರಿ ಸ್ಟೇಷನರಿ ವಸ್ತುಗಳು ದೊರೆಯುತ್ತಿತ್ತು. ಮುರುಕು ಬಾಗಿಲಿದ್ದ ಒಂದೇ ಒಂದು ಟೆಲಿಫೋನ್ ಬೂತ್ ಕೂಡ ಇತ್ತು. ಯಾವ್ಯಾವುದೋ ಬಣ್ಣದ ಕೆಟ್ಟ ಅಳತೆಯ ಚೂಡಿದಾರ್ ಹಾಕುವ ಆ ಆಂಟಿ ಕೂಡ ಎಲ್ಲರಿಗೂ ಒಂದು ಆಪ್ತತೆ ಹುಟ್ಟಿಸಿದ್ದರು. ಇವಳು ಅಲ್ಲಿಳಿದು ಫೋನ್ ಮಾಡಲು ಹೋದಾಗ ಇನ್ನೂ ಎರಡು ಮೂರು ಜನರು ಕ್ಯೂನಲ್ಲಿ ನಿಂತ ಹಾಗೆ ಕಂಡು ತನ್ನ ಸರದಿಗೆ ಕಾಯ್ತಾ

ನಿಂತಿದ್ದಾಳೆ. ಆಗಲೇ ಅವಳ ಗಮನ ಅಲ್ಲಿದ್ದ ಕಲ್ಲು ಬೆಂಚಿನ ಮೇಲೆ ಕೂತವನತ್ತ ಹೋಗಿದೆ. ಮೊದಲಿಗೆ ಇವಳು ಅವನು ಸಿಗರೇಟ್ ಸೇದಲು ಬಂದಿರಬೇಕು, ಫೋನ್ ಮಾಡಲಿಕ್ಕಲ್ಲ ಎಂದುಕೊಂಡಿದ್ದಾಳೆ. ಹೀಗಾಗಿ ಎದುರಿದ್ದ ಇಬ್ಬರು ಮಾತು ಮುಗಿಸಿ ಹೊರಟಾಗ ಇವಳು ಬೂತನತ್ತ ಸರಿಯುವಾಗಲೇ ಅವನೂ ಎದ್ದು ನಿಂತಿದ್ದಾನೆ, ಇವಳಿಗೆ ಕೊಂಚ ಗಲಿಬಿಲಿಯಾಗಿದೆ, ಇಲ್ಲ ನೀವೇ ಮಾಡಿ ಎಂಬಂತೆ ಸರಿದು ನಿಂತಿ–ದ್ದಾಳೆ, ಅವನು ಹೌದೋ ಅಲ್ಲವೋ ಎಂಬಂತೆ ಅದರತ್ತ ಕೈ ತೋರಿ, ಕತ್ತು ತುಸು ಓರೆಮಾಡಿ ನೀವೇ ಮಾಡಿ ಎಂಬಂತೆ ಸೂಚಿಸಿದ್ದಾನೆ. ಇವಳು ಥ್ಯಾಂಕ್ಸ್ ಹೇಳಿದವಳೇ ಒಳನುಗ್ಗಿ ಬೂತ್ ಒಳಗೆ ಆವರಿಸಿದ್ದ ಈವರೆಗಿನವರ ಬೆವರು, ಪರ್‌ಫ್ಯೂಮ್‌ನಲ್ಲಿ ಕೊಂಚ ಉಸಿರು ಕಟ್ಟಿಸಿಕೊಳ್ಳುತ್ತ ಮಮ್ಮಿಯೊಂದಿಗೆ ಮಾತಾಡಿದ್ದಾಳೆ... ಮಾತಾಡುವಾಗ ಒಂದಿಷ್ಟು ತಮಾಷೆ ಮಾಡಿ ಜೋರಾಗಿ ಒಂದೆರಡು ಬಾರಿ ನಕ್ಕಿದ್ದಾಳೆ. ಮಾತು ಮುಗಿಸಿ ಹೊರ ಬಂದರೆ ಆ ಹುಡುಗ ನೆಟ್ಟನೋಟದಿಂದ ಇವಳನ್ನೇ ದಿಟ್ಟಿಸ್ತಾ ಇದ್ದಾನೆ... ಇವಳು ಆ ಬೂತ್‌ನ ಬಾಗಿಲು ಹಿಡಿದು ಹೊರಬರುತ್ತಲೇ ಇದು ಅವಳ ಅರಿವಿಗೆ ಬಂದು... ಹಾಗೆ ಅವನನ್ನು ಇವಳೂ ದಿಟ್ಟಿಸುವಾಗ ಅವನ ಮುಖದಲ್ಲಿ ಆಳವಾದ ಯಾತನೆಯೊಂದು ಚರ್ಮಕ್ಕಂಟಿಯೇ ಇದೆಯೇನೋ ಎಂಬಂತೆ ಕೆನ್ನೆಗಳ ಮೇಲೆ, ಮೂಗಿನ ಮೇಲೆ, ಕಣ್ಣಿನಲ್ಲಿ ಪ್ರತಿಫಲಿಸುವುದು ವಿಂದ್ಯಾನ ಗಮನಕ್ಕೆ ಬಂದಿದೆ, ಸರದಿಯನ್ನು ಬಿಟ್ಟುಕೊಟ್ಟಿದ್ದಕ್ಕೆ ಇನ್ನೊಮ್ಮೆ ಥ್ಯಾಂಕ್ಸ್ ಹೇಳಲೇ ಎಂದುಕೊಳ್ಳುವಾಗ ಅವನು ಮೆಲ್ಲಗೆ "ನಿಮ್ಮ ನಗು ತುಂಬ ಛಂದ ಇದೆ, ಈ ನಗು ಕಳೆದುಹೋಗಬಾರದು" ಎಂದಿದ್ದಾನೆ... ವಿಂದ್ಯಾ ಮಮ್ಮಿಯೊಡನೆ ಹಿಂದಿಯಲ್ಲಿ ಮಾತಾಡಿದ್ದು ಮುರುಕಲು ಬೂತ್‌ನ ಹೊರಗೂ ಕೇಳಿಸಿರಬೇಕು, ಯಾಕೆಂದರೆ ಮೇಲಿನದನ್ನು ಆತ ಹಿಂದಿಯಲ್ಲಿಯೇ ಹೇಳಿದ್ದ. ಆ ಮಾತನ್ನು ಹೇಳುವಾಗ ಅವನು ಎಷ್ಟೋ ದಿನಗಳಿಂದ ನಕ್ಕೇ ಇಲ್ಲ, ಏನೋ ಕಳೆದುಕೊಂಡುಬಿಟ್ಟಿದ್ದಾನೆ ಎಂಬಂಥ ಯಾತನೆ ಧ್ವನಿಯಲ್ಲಿ, ಮುಖಭಾವದಲ್ಲಿ, ಅವನು ನಿಂತ ಭಾವಭಂಗಿಯಲ್ಲಿ ಎಲ್ಲದರಲ್ಲಿಯೂ ವ್ಯಕ್ತವಾಗುತ್ತಲೇ ಇತ್ತು. ವಿಂದ್ಯಾ ಎಂಥ ವಿಹ್ವಲತೆಗೆ ಪಕ್ಕಾದಳೆಂದರೆ ಅವಳಿಗೆ ಇನ್ನೆರಡು ನಿಮಿಷ ಅಲ್ಲಿ ನಿಂತರೆ ತಾನು ಅತ್ತೇಬಿಡುತ್ತೇನೆ ಎಂದು ಭಾಸವಾಗಿ ಥ್ಯಾಂಕ್ಯೂ ಎಂದಷ್ಟೇ ಹೇಳಿ ಮತ್ತೆ ಅವನನ್ನು ನೋಡುವುದೂ ಸಾಧ್ಯವಾಗದೆ ದುಡ್ಡುಕೊಟ್ಟವಳೇ ಅಲ್ಲಿಂದ ವೇಗವಾಗಿ ನಡೆದುಬಂದಿದ್ದಾಳೆ.

ಇದನ್ನು ಹೇಳುತ್ತ ಹೇಳುತ್ತ ವಿಂದ್ಯಾನ ಕಣ್ಣಿನಲ್ಲಿ ತೆಳುವಾದ ನೀರಿನ ಪಸೆ ಕಾಣಿಸಿಕೊಳ್ಳತೊಡಗಿತು. ನನ್ನೊಂದಿಗೆ ಹೇಳುತ್ತ ಅಲ್ಲಿಯ ಪೂರ್ಣ ವಿವರ ಮತ್ತೆ ಮತ್ತೆ ಗ್ರಹಿಕೆಗೆ ಸಿಕ್ಕಂತೆ ಹೇಳಿದ್ದನ್ನೇ ಒಂದೆರಡು ಬಾರಿ ಮತ್ತೆ ಹೇಳಿದಳು. ನನಗೆ ಮೊದಲಿಗೆ ಕೊಂಚ ಅಚ್ಚರಿಯಾಯಿತು. ವಿಂದ್ಯಾ ಕೂಡ ಇಂಥ ಸೂಕ್ಷ್ಮ ಭಾವಗಳಿಗೆ ಪಕ್ಕಾಗುತ್ತಾಳೆ ಎಂದರೆ... ಅವಳು ಎರಡು ಮೂರು ಬಾರಿ ಹೇಳಿದ್ದನ್ನೆ ಮತ್ತಷ್ಟು ವಿವರದೊಡನೆ ಹೇಳಿದಾಗ ನನಗೂ ಆ ಹುಡುಗ ಎಂತಹ ನೋವಿನಲ್ಲಿದ್ದನೋ

ಅನ್ನಿಸಲು ಶುರು.

"ನೋಡು... ಅವನು ಎಂತಹುದೋ ಯಾತನೆಯಲ್ಲಿ ತನ್ನ ನಗುವನ್ನೇ ಕಳೆದುಕೊಂಡಿರಬಹುದು... ಆದ್ರೆ ಬೇರೆ ಒಂದು ನಗುವನ್ನು ಗಮನಿಸುವ ಮನಸ್ಸನ್ನು ಇನ್ನೂ ಇಟ್ಟುಕೊಂಡಿದ್ದಾನೆ... ಆ ಮತ್ತೊಂದು ನಗು ಕಳೆದುಹೋಗಬಾರದು ಅಂತ ಒಂದು ಕಾಳಜಿ ಇದೆಯಲ್ಲ... ಅದು ನನ್ನನ್ನ ತುಂಬ ತಟ್ಟಿದ್ದು... ಅವನೆಂಥ ಕಳ್ಕೊಂಡಿರಬಹುದು ಓಹ್..' ವಿಂದ್ಯಾ ಇನ್ನೂ ಅದೇ ಗುಂಗಲ್ಲಿಯೇ ಇದ್ದಳು.

ಇದಾದ ನಂತರ ಮತ್ತೆ ಒಂದೆರಡು ಬೆಳಗ್ಗೆ ಅಲ್ಲಿಂದ ಹಾದು ಬರುವಾಗ ಆಟೋದಿಂದ ಕತ್ತು ಓರೆ ಮಾಡಿ ಅವನೆಲ್ಲಾದರೂ ಕಾಣುತ್ತಾನೆಯೇ ಎಂದು ನೋಡಿದಳು. ನನ್ನೊಂದಿಗೆ ಕಾಫಿ ಕುಡಿಯುವ ನೆವದಲ್ಲಿ ಅಲ್ಲಿಗೆ ಹೋದಾಗಲೂ ಅವನನ್ನು ಹುಡುಕಿದಳು. ಅವನೆಲ್ಲಿ ಕುಳಿತಿದ್ದ, ಕಡೆಗೆ ಹೇಗೆ ಎದ್ದು ನಿಂತ, ತನಗೆ ಹೇಗೆ ಅದನ್ನು ಹೇಳಿದ ಎಂದು ಮತ್ತೆ ಹೇಳಿದಳು.

ನಾನು ನನ್ನದೇ ಏನೋ ಬೇಸರದಲ್ಲಿದ್ದೆ. ನನ್ನ ಎಂಎಸ್‌ಸಿ ಸಹಪಾಠಿ ಲತಾ ಮೂರು ವರ್ಷದ ಹಿಂದೆಯೇ ತೀರಿಕೊಂಡಿದ್ದಾಳೆ ಎನ್ನುವುದು ನನಗೆ ಮೊನ್ನೆ ಮೊನ್ನೆ ಗೊತ್ತಾಗಿತ್ತು. ಎಷ್ಟೆಲ್ಲ ಚೆನ್ನಾಗಿ ಓದುತ್ತಿದ್ದವಳು... ನೋಡಲೂ ಸಾಕಷ್ಟು ಛಂದದವಳು... ಕೊಂಚ ಅಸ್ತಮಾ.. ಕೊಂಚ ಕಣ್ಣಿನ ತೊಂದರೆಯಿತ್ತು. ಅಗಲವಾಗುತ್ತಿದ್ದ ಕಣ್ಣಪಾಪೆಗೆ ಲೆನ್ಸ್ ಕೂಡ ಅಷ್ಟಾಗಿ ಸರಿಹೊಂದುತ್ತಿರಲಿಲ್ಲ. ಆಗೀಗ ಕಣ್ಣಿಂದ ದಳದಳನೆ ನೀರು ಇಳಿಯುತ್ತಿತ್ತು. ಅವಳನ್ನು ತುಂಬ ಹಚ್ಚಿಕೊಂಡವಳೇ ನಾನು. ಆಗಿನ ನನ್ನ ಬಾಲಿಶ ಮನಸ್ಸನ್ನು ನೆನೆಸಿಕೊಂಡರೆ ಈಗಲೂ ನಗೆ ಬರುತ್ತೆ. ಒಮ್ಮೆ ಅವಳ ಕಣ್ಣಿನ ರಗಳೆ ನೋಡಲಾರದೆ ನಾನ್ಯಾಕೆ ಒಂದು ಕಣ್ಣನ್ನು ದಾನ ಮಾಡಬಾರದು ಎಂದು ಯೋಚಿಸಿ, ಮನೆಯಲ್ಲಿ ಹೇಳಿ ಅಪ್ಪ ಅಮ್ಮನಿಂದ ಉಗಿಸಿಕೊಂಡಿದ್ದೆ. ಲೈಬ್ರರಿಯಿಂದ ನಾನು ಮಾಡಿದ ನೋಟ್ಸ್‌ಗಳನ್ನು, ಇನ್ನೊಂದಿಬ್ಬರ ಸಹಪಾಠಿಗಳು ನೋಟ್ಸ್‌ನ್ನು ತೆಗೆದುಕೊಂಡವಳು ತನ್ನಲ್ಲಿದ್ದ ಒಳ್ಳೆಯ ಪುಸ್ತಕಗಳ ಬಗ್ಗೆ ತುಟಿ ಬಿಚ್ಚಿರಲಿಲ್ಲ. ಯಾರ್ಯಾರೋ ಹಳೆಯ ಲೆಕ್ಚರರ್‌ಗಳಿಂದ ಪುಸ್ತಕ, ನೋಟ್ಸ್ ಪಡೆದವಳು ಯಾವುದನ್ನೂ ಹಂಚಿಕೊಳ್ಳದೆ ಹೆಚ್ಚೆಂದರೆ ಪಾಸಾಗಬಹುದು ಎಂದು ನಮ್ಮಲ್ಲಿ ಭ್ರಮೆ ಹುಟ್ಟಿಸಿ, ಇಡೀ ತರಗತಿಗೆ ಮೊದಲು ಬಂದವಳು. ಲೈಬ್ರರಿಗೆ ಎಂದು ಹುಡುಗರ ಜತೆ ತಿರುಗಾಡಿದರೆ, ಕಾರಿಡಾರಿನಲ್ಲಿ ನಿಂತು ಮಾತಾಡಿದರೆ ನಮ್ಮ ಮಡಿವಂತ ಲೆಕ್ಚರರ್‌ಗಳ ಕಣ್ಣು ಕೆಂಪಾಗುತ್ತೆ ಎಂದು ಹೆಚ್ಚು ಹಾಗೆಲ್ಲ ತಿರುಗಾಡದೆ ಒಳಗೊಳಗೇ ಅವರಿಗೆಲ್ಲ ಮೆಚ್ಚಿಗೆ ಹುಟ್ಟಿಸುವ ಹುನ್ನಾರ ಮಾಡಿ ಪ್ರಾಕ್ಟಿಕಲ್‌ನಲ್ಲಿ ಅವರೆಲ್ಲರಿಂದ ಅತಿ ಹೆಚ್ಚು ಅಂಕ ಪಡೆದವಳು. ಅವಳು ಇಷ್ಟೆಲ್ಲ ನಾಟಕವಾಡುವಾಗ ನಾನು ಇನ್ನೂ ಕಣ್ಣು ದಾನ ಮಾಡುವ ಬಾಲಿಶತನದಲ್ಲಿದ್ದೆ. ನನ್ನ ಕಣ್ಣು ತೆರೆದಿದ್ದು ಎಂಎಸ್‌ಸಿ ಫಲಿತಾಂಶ ಬಂದಾಗ. ನಂತರ ಲತಾಗೆ, ನನಗೆ ಸಂಪರ್ಕವೇ ಇರಲಿಲ್ಲ. ಸರ್ಕಾರಿ ಕಾಲೇಜಿನಲ್ಲಿ ಉಪನ್ಯಾಸಕಳಾಗಿದ್ದಾಳೆ ಎಂಬುದು ಅವಳ ಬಗ್ಗೆ ನನಗೆ ಸಿಕ್ಕ

ಕೊನೆಯ ಮಾಹಿತಿಯಾಗಿತ್ತು.

ಕಳೆದ ವಾರ ಅಚಾನಕ್ ಸಿಕ್ಕ ಅವಳ ಅಕ್ಕ ಲತಾ ಸತ್ತು ಮೂರು ವರ್ಷವಾಯಿತು ಎಂದಾಗ ಯಾರದೋ ಸುದ್ದಿ ಕೇಳಿದಾಗ ಹೇಳುವಂತೆ ಮೊದಲಿಗೆ ಹೌದಾ ಎಂದಷ್ಟೇ ಹೇಳಿಬಿಟ್ಟೆ. ಮನೆಗೆ ಹೋದ ನಂತರ ಹೇಗೆಹೇಗೋ ಅನ್ನಿಸಲು ಶುರುವಾಗಿ ಶ್ರೀಧರನೊಂದಿಗೆ ಹೇಳುವಾಗ ಗಂಟಲು ಒತ್ತಿಬಂದಂತೆ. ಸರಿಯಾಗಿ ಕೇಳಬಾರದಿತ್ತೇನೆ ಅಂತ ಅವನೂ ಕೊಂಚ ನೊಂದುಕೊಂಡೇ ಹೇಳಿದಾಗ ಅವಳಕ್ಕ ಕೊಟ್ಟಿದ್ದ ನಂಬ- ರಿಗೆ ಕರೆ ಮಾಡಿ ಮಾತಾಡಿದೆ. ಅವಳು ಹೇಳಿದಿಷ್ಟು... ಅವಳಿಷ್ಟದಂತೆಯೇ ಮದುವೆ ಮಾಡಿಕೊಟ್ಟಿದ್ದಾಯ್ತು... ನಮ್ಮ ಜಾತಿಯವನೇ... ಚೆನ್ನಾಗಿಯೇ ಇದ್ರು. ಮಗಳು ಹುಟ್ಟಿ ಎರಡು ವರ್ಷದ ನಂತರ ಒಮ್ಮೆ ಹರ್ನಿಯಾ ಆಪರೇಶನ್ ಆಯ್ತು... ನಂತರ ಅದಾದ ಒಂದು ವರ್ಷಕ್ಕೆ ಗರ್ಭಕೋಶದಲ್ಲಿ ಕ್ಯಾನ್ಸರ್... ಏನೆಲ್ಲ ಟ್ರೀಟ್‌ಮೆಂಟ್ ಮಾಡಿದರೂ ಎರಡು ವರ್ಷದಲ್ಲಿ ತೀರಿಕೊಂಡಳು. ಆಗೀಗ ಹಾಸ್ಟೆಲ್‌ಗೆ ಬರುತ್ತಿದ್ದ ಅವಳಕ್ಕನಿಗೆ ನನ್ನೊಂದಿಗೆ ಇನ್ನೂ ಏಕವಚನದಲ್ಲಿ ಮಾತಾಡುವ ಸಲಿಗೆ ಇತ್ತು.

"ನೋಡು.. ಅವಳಿಗೆ ಎಷ್ಟು ದಪ್ಪ ಕೂದಲು ಇತ್ತು ನಿಂಗೊತ್ತಲ್ಲ... ಕೀಮೋಥೆ- 'ರಪಿ ಶುರುವಾದ ಮೂರನೇ ದಿನವಿರಬೇಕು... ಆಸ್ಪತ್ರೆಯಲ್ಲಿ ರಾತ್ರಿ ಅವಳ ಜತೆಗೆ ನಾನೊಬ್ಬಳೇ ಇರ್ತಿದ್ದೆ... ಅವಳು ಬೆಳಿಗ್ಗೆ ಹಾಸಿಗೆಯಿಂದ ಎದ್ದರೆ ಮುಕ್ಕಾಲು ಕೂದಲು ದಿಂಬಿನ ಮೇಲೆ... ಅದನ್ನು ನೋಡ್ತಿದ್ದ ಹಾಗೆ ನಂಗೆ ಅದನ್ನು ಅರಗಿಸಿಕೊಳ್ಳಲಿಕ್ಕೆ ಆಗದೆ ಮಾತೇ ಹೊರಡದೆ ಲತಾ ಅಂತ ತಡವರಿಸಿದೆ... ಅವಳು ಎದ್ದು ಕುಳಿತವಳು ಏನು ಅನ್ನೋ ಹಾಗೆ ನನ್ನ ಕಡೆ ನೋಡಿದಳು.. ನಂತರ ದಿಂಬಿನ ಮೇಲಿದ್ದ ಕೂದಲನ್ನ ಎತ್ತಿ ಒಂದು ಪೇಪರ್‌ನಲ್ಲಿ ಹಾಕಿ ಅದನ್ನು ನೀಟಾಗಿ ಮಡಚಿ ಡಸ್ಟ್‌ಬಿನ್‌ಗೆ ಹಾಕಿದಳು. ತಲೆಗೆ ಅಲ್ಲೇ ಇದ್ದ ಸ್ಕಾರ್ಫ್ ಕಟ್ಟಿಕೊಂಡಳು. ಏನೂ ಆಗೇ ಇಲ್ಲ ಎಂಬಂತೆ ನಿಧಾನಕ್ಕೆ ಬಾತ್‌ರೂಂಗೆ ಸರಿದುಹೋದಳು. ಆಮೇಲೆ ಹಾಲು ಕುಡೀತಾ ಹೇಳಿದ್ಲು "ಈ ಕೂದಲು ನನ್ನ ದೇಹಕ್ಕೆ ಸದಾ ಅಂಟಿಯೇ ಇರುತ್ತೆ ಅನ್ನೋ ಭ್ರಮೆ, ನನಗಿಂತ ಚಿಕ್ಕವರಿಗೆ ಬಿಳಿಕೂದಲು ಆಗಿದ್ದನ್ನು ಕಂಡು ಒಂದೆರಡು ಬಾರಿ ಆಹಾ ನನ್ನ ಕೂದಲು ಎಷ್ಟು ಚೆನ್ನಾಗಿದೆ ಎನ್ನೋ ಹೆಮ್ಮೆ, ಎಲ್ಲೋ ಆಕ್ಸಿಡೆಂಟ್, ಪ್ರವಾಹ, ಬೆಂಕಿ ದುರಂತಗಳಲ್ಲಿ ಜನ ಸತ್ತ ಸುದ್ದಿ ಕೇಳಿದಾಗೆಲ್ಲ ನಮ್ಮ ಮನಸ್ಸಲ್ಲೊಂದು ಒಹ್ ಸದ್ಯ ನಾವು ಆ ಪಟ್ಟಿಯಲ್ಲಿ ಇಲ್ಲ ಎಂಬಂಥ ಒಂದು ತೆಳು ಭಾವ ಸುಳಿದು ಹೋಗುತ್ತಲ್ಲ.... ನಾವು ಅಮರರಾಗಿರ್ತೇವೆ ಎಂಬಂಥದೇನೋ ನಮ್ಮೊಳಗೆ ಹೇಗೆ ಗಟ್ಟಿಯಾಗಿರುತ್ತೆ ಅಂದ್ರೆ ನಾವು ಕೇಳುವ ಯಾವ ಅಫಘಾತದ, ಸಾವುನೋವಿನ ಚಿತ್ರದಲ್ಲಿಯೂ ನಮ್ಮ ಪ್ರತಿಬಿಂಬವನ್ನು ಕಲ್ಪಿಸಿಕೊಳ್ಳೋದೆ ಇಲ್ಲ.... ಅಕ್ಕಾ.... ಇವತ್ತು ಆ ಭ್ರಮೆ, ಅಹಂ ಎಲ್ಲವೂ ಕಳಚಿ ದಿಂಬಿನ ಮೇಲೆ ಬಿದ್ದಿದ್ದನ್ನು ನೋಡಿದೆ... ಈಗ ಮುದ್ದೆ ಮಾಡಿ ಕಸದಬುಟ್ಟಿಗೆ ಹಾಕಿದ್ನಲ್ಲ ಆ ಕೂದಲು ನನ್ನ ಬದುಕಿನ ಅವಶೇಷವೋ ಅಥವ ಸಾವಿನ ಚಿತ್ರವೋ... ಬಹುಶಃ ಎರಡೂ ಅನ್ಸುತ್ತೆ" ಅಂದ್ಲು. ಅದಾಗಿ ಮತ್ತೆ

ಒಂದು ವರ್ಷ ಬದುಕಿದ್ದಳು. ಆದ್ರೆ ಎಷ್ಟು ವಿಚಿತ್ರ ನೋಡು... ಅವಳ ಕೂದಲು ಹಾಗೆ ದಿಂಬಿನ ಮೇಲೆ ಉದುರಿ ಬಿದ್ದಿದ್ದನ್ನು ನೋಡಿದ ಮೇಲೂ, ಅವಳು ಹೇಳಿದ್ದನ್ನು ಕೇಳಿದ ಮೇಲೂ, ಅಷ್ಟ್ಯಾಕೆ ಮಾರಾಯ್ತಿ ಅವಳು ಕೊನೆಯುಸಿರು ಹ್ಯಾಗೆ ತಗೊಂಡ್ಳು ಅನ್ನೊದನ್ನು ನಾನೇ ಕಣ್ಣಾರೆ ನೋಡಿದ ಮೇಲೂ ನಂಗೆ ನಾನೂ ಕೂಡ ಒಂದಿನ ಸಾಯ್ತೇನೆ, ನಾನು ಬದುಕಿರೋದು ಒಂದು ಆಕಸ್ಮಿಕ ಅಷ್ಟೆ, ಅಂತ ಅನ್ನಿಸೋದೆ ಇಲ್ಲವಲ್ಲೇ...." ಅವಳಕ್ಕ ವಿಷಾದವೋ, ಬದುಕಿನ ಕುರಿತಾದ ಅದಮ್ಯ ಪ್ರೀತಿಯೋ ಗೊತ್ತಾಗದ ಧ್ವನಿಯಲ್ಲಿ ಹೇಳುತ್ತಲೇ ಇದ್ದಳು.

▪

ವಿಂದ್ಯಾ ಆಗೀಗ ಜೆಎನ್‌ಯುದಲ್ಲಿದ್ದಾಗ ತಾವು ಅಲ್ಲಿ ಕ್ಯಾಂಟೀನಿನಲ್ಲಿ ಕೆಲಸ ಮಾಡುತ್ತಿದ್ದ ಹುಡುಗರಿಗೆ ಕಲಿಸಲು ಹೋಗುತ್ತಿದ್ದನ್ನು ಹೇಳುತ್ತಿದ್ದಳು. ಚೂರು ಪಾರು ಓದುಬರಹ ಬರುತ್ತಿದ್ದ ಆ ಹುಡುಗರಿಗೆ ಚಿತ್ರ ಬಿಡಿಸೋದು, ಪೇಪರ್ ಮೇಲೆ ಎಲೆ ಇಟ್ಟು, ಇಂಕ್‌ನಿಂದ ಪೇಂಟಿಂಗ್ ಮಾಡೋದನ್ನು ಹೇಳಿಕೊಡ್ತಾ ಇದ್ದದುನ್ನು ಕಣ್ಣಿಗೆ ಕಟ್ಟುವ ಹಾಗೆ ವಿವರಿಸುತ್ತಿದ್ದಳು. ಅವಳು ಹಾಗೆ ಹೇಳುವಾಗ ನಾನೆಂದೂ ನೋಡದ ಆ ಜೆಎನ್‌ಯು ಕಾಂಪಸ್ಸಿನ ಎಲ್ಲ ವಿವರಗಳೂ ನನ್ನ ಗ್ರಹಿಕೆಗೆ ಸಿಗಬೇಕು ಹಾಗೆ ಹೇಳ್ತಿದ್ದಳು. ಕೆಲವೊಮ್ಮೆ ನಾನು ನಮ್ಮ ಧಾರವಾಡ ವಿಶ್ವವಿದ್ಯಾಲಯ ಏನು ಕಡಿಮೆ ಎನ್ನುವಂತೆ ನನ್ನ ಹಾಸ್ಟೆಲ್‌ನ ಘಟನೆಗಳನ್ನು ಹೇಳುತ್ತಿದ್ದೆ. ಅರೆ.. ನಾನು ಹಂಚಿಕೊಂಡಿದ್ದ ಒಂದೂ ಘಟನೆಯಲ್ಲಿ ಲತಾನ ಪ್ರಸ್ತಾಪವೇ ಬಂದಿರಲಿಲ್ಲ. ಅವಳ ವಿಷಯದಲ್ಲಿ ನನ್ನ ಆತ್ಮ ಅಷ್ಟು ಹಿಂದೆ ಸರಿದು ಬಿಟ್ಟಿತ್ತೇ.... ಗೊತ್ತಾಗ್ತಿಲ್ಲ. ಬಹುಶಃ ಅವಳು ಆರೋಗ್ಯದ ಸಮಸ್ಯೆಯನ್ನೂ ಮೇಲೇರುವ ಏಣಿಯ ಒಂದು ಮೆಟ್ಟಿಲಾಗಿಯೇ ಮಾಡಿಕೊಂಡಿದ್ದು ಯಾಕೋ ನಂಗೆ ಅರಗಿಸಿಕೊಳ್ಳಲಾರದಂತೆ ಆಗಿತ್ತು. ವಿಂದ್ಯಾಗೆ ಲತಾನ ಅಕ್ಕ ಸಿಕ್ಕಿದ್ದನ್ನು ಹೇಳೋಣವೇ ಅಂದುಕೊಂಡೆ... ಯಾರದೋ ಸಾವಿನ ಸುದ್ದಿಯಂತೆ ಹೇಳುವುದು ಬೇಡ ಅನ್ನಿಸಿ ಸುಮ್ಮನಾದೆ.

ವಿಂದ್ಯಾ ಆ ದಿನ ಟೆಲಿಫೋನ್ ಬೂತ್‌ನಲ್ಲಿ ಸಿಕ್ಕ ಆ ಹುಡುಗನ ಬಗ್ಗೆ ಮತ್ತೊಂದೆರಡು ಬಾರಿ ಹೇಳಿದಾಗ ಜೆಎನ್‌ಯುದಲ್ಲಿ ಇವರುಗಳು ಹಾಗೆ ಕಲಿಸಲು ಹೋಗುತ್ತಿದ್ದ ಆ ಯಾವುದಾದರೂ ಹುಡುಗರ ಹಾಗೆ ಇವನಿದ್ದನೇನೋ, ಅದಕ್ಕೇ ಇವಳು ಇಷ್ಟು ವಿಹ್ವಲಳಾಗಿರಬಹುದೇ ಎಂಬ ಒಂದು ಅನುಮಾನವೂ ಸುಳಿದು ಹೋಯಿತು. ಎಲ್ಲಿಯ ದೆಹಲಿಯ ಜೆಎನ್‌ಯು, ಎಲ್ಲಿಯ ಬೆಂಗಳೂರಿನ ಈ ಜಯನಗರ.. ಯಾಕೋ ನಾವೆಲ್ಲ ರಮ್ಯ ಕಥಾನಕಗಳನ್ನು ಊಹೆ ಮಾಡಿಕೊಳ್ಳುವುದರಲ್ಲಿ ನಿಸ್ಸೀಮರಾಗಿಬಿಟ್ಟಿದ್ದೇವೆ ಎನ್ನಿಸಿ ಒಂಥರದ ಕಿರಿಕಿರಿ.

ಎಲ್ಲೋ ಹುಟ್ಟಿ, ಎಲ್ಲೆಲ್ಲಿಯೋ ಓದಿ, ಏನೇನೋ ಕಲಿತ ಈ ವಿಂದ್ಯಾ ನಂಗೆ ಯಾವಾಗಲೂ ಬೆಚ್ಚಗಿನ ಅಕ್ಕರೆಯೊಂದಿಗೆ ಅಪಾರ ವಿಸ್ಮಯ ಹುಟ್ಟಿಸುತ್ತಿದ್ದ ಹುಡುಗಿ. ಆ ದಿನ ಕಛೇರಿಯ ಕೆಲಸಕ್ಕೆಂದು ಎಲ್ಲಿಯೋ ಹೋಗಿ ಇಬ್ಬರೂ ವಾಪಾಸು

ಬರುವಾಗ ದಾರಿಯಲ್ಲಿ ಗೂಡಂಗಡಿ ಕಂಡಿದ್ದೇ ಆಟೋ ನಿಲ್ಲಿಸಿ ಒಂದ್ನಿಮಿಷ ಇಲ್ಲೇ ಇಳಿಯೋಣ ಎಂದವಳೇ ಆಟೋಗೆ ದುಡ್ಡು ಕೊಟ್ಟು ಇಳಿದಳು. 'ಬಾ ಬಾ.. ಟೀ ಕುಡಿಯೋಣ' ಎಂದು ಕೈ ಹಿಡಿದೆಳೆದಳು. 'ನೋಡು ಒಂದು ಊರಿನ ರುಚಿ ಬಗ್ಗೆ ನೀನು ತಿಳ್ಕೋ ಬೇಕು ಅಂದ್ರೆ ಈ ಥರ ಗೂಡಂಗಡಿಯಲ್ಲಿನ ಬೇರೆ ಬೇರೆ ಥರದ ಟೀ ಕಾಫಿ ಕುಡೀಬೇಕು. ಆಮೇಲೆ ಕೆಲವು ಟೀ ಅಂಗಡೀಲಿ ಸಮೋಸ, ಅದೂ ಇದೂ ಕುರುಕಲು ಇಟ್ಟಿರ್ತಾರೆ, ಇವೆಲ್ಲ ಬೇರೆ ಬೇರೆ ಥರ ರುಚಿ ಇರುತ್ತೆ...'

'ಇಲ್ಲಿ ಅದೆಲ್ಲ ಇರಲ್ಲ ಮಾರಾಯ್ತಿ..'

'ಅರೆ... ಅದಲ್ಲದಿದ್ರೆ ವಡಾ, ಸೆಟ್ ದೋಸೆ ಏನಾದ್ರೂ ಇರುತ್ತೆ ಅಲ್ವಾ..'

ವಿಂದ್ಯಾ ತಾನು ಉತ್ತರ ಭಾರತದ ನಾಲ್ಕಾರು ನಗರಗಳಲ್ಲಿ ಕೆಲಸ ಮಾಡುವಾಗ ಅಲ್ಲಿ ಹೋಗುತ್ತಿದ್ದ ಗೂಡಂಗಡಿಗಳ ಬಗ್ಗೆ, ಸಮೋಸಗಳ ಕುರಿತು ಹೇಳತೊಡಗಿದಳು. 'ಏನೇ ಹೇಳು... ಇಂಥ ಗೂಡಂಗಡಿಗಳಿಗೆ ಹೋಗದಿದ್ದರೆ ಒಂದೊಂದು ಊರಿನ ಸಂಸ್ಕೃತಿಯ ಕೆಲವಾದರೂ ಲಕ್ಷಣಗಳನ್ನು ಅರ್ಥಮಾಡಿಕೊಳ್ಳೋದನ್ನು ನೀನು ಕಳ್ಕೋತೀಯ...' ಎಂದಳು. ಅಪ್ಪಟ ಮಡಿವಂತ ಕುಟುಂಬದಿಂದ ಬಂದ ನಾನು ಹೋಟೆಲ್ಲಿಗೆ ಹೋಗಿದ್ದೆ ಕಾಲೇಜು ಕಟ್ಟೆ ಹತ್ತಿದ ನಂತರ, ಈಗಲೂ ಒಬ್ಬಳಿಗೇ ಹೋಟೆಲ್ಲಿಗೆ ಹೋಗಿ ತಿನ್ನುವುದು ಒಂಥರದ ಮಜುಗರ ಎನ್ನಿಸುತ್ತೆ ಎಂದರೆ ಅವಳಿಗರ್ಥವಾಗುತ್ತೋ ಇಲ್ಲವೋ ಎಂದುಕೊಂಡು ಸುಮ್ಮನಾದೆ.

ವಿಂದ್ಯಾ ಈಗ ಜೆಎನ್‌ಯುದಲ್ಲಿ ತಾವೊಮ್ಮೆ ಹರತಾಳ ಮಾಡಿದ ಕಥೆಯನ್ನು ರಸವತ್ತಾಗಿ ಬಣ್ಣಿಸತೊಡಗಿದಳು. ಆಗ ಊರಲ್ಲಿದ್ದ ಅಪ್ಪ, ಅಮ್ಮ ನೀನು ಅದಕ್ಕೆಲ್ಲ ಹೋಗಬೇಡ ಅಂತ ತಾಕೀತು ಮಾಡಿದ್ದು, ಇಲ್ಲಪ್ಪ ನಾನು ಅಂಥದ್ದಕ್ಕೆಲ್ಲ ಹೋಗೋದೆ ಇಲ್ಲ ಎಂದು ಅವರಿಗೆ ಪ್ರಾಮಿಸ್ ಮಾಡಿದ್ದು.. ಆದರೆ ಮರುದಿನ ಹರತಾಳದ ಫೋಟೋ ಎರಡು ಇಂಗ್ಲಿಷ್ ದಿನಪತ್ರಿಕೆಯಲ್ಲಿ ಬಂದಾಗ ಬ್ಯಾನರ್ ಹಿಡಿದು ನಿಂತಿದ್ದ ತನ್ನ ಫೋಟೋ ದೊಡ್ಡದಾಗಿ ಬಂದಿದ್ದನ್ನು ಊರಿನಲ್ಲಿ ನೋಡಿದ ಅಪ್ಪ ಅಮ್ಮ ಫೋನ್ ಮಾಡಿ ಮತ್ತೆ ಬೈಯ್ದಿದ್ದನ್ನು ಹೇಳಿದಳು. ನಾವೊಮ್ಮೆ ಧಾರವಾಡದಲ್ಲಿದ್ದಾಗ ನಮಗೆ ಸೀನಿಯರ್ ರಿಸರ್ಚ್ ವಿದ್ಯಾರ್ಥಿ ಲ್ಯಾಬ್ ತೆಗೆದುಕೊಳ್ಳುವುದು ಬೇಡ, ಅವನು ಸರಿಯಾಗಿ ಹೇಳಿ ಕೊಡೋದಿಲ್ಲ ಎಂದು ಒಮ್ಮೆ ಹರತಾಳ ಮಾಡಿದ್ದು ನನಗೂ ನೆನಪಾಗಿ ವಿಂದ್ಯಾಗೆ ಹೇಳಿದೆ. ಎರಡು ಮೂರು ದಿನ ನಡೆದ ಆ ಹರತಾಳ ಕಡೆಗೂ ಯಶಸ್ವಿಯಾಗಿ ನಮಗೆ ನಮ್ಮ ನೆಚ್ಚಿನ ಪ್ರೊಫೆಸರ್ ಲ್ಯಾಬ್ ತೆಗೆದುಕೊಳ್ಳಲು ಶುರುಮಾಡಿದ್ರು. ಆದರೆ ಹರತಾಳದ ಮಂಚೂಣಿಯಲ್ಲಿದ್ದ ನನ್ನಂತಹ ಕೆಲವು ಹುಡುಗ, ಹುಡುಗಿಯರನ್ನು ಕಪ್ಪು ಪಟ್ಟಿಯಲ್ಲಿಟ್ಟಿದ್ದರು ಎನ್ನುವುದು ನಮ್ಮಗಳ ಪ್ರಾಕ್ಟಿಕಲ್ ಅಂಕಗಳನ್ನು ನೋಡಿದ ನಂತರವೇ ಅರಿವಾಗಿದ್ದು.

ವಿಂದ್ಯಾ ನಕ್ಕಳು. 'ಇರಲಿಬಿಡು.. ನೋಡು.. ಈಗಿನ ನಮ್ಮ ಬದುಕಿಗೆ, ನಾವು

ಮಾಡ್ತಿರೋ ಕೆಲಸಕ್ಕೆ ಆ ಅಂಕಗಳು ಎಷ್ಟು ನಗಣ್ಯ ಎನ್ನಿಸಿದೆ...' ಎಂದಳು.

ಆ ಭಾನುವಾರ ಇದ್ದಕ್ಕಿದ್ದಂತೆ ಲತಾಳ ಅಕ್ಕನ ಫೋನ್. ಲತಾನ ಪುಸ್ತಕದ ಎರಡು ಟ್ರಂಕ್ ಇವರ ಮನೆಯಲ್ಲಿದೆಯಂತೆ, ಈಗ ತಮಗೂ ಟ್ರಾನ್ಸ್‌ಫರ್ ಆಗ್ತಾ ಇರೋದ್ರಿಂದ ಅದನ್ನು ತಗೊಂಡು ಹೋಗೋದು ಕಷ್ಟ, ಹಾಗಂತ ರದ್ದಿಗೆ ಹಾಕಲೂ ಮನಸ್ಸಿಲ್ಲ, ನಿನಗೇನಾದ್ರೂ ಉಪಯೋಗವಾಗಬಹುದು, ಬಂದು ತಗೊಂಡು ಹೋಗ್ತೀಯಾ ಎಂದಳು.

ಹೋಗಿ ನೋಡಿ ಬಿಡುವ ಅಂತ ಭಾನವಾರ ಸಂಜೆ ಹೋದೆ. ಅವಳಕ್ಕ ತನ್ನ ಮಗನ ಕೋಣೆಯಲ್ಲಿ ಮಂಚದ ಕೆಳಗಿದ್ದ ಟ್ರಂಕ್‌ನ್ನು ಎಳೆದಳು. ತೆರೆದರೆ ನುಸಿಗುಳಿಗೆ ವಾಸನೆ... ಹಳೆ ಪುಸ್ತಕದ ವಾಸನೆ. ಅವಳಕ್ಕನ ಕಣ್ಣಿನಲ್ಲಿ ಮೆಲ್ಲಗೆ ನೀರು ತುಂಬಿಕೊಳ್ತ ಟೀ ತರ್ತೇನೆ ಎಂದು ನಿಧಾನ ಎದ್ದು ಹೋದಳು. ನಾನು ಎಲ್ಲವನ್ನೂ ಸುಮ್ಮನೆ ಮುಟ್ಟಿ ಮುಟ್ಟಿ ನೋಡಿದೆ. ಯಾವ ಪುಸ್ತಕವೂ ಹೆಚ್ಚು ಹಾಳಾಗಿರಲಿಲ್ಲ. ಒಳಗೇ ಇಟ್ಟಿದ್ದ-ರಿಂದ ಕೊಂಚ ತಿಳಿಹಳದಿ ಕಂದು ಬಣ್ಣಕ್ಕೆ ತಿರುಗಿತ್ತು. ಯಾವ ಪುಸ್ತಕದಲ್ಲಿಯೂ ಅವಳ ಕ್ಯಾನ್ಸರ್ ಗಡ್ಡೆಯ ವಾಸನೆ ಇರಲಿಲ್ಲ. ಒಂದರಲ್ಲಿ ಅವಳ ಎಂಎಸ್‌ಸಿಯ ನೋಟ್ಸ್‌ಗಳು, ಪುಸ್ತಕಗಳು. ಆ ನೋಟ್ಸ್‌ನ್ನು ಕೂಡ ನೀಟಾಗಿ ಬೈಂಡ್ ಮಾಡಿ ಇಟ್ಟಿದ್ದಳು. ಜತೆಗೆ ಫೋಟೋಕಾಪಿ ಮಾಡಿಸಿದ ಮುರುಳಿ ಸರ್, ಪಾಟೀಲ್ ಸರ್ ನೋಟ್ಸ್‌ಗಳು, ಕೆಲವು ಸೀನಿಯರ್ ವಿದ್ಯಾರ್ಥಿಗಳ ನೋಟ್ಸ್‌ಗಳು... ನನ್ನ ಹತ್ರ ಓದಕ್ಕೆ ಏನೂ ಮೆಟೀರಿಯಲ್ ಇಲ್ಲ, ನಿಮ್ಮೆಲ್ಲರ ಹಾಗೆ ಲೈಬ್ರರಿಗೆ ಹೋಗಣ ಅಂದ್ರೆ ನನ್ನ ಆರೋಗ್ಯಾನೂ ಸರಿಯಿರಲ್ಲ ಎಂದು ಬೇಜಾರಾಗಿದ್ದಳು ಎಂದು ನಾನು ಅವಳಿಗೆ ನಾನು ಸಿದ್ಧಪಡಿಸಿದ್ದ ನೋಟ್ಸ್‌ಗಳನ್ನು ಕೊಟ್ಟಿದ್ದೆ ಎಂದು ನೆನಪಾಯಿತು. ಒಮ್ಮೆಯೂ ಇಷ್ಟೆಲ್ಲ ಸಾಮಗ್ರಿ ತನ್ನ ಬಳಿ ಇದೆ ಎಂದಿರಲಿಲ್ಲ. ಛೇ ಎಷ್ಟು ಸುಳ್ಳು ಹೇಳಿದಳಲ್ಲ... ಇಷ್ಟಕ್ಕಾಗಿ ನನ್ನ ಭಾವನೆಗೆ ಎಂಥ ಪೆಟ್ಟುಕೊಟ್ಟಿದ್ದಳಲ್ಲ ಎಂಬ ಕಹಿಭಾವ ಆಗಲೂ ಆವರಿಸಿತು. ನಾನ್ಯಾಕೆ ಇಷ್ಟು ಸಣ್ಣ ಮನಸ್ಸಿನವಳಾಗ್ತಿದ್ದೇನೆ ಎನ್ನಿಸಿ ನಾಚಿಕೆ ಕೂಡ ಅಷ್ಟೇ ತಟ್ಟನೆ ಆವರಿಸಿತು. ಒಂದು ಫೈಲಿನಲ್ಲಿ ಅವಳ ಎಲ್ಲ ಮಾರ್ಕ್ಸ್ ಕಾರ್ಡುಗಳು ಇದ್ದವು. ಎಲ್ಲಕ್ಕಿಂತ ಮೇಲೆ ಎಂಎಸ್‌ಸಿಯದು...

ವೈಯಕ್ತಿಕ ಬದುಕಿನ ಬಗ್ಗೆ ಅಷ್ಟಾಗಿ ಹಂಚಿಕೊಳ್ಳದ ವಿಂದ್ಯಾ ಒಮ್ಮೆ ಹೇಳಿದ್ದು ನೆನಪಾಯಿತು. 'ನಾನು ಪಿಎಚ್‌ಡಿ ಮಾಡಿದೆನಲ್ಲ, ಮದುವೆ ಆದ ಮೇಲೆ ಮಾಡಿದೆ, ಅಷ್ಟರಲ್ಲಿ ನನ್ನ ಹೆಸರು ವಿಂದ್ಯಾ ಗುಪ್ತಾ ಆಗಿತ್ತು, ಪಿಎಚ್‌ಡಿಯ ಅಷ್ಟೂ ಖರ್ಚನ್ನು ಅರುಣ್ ಭರಿಸಿದ್ದ, ನಾವು ಬೇರೆ ಆಗುವಾಗ ಜಗಳದ ಭರದಲ್ಲಿ ತಾನು ಅಷ್ಟು ದುಡ್ಡು ಖರ್ಚು ಮಾಡಿ ಪಿಎಚ್‌ಡಿ ಮಾಡಿಸಿದ್ದಕ್ಕೆ ಒಳ್ಳೆ ಪಾಠ ಕಲಿಸಿದ್ದೀಯ, ಆ ಪಿಎಚ್‌ಡಿ ಸರ್ಟಿಫಿಕೇಟ್ ಕೂಡ ಗುಪ್ತಾ ಅನ್ನೋ ಅಡ್ಡಹೆಸರಲ್ಲಿದೆ ಅನ್ನೋದನ್ನೂ

ಮರೀತಿದ್ದೀಯ ಅಂತ ಹೇಳಿದ, ಅವನ ಧ್ವನಿಯಲ್ಲಿ ನೋವಿತ್ತು, ನನ್ನ ಓದಿಗೆ ಅವನೂ ಅಪಾರ ಹಣ, ಶಕ್ತಿ ಖರ್ಚು ಮಾಡಿದ್ದ, ಇಲ್ಲ ಎನ್ನಲಾರೆ, ಇವತ್ತಿಗೂ ನಾನು ಅದಕ್ಕೆ ಋಣಿಯಾಗಿದೀನಿ. ಆದರೆ ಅದಕ್ಕೂ ಮೀರಿದ್ದೂ ಅವನ ಧ್ವನಿಯಲ್ಲಿತ್ತು, ಅವತ್ತೇ ನಿರ್ಧಾರ ಮಾಡಿದೆ ಅದನ್ನೆಂದೂ ಬದುಕಿನಲ್ಲಿ ಕೆಲಸಕ್ಕಾಗಿ ಉಪಯೋಗಿಸಬಾರದು ಅಂತ, ಅದೀಗ ಸೂಟ್‌ಕೇಸಿನ ಮೂಲೆಯಲ್ಲಿ ಬಿದ್ದುಕೊಂಡಿದೆ. ನಿಂಗೆ ಇದೆಲ್ಲ ಹುಚ್ಚು ಅನ್ನಿಸಬಹುದು, ಅರ್ಥಹೀನ ಎನ್ನಿಸಬಹುದು.... ಆದ್ರೆ ಅದನ್ನ ಎಂದೂ ನನ್ನ ಹೊಟ್ಟೆಪಾಡಿನ ಕೆಲಸಕ್ಕೆ ಬಳಸಲಾರೆ ಅಂತ ಆತ್ಮಕ್ಕೆ ಅನ್ನಿಸಿಬಿಟ್ಟಿದೆ."

ನನ್ನ ಕಣ್ಣಿನಿಂದ ಒಂದೆರಡು ಹನಿ ನಿಧಾನ ಜಾರಿತು. ಟೀ ಕಪ್ ಹಿಡಿದು ಬಂದ ಅವಳಕ್ಕ ಲತಾನ ನೆನಪಿನಿಂದ ಎಂದುಕೊಂಡಳು ಅನ್ನಿಸುತ್ತೆ. ಮಾತಾಡದೆ ಕಪ್ ಕೈಗಿಟ್ಟಳು. ಇದನ್ನೆಲ್ಲ ನಂಗೆ ಗೊತ್ತಿರೋ ಒಂದು ಕಾಲೇಜಿನ ಲೈಬ್ರರಿಗೆ ಕೊಡೋಣ ಎಂದು ಹೇಳಿ ಎದ್ದು ನಿಂತೆ. ಲತಾನ ಬೆರಳುಗಳ ಸ್ಪರ್ಶವನ್ನು ನೆನಪಿಸುವಂತಿದ್ದ ಆ ಪುಸ್ತಕಗಳನ್ನು ಮುಟ್ಟಲು ಮನಸ್ಸಿದ್ದಂತೆ ಜತೆಗೇ ಇದನ್ನೆಲ್ಲ ಇಷ್ಟು ನಿರ್ದಯವಾಗಿ ಕೊಟ್ಟುಬಿಡುತ್ತಿದ್ದೇನಲ್ಲ ಎಂಬ ಭಾವವೂ ಅವಳಕ್ಕನಲ್ಲಿ ತುಂಬಿತ್ತು ಕಾಣುತ್ತೆ, ಒಂದೆರಡು ಬಾರಿ ಮೆಲ್ಲಗೆ ಮೇಲಿನ ಪುಸ್ತಕಗಳನ್ನು ಮುಟ್ಟಿದವಳು ಅಷ್ಟೇ ಸರಕ್ಕನೆ ಸದ್ದಾಗದಂತೆ ಟ್ರಂಕಿನ ಬಾಗಿಲು ಮುಚ್ಚಿದಳು.

ಮರುದಿನ ಎಂದಿನಂತೆ ಭಾನುವಾರ ಏನು ಮಾಡಿದೆ ಎಂದು ವಿಂದ್ಯಾನ ಬಳಿ ವರದಿ ಒಪ್ಪಿಸುವಾಗ ಗಂಡನೊಂದಿಗೆ, ಮಗಳೊಂದಿಗೆ ಬೆಳಿಗ್ಗೆ ಶಾಪಿಂಗ್ ಮಾಲ್‌ಗೆ ಸುತ್ತಿದ್ದನ್ನು, ಮಗಳು ಗಂಡ ಒಂದಾಗಿ ನನ್ನನ್ನು ಗೋಳುಹೊಯ್ಕೊಂಡಿದ್ದನ್ನು, ಸಂಜೆ ಲತಾನ ಅಕ್ಕನ ಮನೆಗೆ ಹೋಗಿದ್ದನ್ನು ಬಿಟ್ಟು ಇಡೀ ದಿನದ ವಿವರಗಳನ್ನು ಹೇಳಿ ನಕ್ಕೆ. ಅವಳೂ ನಕ್ಕಳು. ಮತ್ತೆ ತುಸು ಹೊತ್ತಿನಲ್ಲಿ ಗಂಭೀರಳಾಗಿಬಿಟ್ಟಳು. ಎಷ್ಟೋ ಬಾರಿ ಅಂದುಕೊಳ್ತೇನೆ ಹೀಗೆ ನನ್ನ ಬೆಚ್ಚಗಿನ, ನಚ್ಚಗಿನ ಸಂಸಾರದ ಕುರಿತು ಅವಳೆದುರು ಹೆಚ್ಚು ವರ್ಣಿಸಬಾರದು ಎಂದು. ನಿರುದ್ದೇಶವಾಗಿ ಏನಾದ್ರೂ ವಿಷಯಕ್ಕೆ ಹೇಳಿಯೇ ಬಿಟ್ಟಿರ್ತೇನೆ. ಮೊದಲಿಗೆ ನನ್ನ ಮಗಳ, ಶ್ರೀಧರನ ಜಗಳವನ್ನು, ಪ್ರೀತಿಯನ್ನು ಕೇಳಿಸಿಕೊಂಡು ಅಷ್ಟೇ ಖುಷಿಯಿಂದ ಪ್ರತಿಕ್ರಿಯಿಸಿದರೂ ತದನಂತರ ಅವಳು ಕೊಂಚ ಗಂಭೀರವಾಗುವುದು ಗಮನಿಸಿದಾಗೆಲ್ಲ ಯಾಕೋ ಹೇಳಬಾರದಿತ್ತೇನೋ ಎಂಬ ಭಾವ. ನಂತರ ಫಟ್ಟನೆ ಇಬ್ಬರೂ ಕೆಲಸದ ಕುರಿತಾಗಿ ಏನಾದ್ರೂ ಚರ್ಚೆಯಾರಂಭಿಸುತ್ತಿದ್ದೆವು.

ವಿಂದ್ಯಾ ಇದ್ದಕ್ಕಿದ್ದಂತೆ 'ನೋಡು.... ನಾನು ಸತ್ತರೆ ಆ ವಿಲ್ಸನ್ ಗಾರ್ಡನ್ ಹತ್ರ ಸಾಯಕ್ಕೆ ಇಷ್ಟ ಪಡ್ತೀನಿ' ಎಂದಳು. ನಾನು ಅರ್ಥವಾಗದೆ ಅವಳತ್ತ ನೋಡಿದೆ. 'ನಿಮ್ಮ ಬೆಂಗಳೂರಲ್ಲಿ ಮತ್ತೆಲ್ಲಿ ವಿದ್ಯುತ್ ಚಿತಾಗಾರ ಇದೆಯೋ ಗೊತ್ತಿಲ್ಲ ಮಾರಾಯ್ತಿ...

ಮೊನ್ನೆ ಬಸ್‌ಲ್ಲಿ ಬರ್ತಾ ನೋಡಿದೆ.. ಅಲ್ಲೊಂದು ಇದೆ ಅಲ್ವಾ.. ಅದ್ರ ಹತ್ರ ಸತ್ರೆ ಹೆಣ ಎತ್ತಕ್ಕೆ ನಾಲ್ಕು ಜನರ ಅಗತ್ಯಾನೂ ಬೀಳಲಿಕ್ಕಿಲ್ಲ, ಒಬ್ಬರೇ ಸಾಕಾಗಬಹುದು" ಎಂದಿನ ಹಾಗೆ ವಾಕ್ಯ ಪೂರ್ಣಗೊಳಿಸುವ ಮೊದಲೇ ನಕ್ಕಳು. 'ಯಾಕೆ ಆ ಥರ ಮಾತಾಡ್ತೀಯ... ನಾನಿರ್ತೇನೆ ಜತೆಗೆ' ಎನ್ನುವ ಅನ್ನಿಸಿದರೂ ಅದು ಎಷ್ಟು ಪೊಳ್ಳು ಮಾತು ಎಂದು ಗೊತ್ತಿದ್ದರಿಂದ ಸುಮ್ಮನಾದೆ. ನಮ್ಮ ಆ ಕ್ಷಣದ ಮಾತುಕತೆಗೆ ಸಂಬಂಧವಿಲ್ಲದಂತೆ ಅವಳು ಹೇಳಿದಾಗ ಅವಳ ಕಣ್ಣಿನಲ್ಲಿ ನೀರಿನ ಪಸೆಯಿತ್ತೇ... ನನಗೆ ನೋಡುವ ಧೈರ್ಯವಾಗಲಿಲ್ಲ. ಲತಾಗೂ ಸಾಯುವ ಕಡೆಗಾಲದಲ್ಲಿ ಹೀಗೇನಾದರೂ ಅನ್ನಿಸಿರಬಹುದಾ... ಗೊತ್ತಿಲ್ಲ. ಟ್ರಂಕಿನ ಪುಸ್ತಕಗಳಲ್ಲಿ ಇಂಥ ಕುರುಹುಗಳೇನೂ ಇರಲೂ ಇಲ್ಲ.

2005

ನಮಸ್ತೆ ಭಾರತ್ ಗ್ಯಾಸ್

ವೀರೇಶನಿಗೆ ಇನ್ನೂ ಬೆಳಗಿನ ಸಕ್ಕರೆ ನಿದ್ದೆ. ಅಲಾರಾಂ ಸದ್ದು ಎಂದು ಕಣ್ಣು ತೆರೆದವನಿಗೆ ತಮ್ಮ ಮನೆಯಲ್ಲಿನ ಅಲಾರಂ ಎಂದೋ ಕೆಟ್ಟಿದೆ ಎನ್ನುವುದು ಆ ನಿದ್ದೆಗಣ್ಣಲ್ಲಿಯೂ ಸ್ಪಷ್ಟವಾಗಿ ನೆನಪಾಯಿತು. ಒಹ್... ಇದು ಮೊಬೈಲ್ ಸದ್ದು.. ಇಷ್ಟು ಬೆಳಿಗ್ಗೆ ಬೆಳಿಗ್ಗೆ ಎಂದರೆ ಶಂಕರನದೇ.. ಈಗ ಗಡಬಡಿಸಿ ಮೊಬೈಲ್ ಕಿಡಕಿಂ-ರುಲ್ಲಿಟ್ಟಿರುವುದು ನೆನಪು ಮಾಡಿಕೊಳ್ಳುತ್ತ ಎದ್ದು ತೆಗೆದುಕೊಂಡ.

"ನಾನು ಬರೋದು ಇವತ್ತು ಮದ್ಯಾಹ್ನ ಆಗಿಬಿಡುತ್ತೆ.. ಈಗ ಹೊರಡೋಣ ಅಂತ. ನೀನೇ ಬೇಗ ಹೋಗಿ ಬಾಗಿಲು ತೆಗಿ. ಹಂಗೇ ನನ್ನ ಸಿಸ್ಟಮ್‌ನಲ್ಲಿ ಆಫೀಸ್‌ದು ಔಟ್‌ಲುಕ್‌ನಲ್ಲಿ ಬಾಂಬೆಯಿಂದ ಮೇಲ್ ಬಂದಿರುತ್ತೆ.."

ಇವನು ಬರಿದೇ ಹೂಂಗುಟ್ಟುವುದನ್ನು ಕೇಳಿ ರೇಗಿದ "ಇನ್ನೂ ನಿದ್ದೆಗಣ್ಣಲ್ಲಿದಿಯೇನೋ... ಅವತ್ತು ತೋರಿಸಿಕೊಟ್ಟೆನಲ್ಲ, ಹಾಗೆ ಮೇಲ್ ಬಾಕ್ಸ್ ತೆಗೆದು, ಬಾಂಬೆಯಿಂದ ಉತ್ತರ ಬಂದಿದೆಯಾ, ಅದೇ ಗ್ಯಾಸ್ ಪೈಪ್ ಆರ್ಡರ್ ಮಾಡಿದ್ದೆವಲ್ಲ ಅದು, ಅಂತ ಚೆಕ್ ಮಾಡು, ಅವರು ಕೆಲವೊಂದು ಡಿಟೇಲ್ಸ್ ಕೇಳ್ತಾರೆ, ವಾಪಾಸು ಉತ್ತರ ಬರೆದರೆ ಆಯ್ತು, ನಾನು ಆಮೇಲೆ ಮತ್ತೆ ಫೋನ್ ಮಾಡ್ತೀನಿ.."

ಈ ಮಗ ಮೊಬೈಲ್ ಕೊಡಿಸಿರೋದು ಗ್ಯಾಸ್ ಏಜೆನ್ಸಿ ವ್ಯವಹಾರಕ್ಕೆ ತನ್ನನ್ನ ಇನ್ನಷ್ಟು ಪರಿಣಾಮಕಾರಿಯಾಗಿ ಬಳಸಿಕೊಳ್ಳಲಿಕ್ಕೇನೆ ಎನ್ನಿಸಿ ಚೂರು ಕರೆಕರೆಯೂ ಅನ್ನಿಸಿತು.

ಮನೆಯಿಂದ ಹೊರಟಾಗ ಆ ನಿದ್ದೆಗಣ್ಣಲ್ಲಿಯೂ ಅಲಾರಂ ಕೆಟ್ಟಿದೆ ಎನ್ನುವುದು ತನಗೆ ಹೇಗೆ ನೆನಪಾಯಿತು ಎಂದು ಅಚ್ಚರಿಗೊಂಡ. ಮೊದಲೇ ರಷ್ ಆಗಿದ್ದ ಬಸ್ಸಿನೊಳಗೆ

ಹೇಗೋ ಜಾಗ ಮಾಡಿಕೊಂಡು ತೂರಿಕೊಂಡ ಅವನಿಂದ ಆ ಪುಟ್ಟ ಅಚ್ಚರಿ ಅಷ್ಟೇ ಬೇಗ ಮರೆಯಾಯಿತು.

ಬಂದವನೇ ಮೊದಲು ಶಂಕರ ಹೇಳಿದ ಕೆಲಸ ಮಾಡಿಬಿಡುವ ಅಂತ ಕುಳಿತ. ಅದರಲ್ಲೂ ಆ ಹುಡುಗಿಯರಿಬ್ಬರು ಬರುವ ಮೊದಲು ಈ ಕೆಲಸ ಮಾಡಿಬಿಡಬೇಕೆಂಬುದು ಮಾತ್ರ ಕಾರಣವೇ ಇಲ್ಲದೆ ಮನಸ್ಸಿನಲ್ಲಿ ಹುಟ್ಟಿಬಿಟ್ಟಿತ್ತು. ಅವನು ಹೇಳಿದ ಹಾಗೆ ಓಪನ್ ಮಾಡುತ್ತಿದ್ದಂತೆ ಎಷ್ಟೆಲ್ಲ ಜಂಕ್ ಮೇಲ್ ಬಂದಿರುವುದನ್ನು ನೋಡಿ, ಅವನ್ನೆಲ್ಲ ಡಿಲೀಟ್ ಮಾಡಬೇಕಾ ಬಿಡಬೇಕಾ ಗೊಂದಲಗೊಂಡ, ಶಂಕರನಾದ್ರೆ ಏನು ಮಾಡಬಹುದು ಗೊತ್ತಿಲ್ಲ, ಡುಮ್ಮ, ಇದನ್ನೆಲ್ಲ ತಾನೇ ಮಾಡಿಕೊಳ್ತಾನೆ... ಹೋಗ್ಲಿ ಮೊದಲು ಬಾಂಬೆಯದನ್ನು ನೋಡುವ ಅಂತ ಹುಡುಕಿದ, ಅದನ್ನು ಓದಿ, ಸೇವ್ ಮಾಡಿದವನಿಗೆ ಮುಂದೇನು ಮಾಡಬೇಕೆಂದು ಹೊಳೆಯದೇ ಹಾಗೇ ಒಂದೊಂದೇ ಜಂಕ್ ಮೇಲ್ ಮೇಲೆ ನಿರುದ್ದಿಶ್ಯವಾಗಿ ಕ್ಲಿಕ್ ಮಾಡುತ್ತ ಬಂದ. ಅವನು ಹಾಗೆ ಮಾಡುತ್ತಿರುವಾಗ ಯಾವುದೋ ಒಂದು ಮೇಲ್‌ನಲ್ಲಿದ್ದ ಲಿಂಕ್ ಮೇಲೆ ಕ್ಲಿಕ್ಕಿಸಿದ.... ಫಟ್ ಅಂತ ಅರೆ ಬೆತ್ತಲೆ ಹುಡುಗಿಯ ಚಿತ್ರ ಬಂತು, ರೆಪ್ಪೆ ಪಿಳುಕಿಸುವಷ್ಟರಲ್ಲಿ ಮಾನಿಟರ್ ತುಂಬ ಆವರಿಸಿಕೊಂಡ ಹುಡುಗಿಯ ತೊಡೆ, ಸೊಂಟ ನೋಡುತ್ತಲೇ ಎಷ್ಟು ಗಾಭರಿಯಾದ ಅಂದರೆ ಆ ಹುಡುಗಿಯರಿಬ್ಬರು ಎಲ್ಲಾದ್ರೂ ಬಂದುಬಿಟ್ಟರಾ ಅಂತ ಹೊರಬಾಗಿಲ ಕಡೆಗೆ ನೋಡಿದ. ಒಂದು ಚಿತ್ರ ನೋಡಿದ್ದೇ ಇನ್ನಷ್ಟು ನೋಡುವ ವಿಪರೀತ ಆಸೆಯಾಯಿತು. ಹಾಗೆಯೇ ಚಿತ್ರ ವಿಚಿತ್ರ ಭಂಗಿಯಲ್ಲಿ ನಿಂತಿದ್ದ, ಕುಳಿತಿದ್ದ ಅರೆಬೆತ್ತಲೆ ಚಿತ್ರಗಳನ್ನು ನೋಡುತ್ತ ಹೋದ. ತೊಡೆಸದಿಯಲ್ಲಿ ನಡುಕ ಕೂಡ. ಕೆಲವು ಚಿತ್ರವನ್ನು ನೋಡುವಾಗ ಮಾನಿಟರ್ ಎಂಬುದನ್ನೂ ಮರೆತು ಮುಟ್ಟಿ ಸುಖಿಸಿದ. ಮತ್ತೊಂದು ಮೇಲ್ ನೋಡಿದ... ಮೊದಲಿಗೆ ಏನೂ ಅರ್ಥವಾಗಲಿಲ್ಲ, ಛೆ.. ಎಲ್ಲರ ಹಾಗೆ ಕಾನ್ವೆಂಟ್‌ನಲ್ಲಿ ಕಲಿತಿದ್ದರೆ ಇಂತಹುದೆಲ್ಲ ಚೂರು ಅರ್ಥವಾಗುತ್ತಿತ್ತೇನೋ ಎಂದುಕೊಂಡ. ಸರ್ಕಾರಿ ಶಾಲೆಗೆ ಹೋಗುವುದೇ ಕಷ್ಟವಾಗಿದ್ದಾಗ ಎಲ್ಲಿಯ ಕಾನ್ವೆಂಟ್ ಎಂದುಕೊಂಡರೂ ಪಿಯುಸಿ ಆದ್ರೂ ಪೂರ್ಣಗೊಳಿಸಿದ್ರೆ ಎಂಬ ಭಾವವೂ ಸುಳಿದುಹೋಯಿತು. ಹೀಗೆಲ್ಲ ಮೈಮರೆಯಲು ಸಮಯವಲ್ಲ, ಆ ಹುಡುಗಿಯರು ಕೆಲಸಕ್ಕೆ ಬರೋದ್ರ ಒಳಗೆ ಮುಗಿಸಬೇಕು ಎಂದುಕೊಂಡವನಿಗೆ ತುಸು ನಗುವೂ ಬಂತು. ಮತ್ತೆ ಆ ಮೇಲ್ ನೋಡಿದ, ನಿಧಾನಕ್ಕೆ ಓದಿದ, ಆಮೇಲೆ ಅರ್ಥವಾಯಿತು, ಅದು ಶಿಶ್ನಕ್ಕೆ ಹಾಕಿಕೊಳ್ಳುವ ಎಕ್ಸ್‌ಟೆಂಡರ್ ಎಂಬ ಪ್ರಾಡಕ್ಟ್, ಅದನ್ನು ಹಾಕಿಕೊಂಡ ನಂತರ ತನ್ನ ಶಿಶ್ನ ಎಷ್ಟು ಪರ್ಸಂಟೇಜ್ ದೊಡ್ಡದಾಯಿತು, ತನ್ನ ಜತೆಗಾತಿ ಎಷ್ಟೆಲ್ಲ ಖುಷಿಪಟ್ಟಳು ಎಂದೆಲ್ಲ ವಿವರಿಸಿದ್ದನ್ನು ಅರೆಬರೆ ಅರ್ಥೈಸಿಕೊಳ್ಳುತ್ತ ಓದುವಾಗ 'ಅರೆ... ತಾನ್ಯಾಕೆ ಇಷ್ಟು ಉದ್ರೇಕಗೊಳ್ಳುತ್ತಿದ್ದೇನೆ...' ಬಾಗಿಲ ಕಡೆ ನೋಡುತ್ತಲೇ ಮೆಲ್ಲನೆ ಪ್ಯಾಂಟಿನ ಜಿಪ್ ಎಳೆದು ಮುಟ್ಟಿನೋಡಿಕೊಂಡ. ತನಗಿಂತಹುದರ ಅಗತ್ಯವಿರಲಿಕ್ಕಿಲ್ಲ ಎಂದು ಸಮಾಧಾನಿಸಿಕೊಂಡ. ನೋಡುವಾಗ ತೀವ್ರವಾದ ರೋಮಾಂಚನ, ಏನೋ ವಿಚಿತ್ರ ಬಗೆಯ ಉದ್ರೇಕಕ್ಕೆ ಪಕ್ಕಾಗಿದ್ದು ನಿಜವೇ. ಅದೆಲ್ಲವನ್ನೂ ನೋಡಿ

ಮುಗಿಸಿದ ನಂತರ ಯಾಕೋ ಇಷ್ಟೇನಾ ಅಂತ ಪಿಚ್ ಅನ್ನಿಸಿಬಿಟ್ಟಿತು. ಶಂಕರ ಆಗೀಗ ಇವರಾರನ್ನೂ ಒಳಗೆ ಬಿಟ್ಟುಕೊಳ್ಳದೆ ಮಹಾ ಕೆಲಸ ಮಾಡುವವನ ಗತ್ತಿನಲ್ಲಿ ಕುಳಿತುಕೊಳ್ಳುವುದು ಇಂತಹ ಮೇಲ್‌ಗಳನ್ನು ತೆರೆದುನೋಡಲಿಕ್ಕೂ ಇರಬಹುದು ಎಂದುಕೊಂಡ.

ಫೋನ್ ಸದ್ದಾಗುತ್ತಿದೆ. ತಕ್ಷಣ ಲಾಗ್‌ಔಟ್ ಆಗಿ ಹೊರಬಂದ.

ಅಭ್ಯಾಸಬಲದಿಂದ "ನಮಸ್ತೆ ಭಾರತ್ ಗ್ಯಾಸ್" ಎಂದ.

ಗ್ಯಾಸ್ ಖಾಲಿಯಾಗಿ ತುಂಬ ಸಮಸ್ಯೆಯಾಗಿದೆ, ವಾರದ ದಿನ ಹಿಂದೆಯೇ ಬುಕ್ ಮಾಡಿದ್ರೂ ಬಂದಿಲ್ಲ, ಮನೆ ತುಂಬ ನೆಂಟರು, ಈಗ ಉಪಯೋಗಿಸ್ತಿರೋ ಗ್ಯಾಸ್ ಕೂಡ ಖಾಲಿಯಾದ್ರೆ.. ಆ ಕಡೆಯ ಧ್ವನಿ. ವೀರೇಶ ಸ್ಟಾಕ್ ಇಲ್ಲ, ಅಲ್ಲಿಂದ ಬರೋದೆ ತಡವಾಗಿದೆ, ಇನ್ನೆರಡು ದಿನದ ನಂತರ ನಿಮಗೆ ಸಿಗುತ್ತೆ ಅಂತೆಲ್ಲ ಹೇಳತೊಡಗಿದ ವಿವರಣೆಯನ್ನು ಕೇಳಿಸಿಕೊಳ್ಳುವ ತಾಳ್ಮೆ ಇಲ್ಲದಂತೆ ಏನ್ರೀ ಅಂತ ದಬಾಯಿಸಲು ಶುರು. ಕೆಲವರ ಇಂತಹ ಧ್ವನಿ ಕೇಳಿಯೇ ವೀರೇಶ ಅವರ ಅಡಿಗೆ ಮನೆ ಹೇಗಿರಬಹುದು ಎಂಬ ಒಂದು ಊಹೆಯಲ್ಲೂ ತೊಡಗುತ್ತಿದ್ದ. ಎಣ್ಣೆಜಿಡ್ಡುಗಟ್ಟಿದ ಗ್ಯಾಸ್ ಕಟ್ಟೆ, ಒಲೆ ಮೇಲೆ ಎಂದೋ ಬಿದ್ದ ಸಾರಿನ ಕರೆ ಕೂಡ ಕಾಣಿಸುತ್ತೆ.. ಸಿಂಕ್ ಕೆಳಗೆ ಇರುವ ಡಸ್ಟ್‌ಬಿನ್ ಹೊರಗೆ ಚೆಲ್ಲಾಡಿದ ಕಸ, ಮುಸುರೆ ನೋಡಿದ್ರೆ ಅವರೆಷ್ಟು ಶುಚಿ ಅನ್ನೋದು ಗೊತ್ತಾಗುತ್ತೆ. ಆಗೆಲ್ಲ ಇಂತಹವರಿಗೆ ನಮ್ಮಮ್ಮನಿಂದ ಟ್ರೈನಿಂಗ್ ಕೊಡಿಸಬೇಕು ಅಷ್ಟೆ ಎಂದುಕೊಳ್ಳುತ್ತಿದ್ದ. ವೆಯ್ಟಿಂಗ್ ಲಿಸ್ಟ್‌ನಲ್ಲಿದ್ದ ಆಕೆಯ ಹೆಸರನ್ನು ಇನ್ನಷ್ಟು ಕೆಳಗೆ ಹಾಕಿಬಿಡಬೇಕು ಎಂಬ ಕೆಟ್ಟ ಆಲೋಚನೆಯೂ ಮನದಲ್ಲಿ. ಅಷ್ಟರಲ್ಲಿ ಆ ಕಡೆಯಿಂದ ಫೋನ್ ಕುಕ್ಕಿದ ಧ್ವನಿ.

ಶಂಕರನ ಕೊಠಡಿಯನ್ನು ಮುಚ್ಚಿ, ತಾವು ಮೂರು ಜನರು ಕುಳಿತುಕೊಳ್ಳುವ ಕಡೆ ಬಂದು ಕುಳಿತ. ಅದೇ ಬಂದು ಕೆಲಸ ಶುರು ಮಾಡಿದ ಇಬ್ಬರೂ ಹುಡುಗಿಯರನ್ನೂ ಓರೆಗಣ್ಣಲ್ಲಿ ಗಮನಿಸಿದ. ಕೊಂಚ ಬೆಳ್ಳಗಿನ ಹುಡುಗಿಯೊಂದಿಗೆ ಯಾಕೋ ಸ್ನೇಹ ಸರಿಹೋಗುತ್ತಲೇ ಇಲ್ಲ. ಇವರಿಬ್ಬರ ವಾದವನ್ನು ನಿಲ್ಲಿಸಲು ಕೆಲವು ಸಲ ಶಂಕರನೇ ಬೇಕಾಗುತ್ತಿತ್ತು. ತೆಳ್ಳಗಿನ ಕೋಲುಮುಖದ ನಸುಗಪ್ಪು ಹುಡುಗಿ ಮಾತ್ರ ವೀರೇಶನಿಗೆ ಎಷ್ಟು ಆಪ್ತಳಾಗಿದ್ದಳೆಂದರೆ ಆಗೀಗ ಕನಸಿನಲ್ಲಿಯೂ ಕಾಣಿಸಿಕೊಳುತ್ತಿದ್ದಳು. ಆದರೆ ಪ್ರತಿ ಬಾರಿಯ ಅಂತಹ ಕನಸುಗಳು ಮಾತ್ರ ಈ ಎಲ್ಲ ಪರಿಸರದಿಂದ ಹೊರತಾಗಿರುತ್ತಿತ್ತು. ಊರಿನಲ್ಲಿದ್ದ ಅಜ್ಜನ ಮನೆ, ಗದ್ದೆಗಳ ಬದು, ಕೆರೆ ಏರಿ, ಬನಶಂಕರಿಯಲ್ಲಿದ್ದಾಗ ಪೇಪರ್ ಹಾಕುವಾಗ ತಾನು ಹೋಗುತ್ತಿದ್ದ ರಸ್ತೆಯ ದೃಶ್ಯಗಳು... ಕನಸಿನಲ್ಲಿ ಹೀಗೆ ಈ ಆಫೀಸಿನ ಅಥವ ಈಗಿರುವ ಮನೆಯ, ರಸ್ತೆಯ ದೃಶ್ಯದಿಂದ ತೀರಾ ಹೊರತಾದ ದೃಶ್ಯದಲ್ಲಿ ಅವಳ ಕುರಿತಾದ ಕನಸು ಬೀಳುತ್ತಿತ್ತು. ಅವಳ ಬಗ್ಗೆ ತನಗೆ ಆಪ್ತ ಭಾವ ಹುಟ್ಟಲು ಇದೂ ಕಾರಣವಾಗಿರಬಹುದೇ... ಅವಳತ್ತ ಮತ್ತೆ ನೋಡಿದ. ಅವಳು ಎದುರಿನ ಮಾನಿಟರ್‌ನಲ್ಲಿ ಲೀನಳಾಗಿದ್ದಳು. ನಸುಕಂದು ಉದ್ದನೆಯ ಬೆರಳುಗಳು

ಕೀಬೋರ್ಡ್ ಮೇಲಿದ್ದವು. ಆ ಬೆರಳುಗಳ ಚರ್ಮದ ಹೊಳಪು, ಬೆರಳ ಮಣಿಗಂಟಿನ ಗೆರೆಗಳು, ಉಗುರು ಎಲ್ಲ ಪರಿಚಿತ ಎನ್ನಿಸುವಂತೆ.

ಮಧ್ಯಾಹ್ನದವರೆಗೆ ಸ್ಟಾಕ್ ಇಲ್ಲ, ಕೊಂಚ ಅಡ್ಜಸ್ಟ್ ಮಾಡಿಕೊಳ್ಳಿ ಎಂಬುದನ್ನು ವಿಭಿನ್ನ ಧ್ವನಿಯಲ್ಲಿ ಹೇಳಿ ಹೇಳಿ ಮೂರೂ ಜನರು ಸುಸ್ತಾದರು. ಜತೆಗೆ ಹೊಸದಾಗಿ ಗ್ಯಾಸ್ ಬುಕ್ ಮಾಡಿಸಲು ಬರುವವರು, ಒಲೆ ತೆಗೆದುಕೊಳ್ಳಲು, ಗ್ಯಾಸ್‌ಲ್ಯಾಂಪ್ ನೋಡಲು ಬರುವವರು... ಆಫೀಸ್ ಗಿಜಿಗಿಜಿ ಎನ್ನುತ್ತಿತ್ತು. ನಡುವೆ ಇವನ ಮೊಬೈಲಿಗೆ ಕರೆ ಮಾಡಿದ ಶಂಕರ ತನಗೆ ಊರಿಂದ ಬೆಳಿಗ್ಗೆ ಹೊರಡುವುದು ಸಾಧ್ಯವೇ ಆಗಲಿಲ್ಲ, ಸಂಜೆಗೇ ಹೊರಡುವುದು ಎಂದವ ಇವನು ಹೊರಗೆ ಬಂದು ನಿಂತುಕೊಂಡು ಮಾತಾಡ್ತಿದ್ದಾನೆ ಎಂಬುದನ್ನು ಖಚಿತಪಡಿಸಿಕೊಂಡ ನಂತರ ಆ ಇಬ್ಬರೂ ಹುಡುಗಿಯರೂ ತಾನಿಲ್ಲ ಎಂದರೆ ಹರಟೆಯಲ್ಲಿ ಮುಳುಗ್ತಾರೆ, ಲೂಗೆ ಅಂತ ಹೋದವರು ಘಂಟೆಯಾದ್ರೂ ಬರೋದಿಲ್ಲ, ಇವನು ಚೂರು ಕಣ್ಣಿಡಬೇಕೆಂದು ಹೇಳಿ, ಅವರಿಬ್ರೂ ಸಂಜೆಯ ಒಳಗೆ ತಾನು ಹೇಳಿರೋದನ್ನೆಲ್ಲ ಎಂಟ್ರಿ ಮಾಡಿಬಿಡಬೇಕೆಂದು ಹೇಳಿದ. ಮಗ... ತನಗೆ ಹೀಗೆ ಹೇಳಿದ ಹಾಗೆ ತನ್ನ ಮೇಲೆ ಒಂದು ಕಣ್ಣಿಡುವಂತೆ ಆ ಇಬ್ಬ-ರಿಗೂ ಹೇಳಿದರೂ ಹೇಳಿದನೇ ಎಂದುಕೊಂಡ. ಅದರಲ್ಲೂ ಕೊಂಚ ಕಂಪ್ಯೂಟರ್ ಚೆನ್ನಾಗಿ ಗೊತ್ತಿರುವ ಬಿಳಿ ಹುಡುಗಿ ಮಹಾ ತನಗೇ ಗೊತ್ತಿರೋದು ಎನ್ನೋ ಥರಹ ಆಡ್ತಾಳೆ... ಶಂಕರನ ಸ್ನೇಹಿತನ ತಂಗಿ ಬೇರೆ...ಎಂದುಕೊಂಡ.

ಮಧ್ಯಾಹ್ನ ಊಟದ ಸಮಯವಾಗುತ್ತಿರುವಂತೆ ಜನರ ಗಲಾಟೆ ಸ್ವಲ್ಪ ಕಡಿಮೆಯಾಯಿತು.

ಹೊಸದಾಗಿ ಮದುವೆಯಾಗಿ ಸಂಸಾರ ಹೂಡಿದವರಿರಬೇಕು... ಗ್ಯಾಸ್ ತೆಗೆದುಕೊಳ್ಳಲು ಬಂದವರು, ಈ ಕ್ಷಣವೇ ತೆಗೆದುಕೊಂಡುಹೋಗಿ ಹಾಲು ಉಕ್ಕಿಸಬಿಡಬಹುದು ಎಂಬ ಭ್ರಮೆಯಲ್ಲಿದ್ದರೇನೋ, ವಿಳಾಸದ ದಾಖಲೆ ಬೇಕು, ಹಾಗೆ ಹೀಗೆ ಎಂದು ಇವರು ವಿವರಿಸಿ ಹೇಳಿದ ನಂತರ ಅದಿಷ್ಟು ತಂದುಕೊಟ್ಟ ತಕ್ಷಣವೇ ಸಿಗುತ್ತಾ ಎಂಬುದನ್ನು ಮತ್ತೆ ಮತ್ತೆ ಕೇಳಿ ಪಿರಿಪಿರಿ ಮಾಡಿದವರೂ ಕೂಡ ಸಿಲಿಂಡರ್ ಸಿಗೋದು ಮಾತ್ರ ಮೂರುನಾಲ್ಕು ದಿನದ ನಂತರವೇ ಎಂಬುದನ್ನು ಕೇಳಿ ಖಚಿತಪಡಿಸಿಕೊಂಡಿದ್ದಾರೆ. ಗಂಡನ ಮುಖದಲ್ಲಿ ಬೇಸರ ಎದ್ದು ಹೊಡೆಯುತ್ತಿದೆ. ಹೆಂಡತಿ ಮಾತ್ರ ಮೂರುನಾಲ್ಕು ದಿನ ಇನ್ನೂ ಅಡಿಗೆ ಮಾಡುವ ಗೋಜಿಲ್ಲ ಎಂಬುದಕ್ಕೋ ಏನೋ ತುಸು ನಿರಾಳತೆಯ ಭಾವದಲ್ಲಿದ್ದಾಳೆ.

ವಾರದ ಹಿಂದೆ ಬುಕ್ ಮಾಡಿ, ರೆಗ್ಯುಲೇಟರ್, ಒಲೆ ಎಲ್ಲ ತೆಗೆದುಕೊಂಡು ಹೋಗಿದ್ದ ಒಬ್ಬಳು ಮಾತ್ರ ಇವತ್ತು ಸಿಲಿಂಡರ್ ತಗೊಂಡೇ ಹೋಗೋದು ಎಂಬಂತೆ ಗೆಳತಿಯೊಡನೆ ಬಂದು ಪಟ್ಟಾಗಿ ಕುಳಿತೇ ಬಿಟ್ಟಿದ್ದಾಳೆ. ಈಗ ಬಂದು ಬುಕ್ ಮಾಡಿದ ಯಾರಿಗಾದರೂ ತಕ್ಷಣವೇ ಸಿಲಿಂಡರ್ ಕೊಟ್ಟುಬಿಡ್ತಾರಾ ಎಂಬುದನ್ನು ಪತ್ತೆ ಹಚ್ಚಿಕೊಳ್ಳುವಂತೆ ಇವರ ಎಲ್ಲ ವ್ಯವಹಾರವನ್ನು ಇಬ್ಬರೂ ಕಣ್ಣಲ್ಲಿ ಕಣ್ಣಿಟ್ಟು ಕಾಯುತ್ತ ಕುಳಿತಿದ್ದಾರೆ. ಲಾರಿ ಬಂದಿಲ್ಲ, ಬಂದ ತಕ್ಷಣ ಕೊಡ್ತೀವಿ ಎಂಬ ಮಾತನ್ನು ಮೇಲೆ

ನಂಬಿದಂತೆ ಮಾಡಿದ್ರೂ ಮತ್ತೆ ಮತ್ತೆ ಎಷ್ಟೊತ್ತಿಗೆ ಬರುತ್ತೆ, ಇದಕ್ಕಾಗಿಯೇ ರಜ ಹಾಕಿ ಬಂದಿದ್ದೀವಿ ಗೊತ್ತಾ ಎಂದೆಲ್ಲ ಹೇಳಿ ಮೂರು ಜನರಿಗೂ ಕಿರಿಕಿರಿ ಹುಟ್ಟಿಸಿದ್ದಾರೆ. ಕಡೆಗೆ ಅವರಿಬ್ಬರಿಗೆ ಗೊತ್ತಾಗದಂತೆ ಈ ಮೂವರೂ ಕಣ್ಣಲ್ಲಿ ಮಾತಾಡಿಕೊಂಡು, ಅವರಿಬ್ಬರೂ ಅಲ್ಲಿ ಕುಳಿತಿದ್ದಾರೆ ಎಂಬುದನ್ನೇ ಮರೆತಂತೆ ನಿರ್ಲಕ್ಷಿಸಿಬಿಟ್ಟರು.

ಜನರ ಗಲಾಟೆ ಕಡಿಮೆಯಾಗುತ್ತಿರುವಂತೆ ಆ ಇಬ್ಬರೂ ಹುಡುಗಿಯರೂ ಊಟ ಮಾಡಲೆದ್ದರು. ಅವರಿಬ್ಬರೂ ಆಚೆ ಮೂಲೆಯ ತುಸು ಮರೆಯಾಗಿರುವ ತಮ್ಮ ಎಂದಿನ ಟೇಬಲ್ ಬಳಿ ಹೋಗಿ ಊಟ ಮಾಡಲಾರಂಭಿಸಿದರು.

ಕೌಂಟರ್ ಎದುರಿನ ಸೋಫಾದಲ್ಲಿ ಕುಳಿತು ಕಾಯುತ್ತಿದ್ದ ಆ ಇಬ್ಬರೂ ಕೂಡ ಮೆಲ್ಲನೆ ಒಂದು ಡಬ್ಬಿ ತೆರೆದು ಒಬ್ಬಳು ಮುಚ್ಚಳದಲ್ಲಿ, ಇನ್ನೊಬ್ಬಳು ಡಬ್ಬಿಯಲ್ಲಿ ಹಂಚಿಕೊಂಡು ತಿನ್ನಲು ಶುರು ಮಾಡಿದರು. ಅವರ ಡಬ್ಬಿಯಿಂದ ದೋಸೆಯ ವಾಸನೆ ಹರಡುತ್ತಿರುವಂತೆ ಅವನಿಗೆ ಈ ವಾಸನೆ ಎಲ್ಲ ದೋಸೆ ವಾಸನೆಯ ಹಾಗಿಲ್ಲ, ಕೊಂಚ ಬೇರೆ ಎನ್ನಿಸಲು ಶುರುವಾಗಿ... ಯಾಕೆ ಹೀಗೆ ಅನ್ನಿಸುತ್ತಿದೆ ಎಂದುಕೊಳ್ಳುವಾಗ ಥಟ್ಟನೆ ನೆನಪಾಯಿತು... ಆ ದಿನ ಕೂಡ ಇಂತಹುದೇ ದೋಸೆಯ ವಾಸನೆ ಬರುತ್ತಿತ್ತು, ಆ ಆಂಟಿಯ ಮನೆಯಿಂದಲ್ಲ, ಅವರ ಮನೆಗೆ ಅಂಟಿಕೊಂಡಿರುವ ಪಕ್ಕದ ಮನೆಯ ಅಡಿಗೆ ಮನೆಯಿಂದ ಅದೇ ಹೊಯ್ಯತೊಡಗಿದ್ದ ದೋಸೆಯ ವಾಸನೆ.... ಹತ್ತನೇ ಕ್ಲಾಸ್‌ನಲ್ಲಿದ್ದಾಗ ಮೂಗಿಗಂಟಿದ ಆ ಘಮ್ಮನ್ನುವ ದೋಸೆಯ ಕಂಪು ತಾನು ತಿನ್ನದಿದ್ದರೂ ಅದು ಹೇಗೆ ಇನ್ನೂ ಅಷ್ಟೇ ತೀವ್ರವಾಗಿ ನೆನಪಾಗುತ್ತೆ ಅಂತ ಆಗೀಗ ಅಚ್ಚರಿಯಾಗುತ್ತಿತ್ತು. ಅವರಿಬ್ಬರನ್ನೂ ನೋಡಿದ, ಗುಂಗುರು ಕೂದಲಿನವಳ ಕೈಗಳು, ದೋಸೆ ಬಾಯಿಗಿಡುತ್ತಿದ್ದ ಬೆರಳುಗಳು....

ಅರೆ.... ಆ ಆಂಟಿಯ ಕೈಗಳೂ ಹೀಗೆ ಇದ್ದವಲ್ಲ... ಈಗ ಮಾತ್ರ ಆ ದೃಶ್ಯ ಮತ್ತೆ ಕಟ್ಟಿದಂತೆ...

ಕೊಂಚವೇ ತೆರೆದಿದ್ದ ಬಾಗಿಲಿನೊಳಗೆ ಪೇಪರ್ ಬಿಸಾಕಿ ಇನ್ನೇನು ಹೊರಡಬೇಕು ಅಷ್ಟರಲ್ಲಿ ಆ ಆಂಟಿ ಹೊರಬಂದಳು... 'ಒಂದ್ನಿಮಿಷ ನಿಲ್ಲೋ...' ಬಾಗಿಲಲ್ಲಿ ನಿಂತ. ಒಳಹೋಗಿ ಮತ್ತೆ ಬಂದವಳು ಒಳಗೆ ಬಾ ಎಂದು ಕರೆದಳು. ಇವನಿಗೆ ಸಂಕೋಚ, ಕೊಂಚ ಹೆದರಿಕೆ ಕೂಡ. ಯಾವತ್ತಾದ್ರೂ ಪೇಪರ್ ಹಾಕುವುದು ಮರೆತೆನಾ.. ಅಥವ ಕಳೆದ ವಾರ ಅವಳು ಊರಿಗೆ ಹೋಗಿದ್ದು ಗೊತ್ತಿಲ್ಲದೆ ಎರಡೂ ದಿನ ಪೇಪರ್ ಬಾಗಲ ಮುಂದೆಯೇ ಬಿಸಾಕಿದ್ದಕ್ಕೆ ಬೈಯಬಹುದೇ... ಅವಳ ಮುಖದಲ್ಲಿ ಏನೂ ಗೊತ್ತಾಗುತ್ತಿಲ್ಲ.

'ಯಾವಾಗ ಪರೀಕ್ಷೆ' ಇವನ ಉತ್ತರಕ್ಕೂ ಕಾಯದೆ 'ನೋಡು ಇದೊಂದು ವಾಚಿದೆ, ಪರೀಕ್ಷೆಗೆ ಕಟ್ಕೊಂಡುಹೋಗು ಆಯ್ತಾ... ಚೆನ್ನಾಗಿ ಬರಿ' ಎಂದು ಹೇಳುತ್ತಲೇ ಹತ್ತಿರ ಬಂದು ವಾಚನ್ನು ಕೈಗಿಟ್ಟಳು. ಏನು ಹೇಳಬೇಕೆಂದು ತಿಳಿಯದೇ, ವಾಚಿನ ಬಗ್ಗೆ

ಆಸೆಯೂ ಆಗಿ ಬೇಡವೆನ್ನದೇ ಸುಮ್ಮನಾದ. ಮೊದಲು ಸಾದಾ ವಾಚ್ ಇರಬೇಕೆಂದು ಕೊಂಡವ ಅಂಗೈಯಲ್ಲಿದ್ದ ಮುದ್ದಾದ ಅಂಕಿಗಳಿದ್ದ ವಾಚನ್ನು ಅರೆಕ್ಷಣ ದಿಟ್ಟಿಸಿ ನೋಡುತ್ತಲೇ, ಅದಿನ್ನೂ ಹೊಸಾದು, ಬೆಲೆಬಾಳುವ ವಾಚ್ ಎಂಬುದು ಅಂಗೈ ಗೆರೆಗಳ ಅನುಭವಕ್ಕೆ ಸಿಗುತ್ತಲೇ ಕೊಂಚ ಗಾಭರಿಯಾದ. ಬದಲಾಗುತ್ತಿದ್ದ ಅವನ ಮುಖಚಹರೆಯನ್ನೇ ನೋಡುತ್ತಿದ್ದವಳು ಅವನ ಎಡಗೈಯನ್ನು ಹಿಡಿದು, ಮತ್ತೊಂದು ಕೈಯನ್ನು ಭುಜದ ಮೇಲಿಟ್ಟು ಒತ್ತಿದಳು. 'ಪರವಾಗಿಲ್ಲ ತಗೋ... ನನ್ನ ಹತ್ರ ಹಾಗೇ ಇತ್ತು... ನಿಂಗಾದ್ರೂ ಉಪಯೋಗವಾಗುತ್ತೆ ಅಲ್ವಾ' ಎನ್ನುತ್ತ ನಗಲು ಪ್ರಯತ್ನಿಸಿದಳು. ಒಳಗಡೆಯ ಮತ್ತೊಂದು ರೂಮಿನಿಂದ ಬರಿಯ ಫ್ಯಾನ್ ತಿರುಗುವ ಸದ್ದು, ಪಕ್ಕದ ಮನೆಯ ಅಡಿಗೆ ಮನೆಯಿಂದ ಬರುತ್ತಿದ್ದ ದೋಸೆಯ ವಾಸನೆ... ಈ ಕ್ಷಣ ವಾಚನ್ನು ಉಪಯೋಗವಾಗುವ ಹಾಗೆ ಕೊಟ್ಟುಬಿಡಬೇಕೆಂಬ ಭಾವದಲ್ಲಿ ನಿಂತ ಅವಳು... ನಿಷ್ಕಾರಣ ಅಕ್ಕರೆಯಿಂದ ತನ್ನ ಭುಜವನ್ನು ಒತ್ತಿಹಿಡಿದಿದ್ದ ಅವಳ ಬೆರಳುಗಳು... ಏನೆಲ್ಲ ಮುಚ್ಚಿಡುವ ಪ್ರಯತ್ನದಲ್ಲಿದ್ದ ಪಟಪಟನೆ ಪಿಳುಕಿಸುತ್ತಿದ್ದ ಕಣ್ಣರೆಪ್ಪೆಗಳು.... 'ಹೂಂ.. ಆಂಟಿ' ಎಂದು ತಲೆಯಲ್ಲಾಡಿಸಿದವನೇ ಬಾಗಿಲಿಂದ ಹೊರಬಿದ್ದು ಓಡುನಡಿಗೆಯಲ್ಲಿ ಸೈಕಲ್‌ನತ್ತ ಧಾವಿಸಿದ್ದ.

ಮನೆಯಲ್ಲಿ ಒಂದೆರಡು ದಿನ ಅಮ್ಮನಿಗೂ ಕಾಣದಂತೆ ಪುಸ್ತಕದ ಮೂಲೆಯಲ್ಲಿ ಮುಚ್ಚಿಟ್ಟ. ಸ್ಕೂಲಿನ ಚೀಲದಲ್ಲಿ ಇಟ್ಟುಕೊಂಡು, ಶಾಲೆಗೆ ಹೋದ ಮೇಲೆ ಕಟ್ಟಿಕೊಂಡು ಗೆಳೆಯರಿಗೆ ತೋರಿಸಿದ. ಆದರೆ ಮನೆ ಎಷ್ಟು ಚಿಕ್ಕದಾಗಿತ್ತು ಎಂದರೆ ಅವನಿಗೆ ಅಮ್ಮನ ಕಣ್ಣಿನಿಂದ ಮುಚ್ಚಿಡುವುದು ಸಾಧ್ಯವೇ ಇಲ್ಲ ಎನ್ನಿಸಿತು. ತನ್ನ ಹಡಪದ ಎಲ್ಲ ವಸ್ತುಗಳಿಗೆ ಅಮ್ಮನ ಸೀರೆಯ ವಾಸನೆ ಅಂಟಿಕೊಂಡಿರುವಾಗ ಹೀಗೆ ಸೀರೆಯ ವಾಸನೆ ಅಂಟದ ಈ ವಾಚು ಯಾಕೋ ಪರಕೀಯ ಭಾವವನ್ನು ಹುಟ್ಟಿಸುತ್ತ ಕಡೆಗೆ ಅಮ್ಮನಿಗೆ ತೋರಿಸಿ ಯೇಬಿಟ್ಟ. ಎಲ್ಲಿ ಸಿಕ್ತು ಹೇಳು ಎಂದು ಗಟ್ಟಿಸಿ ಕೇಳಿದ ಪ್ರಶ್ನೆಯಲ್ಲಿ ಮಗ ಎಲ್ಲಿಂದಲಾದ್ರೂ ಕದ್ದುಬಿಟ್ಟಿದ್ದಾನೆಯೇ ಎಂಬ ಅನುಮಾನವೇ ಪ್ರಶ್ನಾರ್ಥಕ ಚಿಹ್ನೆಯಲ್ಲಿತ್ತು. ಇವನು ಹೇಳಿದ್ದನ್ನು ಅವಳು ಸುಲಭಕ್ಕೆ ನಂಬಲೂ ಇಲ್ಲ. ಆದರೆ ಮಗ ಕದಿಯುವವನಲ್ಲ ಎಂಬ ವಿಶ್ವಾಸಕ್ಕಿಂತ ಕದಿಯಲು ಅವನಿಗೆ ಅವಕಾಶವೂ ಇಲ್ಲ ನಂಬಿಕೆಯೇ ಕಡೆಗೆ ಅವಳನ್ನು ಇವ ಹೇಳಿದ್ದನ್ನು ನಂಬುವಂತೆ ಮಾಡಿತ್ತು. ಪರೀಕ್ಷೆಯ ನಂತರ ತಾನು ಚೆನ್ನಾಗಿ ಬರೆದೆ ಎಂದೋ ಅಥವ ರಿಸಲ್ಟ್ ಬಂದ ನಂತರ ಫಸ್ಟ್‌ಕ್ಲಾಸ್‌ನಲ್ಲಿ ಪಾಸಾದೆ ಎಂದೋ ಸಿನಿಮಾದಲ್ಲಿ ಹೇಳುವಂತೆ ಅವಳಲ್ಲಿಗೆ ಹೋಗಿ ಹೇಳಬೇಕು ಎಂದು ಕೊಂಡಿದ್ದೇನೋ ನಿಜವೇ... ಆದರೆ ಈ ನಡುವೆ ಆ ಪೇಪರ್ ಏಜೆನ್ಸಿ ಅಂಗಡಿಯವ ನೊಂದಿಗೆ ಮೊದಲೇ ದುಡ್ಡು ಇಸ್ಕೊಂಡಿದ್ದ ಅಪ್ಪ ಮತ್ತೆ ಹೋಗಿ ದುಡ್ಡು ಕೇಳಿದ್ದರಿಂದ ಅವನಿಗೆ ಕಿರಿಕಿರಿಯಾಗಿ ಇವನನ್ನು ಕೆಲಸದಿಂದ ತೆಗೆದ. ಬಿಡುವ ಮುಂಚೆ ತಾನು ಆ ಏರಿಯಾದಲ್ಲಿ ಪೇಪರ್ ಹಾಕುತ್ತಿದ್ದ ಮನೆಗಳನ್ನೆಲ್ಲ ಅದೇ ಸೇರಿದ್ದ ಹೊಸ ಹುಡುಗನಿಗೆ ಕರೆದುಕೊಂಡು ಹೋಗಿ ತೋರಿಸಿದ. "ನಾಳೆಯಿಂದ ನಾನು ಬರಲ್ಲ... ಇವನು ಬರ್ತಾನೆ" ಎಂದು

ಅವಳಿಗೆ ಮತ್ತೊಬ್ಬ ಸಣಕಲು ಹುಡುಗನನ್ನು ತೋರಿಸಿದ. 'ಹೌದಾ' ಎಂದವಳು ಅರೆಕ್ಷಣದ ನಂತರ ಇವನ ವಾಚು ಕಟ್ಟಿರದ ಕೈಯನ್ನು ದಿಟ್ಟಿಸುತ್ತ 'ಸ್ಕೂಲಿಗೆ ಸರಿಯಾಗಿ ಹೋಗ್ತಿದೀಯಾ' ಅಂತ ಕೇಳಿದಳು. ಹೂಂಗುಟ್ಟಿದವ 'ಎಕ್ಸಾಂ ಬಂತಲ್ಲ ಅದಕ್ಕೇ ಬರಲ್ಲ..' ಎಂದ. ಅವಳು ಮುಂದೆ ಮಾತಾಡಲಿಲ್ಲ. ಗೇಟ್ ಬಳಿಯಿದ್ದಾಗ ಅವಳ ಧ್ವನಿ ಮೃದುವಾಗಿ ಬೆನ್ನಿಗೆ ಬಡಿಯಿತು...'ಪರೀಕ್ಷೆ ಚೆನ್ನಾಗಿ ಮಾಡು'. ಧ್ವನಿಯಲ್ಲಿ ಕೊಂಚ ಆಯಾಸವಿತ್ತೇ...

ನಂತರ ಬೇರೆ ಪೇಪರ್ ಏಜೆನ್ಸಿ.. ಬೇರೆ ಏರಿಯಾ... ಬೇರೆ ರಸ್ತೆಗಳು... ಮನೆಗಳೂ ಬೇರೆ. ಆಂಟಿ ಮರೆತಿದ್ದಳು. ವಾಚು ಮಾತ್ರ ಜತೆಗಿತ್ತು. ಹೇಗೋ ಸೆಕೆಂಡ್ ಕ್ಲಾಸ್‌ನಲ್ಲಿ ಪಾಸಾಗಿದ್ದ. ಸರ್ಕಾರಿ ಕಾಲೇಜೊಂದರಲ್ಲಿ ಪಿಯುಸಿಗೂ ಸೇರಿಕೊಂಡ. ಒಂದೆರಡು ಬಾರಿ ಅನ್ನಿಸಿತ್ತು ಆ ಆಂಟಿ ವಾಚು ಕೊಡೋದ್ರ ಬದಲಿಗೆ ಒಂದು ಒಳ್ಳೆ ಸೈಕಲ್ ಆದ್ರೂ ಕೊಟ್ಟಿದ್ದರೆ...

ಈಗ ಸೋಫಾದಲ್ಲಿ ಕುಳಿತವಳ ಕೈಗಳನ್ನು, ಆ ಬೆರಳುಗಳನ್ನು ನೋಡುತ್ತಿರುವಾಗ ಭುಜ ಒತ್ತಿದ ಆಂಟಿಯ ಕೈಗಳು ನೆನಪಾಗುತ್ತ.... ಎದುರಿನ ಮಾನಿಟರ್ ಮಂಜಾಯಿತು.... ಅರೆ ಎಂಥ ನಿಷ್ಕಾರಣ ಪ್ರೀತಿಯಿಂದ ವಾಚನ್ನು ಕೊಟ್ಟಿದ್ದಳಲ್ಲ ಎಂದುಕೊಳ್ಳುವಾಗ ಅವಳು ತನ್ನ ಭುಜವನ್ನು ಒತ್ತಿ ನಿಂತ ಭಾವಭಂಗಿಯಲ್ಲಿ ವಾಚನ್ನು ತೆಗೆದುಕೊಂಡಿದ್ದೇ ಒಂದು ನಿಷ್ಕಾರಣ ಪ್ರೀತಿಯಿಂದ ಎಂಬ ಭಾವ ಹೊಳೆಯುತ್ತಿತ್ತು ಎಂದು ಈಗ ಎನ್ನಿಸುತ್ತೆ. ಆದರೆ ತಾನು ಪಿಯುಸಿ ಎರಡನೇ ವರ್ಷದಲ್ಲಿದ್ದಾಗ ಅಪ್ಪ ಅದನ್ನು ಅಷ್ಟೇ ನಿಷ್ಕಾರಣ ದುರುಳತೆಯಿಂದ ಮಾರಿಬಿಟ್ಟನಲ್ಲ... ಅಮ್ಮ ಹೇಳಿದಾಗ ಯಾಕೋ ತಡೆಯ ಲಾರದ ಸಿಟ್ಟು, ಅಸಹಾಯಕತೆ ಆವರಿಸಿಕೊಳ್ಳುತ್ತ ಆ ಚಿಕ್ಕ ಅಲಾರಂ ಅನ್ನು ಬೀಸಿ ಒಗೆದಿದ್ದ. ಆಗ ಕೆಟ್ಟುಹೋದ ಅಲಾರಂ ಅನ್ನು ರಿಪೇರಿ ಮಾಡಿಸಿರಲೇ ಇಲ್ಲ.... ನಂತರ ಕಾಲೇಜಿಗೂ ಕಾಲಿಡಲಿಲ್ಲ... ದುಡಿಯುವ ಹುಚ್ಚು ಆವರಿಸಿಬಿಟ್ಟಿತ್ತು. ಯಾವುದೋ ಒಂದೆರಡು ಕೆಲಸ ಮಾಡಿದವನು ಶಂಕರನ ಈ ಗ್ಯಾಸ್ ಏಜೆನ್ಸಿಯಲ್ಲಿ ಕೆಲಸಕ್ಕೆ ಸೇ-ರಿದ್ದು. ಮೊದಮೊದಲು ಕಡಿಮೆ ದುಡ್ಡಿಗೆ ಜೀತದಾಳಿನಂತೆ ದುಡಿಸಿಕೊಳ್ತಾನೆ ಅಂತ ರೇಗುವಂತಾ ಗುತ್ತಿದ್ದರೂ ಸಾಕಷ್ಟು ಕೆಲಸ ಕಲಿಸಿಕೊಟ್ಟು, ಕಂಪ್ಯೂಟರ್ ಕಲಿಸಿಕೊಟ್ಟು ಕ್ರಮೇಣ ಸಂಬಳವನ್ನೂ ಜಾಸ್ತಿ ಮಾಡಿದ್ದ ಶಂಕರನ ಮೇಲೆ ಇವನಿಗಷ್ಟೇ ಅಲ್ಲ, ಇವನಮ್ಮನಿಗೂ ಒಂದು ಧನ್ಯತಾಭಾವ ಮೂಡಿಬಿಟ್ಟಿತ್ತು.

ತಂಗಿ ಮೊನ್ನೆ ಎಂದಿಲ್ಲದ ಆಸೆಯಿಂದ ಎಲ್ಲರ ಹಾಗೆ ಹುಟ್ಟು ಹಬ್ಬ ಆಚರಿಸಿಕೊಳ್ಳುವ ಸಹಜ ಹುಚ್ಚಿನಿಂದ ಕೇಳಿದ ಸಲ್ವಾರ್‌ಕಮೀಜ್‌ನ್ನು ಕೊಡಿಸಲಾಗಲೇ ಇಲ್ಲ. ಆಗ ತಟ್ಟನೆ ಅಪ್ಪನಿಗೂ ಇಂತಹದೇ ಏನಾದರೂ ಮಜಬೂರಿ ಇದ್ದಾಗ ಆ ವಾಚು ಮಾ-ರಿರಬಹುದೇ ಎಂಬ ಅನ್ನಿಸಿಕೆ. ಅಪ್ಪ ಮೊದಲು ಡ್ರೈವರ್ ಆಗಿ ಕೆಲಸ ಮಾಡುತ್ತಿದ್ದ ಆ ಕಾರ್ಪೋರೇಟರ್ ಎಂಎಲ್ಎ ಆದ ಕೆಲ ದಿನಗಳಲ್ಲಿಯೇ ಅಪ್ಪನಿಗೆ ಈಗಿನ ಮೂಲೆನಿವೇಶನದಲ್ಲಿದ್ದ ಇಪ್ಪತ್ತು ಇಪ್ಪತ್ತರ ಜಾಗದಲ್ಲಿದ್ದ ಮನೆಯನ್ನು ಕೊಟ್ಟಿದ್ದ.

ಅವನು ಇಷ್ಟು ಸಲೀಸಾಗಿ ಮನೆಯನ್ನು ಹ್ಯಾಗೆ ಕೊಟ್ಟ ಎನ್ನುವುದೇ ಅನುಮಾನವಾಗಿ ಕಡೆಗೆ ಅಮ್ಮನ ಬಳಿ ಜಗಳವಾಡಿದ್ದ. 'ಅವನೇನೋ ಕಂತ್ರಿಕೆಲಸ ಮಾಡಿದ್ದಾನೆ... ಅದು ಅಪ್ಪಂಗೆ ಗೊತ್ತಿದೆ ಯೇನೋ, ಅದನ್ನ ಮುಚ್ಚಿಡಲಿಕ್ಕೆ ಮನೆ ಕೊಟ್ಟು ಬಾಯಿ ಮುಚ್ಚಿಸ್ತಿರಬೇಕು... ನಾನು ಈ ಮನೇಲಿರಲ್ಲ... ಬಿಟ್ಹೋಗ್ತೀನಿ'

'ಇವನೇನು ನಂಗೇ ಹೇಳೊ ಅಷ್ಟು ಮಹಾ ದೊಡ್ಡ ಮನುಷ್ಯನಾಗಿಬಿಟ್ನಾ... ಬಿಟ್ಹೋದ್ರೆ ಹೋಗ್ಲಿ ಬಿಡು' ರಾತ್ರಿ ಕೂಗಾಡಿದ ಅಪ್ಪನಿಗೆ ವಾರದ ನಂತರ ಏನೆನ್ನಿಸಿತೋ ಆ ಕೆಲಸವನ್ನೇ ಬಿಟ್ಟು ಬೇರೆಡೆಗೆ ಸೇರಿದ್ದ. ಅಪ್ಪ ಆ ಕೆಲಸ ಬಿಟ್ಟ ನಂತರ ಕೊಂಚ ಬಿಡುಗಡೆಗೊಂಡ ಹಾಗೆ ಕಾಣುತ್ತಿದ್ದ. ತಂಗಿ ಮಾತ್ರ ಈಗಿನ ಮನೆಯಲ್ಲಿ ಸ್ವಲ್ಪ ಕಳೆಕಳೆಯಾಗಿದ್ದಳು. ಈ ಮನೆ ಕೊಂಚ ದೊಡ್ಡದಾಗಿತ್ತು... ಅಮ್ಮನ ಸೀರೆಯ ವಾಸನೆಯಂಟದ ಹಾಗೆ ವೀರೇಶ ತನ್ನ ಹಡಪವನ್ನಿಟ್ಟುಕೊಳ್ಳಬಹುದಿತ್ತು. ಆದರೆ ಹಡಪದಲ್ಲಿ ವಾಚೇ ಇರಲಿಲ್ಲ ಅಷ್ಟೆ.

ಹಾಗೆ ನೋಡಿದರೆ ಅಪ್ಪ ಆ ವಾಚು ಮಾರಿದ ಮೇಲೆ ಇವನಿಗೆ ಆ ವಾಚಿನ ಕಣಕಣವೂ ನೆನಪಾಗುತ್ತ, ಅದರ ಮುಳ್ಳು ಕೇವಲ ಸಮಯ ಮಾತ್ರ ತೋರಿಸುತ್ತಿರಲಿಲ್ಲ. ಅವಳು ಅರೆಕ್ಷಣ ತನ್ನ ಭುಜ ಒತ್ತಿ ನಿಂತ ಆ ಕ್ಷಣದ ಎಲ್ಲ ವಿವರಗಳನ್ನೂ ತೋರಿಸುತ್ತಿತ್ತು ಎಂಬುದು ನಂತರವೇ ಗ್ರಹಿಕೆಗೆ ಸಿಕ್ಕಿತ್ತು. ಆಮೇಲೆ ಎಷ್ಟೇ ನೆನಪಿಸಿಕೊಳ್ಳಲೆತ್ನಿಸಿದರೂ ಆಂಟಿ ಮನೆಯ ಮತ್ತೇನೂ ವಿವರ ನೆನಪಾಗುತ್ತಲೇ ಇರಲಿಲ್ಲ. ಬಾಗಿಲ ಹೊರಗೆ ಸದಾ ಕಾಣಿಸುವ ಅವಳ ಚಪ್ಪಲಿ, ಮಗಳ ಶೂ, ಶೂದಿಂದ ಹೊರಗಿಣುಕುವ ನೀಲಿ ಸಾಕ್ಸ್... ಅಷ್ಟೇ... ಆದಿನ ಮನೆಯೊಳಗೆ ಹಾಲಿನಲ್ಲಿ ಚೂಪಗೆ ನಿಂತಿದ್ದರೂ ವಾಚಿನ ಹೊರತಾಗಿ, ಅವಳ ಕೈಗಳ ಹೊರತಾಗಿ ಯಾವುದೂ ನೆನಪಾಗುತ್ತಲೇ ಇಲ್ಲ.... ಅದೆರಡರ ಹೊರತಾಗಿ ಮತ್ತಾವ ವಿಚಾರಣೆಯ ಅಗತ್ಯವೂ ಇಲ್ಲ ಎನ್ನವಂತೆ ವಾಚಿನ ಕುರಿತಾದ ಮತ್ತಾವ ಪ್ರಶ್ನೆಯೂ ಅಷ್ಟಾಗಿ ಕಾಡುತ್ತಿರಲೂ ಇಲ್ಲ.

ಮಾನಿಟರ್‌ನಿಂದ ದೃಷ್ಟಿ ಈಚೆ ಸರಿಸಿ ಅವರತ್ತ ನೋಡಿದ. ಅವರು ತಿನ್ನುವುದು ಮುಗಿದಿರಬೇಕು... ಅರೆ ಇವಳ ಕೈಯಲ್ಲಿಯೂ ವಾಚಿಲ್ಲ... ಬೋಳು ಎಡಕೈ... ಆ ಕೈಗಳ ಹಾಗೇ...? ಇದೀಗ ಆ ಹೆಂಗಸು ಕೌಂಟರ್ ಮುಂದೆಯೇ ನಿಂತಿದ್ದಾಳೆ... ಕುಡಿಯಲು ನೀರು ಕೇಳ್ತಿದ್ದಾಳೆ... ಈಗ ವಾಚಿನ ನೆನಪಿನಿಂದ ಪೂರ್ಣವಾಗಿ ಹೊರಬಂದ. ಹೊರಗೆ ಲಾರಿ ನಿಂತ ಸದ್ದು. ಅಬ್ಬ ಅಂತೂ ಲೋಡ್ ಬಂದಿದೆ. ವೀರೇಶನಿಗೆ, ಊಟ ಮುಗಿಸಿದ ಹುಡುಗಿಯರಿಗೆ ಈಗ ಕೈ ತುಂಬ ಕೆಲಸ. ಇಷ್ಟೊ ಹೊತ್ತು ಕಾಯುತ್ತ ಕುಳಿತಿದ್ದ ಅವರಿಬ್ಬರೂ ಭಾರೀ ನಿರಾಳತೆಯಿಂದ ಎದ್ದರು.

ಐದು ಘಂಟೆ ಸುಮಾರಿಗೆ ಸೈಕಲ್ ಮೇಲೆ ಸಿಲಿಂಡರ್ ಇಟ್ಟುಕೊಂಡು ಬಂದವನೊಬ್ಬ ಸ್ಟಾಕ್ ಇಲ್ಲ, ಹೆಸರು ಬರೆಸಬೇಕು ಎಂದು ಹುಡುಗಿಯರಿಬ್ಬರೂ ಹೇಳಿದರೂ ನೋಡಿ, ಯಾರ್ದಾದ್ರೂ ಅಡ್ಜಸ್ಟ್ ಮಾಡಿಕೊಡಿ ಎಂದು ಬೇಡಿಕೊಳ್ಳತೊಡಗಿದ. ಎರಡು ಸಿಲಿಂಡರ್ ಇಟ್ಟುಕೊಳ್ಳಬೇಕ್ರೀ ಎಂದು ಮುಖಕ್ಕೆ ರಪ್ಪೆಂದು ಹೇಳುವ ಎಂದೂ ಕರಗದ

ಬಿಳಿಹುಡುಗಿಯೂ "ಯಾಕ್ಸಾರ್ ಅಷ್ಟು ಅರ್ಜೆಂಟು" ತುಸು ಕಾಳಜಿಯಿಂದಲೇ ಕೇಳಿದಳು. "ಮನೇಲಿ ಬಾಣಂತಿ ಇದ್ದಾರೆ.." ಆತ ತುಸು ಸಂಕೋಚದಿಂದ ಕೈಹಿಸುಕಿಕೊಂಡ. ವೀರೇಶನಿಗೆ ತಟ್ಟನೆ ಒಂದು ನೆನಪು. ಮೊದಲು ಸಿಲಿಂಡರ್ ಹಾಕುವ ಕೆಲಸಕ್ಕೆ ತುಸು ಬೇಸರದಿಂದಲೇ ಸೇರಿಕೊಂಡಾಗ ಅಮ್ಮ ಹೇಳಿದ್ದಳು "ನೀನು ಮಾಡೋ ಕೆಲಸಾನೆ ಸರಿಯಾಗಿ ಮಾಡಿದ್ರೆ ಯಾವುದಾದ್ರೂ ಒಂದು ಮನೇಲಿ ಒಂದು ಒಲೆ ಹೊತ್ತಿಗೆ ಸರಿಯಾಗಿ ಉರಿಯುತ್ತೆ, ಅನ್ನ ಬೇಯುತ್ತೆ'

ಮೂವರೂ ಕಣ್ಣಲ್ಲಿಯೇ ಪರಸ್ಪರ ಮಾತಾಡಿಕೊಂಡರು. ಬಿಳಿಹುಡುಗಿ ಬಿಲ್ ಹರಿದಳು. ವೀರೇಶ ಅವನನ್ನು ಹೊರಗೆ ಕರ್ಕೊಂಡು ಹೋಗಿ "ಯಾರಿಗೂ ಹೇಳಬೇಡಿ ಸಾರ್... ಸ್ಟಾಕಿಲ್ಲ, ಹಂಗಾಗಿ ಎಲ್ರಿಗೂ ನಾಲ್ಕೈದು ದಿನದ ನಂತರವೇ ಕೊಡ್ತಿದೀವಿ" ಎಂದು ಖಾಲಿ ಸಿಲಿಂಡರ್ ಇಳಿಸಿಕೊಂಡು ತುಂಬಿದ್ದನ್ನು ಕೊಟ್ಟುಕಳಿಸಿದ.

ಆ ಹುಡುಗಿಯರನ್ನು ಆರು ಗಂಟೆಗೆ ಕಳಿಸಿದ ನಂತರ ಅಳಿದುಳಿದ ಕೆಲಸ ಮುಗಿಸಿ ಹೋಗಲನುವಾದ. ತಟ್ಟನೆ ನೆನಪಾಯಿತು... ತಾನು ಮೇಲ್ ಚೆಕ್ ಮಾಡುವಾಗ ಆ ಜಂಕ್ ಮೇಲ್‌ಗಳನ್ನು ಓಪನ್ ಮಾಡಿದ್ದು ಶಂಕರ್‌ಗೆ ಗೊತ್ತಾಗುತ್ತೆ. ಡಿಲೀಟ್ ಮಾಡಿಬಿಡುವ ಅಂತ ಅವನ ಕೊಠಡಿಗೆ ಹೋದ. ಮತ್ತೊಮ್ಮೆ ನೋಡುವ ಆಸೆ. ನೋಡಿದ್ರೆ ತಪ್ಪೇನು ಎಂದೂ ಅನ್ನಿಸಿತು. ಬೆಳಗಿನ ಹಾಗೇ.. ನೋಡುವಾಗ ದೇಹವೆಲ್ಲ ಬಿಸಿಯೇರಿ, ರೋಮಾಂಚನ. ಮಾನಿಟರ್ ಮೇಲಿನ ಮೊಲೆ, ಸೊಂಟವನ್ನು ಮುಟ್ಟುವ ಬಯಕೆ. ನಾಲ್ಕಾರು ನೋಡುತ್ತಿದ್ದ ಹಾಗೇ ಒಂಥರ ವಯಕ್ ಎನ್ನಿಸುವ ಹಾಗೆ. ನೋಡಿದ ದೃಶ್ಯಗಳು ಕುತ್ತಿಗೆಯ ನರದಲ್ಲಿಯೇ ಕುಳಿತು ಇನ್ನೇನು ವಾಂತಿಯಾಗುತ್ತೆ ಎಂಬ ಹಾಗೆ. ಎಲ್ಲವನ್ನೂ ಪೂರ್ಣವಾಗಿ ಡಿಲೀಟ್ ಮಾಡಿದ. ಹೊರಬಂದ. ನಸುಗಪ್ಪು ಹುಡುಗಿ ನೆನಪಾದಳು. ಇದೀಗ ನೋಡಿದ ದೃಶ್ಯದಲ್ಲಿ ಅವಳನ್ನು ಕಲ್ಪಿಸಿಕೊಳ್ಳಲು ಯತ್ನಿಸಿದ.... ಆ ಚಿತ್ರಗಳೇ ಹೇಸಿಕೆಯೆನ್ನಿಸಿತು. ಅವಳೆಂದರೆ ಬರಿಯ ಎದೆ, ಹೊಟ್ಟೆ, ಸೊಂಟ, ತೊಡೆ ಮಾತ್ರವಲ್ಲ.... ಅವಳೆಂದರೆ ಕೀಬೋರ್ಡ್ ಮೇಲಿನ ನಸುಗಪ್ಪು ಬೆರಳು, ಕೈಗಳ ನುಣುಪು, ಎಳೆಗೆನ್ನೆಯ ಹೊಳಪು, ಮಾನಿಟರ್ ದೃಷ್ಟಿಸುವ ಅವಳ ಕಣ್ಣುಗಳು, ಆಗೀಗ ಆಪ್ತಭಾವ ಮಿಂಚಿಸುವ ತುಟಿಯ ರೇಖೆಗಳು...ಟೇಬಲ್ ಮೇಲೆ ಬಿದ್ದ ಅವಳ ಮುಡಿಯ ಮಲ್ಲಿಗೆಯ ಮೊಗ್ಗು... ಅವಳ ಹೀಲ್ಸ್‌ನ ಕಟಕಟ... ತನ್ನನ್ನು ಸವರಿಕೊಂಡು ಹೋಗುವ ಅವಳ ದುಪ್ಪಟ್ಟಾ... ಏನೆಲ್ಲವೂ ಹೌದು. ಅವಳನ್ನೊಮ್ಮೆ ಮನೆಗೆ ಕರ್ಕೊಂಡು ಹೋದ್ರೆ ಹ್ಯಾಗಿರುತ್ತೆ... ಅಮ್ಮನಿಗೆ ಪರಿಚಯ ಮಾಡಿಸಿದ್ರೆ ಹ್ಯಾಗೆ... ಯಾವಾಗಾದ್ರೂ ಮನೆಗೆ ಬಾ ಅಂತ ಕರೆಯೋಣವೆಂದರೆ ಆ ಜಗಳಗಂಟಿ ಬಿಳಿಕೋಲು ಬೇರೆ ಜತೆಗೇ ಇರ್ತಾಳೆ... ಫೋನ್ ಮಾಡಿದರೆ ಹ್ಯಾಗೆ... ಹೌದು ಎಂದು ತೀವ್ರವಾಗಿ ಅನ್ನಿಸಿದ್ದೇ ಅವಳ ಮನೆ ನಂಬರ್ ಹೇಗೂ ಗೊತ್ತಿದೆಯಲ್ಲ ಇಷ್ಟು ಹೊತ್ತಿಗೆ ಮನೆ ಸೇರಿರುತ್ತಾಳೆ ಎಂದುಕೊಂಡು ಕುಳಿತ. ಈ ಮೊದಲು ಸಾಕಷ್ಟು ಬಾರಿ ಫೋನ್ ಮಾಡಬೇಕೆಂದು, ಏನು ಮಾತಾಡಬೇಕೆಂದು ರಿಹರ್ಸಲ್

ಮಾಡಿಕೊಂಡವ ಕಡೆಗೆ ಸುಮ್ಮನಾಗಿದ್ದ. ಇವತ್ತು ಹಾಗೆ ಕುಳಿತವ ಪರಿಚಿತ ನಂಬರ್ ಒತ್ತಿದ. ಇವನು ರಿಸೀವರ್ ಹಿಡಿದೇ ಇರುವಾಗ ಪಕ್ಕದ ಮತ್ತೊಂದು ಫೋನ್ ರಿಂಗಣಿಸಿತು. ಈ ಫೋನ್ ಬಲಗೈಯಲ್ಲಿ ಹಿಡಿದುಕೊಂಡೇ ತಥ್‌ತೇರಿ.. ಯಾರೋ ಗ್ಯಾಸ್ ಬುಕ್ ಮಾಡಲಿಕ್ಕೆ ಇರಬೇಕು ಎಂದುಕೊಂಡು ಎಡಗೈಯಲ್ಲಿ ಆ ಫೋನ್ ಎತ್ತಿದವ ತನ್ನ ಎಂದಿನ ಧ್ವನಿಯಲ್ಲಿ "ನಮಸ್ತೆ ಭಾರತ್ ಗ್ಯಾಸ್" ಎಂದ. ಮೊದಲು ಅರೆ ಅವಳ ಮನೆಗೆ ಮಾಡಿದ ಫೋನಿನಿಂದಲೂ 'ನಮಸ್ತೆ ಭಾರತ್ ಗ್ಯಾಸ್' ಎಂಬ ತನ್ನ ಧ್ವನಿಯೇ ಕೇಳ್ತಾ ಇದೆಯಲ್ಲ ಎಂದುಕೊಂಡವನಿಗೆ ತಟ್ಟನೆ ಹೊಳೆಯಿತು.. ತಾನು ಅವಳ ಮನೆ ನಂಬರ್ ಬದಲಾಗಿ ತನ್ನ ಆಫೀಸಿನದೇ ಇನ್ನೊಂದು ನಂಬರ್ ಒತ್ತಿದ್ದೇನೆ ಎಂದು. ಯಾರೂ ಇಲ್ಲದೆ ಖಾಲಿಯಾಗಿದ್ದ ಆಫೀಸಿನಲ್ಲಿ ನಮಸ್ತೆ ಭಾರತ್ ಗ್ಯಾಸ್ ಎಂಬ ಏರಿಳಿತವಿಲ್ಲದ ಮಂದ್ರಸ್ಥಾಯಿಯ ತನ್ನ ಧ್ವನಿಯೇ ಪ್ರತಿಧ್ವನಿಸುತ್ತಿದೆ ಎನ್ನಿಸಿದ್ದೇ ನಗುಬಂತು. ನಾಳೆ ಹೇಗೂ ಸಿಗ್ತಾಳಲ್ಲ ಎಂದುಕೊಳ್ಳುತ್ತ ಹಗುರು ನಗೆಯಿಂದ ಆಫೀಸ್ ಬಾಗಿಲು ಮುಚ್ಚಿ ನಿಂತ.

ಬೇಸಿಗೆಯಾಗಿದ್ದರಿಂದ ಏಳುಗಂಟೆಯಾದರೂ ಇನ್ನೂ ನಸುಹಳದಿ ಬೆಳಕು ಕಪ್ಪು ಟಾರು ರಸ್ತೆಯ ಮೇಲೆ ಹೊಳೆಯುತ್ತಿತ್ತು. ವೇಗವಾಗಿ ಸರಿದು ಹೋಗುತ್ತಿದ್ದ ಆಟೋಗಳು, ಬಸ್ಸುಗಳು, ಫುಟ್‌ಪಾತ್‌ನಲ್ಲಿ ಮನೆಗೆ ಹೋಗುವ ಅವಸರದಲ್ಲಿದ್ದ ಜನರು.... ಕಳ್ಳೆಪುರಿ ಕೈಗಾಡಿಯವನು.... ತರಕಾರಿ ಗಾಡಿಯವನು... ಹಾಗೇ ನೋಡುತ್ತ ಅರೆಕ್ಷಣ ನಿಂತ. ಸ್ವಲ್ಪ ಇಳಕಲಾಗಿದ್ದ ಆ ರಸ್ತೆಯಲ್ಲಿ ಎಲ್ಲವೂ ಸುಂಂ-ಮ್ಮನೆ ಸಾಗಿದಂತೆ ಅನ್ನಿಸುತ್ತಿತ್ತು. ಅವನು ನೋಡುತ್ತಿದ್ದ ಹಾಗೇ ಹಣ್ಣಿನ ಗಾಡಿಯನ್ನು ತಳ್ಳಿಕೊಂಡು ಹೊರಟವಳೊಬ್ಬಳು ಅದನ್ನು ಮೆಲ್ಲ ತಳ್ಳುತ್ತ ಸಮಾ ಇಳುಕಲಿಗೆ ಬರುತ್ತಿದ್ದ ಹಾಗೇ ಅದರ ಮೇಲೆ ಎಲ್ಲ ಭಾರ ಹಾಕಿ ನಡೆಯಹತ್ತಿದಳು. ಅವಳು ಕೈಗಾಡಿಯನ್ನು ಜೀಕಿಕೊಂಡು ಹೇಗೆ ಹೋಗುತ್ತಿದ್ದಳೆಂದರೆ ಅವಳು ಈ ನೆಲದಲ್ಲೇ ಇಲ್ಲ... ತೇಲುತ್ತಿದ್ದಾಳೆ... ಮೆಲ್ಲ ಮೆಲ್ಲ ತೇಲುತ್ತ ಇದೀಗ ಆ ಮುಗಿಲನ್ನೇ ಮುಟ್ಟುತ್ತಾಳೆ ಎಂಬಂತೆ... ಹಾಗೆ ಜೀಕುವ ಪೂರ್ಣ ಖುಷಿಯನ್ನು ಅವಳು ಅನುಭವಿಸುತ್ತಿದ್ದಾಳೆ ಎಂಬಂತೆ ಅವಳ ಮುಖದ ಮೇಲೆ ನಗೆಯಿತ್ತು... ನಸುಹಳದಿ ಬೆಳಕಿನಲ್ಲಿ ತುಸು ಮೇಲೆ ಉಟ್ಟಿದ್ದ ಸೀರೆಯ ಸೆರಗನ್ನು ಸೊಂಟಕ್ಕೆ ಸಿಕ್ಕಿಸಿ ಎರಡೂ ಕೈಗಳಲ್ಲಿ ಗಾಡಿಯನ್ನು ತಳ್ಳುತ್ತ ಹೊರಟವಳನ್ನು ನೋಡುತ್ತ ಒಂದು ಪುಟ್ಟ ಹುಡುಗನಾಗಿ ಅವಳೊಂದಿಗೆ ಓಡಿಬಿಡಬೇಕೆಂಬ ಭಾವವನ್ನು ಮೈತುಂಬಿಸಿಕೊಂಡು ವೀರೇಶ ನಿಂತೇ ಇದ್ದ.

2005

ಬೆರಳಂಚಿನ ಬೆಳಕಿಂಡಿ

ಆಫೀಸಿನಿಂದ ಎರಡು ಮೂರು ಮನೆಯಾಚೆ ಎಲೆಕ್ಟ್ರಿಕ್ ತಂತಿಯ ಮೇಲೆ ಬಾಗಿದಂತಿದ್ದ ಆ ಎರಡು ದೊಡ್ಡ ಕೊಂಬೆಗಳು ಎಷ್ಟೋ ದಿನಗಳಿಂದ ಹಾಗೇ ಇತ್ತು. ಮೊದಲೇ ಅದನ್ನು ಗಮನಿಸಿದ್ದ ರೆಸೆಪ್ಷನಿಸ್ಟ್ ಏನೋ ಮಾತಿನ ನಡುವೆ ಒಂದು ಬಾರಿ ಹೇಳಿದಾಗ ಮೋಹನರಾವ್ ಕೂಡ ಗಮನವಿಟ್ಟು ನೋಡಿದರು. ಮೊದಲು 'ನಮ್ಮ ಚಿಂತೆಯೇ ನಮಗೆ ಹಾಸಲುಂಟು ಹೊದೆಯಲುಂಟು... ಪರರ ಚಿಂತೆ ನಮಗೇಕೆ' ಎಂದುಕೊಂಡು ಸುಮ್ಮನಾದರು. ನಗರದಲ್ಲಿ ನಾಲ್ಕಾರು ಬಾರಿ ಜೋರು ಮಳೆಗೆ ಎಲ್ಲೆಲ್ಲಿಯೋ ಮರಗಳು ಉರುಳಿ ಸಾವು ನೋವು, ವಿದ್ಯುತ್ ಸಂಪರ್ಕ ಕಡಿದು ಬಿದ್ದಿದ್ದು ಇದನ್ನೆಲ್ಲ ಪತ್ರಿಕೆಗಳಲ್ಲಿ ಓದಿ, ಟಿವಿಯಲ್ಲಿ ನೋಡಿ ಅಲ್ಲಿ ಇಲ್ಲಿ ನಡೆದ ಮಾತುಕತೆಯಲ್ಲಿ ಪಾಲುದಾರರಾಗುತ್ತಿರುವಂತೆ ಅವರಿಗೆ ಈ ಬಗ್ಗೆ ಏನಾದರೂ ಮಾಡುವ ಹುಕಿ ಬಂದಿತು. ಮೊದಲು ಬೆಸ್ಕಾಂನವರಿಗೆ ದೂರವಾಣಿಯಲ್ಲಿ ಸಂಪರ್ಕಿಸಿದರು, ಅವನು ಇವರ ಏರಿಯಾ ಯಾವುದು ಎಂದೆಲ್ಲ ಕೇಳಿದವ ಅದು ತಮ್ಮ ಏರಿಯಾ ಅಲ್ಲವೆಂದು, ಬೇರೆ ಒಂದು ನಂಬರನ್ನು ಕೊಟ್ಟವನೇ "ನಿಮ್ಮ ಆಫೀಸಿನ ಮುಂದಲ್ಲ ಅಂದ್ರೆ ನಿಮಗ್ಯಾಕ್ರೀ ಅದರ ಚಿಂತೆ" ಎಂದು ಜೋರಾಗಿ ಗೊಣಗಿ ಫೋನಿಟ್ಟ.

ಮೋಹನರಾವ್ ಆ ನಂಬರಿಗೆ ಕರೆ ಮಾಡಿ, ನಿಧಾನಕ್ಕೆ ವಿಷಯ ಹೀಗೆ ಅಂತ ಶುರು ಮಾಡಿದರು. "ದಿನಕ್ಕೆ ಹೀಗೆ ನೂರು ಜನ ಮಾಡ್ತಾರ್ರೀ, ನೀವು ರಾಮಾಯಣ ಪುರಾಣ ಊದ್ತಾ ಕೂತ್ಕೋಬೇಡಿ, ಏನು ವಿಷಯ, ಯಾವ ಏರಿಯಾ ಅಂತ ಹೇಳಿ ಸಾಕು" ಎಂದಾತ ಗದರಿದ ಮೇಲೆ ಸಂಕ್ಷಿಪ್ತವಾಗಿ ಹೇಳಿ ಫೋನಿಟ್ಟು ಬೆವರೊರೆಸಿ ಕೊಂಡರು. ಮರುದಿನ ಬಂದ ಬೆಸ್ಕಾಂನ ನೌಕರ ಅದನ್ನು ನೋಡಿ, ತುಸುವೇ ಬಾಗಿದ

ಅದನ್ನು ತಾವು ಕಡಿಯಲು ಬರೋದಿಲ್ಲ, ಬಿದ್ದರೆ ಮಾತ್ರ ಕಡಿಯಬಹುದು, ಅರಣ್ಯ ಇಲಾಖೆಗೆ ಹೇಳಿ ಅಂದೇನೋ ಕುಂಟು ನೆವ ಹೇಳಿ ಹೋದ. ಮೋಹನರಾವ್ ಬಿಡದೆ ಆತನಿಂದಲೇ ಇಸಿದುಕೊಂಡಿದ್ದ ಫೋನ್ ನಂಬರಿಗೆ ಕರೆ ಮಾಡಿದರು. ಅಷ್ಟಕ್ಕೂ ಸುಮ್ಮನಾಗದೆ ಒಂದು ಅರ್ಜಿಯನ್ನೂ ಬರೆದರೆ ಹೇಗೆ ಅನ್ನಿಸಿದ್ದೇ ಕೂತು ಕಂಪ್ಯೂಟರ್‌ನಲ್ಲಿ ಟಕಾಯಿಸಿದರು. ಆಫೀಸಿನ ಲೆಟರ್‌ಹೆಡ್‌ನಲ್ಲಿ ಕೊಟ್ಟರೆ ಸ್ವಲ್ಪ ಹೆಚ್ಚು ಪರಿಣಾಮಕಾರಿ ಯಾಗಿರುತ್ತೆ ಎಂದುಕೊಂಡು ಲೆಟರ್‌ಹೆಡ್‌ನಲ್ಲಿ ಪ್ರಿಂಟ್‌ಔಟ್ ತೆಗೆದುಕೊಂಡು ಕಳಿಸಿದರು. ನಾಲ್ಕಾರು ದಿನದ ನಂತರ ಅರಣ್ಯ ಇಲಾಖೆಯಿಂದ ಆಫೀಸಿಗೆ ಕರೆ ಬಂತು. ಅರ್ಜಿ ಕೊಟ್ಟವರು ಯಾರು ಎಂದು ರೆಸೆಪ್ಷನಿಸ್ಟ್ ನಾಲ್ಕಾರು ಜನಕ್ಕೆ ಕೇಳಿ ಅವರೆಲ್ಲ ನಾನಲ್ಲ ನೀನಲ್ಲ ಎಂದಾಗಿ ಕಡೆಗೆ ಅದು ಮೋಹನರಾವ್ ಎಂದು ಗೊತ್ತಾಯಿತು. ಫೋನ್ ಮಾಡಿದವರೊಂದಿಗೆ ಮೋಹನರಾವ್ ಮಾತನಾಡಿ, ಮತ್ತೆ ನಾಲ್ಕಾರು ದಿನದ ನಂತರ ಅಂತೂ ಒಂದು ಬೆಳಿಗ್ಗೆ ಆ ಮರದ ಎರಡು ದೊಡ್ಡ ಕೊಂಬೆಯನ್ನು ಕಡಿಯಲಾಗಿತ್ತು. ರೆಸೆಪ್ಷನಿಸ್ಟ್ ಜತೆ ಮೋಹನರಾವ್‌ನ ಅಕೌಂಟ್ಸ್‌ನ ಸಹೋದ್ಯೋಗಿ ಮಧುರಾ ಕೂಡ 'ಆಫೀಸಿನ ಲೆಟರ್‌ಹೆಡ್‌ನಲ್ಲಿ ಅರ್ಜಿ ಕೊಟ್ಟಿದ್ರಾ' ಎಂದು ಮುಗುಮ್ಮಾಗಿ ಕೇಳಿದ್ದರ ಬಗ್ಗೆ ಮೋಹನರಾವ್ ಹೆಚ್ಚೇನೂ ತಲೆ ಕೆಡಿಸಿಕೊಳ್ಳಲೂ ಇಲ್ಲ.

ಮೋಹನರಾವ್‌ಗೆ ಇಲ್ಲಿ ಕೆಲಸ ಮಾಡಲೇಬೇಕೆಂಬ ಜರೂರೇನೂ ಇರಲಿಲ್ಲ. ನಿವೃತ್ತಿ ಯಾಗುವಷ್ಟರಲ್ಲಿ ಮಗ, ಮಗಳು ಇಬ್ರೂ ಸೆಟಲ್ ಆಗಿದ್ದಾರೆ. ಸ್ವಂತ ಮನೆಯನ್ನೂ ಕಟ್ಟಿಸಿಯಾಗಿದೆ. ಡೆಲ್ಲಿಯಲ್ಲಿ ಬ್ಯಾಂಕ್ ಕೆಲಸದಲ್ಲಿರುವ ಮಗ, ಇಲ್ಲಿಯೇ ಖಾಸಗಿ ಕಂಪನಿಯೊಂದರಲ್ಲಿ ಒಳ್ಳೆಯ ಕೆಲಸದಲ್ಲಿರುವ ಮಗಳು ಇಬ್ಬರಿಗೂ ಮದುವೆ ಅಂತ ಮಾಡಿಬಿಟ್ಟರೆ ಆಯಿತು... ಇಷ್ಟಾಗಿ ಅವರೇ ನೋಡಿಕೊಂಡಿದ್ದರೂ ಅದನ್ನೇ ಹೂಂ ಅಂದುಬಿಡುವ, ವರದಕ್ಷಿಣೆ ಕೊಡುವುದೂ ಇಲ್ಲ, ತೆಕ್ಕೊಳ್ಳುವುದೂ ಬೇಡ, ಮಕ್ಕಳು ಚೆನ್ನಾಗಿದ್ದರೆ ಸಾಕು ಜಾತಿ ಗೀತಿಯನ್ನೂ ನೋಡುವುದು ಬೇಡ, ಈಗ ನಮ್ಮ ಕಾಲದಂತಲ್ಲ ಅಂತೆಲ್ಲ ಹೆಂಡತಿಗೂ ಹೇಳಿದ್ದಾರೆ. ಹಾಗೆ ನೋಡಿದರೆ ಮಕ್ಕಳೊಂದಿಗೆ ಇವರಿಗಿಂತ ಹೆಚ್ಚು ಆಪ್ತತೆಯಿಂದಿರುವ ಹೆಂಡತಿ ಕೂಡ ಇವರಿಗಿಂತ ಮೊದಲೇ ಇಂತಹ ವಿಚಾರಕ್ಕೆ ತೆರೆದುಕೊಂಡಿದ್ದರು.

ನಿವೃತ್ತಿಯಾದೊಡನೆ ಖಾಲಿ ಕುಳಿತುಕೊಳ್ಳುವುದು ಯಾಕೆ ಎಂದುಕೊಂಡು ಅಲ್ಲಿ ಇಲ್ಲಿ ಖಾಸಗಿ ಸಂಸ್ಥೆಗಳಿಗೆ ಅರ್ಜಿ ಗುಜರಾಯಿಸಿ, ಸಂದರ್ಶನಕ್ಕೆ ಹಾಜರಾಗಿ ಕಡೆಗೆ ಇದು ಮನೆಗೆ ತುಸು ಹತ್ತಿರ ಎಂದುಕೊಂಡು ಸೇರಿದರು. ಪಾಲಿಥೀನ್ ಕ್ಯಾ-ರಿಬ್ಯಾಗ್‌ಗಳ ವಿರುದ್ಧ, ಪರಿಸರ ಸಂರಕ್ಷಣೆಗಾಗಿ ಆಂದೋಲನ, ಶಾಲಾ ಕಾಲೇಜುಗಳಲ್ಲಿ ಕಾರ್ಪೋರೇಟ್ ಫರ್ಮ್ಸ್‌ಗಳಿಗೆ ತರಬೇತಿ, ಏನೇನೋ ಸುಡುಗಾಡು ಸುಂಟಿ-ಕೊಂಬು ವಿಚಾರದಲ್ಲಿ ಪ್ರಗತಿಪರವಾಗಿ ದುಡಿಯುತ್ತಿದ್ದ ಈ ಸಂಸ್ಥೆಯಲ್ಲಿ ಅಕೌಂಟ್ಸ್ ಕೆಲಸ ನೋಡಿಕೊಳ್ಳಲು ಸೇರಿದರು. ಸಾಕಷ್ಟು ವರ್ಷ ಸರ್ಕಾರಿ ಕಛೇರಿಯೊಂದರಲ್ಲಿ ದುಡಿದ ಅವರಿಗೆ ಮೊದಮೊದಲಿಗೆ ಭಾರೀ ಇರಿಸುಮುರಿಸಾಗಿತ್ತು. ಹೆಚ್ಚಿನವರು

ಹದಿಹರೆಯದವರು, ಏಳೆಂಟು ಜನ ಮಧ್ಯವಯಸ್ಸಿನ ಸಹೋದ್ಯೋಗಿಗಳ ಮಧ್ಯ ಮೋಹನರಾವ್ ಒಬ್ಬರೇ ಹೀಗೆ ನಿವೃತ್ತಿ ಹೊಂದಿ, ಡೈ ಮಾಡಿದ ಕೂದಲಿನ ವ್ಯಕ್ತಿ. ಕೆಲವು ಬಾರಿ ತಾವು ಇಂತಹ ಪರಿಸರಕ್ಕೆ ತೀರಾ ಔಟ್‌ಡೇಟೆಡ್ ಆಗಿಬಿಟ್ಟಿದ್ದೀನಾ ಅನ್ನಿಸಿ ತುಸು ಕೀಳರಿಮೆಯೂ ಹುಟ್ಟಿತ್ತು. ಎಲ್ಲ ಕೆಲವೇ ದಿನ.. ಕ್ರಮೇಣ ಅವರೊಂದಿಗೆ ಬೆರೆತು ಕೆಲಸ ಮಾಡುತ್ತ ತಮ್ಮದೇ ಛಾಪು ಒತ್ತಿದ್ದರು. ಅಕೌಂಟ್ಸ್‌ನ ಪರಿಣತಿ, ಸಾಕಷ್ಟು ಚೆನ್ನಾಗಿದ್ದ ಅವರ ಇಂಗ್ಲಿಷ್, ಮಧುರನ ತಪ್ಪುಗಳನ್ನು ಗೊಣಗದೆ ಅವಳಿಗೆ ಸರಿಪಡಿಸಿ ಹೇಳುತ್ತಿದ್ದ ರೀತಿ, ಆಗೀಗ ಅವರು ಹೇಳುತ್ತಿದ್ದ ತಮ್ಮ ಸರ್ಕಾರಿ ವೃತ್ತಿಯ ತಮಾಷೆಯ ಘಟನೆಗಳು ಮೋಹನರಾವ್, ಮತ್ತವರ ಸಹೋದ್ಯೋಗಿಗಳಿಗೆ ಅವರ ವಯಸ್ಸಿನ ಅಂತರವನ್ನು ಮರೆಯುವಲ್ಲಿ ನೆರವಾಗಿತ್ತು.

ಮೋಹನರಾವ್ ಕೊಂಚ ಬದಲಾಗಿದ್ದನ್ನು ಮನೆಯಲ್ಲಿ ಹೆಂಡತಿ, ಮಗಳೂ ಗಮನಿಸಿದ್ದರು. ಹೆಂಡತಿಗೆ ಸೀರೆ ಬಟ್ಟೆಗೆ ತಗೋ ಎಂದು ದುಡ್ಡು ಕೊಟ್ಟರೆ ಅಥವ ಹೆಚ್ಚೆಂದರೆ ಅವರೊಂದಿಗೆ ಆಗೀಗ ತರುವಾಗ ತಾವೂ ಜತೆಗೆ ಹೋಗುವುದನ್ನು ಬಿಟ್ಟರೆ ಎಂದೂ ತಾವಾಗಿಯೇ ಸೀರೆ ತರದ ಮೋಹನರಾವ್ ಒಂದು ದಿನ ಎರಡು ಕಾಟನ್ ಸೀರೆ ತಂದಿದ್ದರು. ತುಂಬ ಸುಂದರ ಕಸೂತಿ ಮಾಡಿದ ತಿಳಿ ಬಣ್ಣದ ಆ ಸೀರೆಗಳನ್ನು ನೋಡಿದಾಗ ಹೆಂಡತಿಗೆ ಖುಷಿಯಾಗಿದ್ದರೂ ಕೊಂಚ ವಿಚಿತ್ರವೂ ಅನ್ನಿಸಿಬಿಟ್ಟಿತ್ತು. "ಆಫೀಸಿನಲ್ಲಿ ದಿನೇಶ ಊರಿಗೆ ಹೋಗ್ತಾ ತಮ್ಮಮ್ಮಂಗೆ ಅಂತ ಶಾಂತಾನ ಹತ್ತಿರ ಸೀರೆ ತಂದುಕೊಡಲಿಕ್ಕೆ ಹೇಳಿದ್ದ, ಅವಳು ಒಂದು ಐದಾರು ತಂದು ಆರಿಸಿಕೊಳ್ಳಕ್ಕೆ ಹೇಳಿದ್ಲು, ಶಾಂತಾ ನೀವೂ ತಗೊಂಡುಬಿಡಿ ಸಾರ್ ಅಂತ ತಮಾಶಿ ಮಾಡಿದ್ಲು, ಇವೆರೆಡು ಚೆನ್ನಾಗಿ ಕಾಣಿಸ್ತು, ಸರಿ ಅಂತ ತಗಂಡೆ" ಮೋಹನರಾವ್ ಪೆದ್ದುಪೆದ್ದಾಗಿ ವಿವರಿಸಿದ್ದರು. ಮಗನಿಗೂ ಆಗೀಗ ಇ-ಮೇಲ್ ಮಾಡಿ ತಮ್ಮ ಆಫೀಸಿನ ವಿಷಯ, ಮನೆಯ ವಿಷಯ ವಿಸ್ತಾರವಾಗಿಯೇ ಬರೆಯಲಾರಂಭಿಸಿದ್ದರು. ಮೊದಲಿಂದ ಮಗನೊಂದಿ ಗಾಗಲೀ, ಮಗಳೊಂದಿಗಾಗಲೀ ಪ್ರೀತಿ ವಾತ್ಸಲ್ಯವಿದ್ದರೂ ಅಷ್ಟಾಗಿ ತೋರುಗೊಡದ ಮೋಹನ್‌ರಾವ್ ಈ ಆಫೀಸಿಗೆ ಸೇರಿದ ಮೇಲೆ ಎಳೆ ವಯಸ್ಸಿನ ಸಹೋದ್ಯೋಗಿಗಳ ಪ್ರಭಾವದಿಂದಲೋ ಏನೋ ಕೊಂಚ ಬದಲಾಗಿದ್ದಂತೂ ನಿಜವೇ.

ಆಗೀಗ ಸಹೋದ್ಯೋಗಿಗಳು ತಮ್ಮ ಅಪ್ಪ, ಅಮ್ಮನಿಗೆ ಹುಷಾರಿಲ್ಲದ್ದನ್ನೋ, ಅದರಿಂದ ತಮಗೆ ಎಷ್ಟು ಕಳವಳವಾಗುತ್ತಿದೆ ಎಂದೋ, ಅವರು ಊರಿಗೆ ಗೀರಿಗೆ ಹೋದಾಗ "ಐ ಆಮ್ ಮಿಸ್ಸಿಂಗ್ ದೆಮ್ ಯು ನೋ" ಎಂದು ತುಟಿಕೊಂಕಿಸಿ ಹೇಳುವಾಗ ಅರೆ ತಮ್ಮ ಮಕ್ಕಳಿಗೂ ಹೀಗೇ ಅನ್ನಿಸಬಹುದಲ್ಲವೇ ಎಂಬೊಂದು ಭಾವನೆಗೆ ಮೋಹನರಾವ್ ಢಕ್ಕಾಗುತ್ತಿದ್ದರು. ಆ ಸಹೋದ್ಯೋಗಿಗಳಿಗೆ ಸಾಂತ್ವನದ ನಾಲ್ಕು ಮಾತಾಡಿ ಮಗನಿಗೆ, ಮಗಳಿಗೆ ಉದ್ದದ ಇ-ಮೇಲ್ ರವಾನಿಸ್ತಾ ಇದ್ರು. ಎಷ್ಟೋ ಬಾರಿ ಮನೆಯಲ್ಲಿಯೇ ಇರುವ ಮಗಳೊಂದಿಗೂ ಸರಿಯಾಗಿ ಮಾತಾಡಲಿಕ್ಕಾಗದೇ ತಾವು ಓದಿದ ಪುಸ್ತಕಗಳು, ಅಕೌಂಟ್ಸ್ ಕುರಿತಾದ ತಮಾಷೆಯ ಸಂಗತಿಗಳು, ದಾರಿಯಲ್ಲಿ ಕಂಡ ಘಟನೆಗಳು ಇತ್ಯಾದಿ ಹಂಚಿಕೊಂಡು ಇ-ಮೇಲ್ ರವಾನಿಸ್ತಾ ಇದ್ದರು.

ಸಹೋದ್ಯೋಗಿಗಳು ತಮ್ಮ ಬಾಲ್ಯದ ಘಟನೆಗಳನ್ನು ನೆನಪಿಸಿಕೊಂಡು ಅಪ್ಪ ಅಮ್ಮನ ಬಗ್ಗೆ ಹೇಳಿದಾಗ ತಟ್ಟನೆ ತಮ್ಮ ಮಕ್ಕಳ ಬಗ್ಗೆ, ತೀರಿಕೊಂಡ ತಮ್ಮ ಅಪ್ಪನ ಬಗ್ಗೆ ನೆನಪಿಸಿಕೊಳ್ಳುವ ಮೋಹನರಾವ್ ತಮ್ಮ ಬಾಲ್ಯವನ್ನು ಮತ್ತು ತಮ್ಮ ಮಕ್ಕಳ ಬಾಲ್ಯವನ್ನು ಒಟ್ಟಿಗೇ ನೆನಪಿಸಿಕೊಂಡು ವಿಚಿತ್ರ ಬೆಚ್ಚನೆಯ ಭಾವಕ್ಕೆ ಪಕ್ಕಾಗುತ್ತಿದ್ದರು. ಅಂತಹ ದಿನಗಳಲ್ಲಿ ಎರಡೂ ಬಾಲ್ಯವನ್ನು ಮತ್ತೆ ಅನುಭವಿಸುತ್ತಿರುವಂತೆ ಒಂದೇ ಮೇಲ್‌ನ್ನು ಬರೆದು ಇಬ್ಬರಿಗೂ ಕಳಿಸುತ್ತಿದ್ದರು. ಈ ದಿನಗಳಲ್ಲಿ ಮಗ, ಮಗಳನ್ನು ಹೆಚ್ಚು ಅರ್ಥೈಸಿಕೊಂಡಿರುವ ಭಾವನೆಯೊಂದು ಆವರಿಸಿಕೊಂಡಿರುತ್ತಿತ್ತು. ಮಗ, ಮಗಳಲ್ಲಿ ತಮ್ಮ, ಹೆಂಡತಿಯ ಇಬ್ಬರ ಜೀವಕೋಶಗಳು ಉಸಿರಾಡುತ್ತಿದೆ, ಅದಾವುದೋ ಅಮೃತಘಳಿಗೆಯಲ್ಲಿ ತಮ್ಮಿಬ್ಬರ ಕೋಶಗಳು ಒಂದರೊಳಗೊಂದು ಸೇರಿ, ಅದೀಗ ಹೀಗೆ ದೂರದಲ್ಲಿ ಮೂರ್ತಸ್ವರೂಪದಲ್ಲಿ ಉಸಿರಾಡುವ, ಮಿಡಿಯುವ ಜೀವವಾಗಿದೆಯಲ್ಲ ಎಂಬ ಭಾವ ಉತ್ಕಟವಾಗಿ ಆವರಿಸಿದಾಗೆಲ್ಲ ಲವ್ ಯು ಎಂದೋ ಮಿಸ್ಸಿಂಗ್ ಯು ಎಂದೋ ಹನಿಗಣ್ಣಾಗಿ ಮೇಲ್ ಅಥವ ಮೆಸೇಜ್ ಕಳಿಸುತ್ತಿದ್ದರು. ಆಗೀಗ ಯಾಕೆ ಇತ್ತೀಚಿಗೆ ಹೀಗೆಲ್ಲ ಅನ್ನಿಸುತ್ತಿದೆ ಎಂದು ತಮ್ಮೊಳಗೇ ಚಿಂತಿಸಿ ವಯಸ್ಸಾಗುತ್ತಿದೆ ಎಂದು ಮಕ್ಕಳ ಮೇಲೆ ಅವಲಂಬನೆಯಾ, ಅವರು ತಮ್ಮನ್ನು ಚೆನ್ನಾಗಿ ನೋಡಿಕೊಳ್ಳಲಿ ಎಂಬ ಸ್ವಾರ್ಥವಾ ಎಂದೂ ಅರ್ಥವಾಗದೇ ಕಡೆಗೆ ಯಾಕೆ ಸುಮ್ಮನೆ ಗೊಂದಲ ಎಂದುಕೊಂಡು ಹೀಗನ್ನಿಸಿದ್ದನ್ನೂ ಉದ್ದಕ್ಕೆ ಬರೆಯುತ್ತಿದ್ದರು. ಆಗೆಲ್ಲ ಅವರಿಗೆ ಅಮ್ಮ ಬೆರಳು ಹಿಡಿದು ಸ್ಲೇಟ್‌ನಲ್ಲಿ ಅ, ಆ ತಿದ್ದಿಸಿದ್ದು, ಐದನೇ ಕ್ಲಾಸ್‌ನಲ್ಲಿ ಎಬಿಸಿಡಿ ಕಲಿಯುವಾಗ ಉಂಟಾದ ಕೀಳರಿಮೆ ಎರಡೂ ಒಟ್ಟಿಗೇ ನೆನಪಾಗಿ ಈ ಅಕ್ಷರಗಳು ನಮ್ಮನ್ನು ಎಷ್ಟೆಲ್ಲ ಹತ್ತಿರಕ್ಕೆ ತರುತ್ತಲ್ಲ ಎಂಬ ವಿಸ್ಮಯದಿಂದ ಮತ್ತೆ ಮತ್ತೆ ಇ–ಮೇಲ್‌ನಲ್ಲಿಯ, ಮೊಬೈಲ್‌ನ ಮೆಸೇಜ್ ಕಿಂಡಿಯಲ್ಲಿಯ ಅಕ್ಷರಗಳನ್ನು ದಿಟ್ಟಿಸುತ್ತಿದ್ದರು. ಪ್ರತಿ ಬಾರಿ ಇ–ಮೇಲ್ ಬಾಕ್ಸ್ ಅನ್ನು ಅಥವ ಮೊಬೈಲ್‌ನ ಮೆಸೇಜ್ ಅನ್ನು ತೆರೆಯುವಾಗ ಹೊಸದೇ ಬೆಳಕಿಂಡಿಯೊಂದು ತನ್ನೆಲ್ಲ ಮಾಂತ್ರಿಕತೆಯೊಡನೆ ಇದೀಗ ಬೆರಳಂಚಿನಲ್ಲಿ ತೆರೆಯಲಿದೆ ಎಂಬ ಭಾವಕ್ಕೆ ಪಕ್ಕಾಗುತ್ತಿದ್ದರು. ಆ ಬೆಳಕಿಂ–ಡಿಯಲ್ಲಿ ಕಾಣುವ ಎಲ್ಲ ಜೀವಭಾವಗಳು ಸ್ಫಟಿಕ ಶುದ್ಧ... ಯಾವುದೂ ಭಾರವೆನ್ನಿಸದ ಹಾಗೆ ಸಪೂರ ಅಕ್ಷರಗಳು ತುಂಬಿಕೊಡುವ ಪರಸ್ಪರ ಅರಿತ ಭಾವ... ಮಕ್ಕಳು ಹೇಳದ ಕೆಲವು ವಿಷಯಗಳನ್ನು ಕೂಡ ಹಾಗೆ ಕುಳಿತು ಅಕ್ಷರ ನೋಡುತ್ತಿದ್ದರೆ ತಾನೇ ತಾನಾಗಿ ಗ್ರಹಿಸಿದ ಭಾವ... ಹೈಸ್ಕೂಲು, ಕಾಲೇಜು ದಿನಗಳಲ್ಲಿ ಕಾರ್ಡಿನಲ್ಲಿ, ಇನ್‌ಲ್ಯಾಂಡ್ ಪತ್ರಗಳಲ್ಲಿ ಬರೆಯುತ್ತಿದ್ದಾಗ ಆವರಿಸಿಕೊಳ್ಳುತ್ತಿದ್ದ ಉತ್ಕಟತೆಯೇ ಈಗಲೂ ಆವ–ರಿಸಿಕೊಳ್ಳುವುದು ಅವರಿಗೆ ವಿಸ್ಮಯವೆನ್ನಿಸುತ್ತಿತ್ತು. ಎಷ್ಟೋ ಬಾರಿ ಮಕ್ಕಳ ಮೇಲ್ ತೆರೆದು ನೋಡುವಾಗ ಫಕ್ಕನೆ ಮಗ ಚಿಕ್ಕವನಿದ್ದಾಗ ಜಾಸ್ತಿ ಎಣ್ಣೆ ಹಾಕಿದ್ದಾಗ ಅವನ ಕೂದಲಿನಿಂದ ಬರುತ್ತಿದ್ದ ಬೆವರು ಮಿಶ್ರಿತ ಕೊಬ್ಬರಿಎಣ್ಣೆಯ ವಾಸನೆ, ಸದಾ ಒಂದಲ್ಲ ಒಂದು ಗಾಯ ಮಾಡಿಕೊಂಡಿರುತ್ತಿದ್ದ ಅವನಿಂದ ರಾತ್ರಿ ಬರುತ್ತಿದ್ದ ಮುಲಾಮಿನ ವಾಸನೆ, ಮಗಳು ಹಬ್ಬದ ದಿನಗಳಲ್ಲಿ ಹಾಕಿಕೊಳ್ಳುತ್ತಿದ್ದ ಕಪಾಟಿನಿಂದ ಅದೇ ತೆಗೆದ

ಜರಿ ಲಂಗದ ವಾಸನೆ, ಅವಳ ಎರಡು ಜಡೆಯಲ್ಲಿ ಇರುತ್ತಿದ್ದ ಮಲ್ಲಿಗೆಯ ವಾಸನೆ ಬೆವರಿನೊಂದಿಗೆ ಬೆರೆತು ವಿಚಿತ್ರ ಕಂಪು ಬರುತ್ತಿದ್ದದ್ದು ಹೀಗೆ ಮಕ್ಕಳ ಏನೆಲ್ಲ ಮೈ ವಾಸನೆಯೂ ಮೇಲ್‌ನಲ್ಲಿ ಕಾಣುವ ಇಂಗ್ಲಿಷ್ ಅಕ್ಷರಗಳಿಗಂಟಿದಂತೆ ಭಾಸವಾಗುತ್ತಿತ್ತು. ಊಟ ಮುಗಿಸಿ ಹೆಂಡತಿಯೊಂದಿಗೆ ವಾಕಿಂಗ್ ಹೋದಾಗ ತಪ್ಪದೇ ಈ ಮೇಲ್‌ಗಳ ಒಂದೂ ವಾಕ್ಯವನ್ನು ಬಿಡದೆ ಹೇಳುತ್ತಿದ್ದರು. ಮಗಳು, ಮಗ ದೇವರೇ... ಇ ಮೇಲ್‌ಗೆ ಸಾವಿರ ಥ್ಯಾಂಕ್ಸ್ ಎಂದುಕೊಂಡು ಪರಸ್ಪರ ನಕ್ಕಿದ್ದು ಮಾತ್ರ ಮೋಹನರಾವ್‌ಗೆ ಗೊತ್ತಾಗಿರಲಿಲ್ಲ.

ಆಫೀಸಿನ ಹಿಂದುಗಡೆ ಇರುವ ಮನೆಯೊಂದರಿಂದ ಆಗೀಗ ಮಧ್ಯಾಹ್ನದ ವೇಳೆಯಲ್ಲಿ ನೀರು ಬೀಳುವ ಸದ್ದು ತುಂಬ ಹೊತ್ತು ಕೇಳ್ತಾ ಇರ್ತಿತ್ತು. ಜತೆಗೆ ಕಾಂಪೌಂಡಿನಿಂದ ಹೊರಗೆ ಹಳ್ಳದಂತೆ ಹರಿಯುವ ನೀರು.... ನಾಲ್ಕಾರು ಸಲ ಭಾರೀ ಗಮನವಿಟ್ಟು ಗಮನಿಸಿದ ಮೋಹನರಾವ್ ಕಡೆಗೆ ಅದು ಹಿಂದಿನ ಮನೆ ಟ್ಯಾಂಕ್ ತುಂಬಿ ಹೆಚ್ಚಾದ ನೀರು ಕೆಳಗೆ ಬೀಳೋದು ಎಂದು ಗುರುತಿಸಿದರು. ಆಫೀಸಿನಲ್ಲಿ ಸಹೋದ್ಯೋಗಿಗಳೊಂದಿಗೂ ಹೇಳಿದರು. ಅಯ್ಯೋ ಅವರ್ಯಾವಾಗ್ಲೂ ಹಾಗೇ... ಕಾವೇರಿ ನೀರು ಬರುತ್ತಲ್ಲ ಅದನ್ನು ಮೇಲಿನ ಟ್ಯಾಂಕಿಗೆ ತುಂಬಿಸಲು ಆನ್ ಮಾಡಿಟ್ಟು ಎಲ್ಲಾದ್ರೂ ಕೆಲವು ಸಲ ಆಚೆ ಹೋಗಿ ಬಿಟ್ಟಿರ್ತಾರೆ, ಅದು ತುಂಬಿ ಬೀಳ್ತಾ ಇರುತ್ತೆ ಎಂದು ಅದೇನೂ ದೊಡ್ಡ ವಿಷಯವಲ್ಲ ಎಂದು ತೇಲಿಸಿಬಿಟ್ಟರು.

ಆದರೆ ಮೋಹನರಾವ್‌ಗೆ ಮಾತ್ರ ಅದು ಗೀಳಿನಂತೆ ಆವರಿಸಿಕೊಂಡು ಬಿಟ್ಟಿತು. ಹಾಗೆ ವಾರದಲ್ಲಿ ಸರಾಸರಿ ಎಷ್ಟು ದಿನ ನೀರು ಕೆಳಗೆ ಹೆಚ್ಚಾಗಿ ಬೀಳುತ್ತೆ, ಎಷ್ಟು ನೀರು ವ್ಯರ್ಥವಾಗಬಹುದು ಎಂದು ತಮ್ಮ ಎಕ್ಸೆಲ್ ಶೀಟಿನಲ್ಲಿ ಲೆಕ್ಕ ಹಾಕಿಯೇ ಹಾಕಿದರು. ಮಧುರ ಇವರ ಗೀಳನ್ನು ಗಮನಿಸಿ ಇನ್ನೊಂದಿಬ್ಬರಿಗೆ ಹೇಳಿ ಮರೆಯಲ್ಲಿ ನಕ್ಕಳು. ಆ ಮನೆಯ ಫೋನ್ ನಂಬರನ್ನು ಸಂಗ್ರಹಿಸಿದ ಮೋಹನರಾವ್ ಮೊದಲಿಗೆ ಫೋನ್ ಮಾಡಿದರು. “ಅರೆ ನಿಮಗ್ಯಾಕ್ರೀ.. ನೀವ್ಯಾರ್ರೀ” ಎಂದೆಲ್ಲ ಆ ಹೆಂಗಸು ತಾಳ್ಮೆಯಿಲ್ಲದೆ ಮಾತನಾಡಿ ಫೋನ್ ಕುಕ್ಕಿದಾಗ ಮೋಹನರಾವ್‌ಗೆ ಮುಖಕ್ಕೆ ಹೊಡೆದ ಅನುಭವ. ಮೂರು ನಾಲ್ಕು ದಿನದ ನಂತರ ಮತ್ತದೇ ಹಾಡು.... ಮೋಹನರಾವ್ ಮತ್ತೆ ರಿಂಗಾಯಿಸಿದರು. ‘ನಾನ್ಯಾರು ಕೇಳಲಿಕ್ಕೆ ಅಂದ್ರೆ... ನಾನೂ ಒಬ್ಬ ನಾಗರಿಕ... ಹೀಗೆಲ್ಲ ನೀರು ವ್ಯರ್ಥ ಮಾಡಲಿಕ್ಕೆ ಯಾರಿಗೂ ಹಕ್ಕಿಲ್ಲಾರೀ... ನೀವು ಜಲಮಂಡಳಿಗೆ ಹಣ ಕಟ್ಟೀರಾ ಅಂದ್ರೆ ಅದರರ್ಥ ನೀವು ನೀರನ್ನು ವ್ಯರ್ಥಮಾಡಬಹುದು ಎಂದಲ್ಲ..’ ಹಾಗೆ ಹೀಗೆ ಎಂದು ತಾವೂ ತರ್ಕಬದ್ಧವಾಗಿ ಮಾತನಾಡಬೇಕು ಎಂದು ಹತ್ತಾರು ಬಾರಿ ರಿಹರ್ಸಲ್ ಮಾಡಿಕೊಂಡಿದ್ದ ಮೋಹನರಾವ್ ಆ ಹೆಂಗಸು ‘ಯಾವಾಗ್ಲೋ ಒಂದು ಸಲ ಎಲ್ಲರ ಮನೆಯಲ್ಲೂ ಆಗುತ್ತೇರಿ, ಅದೇನು ಮಹಾ ದೊಡ್ಡ ವಿಷಯ ಅಂತ ಮಾತಾಡ್ತೀರಾ... ನಿಮಗೆ ಮಾಡಕ್ಕೆ ಬೇರೇನೂ ಕೆಲಸವಿಲ್ವಾ... ನಮ್ಮನೇಲಿ ನೀರು ಹೋದ್ರೆ ನಿಮಗೇನ್ರೀ...’ ಎಂತೆಲ್ಲ ಇವರಿಗಿಂತ ಮೊದಲೇ ರೇಗಿ, ಉಸಿರೆತ್ತಲೂ ಅವಕಾಶ

ಕೊಡದೇ ಫೋನಿಟ್ಟಾಗ ಮಾತ್ರ ಯಾಕೋ ತೀವ್ರ ಅವಮಾನವೆನ್ನಿಸಿತು. ಇವರು ಫೋನಿನಲ್ಲಿ ಮಾತಾಡುವಾಗ ಅಚಾನಕ್ ಆಗಿ ಕೇಳಿಸಿಕೊಂಡ ಸಹೋದ್ಯೋಗಿಯೊಬ್ಬ ಈ ವಿಷಯವನ್ನು ಇಡೀ ಆಫೀಸಿನಲ್ಲಿ ಎಲ್ಲರಿಗೂ ಗೊತ್ತಾಗುವಂತೆ ಮಾಡಿಬಿಟ್ಟಿದ್ದ. ಈ ಮೋಹನರಾವ್‌ಗೆ ಯಾಕೆ ಈ ಗೀಳು ಎಂಬಂತೆ ಎಲ್ಲರೂ ತಮ್ಮ ತಮ್ಮೊಳಗೆ ಮಾತಾಡಿ ಕೊಂಡು ಕೆಲವರಿಗೆ ವಯಸ್ಸಾದ ಮೇಲೆ ಹಿಂಗೇ, ಏನೋ ಮಹಾ ಸುಧಾರಣೆ ಮಾಡುವ ಹುಚ್ಚು ಆವರಿಸಿಕೊಳ್ಳುತ್ತೆ ಎಂಬ ನಿರ್ಧಾರಕ್ಕೆ ಬಂದು ಸುಮ್ಮಗಾದರು. ಅವರ್ಯಾರೂ ವಯಸ್ಸಾದ ನಂತರ ತಾವೂ ಆ ಕೆಲವರ ಪಟ್ಟಿಯಲ್ಲಿ ಸೇರಬಹುದೇನೋ ಎಂಬ ಯೋಚನೆಗೆ ಕಿಂಚಿತ್ತೂ ಪಕ್ಕಾಗುತ್ತಿರಲಿಲ್ಲ.

ನಾಲ್ಕಾರು ದಿನ ತಳಮಳವೆನ್ನಿಸಿಕೊಂಡು, ಮಗ, ಮಗಳೊಂದಿಗೆ ಇ-ಮೇಲ್‌ನಲ್ಲಿ ಈ ವಿಚಾರ ಹಂಚಿಕೊಂಡರು. ಹೆಂಡತಿಗೂ ಹೇಳಿದರು. ಮೊದಲಿಗೆ ಇವರಿಗ್ಯಾಕೆ ಈ ಉಸಾಬರಿ ಎಂದುಕೊಂಡರೂ ಹೆಂಡತಿಗೂ ಇವರ ಗೀಳು ತಟ್ಟತೊಡಗಿ, ಬೆಂಗಳೂ-ರಿನ ಯಾವ್ಯಾವ ಬಡಾವಣೆಯಲ್ಲಿ ಎಷ್ಟೆಷ್ಟು ನೀರಿನ ಬರ ಇದೆ, ಅಂತಾದ್ರಲ್ಲಿ ಹೀಗೆಲ್ಲ ವ್ಯರ್ಥಪೋಲು ಮಾಡುವುದೇ ಎಂಬ ಲೆಕ್ಕಾಚಾರವನ್ನು, ಈಗಿನ ಜನಕ್ಕೆ ನೀರಿನ ಬೆಲೆಯೇ ಗೊತ್ತಿಲ್ಲ, ಛೇ ಎಂಬ ವಾದವನ್ನು ಮುಂದಿಟ್ಟಳು. ಕಡೆಗೆ ಮೋಹನ್‌ರಾವ್ ಜಲಮಂಡಳಿಗೊಂದು ಪತ್ರ ಬರೆದು ಹಾಕಿದರು. ಇಂಗ್ಲಿಷ್ ಹಾಗೂ ಕನ್ನಡ ದಿನಪತ್ರಿಕೆಗಳ ಓದುಗರ ವಿಭಾಗಕ್ಕೂ ಪತ್ರಗಳನ್ನು ಬರೆದು ನಾಲ್ಕಾರು ಪತ್ರಿಕೆಗಳಲ್ಲಿ ಅದು ಪ್ರಕಟ ವಾಗಿಯೂ ಬಿಟ್ಟಿತು. ಮೋಹನರಾವ್ ಆ ಮನೆಯ ಸರಿಯಾದ ವಿಳಾಸಗಿಳಾಸವನ್ನೂ ಬರೆದೇ ಬಿಟ್ಟಿದ್ದರು. ನಾಲ್ಕಾರು ದಿನ ಆಫೀಸಿನಲ್ಲಿಯೂ ಈ ಕುರಿತು ಚರ್ಚೆಯಾಯಿತು. ಮಗ, ಮಗಳು ಇಂಟರ್‌ನೆಟ್‌ನಲ್ಲಿ ದಿನಪತ್ರಿಕೆಯ ಪತ್ರ ಓದಿ, ಅಪ್ಪನ ಕಾಳಜಿ, ಜತೆಗೆ ಪತ್ರದ ನಿರೂಪಣೆಯ ಭಾಷೆಯ ಕುರಿತು ಮೆಚ್ಚಿಗೆ ವ್ಯಕ್ತಪಡಿಸಿ ಮೇಲ್ ಕೂಡ ಮಾಡಿದರು. ಆ ಮನೆಯವರೂ ದಿನಪತ್ರಿಕೆಯಲ್ಲಿ ಇದನ್ನು ನೋಡಿದರೋ ಅಥವ ಜಲಮಂಡಳಿ ಯವರು ಏನಾದರೂ ನೋಟೀಸ್ ಕೊಟ್ಟರೋ ಗೊತ್ತಿಲ್ಲ ಅಂತೂ ನಂತರ ಟ್ಯಾಂಕ್‌ನಿಂದ ನೀರು ಬೀಳುವುದು ನಿಂತಿತ್ತು. ಮೋಹನರಾವ್‌ಗೆ ಎಲ್ಲೋ ತಮ್ಮ ನಾಗರಿಕ ಪ್ರಜ್ಞೆ ಇಷ್ಟಾದರೂ ಫಲ ಕೊಟ್ಟಿತಲ್ಲ ಎಂಬ ನೆಮ್ಮದಿಯಾವರಿಸಿತು.

ಇದೆಲ್ಲ ಆಗಿ ಒಂದು ವಾರದ ನಂತರ ಸಂಸ್ಥೆಯ ಬೋರ್ಡ್ ಡೈರೆಕ್ಟರ್‌ಗಳ ಮೀಟಿಂಗ್ ಇತ್ತು. ಮೀಟಿಂಗ್ ಮುಗಿದ ನಂತರ ಸಂಜೆಗೆ ಮೋಹನ್‌ರಾವ್ ಅವರಿಗೆ ಸಂಸ್ಥೆಯ ಅಡ್ಮಿನಿಸ್ಟ್ರೇಟರ್ ಎಂಬ ವ್ಯಕ್ತಿಯಿಂದ ಕರೆ ಬಂದಿತು. ಮೊದಲ ಬಾರಿ ಇಂಟ-ರ್‌ವ್ಯೂಗೆ ಬಂದಾಗ, ನಂತರ ಆಗೀಗ ಅಕೌಂಟ್ಸ್ ಕ್ಲಾರಿಫಿಕೇಶನ್‌ಗೆ ಆ ವ್ಯಕ್ತಿಯನ್ನು ಮಾತಾಡಿಸಿದ್ದು ಬಿಟ್ಟರೆ ಮೋಹನರಾವ್‌ಗೆ ಮತ್ತೆ ಉಳಿದಂತೆ ಮಾತಾಡುವ ಸಂದರ್ಭವೇ ಬಂದಿರಲಿಲ್ಲ. ಅವರೆದ್ದು ಹೋಗುವಾಗ ಮಧುರ ಟ್ಯಾಲಿಯೊಳಗೆ ಮುಳುಗಿರುವಂತೆ ತೋರಿಸಿ ಕೊಂಡರೂ ಅವರು ಬಾಗಿಲಿನ ಬಳಿ ಹೋದವರೊಮ್ಮೆ

ತಿರುಗಿ ನೋಡಿದಾಗ ತಮ್ಮನ್ನೆ ಕಡೆಗಣ್ಣಿನಲ್ಲಿ ನೋಡುತ್ತಿದ್ದುದು ಲಕ್ಷ್ಯಕ್ಕೆ ಬಂದಿತು.

ಆಫೀಸಿನ ಲೆಟರ್‌ಹೆಡ್‌ನಲ್ಲಿ ಜಲಮಂಡಳಿಗೆ ಅರ್ಜಿ ಕೊಟ್ಟದ್ದೇಕೆ, ಅದಕ್ಕಿಂತ ಹೆಚ್ಚು ಹಾಗೆ ಕೊಟ್ಟಿದ್ದರೂ ತನ್ನ ಗಮನಕ್ಕೆ ಬಾರದಂತೆ ಕೊಟ್ಟಿದ್ದೇಕೆ ಎನ್ನುವುದನ್ನು ಅಡ್ಮಿನಿಸ್ಟ್ರೇಟರ್ ಸುತ್ತಿಬಳಸಿ ಕೇಳತೊಡಗಿದ. 'ನೀವೆಲ್ಲರೂ ಯಾವಾಗ್ಲೂ ಆಫೀಸಿನ ಸಮಯದಲ್ಲಿ ಇ-ಮೇಲ್‌ಗಳನ್ನು ಮಾಡ್ತೀರ, ಫೋನ್ ಮಾಡ್ತೀರಾ... ನನಗೆ ಗೊತ್ತಿಲ್ಲ ಅಂತಲ್ಲ, ಟು ಸಮ್ ಎಕ್ಸ್‌ಟೆಂಟ್ ದಟ್ ಇಸ್ ಒಕೆ.. ಆದ್ರೆ ಆಫೀಸಿನ ಲೆಟರ್‌ಹೆಡ್‌ನಲ್ಲಿ ಹೀಗೆ ಯಾರದೋ ಮನೆ ನೀರು ಪೋಲಾಗುತ್ತೆ ಅಂತೆಲ್ಲ ಕೊಡೋದು, ಪತ್ರಿಕೆಗಳಿಗೆ ಕೊಡೋದು ಅದು ಸರಿಯಲ್ಲ... ಅದೂ ತನ್ನ ಗಮನಕ್ಕೆ ಬಾರದಂತೆ ಲೆಟ-ರ್‌ಹೆಡ್‌ನಲ್ಲಿ ಅಧಿಕೃತವಾಗಿ ಕೊಡೋದು ಅಂದ್ರೆ...' ಎಂಬುದು ಅವರ ವಾದವಾಗಿತ್ತು. ಮೋಹನರಾವ್‌ಗೆ ಅದು ಏನಂತಹ ಅಪರಾಧ ಎಂದೇ ಅರ್ಥವಾಗಲಿಲ್ಲ. ಈ ಮನುಷ್ಯ ತನ್ನ ಖಾಸಗಿ ಕೆಲಸಕ್ಕೆ ಆಫೀಸಿನ ವಾಹನ ಬಳಸಿಕೊಳ್ಳಲ್ಲವಾ... ಯಾರು ಎಷ್ಟು, ಹೇಗೆ ಹಣ ನುಂಗ್ತಾರೆ ಅಂತ ಅಕೌಂಟ್ಸ್‌ನವನಾದ ನಂಗೆ ಗೊತ್ತಿದೆ... ಅಂತಾದ್ರಲ್ಲಿ ಆಫೀಸಿನ ಲೆಟರ್‌ಹೆಡ್‌ನಲ್ಲಿ ಒಂದು ಒಳ್ಳೆ ಕೆಲಸಕ್ಕೆ ನಾಗರಿಕ ಪ್ರಜ್ಞೆಯಿಂದ ಅರ್ಜಿ ಕೊಟ್ಟರೆ ಏನು ತಪ್ಪು ಅಂತೆಲ್ಲ ತಾನೂ ತರ್ಕಬದ್ಧವಾಗಿ ರೇಗಿಬಿಡಬೇಕು ಎಂದು ಮೋಹನರಾವ್‌ಗೆ ಮನಸ್ಸಿನಾಳದಲ್ಲಿ ಅನ್ನಿಸುತ್ತಿದ್ದರೂ ಹಾಗೆಲ್ಲ ಏನೂ ಅನ್ನಲಾಗದೇ ಯಾವಾಗಿನ ಹಾಗೆ ಸುಮ್ಮನಾದರು. ಎಷ್ಟೆಲ್ಲ ಸಲ ಹೀಗೇ ಆಗ್ತಿದೆ... ತಮ್ಮದೇನೂ ತಪ್ಪಿಲ್ಲ ಅಂತ ಸರಿಯಾಗಿ ತಮ್ಮನ್ನು ಸಮರ್ಥಿಸಿಕೊಳ್ಳಲಾಗದ ತಮ್ಮ ದೌರ್ಬಲ್ಯದಿಂದಾಗಿ ತಪ್ಪಿಲ್ಲದಿದ್ದರೂ ಬಲಿಪಶುವಾಗುವುದು ಛೇ ಎಂದುಕೊಂಡರು. ಜತೆಗೆ ತನ್ನ ಗಮನಕ್ಕೆ ಬಾರದಂತೆ ಎಂಬುದನ್ನು ಆತ ಒತ್ತಿ ಹೇಳುವುದನ್ನು ಗಮನಿಸಿದಾಗ ಹಾಗಾದ್ರೆ ಈಗ ಇವನಿಗೆ ಈ ವಿಷಯ ಕಿವಿ ಊದಿದವರಾರು ಎಂಬ ಪ್ರಶ್ನೆ ಕೂಡ.

'ಸಾರಿ...' ಎಂದು ಹೇಳಿ ಹೊರಗೆದ್ದು ಬಂದುಬಿಟ್ಟರು. ಎಂದಿಲ್ಲದ ಅವಮಾನವೆನ್ನಿಸಿತು. ಬಹುಶಃ ತನಗಿಂತ ಹೆಚ್ಚುಕಡಿಮೆ ಹದಿನೈದು ವರ್ಷಗಳಿಗೆ ಚಿಕ್ಕವನಾದ ವ್ಯಕ್ತಿಯೊಬ್ಬನಿಂದ ಹೀಗೆ ಅನ್ನಿಸಿಕೊಂಡಿದ್ದರಿಂದ ಅವಮಾನವೆನ್ನಿಸ್ತಾ ಇದೆಯೇ... ವಯಸ್ಸಿನಲ್ಲಿ ದೊಡ್ಡವರೊಬ್ಬರು ಹೀಗೆ ಹೇಳಿದ್ದರೆ ಸ್ವೀಕರಿಸುತ್ತಿದ್ದೆನಾ ಎಂದು ಪ್ರಶ್ನಿಸಿಕೊಂಡರೂ ಸರಿಯಾದ ಉತ್ತರ ಸಿಗಲಿಲ್ಲ.

ಸಹೋದ್ಯೋಗಿಗಳಲ್ಲಿ ಗುಸು ಗುಸು ಹಬ್ಬಿತ್ತು ಕಾಣುತ್ತೆ... ಎಲ್ಲರೂ ಮೋಹನರಾವ್ ಅವರನ್ನು ಒಂದು ಬಗೆಯಲ್ಲಿ ದಿಟ್ಟಿಸಿದರು. ಮೋಹನರಾವ್ ಯಾರೊಂದಿಗೂ ಮಾತಾಡದೇ ಟ್ರ್ಯಾಲಿ ತೆರೆದು ಕುಳಿತರು. ಮನಸ್ಸಾಗಲಿಲ್ಲ. ಇನ್ನು ಇಲ್ಲಿರಲಾರೆ ಎನ್ನಿಸಿತು.

ಮಗನಿಗೆ, ಮಗಳಿಗೆ ಇ-ಮೇಲ್ ಮಾಡುವ ಅನ್ನಿಸಿ ಹೀಗೆ ಹೀಗಾಯಿತು ತಮಗೆ ರಾಜೀನಾಮೆ ಕೊಡುವ ಅನ್ನಿಸ್ತಿದೆ ಎಂದು ಇಬ್ಬರಿಗೂ ಮೇಲ್ ಮಾಡಿದರು. ತಾನು ಇಪ್ಪತ್ತೈದು ಮೂವತ್ತು ವರ್ಷದವನಾಗಿದ್ರೆ ಅಥವ ಮಕ್ಕಳಿಬ್ಬರು ತಮ್ಮ ಉದ್ಯೋಗದಲ್ಲಿ ಸೆಟಲ್ ಆಗಿರದಿದ್ರೆ, ಒಂದು ಸ್ವಂತ ಸೂರು ಅಂತ ಇರದಿದ್ರೆ ಹೀಗೆ ಸಟಕ್ಕನೆ

ರಾಜೀನಾಮೆ ಕೊಡುವ ವಿಚಾರ ಮಾಡುತ್ತಿದ್ದೆನೆ... ಬಹುಶಃ ಆಗಲೂ ಮಾಡುತ್ತಿದ್ದೆ. ಸರ್ಕಾರಿ ನೌಕರಿಗೆ ಸೇರುವ ಮುಂಚೆಯೂ ಮೊದಲೆರಡು ಇಂಥಹದೇ ಕಾರಣಗಳಿಗೆ ಉದ್ಯೋಗ ಬದಲಿಸಿ ಆಗಿತ್ತಲ್ಲ... ಸರ್ಕಾರಿ ನೌಕರಿಯಲ್ಲಿ ಆಗೀಗ ಕಿರಿಕಿರಿಗಳಿದ್ದರೂ ಅವಮಾನವಾಗುವಂತಹ ಘಟನೆ ನಡೆದಿರಲಿಲ್ಲ. ಇಷ್ಟು ಚಿಕ್ಕ ಘಟನೆಗೆ ರಾಜೀನಾಮೆ ಕೊಡುವುದೇ ಎಂದು ಮಕ್ಕಳು ಹೇಳಬಹುದೇ... ಯೋಚಿಸುತ್ತಲೇ ಇಬ್ಬರ ಮೊಬೈಲಿಗೂ ಇ–ಮೇಲ್ ಅನ್ನು ಚೆಕ್ ಮಾಡುವಂತೆ ಮೆಸೇಜ್ ಕೂಡ ಕಳಿಸಿದರು. ಟಾಯ್ಲೆಟ್‌ಗೆ ಹೋಗಿ ಬರುವಷ್ಟರಲ್ಲಿ ಮಧುರ ಎನೋ ಕೇಳಲು ಬಂದ ಇನ್ನೊಬ್ಬ ಸಹೋದ್ಯೋಗಿಯೊಂದಿಗೆ 'ಮೊದ್ಲು ಇಲ್ಲಿ ಸೇರಿದಾಗ ಹೆಂಗಿದ್ರು ಮೋಹನ್‌ಸಾರ್... ಈಗ ಹೆಂಗೆ ಬರ್ತಾರೆ ನೋಡಿ.... ಜೀನ್ಸ್, ಟೀ ಶರ್ಟ್... ಆಹ್... ಘುಲ್ ಹೆಪ್ ಯಾ' ಅಂತ ನಗುತ್ತಿದ್ದದ್ದು ಕೇಳಿಸಿತು. ಸದ್ದಿಲ್ಲದೆ ತಮ್ಮ ಸೀಟಿನಲ್ಲಿ ಬಂದು ಕುಳಿತ ಮೋಹನರಾವ್ ಅವರನ್ನು ಅವಳಿನ್ನೂ ಗಮನಿಸಿರಲಿಲ್ಲ. ಅರೆ... ಮಗ ಒಂದೆರಡು ಜೀನ್ಸ್ ತಂದುಕೊಟ್ಟವ 'ಏನಾಗುತ್ತೆ ಹಾಕ್ಕೊಳಪ್ಪ... ಡೀಸೆಂಟಾಗೇ ಕಾಣ್ತೀಯ' ಎಂದು ಒತ್ತಾಯ ಪಡಿಸಿದ್ದ ಎಂದು ಹಾಕಿಕೊಂಡರೆ ಇವಳಿಗೇನಂತೆ ಎಂದುಕೊಂಡರು.

ರಾಜೀನಾಮೆ ಪತ್ರ ಬರೆದು, ತಿಂಗಳ ಮುಂಚೆ ಹೇಳಬೇಕೆಂದು ಇರುವುದರಿಂದ ಇವತ್ತಿಗೆ ಸರಿಯಾಗಿ ಒಂದು ತಿಂಗಳ ನಂತರ ಕೆಲಸಕ್ಕೆ ಬರುವುದಿಲ್ಲವೆಂದು ಸೂಚಿಸಿ ಅಡ್ಮಿನ್‌ಸ್ಟ್ರೇಟರ್‌ಗೆ ರೆಸೆಪ್ಷನಿಸ್ಟ್ ಹತ್ತಿರ ಕಳಿಸಿದರು. ಕಳಿಸುವ ಮುಂಚೆ ಮಗನ, ಮಗಳ ಮೇಲ್ ಬಂದಿದೆಯಾ ಎಂದು ಚೆಕ್ ಮಾಡಿದರು. ಮಗ ತನಗೆ ಅಪ್ಪನ ನಿಲುವು ಸರಿ ಯೆನ್ನಿಸಿದೆಯೆಂದೂ, ಬೇರೆ ಕಡೆಗೆ ಕೆಲಸ ಹುಡುಕಬಹುದೆಂದೂ, ತನಗೆ ಅವರ ಭಾವನೆಗಳು ಅರ್ಥವಾಗ್ತಿದೆಯೆಂದೂ ಬರೆದಿದ್ದ. ಮಗಳೂ ಅದೇ ರೀತಿಯಾಗಿ ಬರೆದವಳು ಬೇರೆ ಒಂದೆರಡು ಖಾಸಗಿ ಕಂಪನಿಗಳ ಹೆಸರನ್ನೂ ಸೂಚಿಸಿದ್ದಳು. ಅವರಿಗೇಕೋ ತುಂಬ ನಿರಾಳವೆನ್ನಿಸಿತು. ತಾವು ರಾಜೀನಾಮೆ ನೀಡುವ ವಿಚಾರ ಹೇಳಿದಾಗ ನಾನು ನೋಡಿಕೊಳ್ತೇನೆ, ನೀವು ಇನ್ನು ದುಡಿಯುವುದು ಬೇಡ ಎಂದೆಲ್ಲ ಮಗ ಎಲ್ಲಾದ್ರೂ ಹೇಳಿದರೆ ಅಥವ ಅವನಿಂದ ಹಾಗೆ ತಾವು ನಿರೀಕ್ಷಿಸುತ್ತೇವೆ ಎಂದು ತಿಳಿದುಬಿಟ್ಟರೆ ಎಂದು ಕೊಂಚ ಗಲಿಬಿಲಿಯಾಗಿತ್ತು. ಆದರೆ ಮಗ ಹಾಗೇನೂ ಹೇಳದೇ ಅಪ್ಪನ ಸ್ವಾಭಿಮಾನವನ್ನು ಅರಿತವನಂತೆ ಬೇರೆ ಕಡೆಗೆ ಕೆಲಸ ಹುಡುಕಬಹುದು, ಅವರು ತಮ್ಮ ನಿಲುವಿನೊಂದಿಗೆ ಈ ವಯಸ್ಸಿನಲ್ಲಿ ಹೊಂದಾಣಿಕೆ ಮಾಡಿಕೊಳ್ಳುವ ಅಗತ್ಯವಿಲ್ಲವೆಂದೂ, ಅವರಿಗಿರುವ ಅಕೌಂಟ್ಸ್ ಅನುಭವ ಮತ್ತು ಪರಿಣತಿಗೆ ಒಳ್ಳೆ ಕೆಲಸ ಸಿಕ್ಕೇ ಸಿಗುತ್ತದೆ ಎಂದೂ ಬರೆದವನು ಕಡೆಯಲ್ಲಿ ಅಷ್ಟೇ ಸೂಚ್ಯವಾಗಿ ನಾನು ಯಾವಾಗ್ಲೂ ನಿಮ್ಮೊಂದಿಗಿರ್ತೀನಿ ಅನ್ನೋದನ್ನು ಮರೀಬೇಡಿ ಅಪ್ಪ ಎಂದು ಬರೆದಿದ್ದ. ಇದು ಮಾತ್ರ ಅವರಿಗೆ ತುಂಬ ಸಮಾಧಾನವೆನ್ನಿಸಿತು. ಮಗಳೂ ಕೂಡ ಅಪ್ಪನ ಸ್ವಾಭಿಮಾನಕ್ಕೆ ಭಂಗ ತಾರದೇ ಇನ್ನೊಂದು ಕೆಲಸಕ್ಕೆ ಸೇರುವ ಮುಂಚೆ ಕೊಂಚ ಬ್ರೇಕ್ ತೆಗೆದುಕೊಂಡು ನಾಲ್ಕಾರು ದಿನ ಅಣ್ಣನಿದ್ದಲ್ಲಿಗೆ ಅಮ್ಮನನ್ನು ಕರೆದುಕೊಂಡು

ಹೋಗಿಬರಬಹುದೆಂದು ಹಗುರುಭಾವದಲ್ಲಿ ಬರೆದಿದ್ದಳು.

ಕೆಲಸ ಮುಗಿಸಿ ಎದ್ದು ಹೊರಟವರು ಮಧುರನ ಬಳಿ ನಿಂತು 'ಮಧುರ... ಯು ಆರ್ ನೌ 26... ಇಮ್ಯಾಜಿನ್ ಯುವರ್‌ಸೆಲ್ಫ್ ಆಫ್ಟರ್ ಥರ್ಟಿ ಈಯರ್ಸ್... ಇನ್ನು ಇಪ್ಪತ್ತು ವರ್ಷದ ನಂತರ ಅಂದ್ರೆ ವಿಜ್ಞಾನದಲ್ಲಿ ಸಾಕಷ್ಟು ರಿಸರ್ಚ್ ಗಿಸರ್ಚ್ ಆಗಿರುತ್ತೆ...'

ಮಧುರನಿಗೆ ಇವರು ಏನು ಹೇಳಹೊರಟಿದ್ದಾರೆ ಎಂಬುದು ತಿಳಿಯದೇ 'ಸೋ ವಾಟ್ ಸರ್' ಎಂದು ವ್ಯೆಯಾರದಿಂದ ನಕ್ಕಳು.

"ನಥಿಂಗ್... ಆಗ ಒಳ್ಳೆ ಹೇರ್‌ಡೈ, ನೋ ಮಾರ್ಕ್ ಥೆರಪಿ ಅದೂ ಇದೂ ಬ್ಯೂಟಿ ಥೆರಪಿ ಬಂದಿರುತ್ತೆ ಎನ್ನೋದು ನಿಜವೇ... ಆದ್ರೂ ಆಗ ನಿಮಗೂ ಐವತ್ತಾರಾಗಿರುತ್ತೆ ಅನ್ನೋದನ್ನು ಮರೀಬೇಡಿ... ಇಲ್ಲಿ ಯಾರೂ ಚಿರಯೌವ್ವನಿಗರಲ್ಲ ಮಧುರಾ" ಎಂದವರೇ ಅವಳ ಪ್ರತಿಕ್ರಿಯೆಗೂ ಕಾಯದೇ ಹೊರಬಂದರು.

ಎಂದಿನ ಹಾಗೆ ಬಸ್‌ನಿಲ್ದಾಣಕ್ಕೆ ಬಂದಾಗ ಸರ್ಕಲ್‌ನಲ್ಲಿ ದುಂಡುಮಲ್ಲಿಗೆ ಮಾರುವವಳನ್ನು ನೋಡಿದರು. ಹೂ ತುಂಬ ತಾಜಾ ಇದೆ, ಮನೆಗೆ ನೇರವಾಗಿ ಹೋಗ್ತಿದ್ದೇನೆ ಎಂದಿದ್ದಾಗ ಯಾವಾಗಲಾದ್ರೂ ಮಗಳಿಗೆ, ಹೆಂಡತಿಗೆ ಎಂದು ದುಂಡು ಮಲ್ಲಿಗೆ ತೆಗೆದುಕೊಳ್ಳುವುದಿತ್ತು. ಇವತ್ತೂ ಹಾಗೆ ತೆಗೆದುಕೊಳ್ಳಲೆ... ಬೇಡವೆ... ಅರೆ ರಾಜೀನಾಮೆ ಕೊಟ್ಟು ಹೋಗ್ತಿದ್ದೇನೆ, ಕೊಂಚ ಜೋಲು ಮುಖದಲ್ಲಿ ಮನೆಗೆ ಹೋಗುವುದು ಬಿಟ್ಟು ಮಲ್ಲಿಗೆ ತೆಗೆದುಕೊಂಡು ಹೋಗುವುದೇ ಎಂದುಕೊಂಡವರಿಗೆ ತುಸು ನಗೆ ಬಂತು. ಆದರೂ ತಾಜಾ ದುಂಡು ಮಲ್ಲಿಗೆ ನೋಡಿ ಆಸೆ ತಡೆಯದೇ ಬುಟ್ಟಿಯವಳ ಹತ್ತಿರ ನಿಂತರು.

2006

ಎಂದೂ ಒಡೆಯದ ಬಳೆಗಳು

ರಣ ಬೇಸಿಗೆ ಇಷ್ಟೆಲ್ಲ ರಂಗುರಂಗಾಗಿರಲು ಸಾಧ್ಯವೇ... ಬಿರು ಬೇಸಿಗೆಯ ನಡುಹಗಲಿಗೆ ಇಷ್ಟೆಲ್ಲ ಕಡುಬಣ್ಣಗಳ ಛಾಯೆ ಹೀಗೆ ಮೆತ್ತಿಕೊಂಡಿರಲಾದರೂ ಸಾಧ್ಯವೇ... ನಾನು ರಾಜೋರಿ ಕರೆದುಕೊಂಡು ಹೋಗಿ ತೋರಿಸುತ್ತಿದ್ದ ನಾಲ್ಕಾರು ಮನೆಗಳ ಹೆಂಗಸರ ವೇಷಭೂಷಣ, ಅವರೇ ಕೈಯಲ್ಲಿ ಹಾಕಿದ್ದ ಕಛ್‌ಶೈಲಿ ಕಸೂತಿಯ ವಾಲ್‌ಹ್ಯಾಂಗಿಂಗ್‌ಗಳನ್ನು, ತಲೆದಿಂಬಿನ ಕವರ್ ಇತ್ಯಾದಿ ನಾನಾ ನಮೂನಿಯ ಬಟ್ಟೆಗಳನ್ನು ನೋಡುತ್ತ ಅಕ್ಷರಶಃ ಮೂಗಿನ ಮೇಲೆ ಬೆರಳಿಟ್ಟು ನಿಂತೆ. ಆ ದೊಡ್ಡ ವಾಲ್‌ಹ್ಯಾಗಿಂಗ್‌ಗಳು ಎರಡು ಮೂರು ಸಾವಿರದಿಂದ ಹತ್ತು ಸಾವಿರ ರೂಪಾಯಿನವರೆಗೂ ಇತ್ತು. ನಾನೇನಾದರೂ ಕೊಳ್ಳಬಹುದೇನೋ ಎಂಬ ಆಸೆಯೂ ಅವರ ಕಣ್ಣೊಳಗೆ ಇತ್ತೆ.... ಈಗಾಗಲೇ ಪರ್ಸ್ ಹಗುರಾಗಿದ್ದ ನನಗೆ ಅವರ ಕಣ್ಣೊಳಗೆ ಇಣುಕಿ ನೋಡಿ ಭಾರವಾಗಲು ಇಷ್ಟವಿರಲಿಲ್ಲ. ಅವರು ದರ ಹೇಳುವಾಗ ನಾನು ಕಣ್ಣಲ್ಲಿ ಕಣ್ಣಿಟ್ಟು ಮಾತಾಡದೇ ತಲೆತಗ್ಗಿಸಿ ಸುಮ್ಮನೆ ಅವುಗಳನ್ನು ಮೆಲ್ಲಗೆ ಬೆರಳಿಂದ ಸವರುತ್ತಿದ್ದೆ.

ಅವರೆಲ್ಲರ ಕೈಯಲ್ಲಿಯೂ ಮೊಣಕೈವರೆಗೆ ಬರುವಷ್ಟು ಬಳೆಗಳು. ಅರೆ.. ಈ ರಾಜೋರಿಯ ಬಲಗೈಯಲ್ಲಿ ಹೆಚ್ಚು ಬಳೆಗಳೇ ಇಲ್ಲವಲ್ಲ... ಮಾಸಿದ ಒಂದೆರಡು ಬಳೆ ಮಾತ್ರ. ಎಡಗೈಯಲ್ಲಿ ಇದೆಯೇ... ತಲೆಯಿಂದಿಳಿದಿದ್ದ ದುಪ್ಪಟ್ಟಾದಲ್ಲಿ ಅವಳ ಎಡಗೈ ಹುದುಗಿತ್ತು... ಛೇ ನನ್ನದೂ ಎಂಥ ತಲೆ.. ಯಾರಾದರೂ ಒಂದೇ ಕೈಗೆ ಬಳೆ ಹಾಕುವುದುಂಟೇ... ಬಲಗೈಯಲ್ಲಿ ಇಲ್ಲವೆಂದರೆ ಎಡಗೈಯಲ್ಲಿಯೂ ಇರುವುದಿಲ್ಲವಪ್ಪ ಅಷ್ಟೆ.

ತಡವಾಯಿತು, ಇನ್ನು ಬೇಗ ಬೇಗ ವಾಪಾಸು ಕ್ಯಾಂಪ್‌ಗೆ ಹೋಗುವ ಎಂದು ರಾಜೋರಿ ನನ್ನನ್ನು ಅವಸರಪಡಿಸುತ್ತಿದ್ದಾಳೆ... ಎಂತಹ ರಣ ಬಿಸಿಲು... ಅರೆಕ್ಷಣವೂ ಮೇಲೆ ನೋಡಲು ಆಗುವುದಿಲ್ಲ. ಈ ಸೂರ್ಯನಿಗೆ ಯಾಕಿಂಥ ನಿಷ್ಕಾರಣ ಕೋಪವೋ...

ನನ್ನನ್ನು ಕ್ಯಾಂಪಿನಲ್ಲಿ ಬಿಟ್ಟು ಮತ್ತೆ ಅವಳು ಇಲ್ಲೀವರೆಗೆ ನಡೆದು ಬರಬೇಕಲ್ಲ ಎಂಬ ಸಂಕಟ ನನಗೆ.

ರಸ್ತೆ ನನಗೆ ಗೊತ್ತಾಗಿದೆ, ನಾನೊಬ್ಬಳೇ ಹೋಗುತ್ತೇನೆ ಎಂದರೆ ಬಿಡುವ ಬಡಪೆಟ್ಟಿಗೆಯೇ ಅವಳು...

'ಇಲ್ಲ ಸರ್‌ಜಿ ಹೇಳಿದ್ದಾರೆ, ನೀವು ಹೊಸಬರು ಹಾಗೆಲ್ಲ ಒಬ್ಬರನ್ನೇ ಕಳಿಸಬಾರದು... ಏನಾದ್ರೂ ಹೆಚ್ಚು ಕಡಿಮೆಯಾದರೆ' ಹಾಗೆ ಹೀಗೆ ವಾದ ಹೂಡಿ ನನ್ನೊಡನೆ ಮತ್ತೆ ಬಂದಳು. ರಾಜೋರಿಗೆ ಪೂರ್ಣ ಹಿಂದಿ ಬರುವುದಿಲ್ಲ. ನನಗೆ ಒಂದಕ್ಷರ ಗುಜರಾತಿ ಅರ್ಥವಾಗುವುದಿಲ್ಲ. ಹೀಗಾಗಿ ನಾನೇನೇ ಹೇಳಿದ್ರೂ ಅವಳಿಗೆ ಅರೆಬರೆ ಅರ್ಥ ವಾದಂತೆಯೇ ಅವಳ ಅರ್ಧಬಂರ್ಧ ಗುಜರಾತಿ ಬೆರೆತ ಹಿಂದಿಯ ಒಂದು ವಾಕ್ಯವನ್ನು ನಾನು ಅರ್ಥೈಸಿಕೊಳ್ಳುವಷ್ಟರಲ್ಲಿ ಅವಳು ಮುಂದಿನ ವಾಕ್ಯವನ್ನು ಹೇಳಿಯಾಗುತ್ತಿತ್ತು.

ಇಬ್ಬರೂ ಬಂದದಾರಿಯಲ್ಲೆ ವಾಪಾಸು ನಡೆದವು. ಇದೇ ಈಗ ನಾವು ಭೇಟಿಯಾದ ರಾಜೋರಿಯ ಅಕ್ಕನ ಮಗಳು ಮಾತ್ರ ಸಾಕಷ್ಟು ಒಳ್ಳೆ ಹಿಂದಿ ಮಾತಾಡುತ್ತಿದ್ದಳು ಎಂಬುದನ್ನು ನಾನು ನೆನಪಿಸಿಕೊಳ್ಳುತ್ತಿರುವಂತೆ ರಾಜೋರಿ ಆ ಅಕ್ಕನ ಮಗಳೊಬ್ಬಳೇ ತುಸು ಕಲಿತವಳು, ಅವಳು ಮೊದಲು ರಾಪರ್‌ನಲ್ಲಿ ಸಂಸ್ಥೆಯೊಂದರಲ್ಲಿ ಕ್ಲರ್ಕ್ ಆಗಿ ಕೆಲಸ ಮಾಡುತ್ತಿದ್ದಳು ಎಂದು ವರ್ಣಿಸತೊಡಗಿದಳು. ಈಗ ಹಳ್ಳಿಯಲ್ಲೇ ಇರಲು ಬಂದಿದ್ದಾಳೆ, ಅವಳು ಕ್ಲರ್ಕ್ ಆಗಿ ಕೆಲಸ ಮಾಡುತ್ತಿದ್ದ ಆ ಸಂಸ್ಥೆಯೇ ಇವರ ಕಸೂತಿಯ ಸರಕುಗಳೆಲ್ಲವನ್ನೂ ಕೊಂಡು ಬೇರೆ ಕಡೆ ಮಾರುತ್ತಿದೆ, ಅವರೇ ನ್ಯಾಯಯುತ ವಾದ ದರ ಕೊಡುತ್ತಿದ್ದಾರೆ, ಅದರಿಂದ ಸಾಕಷ್ಟು ಸಹಾಯ ಆಗುತ್ತಿದೆ ಎಂಬೆಲ್ಲ ಸಂಗತಿಗಳೂ ರಾಜೋರಿಯ ಈ ಕಥೆಯಲ್ಲಿತ್ತು. ಹಾಗೆಯೇ ಹೇಳುತ್ತ ಅವರಲ್ಲಿ ಯಾರ್‍ಯಾರು ಯಾರಿಗೆ ಸಂಬಂಧ, ಅವರ ಮಕ್ಕಳು ತನಗೇನಾಗುತ್ತಾರೆ ಎಲ್ಲ ಹೇಳುತ್ತ..

'ಲೇಖಿನ್ ಕೋಯೀನೆ ಮೇರಾ ಶಾದಿ ನಹೀ ಕಿಯಾ' ಎಂದು ತಟ್ಟನೆ ಆರೋಪಿಸುವ ಧ್ವನಿಯಲ್ಲಿ ಮಗುವಿನಂತೆ ಹೇಳಿದಳು. ನಾನು ಯಾಕೆಂದು ಕೇಳಲೇ ಬೇಡವೇ, ಅವಳ ಮನಸ್ಸಿಗೆ ನೋವಾಗುತ್ತೇನೋ ಎಂದೆಲ್ಲ ಮೀನಮೇಷ ಎಣಿಸುವಷ್ಟರಲ್ಲಿ ಅವಳು ತನ್ನ ಎಡಗೈಯನ್ನು ದುಪ್ಪಟ್ಟಾದಿಂದ ಹೊರತೆಗೆದಳು... ಅರೆ ಬಲಗೈಯಿಗಿಂತ ಎಷ್ಟು ಚಿಕ್ಕದಿದೆ.. ಇಷ್ಟೂ ಹೊತ್ತು ತಪ್ಪಿಯೂ ಅವಳು ತನ್ನ ಎಡಗೈ ಹೊರತೆಗೆದಿರಲಿಲ್ಲ ಎನ್ನುವುದು ನೆನಪಾಯಿತು.... ತಾನೇ ಮಾಡಿದ ಕೆಲವು ಮಣ್ಣಿನ ಮಾದರಿಗಳನ್ನು ತೋರಿಸುವಾಗ, ಸಾಂಪ್ರದಾಯಿಕ ಗುಜರಾತಿ ಭೋಂಗಾದಲ್ಲಿ ತಾನೇ ಮಾಡಿದ ಗೋಡೆಗಳ ಚಿತ್ತಾರವನ್ನು ತೋರಿಸುವಾಗ ಅವಳು ತನ್ನ ಎಡಗೈ ಹೊರತೆಗೆಯದೇ ತಾನು ಮಾಡಿದ್ದು ಎಂದು ಹೆಮ್ಮೆಯಿಂದ ತೋರಿಸುತ್ತಿದ್ದಳಲ್ಲ... ಛೇ.. ನಾನೂ ಕೂಡ ಎಂಥ ಎಮ್ಮೆ ಚರ್ಮದವಳಾಗಿ ಬಿಟ್ಟಿದ್ದೇನೆ... ಅವಳ ಎಡಗೈಯನ್ನು ಸೂಕ್ಷ್ಮವಾಗಿ ನೋಡಲೇ ಇಲ್ಲವಲ್ಲ ನಾನು... ಮನದೊಳಗೇ ಕಸಿವಿಸಿ. ಅವಳು ಮಾತ್ರ ಆ ಬಿಸಿಲಿನಷ್ಟೇ ಸಹಜವಾಗಿದ್ದಳು.

"ಕೈ ಹೀಗಾಗಿದೆಯಲ್ಲ ಅದಕ್ಕೇ ಯಾರೂ ಮದುವೆಯಾಗಲಿಲ್ಲ" ಎಂದು ವಿಷಣ್ಣತೆಯಿಂದ ಅಂದಳು. ತಟ್ಟನೆ ಪ್ರತಿಕ್ರಿಯಿಸಬಹುದಾದ ಪದಗಳಾವೂ ಹಿಂದಿಯಲ್ಲಿ ನೆನಪಾಗದೇ ಸುಮ್ಮನೇ ಹಾಂ... ಎಂದೆ.

'ಅಪ್ಪ, ಅಮ್ಮನೂ ಅಷ್ಟು ಆಸಕ್ತಿ ತೋರಿಸಲಿಲ್ಲ, ಸ್ವಲ್ಪ ದುಡ್ಡುಗಿಡ್ಡು ಕೊಟ್ಟು ಮದುವೆ ಮಾಡಿದ್ದರೆ ಯಾರಾದ್ರೂ ಮದುವೆಯಾಗೇ ಆಗ್ತಿದ್ದರು, ಅವರೂ ಬಡವರು... ಪಾಪ... ಅಷ್ಟು ದುಡ್ಡೆಲ್ಲ ಎಲ್ಲಿಂದ ತರಲು ಸಾಧ್ಯವಿತ್ತು' ಎಂದರೂ ಯಾಕೋ ಮಗುವಿನ ಹಾಗೆ ದೂರುವ ಧ್ವನಿಯೇ ಅವಳಲ್ಲಿತ್ತು. ಈಗ ಅಪ್ಪ, ಅಮ್ಮ ಇಲ್ಲ, ಅಣ್ಣ ತಮ್ಮ ಎಲ್ಲರಿಗೂ ಮದುವೆಯಾಗಿದೆ, ಯಾರಿಗೇಕೆ ಭಾರ ಎಂದು ಇವಳೊಬ್ಬಳೇ ದುಡಿದು ತನ್ನ ಪಾಡಿಗೆ ತಾನಿದ್ದಾಳೆ. ಕ್ಯಾಂಪಿನಲ್ಲಿ ನಾಲ್ಕೈದು ತಿಂಗಳು ಕೆಲಸ ಮಾಡುವುದ-ರಿಂದ ಈಗ ಬದುಕು ಸಾಕಷ್ಟು ಆರಾಮಾಗಿಯೇ ಸಾಗುತ್ತಿದೆ.. ಸರ್‌ಜಿಗೆ ಇವಳೆಂದರೆ ತುಂಬ ಅಕ್ಕರೆ, ಅವರ ಹೆಂಡತಿ ಬಂದಾಗೆಲ್ಲ ಇವಳ ಕಸೂತಿಯ ಒಂದಿಷ್ಟು ಸಾಮಾನು ಖರೀದಿಸಿಯೇ ಹೋಗುತ್ತಾರೆ. ಕ್ಯಾಂಪಿನಲ್ಲಿರುವ ಎಲ್ಲ ಭೋಂಗಾದ ಗೋಡೆಗಳ ಮೇಲೂ ಸಾಂಪ್ರದಾಯಿಕ ಕಚ್ ಚಿತ್ತಾರವನ್ನು ಇವಳೇ ಬಿಡಿಸಿರುವುದು. ಈಗ ಮತ್ತಾರದೋ ಸುದ್ದಿ ಹೇಳುವಂತೆ ಒಂದು ಬಗೆಯ ನಿರ್ಭಾವುಕತೆಯಿಂದ ಹೇಳತೊಡಗಿದಳು.

ನಾನು ನನ್ನ ಕನ್ನಡದ ಹಾಂ ಹಾಂ.. ಅಯ್ಯೋ ರಾಮ... ಅರೆಗಳ ನಡುವೆ ಗುಜರಾತಿ ಬೆರೆತ ಅವಳ ಒಂದೊಂದು ವಾಕ್ಯವನ್ನೂ ತೀರಾ ಲಕ್ಷ್ಯ ಕೊಟ್ಟು ಕೇಳುತ್ತಿದ್ದೆ. ಅದಕ್ಕೋ ಅಥವ ಆ ರಣ ಬಿಸಿಲಿಗೋ ತಲೆ ವಿಪರೀತ ಸಿಡಿತವೆನ್ನಿಸತೊಡಗಿತು. ಅವಳಿಗೆ ಮೊದಲೆಲ್ಲ ಬಳೆ ಎಂದರೆ ಭಾರೀ ಇಷ್ಟವಿದ್ದುದ್ದನ್ನು, ಧೋಲಾವಿರಾದಲ್ಲಿ ನಡೆಯುವ ವರ್ಷದ ಜಾತ್ರೆಯಲ್ಲಿ ಬಳೆ ತಗೊಂಡು ಮೊಣಕೈವರೆಗೆ ಬರುವಂತೆ ಬಳೆ ಹಾಕುತ್ತಿದ್ದುನ್ನು ಹೇಳತೊಡಗಿದಳು. ಗೆಳತಿಯರಿಗಿಂತ, ಅಕ್ಕನಿಗಿಂತ ಹೆಚ್ಚು ಬಳೆ ಹಾಕಲು ಸಾಧ್ಯವಾಗುತ್ತಿತ್ತು.. ಯಾಕೆಂದರೆ ಪೋಲಿಯೋದಿಂದ ಎಡಗೈ ತೀರಾ ಸಣ್ಣಕ್ಕೆ ಕೊಂಚ ವಿಕಾರವಾಗಿ ಬಿಟ್ಟಿತ್ತು. ಆ ಕೈಗೇನೂ ಹಾಕುವಂತಿರಲಿಲ್ಲ, ಅವರೆಲ್ಲ ಎರಡು ಡಝುನ್ ತಗೊಂಡರೂ ಎರಡೂ ಕೈಗೆ ಒಂದೊಂದು ಡಝುನ್ ಮಾತ್ರ... ಇವಳು ಎರಡು ಡಝುನ್ ಬಳೆಯನ್ನೂ ಒಂದೇ ಕೈಗೆ ಹಾಕಿಕೊಳ್ಳುತ್ತಿದ್ದರಿಂದ ಬಲಗೈ ತುಂಬ ಬಳೆ. ಆದರೆ ಅವಳಕ್ಕ ಒಂದೇ ಕೈ ಇರುವವಳಿಗೆ ಎರಡು ಕೈ ಇರುವ ತನ್ನಷ್ಟೇ ಬಳೆ ಯಾಕೆ, ತನಗೆ ಕೊಡಿಸುವ ಅರ್ಧದಷ್ಟು ಬಳೆ ಸಾಕು ಎಂದು ಭಾರೀ ಹಟ ಹಿಡಿದಾಗ ಮಾತ್ರ ತನಗೆ ಕೊಡಿಸುವ ಬಳೆಗೆ ಅರ್ಧಚಂದ್ರ ಬೀಳುತ್ತಿತ್ತು ಎಂದು ನಕ್ಕಳು. ಇದೆಲ್ಲ ತುಂಬ ಚಿಕ್ಕವರಾಗಿದ್ದಾಗ.. ತುಸು ತಿಳಿವಳಿಕೆ ಬರುತ್ತಿರುವಂತೆ ತಾನೇ ಬಳೆ ತೆಗೆದುಕೊಳ್ಳುವುದು ಕಡಿಮೆ ಮಾಡಿದೆ, ಇತ್ತೀಚೆಗಂತೂ ತೆಗೆದುಕೊಳ್ಳಲು ಮನಸ್ಸೂ ಇರುವುದಿಲ್ಲ, ದುಡ್ಡೂ ಇರುವುದಿಲ್ಲ ಎಂದು ಹೇಳುತ್ತ ಮತ್ತೆ ನಗುವ ಪ್ರಯತ್ನ ಮಾಡಿದಳು. ಹೌದು... ರಾಜೋರಿಯ ಕೈಯಲ್ಲಿ ಎರಡು ಮೂರು ಪೂರಾ ಮಾಸಿದ ಬಳೆ ಇತ್ತು. ಅದಕ್ಕೇ ಅವಳು ನಾನು ಆ ಕಸೂತಿಯ ಅಥವ ಮಣ್ಣಿನ ಮಾದರಿಗಳಲ್ಲಿ

ಏನಾದ್ರೂ ಕೊಳ್ಳಲಿ ಎಂದು ಬಯಸು ತ್ತಿದ್ದಳೇನೋ.. ನಾನು ನನ್ನದೇ ರಗಳೆಯಲ್ಲಿದ್ದೆ. ವಾಪಾಸು ಹೋಗಲು.. ಅಹ್ಮದಾಬಾದ್‌ನಲ್ಲಿ ಇನ್ನೊಂದಿಷ್ಟು ಸುತ್ತಾಡಲು, ಮಗ ಕೇಳಿದ್ದನ್ನು ಕೊಡಿಸಲು, ಅಲ್ಲಿ ಇಳಿದುಕೊಳ್ಳಲು, ಊಟತಿಂಡಿ... ದುಡ್ಡು ಸಾಲದಿದ್ರೆ... ಇಲ್ಲಿ ಏನೂ ಕೊಳ್ಳುವುದು ಬೇಡವಪ್ಪ... ನನ್ನ ಲೆಕ್ಕಾಚಾರ ಮನದಲ್ಲಿ.

ಈಗ ಕ್ಯಾಂಪ್ ಬಳಿ ಬಂದಿದ್ದೇವೆ... ಅಬ್ಬ ಭೋಂಗಾ ಒಳಹೋಗಿದ್ದೇ ನೀರಲ್ಲಿ ಮುಖ ತೊಳೆದು ಕರೆಂಟ್ ಇದ್ದರೆ ಫ್ಯಾನ್‌ಗೆ ಮುಖವೊಡ್ಡಿ ನಿಲ್ಲಬೇಕು... ಇನ್ನೂ ಕೊಂಚ ನೀರು ಬರುತ್ತಿದ್ದರೆ ಸ್ನಾನವನ್ನೂ ಮಾಡಬಹುದು. ನಾನು ಬೆವರೊರೆಸಿಕೊಳ್ಳುತ್ತ ತಣ್ಣಗಾಗುವ ಯೋಚನೆಯಲ್ಲಿದ್ದೇನೆ. ಇವತ್ತೇ ಸಂಜೆ ಇಲ್ಲಿಂದ ವಾಪಾಸು ಹೋಗುವುದು... ಈ ರಣ ಬಿಸಿಲು, ಬೆವರು, ಧೂಳು ಎಲ್ಲದರಿಂದ ದೂರ... ಯಾಕೋ ಗಂಟಲೊತ್ತಿ ಬರುತ್ತಿದೆ... ನನ್ನದು ವಿಪರೀತವೆನ್ನಿಸುವ ಅರ್ಥಹೀನ ಹಳಹಳಿಕೆಯೇನೋ... ಮತ್ತೆಂಥ... ಎಲ್ಲ ಸಹಜವಾಗಿಯೇ ಈ ಬಿಸಿಲು, ಈ ಬೆವರು, ಈ ಮಣ್ಣು ಎಲ್ಲದರೊಡನಿರುವ ಈ ಬದುಕು ಹೀಗೇ, ಇಷ್ಟೇ ಎಂದು ಅವಳು ಸ್ವೀಕರಿಸಿ ವರ್ತಮಾನದ ಬೆವರನ್ನೊರೆಸಿಕೊಳ್ಳುತ್ತ ಅವಳು ನಡೆಯುತ್ತಿರುವಾಗ, ಇಲ್ಲದ ವಿಷಣ್ಣತೆಯನ್ನು ನಾನೇ ಅವಳಿಗೆ ಆರೋಪಿಸು ತ್ತಿರುವೆನೇ.... ಇದು ಇಷ್ಟೇ ಎಂಬ ಅವಕಾಶದಲ್ಲಿಯೂ ತನ್ನ ಆಕಾಶವನ್ನು ಕುಗ್ಗಿಸಿಕೊಳ್ಳದೇ ತನ್ನಷ್ಟಕ್ಕೆ ಕಸೂತಿ, ಮಣ್ಣಿನ ಗೋಡೆಯ ಚಿತ್ತಾರಗಳಲ್ಲಿ ನಕ್ಷತ್ರ ಭಾವಣಿಯನ್ನು ರೂಪಿಸಿ ಕೊಳ್ಳುವ ರಾಜೋ-ರಿಯಂಥವರೆಂದರೆ ನನಗೆ ಸದಾ ವಿಸ್ಮಯ.

ರಾಜೋರಿಯೊಂದಿಗೆ ಏನೇ ಹೇಳುವುದಿದ್ದರೂ ಇನ್ನು ಹತ್ತು ಹೆಜ್ಜೆ ನಡೆಯುವಷ್ಟರಲ್ಲಿ ಹೇಳಬೇಕು, ನನ್ನನ್ನಲ್ಲಿ ಬಿಟ್ಟು ಈ ರಣ ಬಿಸಲಲ್ಲಿ ವಾಪಾಸು ಹೋಗುವ ರಾಜೋ-ರಿಯ ನಿರ್ವ್ಯಾಜ ಪ್ರೀತಿಗೆ ಯಾವುದಾದರೂ ಸಮನಾಗಲುಂಟೆ.. ಆದರೂ ಅವಳ ಬಲಗೈ ನೋಡಲೂ ಆಗುತ್ತಿಲ್ಲ. ಮಾಸಿದ ಒಂದೆರಡೇ ಬಳೆಗಳ ಯಾರ್‍ಯಾರದೋ ಕೈ ನೆನಪಾಗುತ್ತಿದೆ. ಯಾವ ಬೆಚ್ಚನೆಯ ಸಾಂಗತ್ಯವಿಲ್ಲದ ಅವಳ ಆಳದ ಒಂಟಿ-ತನ ನನ್ನ ತೆಕ್ಕೆಗೆ ಸಿಗುತ್ತಿದೆ... ನನಗೆ ಆ ಒಂಟಿತನದ ಎಲ್ಲ ಭಾವಬಿಂದುಗಳೂ ತೀರಾ ಪರಿಚಿತ. ನಾನ್ಯಾಕೆ ಹೀಗೆ ವಿನಾಕಾರಣ ಭಾವುಕಳಾಗುತ್ತಿದ್ದೇನೆ... ಅವಳು ಆ ಒಂಟಿತನವನ್ನು ಅದಿರುವುದು ಹಾಗೆಯೇ ಎಂಬ ಸಹಜಭಾವದಲ್ಲಿ ಇಂಥ-ದೊಂದು ಚೈತನ್ಯದಿಂದ ಸ್ವೀಕರಿಸಿಬಿಟ್ಟಿರುವಾಗ ಯಾಕೋ ನನ್ನದೇ ರಗಳೆಗಳಿಂದ ಇಂಥದೊಂದು ನಿಲುವಿಗೆ ಬರಲು ಕಷ್ಟವಾಗುತ್ತಿದೆ. ನನ್ನೆಲ್ಲ ವಾದಗಳ ನಡುವೆ ಬಿಸಿಲಿಗೆ ಭಗ್ ಎಂದು ಉರಿಯುತ್ತಿದ್ದ ಕಣ್ಣು ತಾನಾಗಿಯೇ ತುಂಬಿ ಕೊಳ್ಳಿದೆ. ತಟ್ಟನೆ ಪರ್ಸ್‌ನಿಂದ ದುಡ್ಡು ತೆಗೆದು ಅವಳ ಕೈಗಿಟ್ಟು ನೀವು ಬಳೆ ತಗೊಳ್ಳಿ ಎಂದೆ. ಅವಳು ಒಪ್ಪಲಿಲ್ಲ. ಬೇಡ, ಬೇಡ.. ತಾನು ಹೀಗೆಲ್ಲ ತಗೋಳೋದಿಲ್ಲ, ಸರ್‌ಜಿಗೆ ಗೊತ್ತಾದ್ರೆ ಏನನ್ನುತ್ತಾರೆ... ನಿರಾಕರಿಸತೊಡಗಿದ್ರೂ ಅವಳ ಧ್ವನಿಯಲ್ಲಿ ಪೂರ್ಣ ನಿರಾಕರಣೆಯೂ ಇರಲಿಲ್ಲ. ಅವರಿಗೆ ಗೊತ್ತಾಗಲ್ಲ, ಗೊತ್ತಾದ್ರೂ ಬಳೆಗೆಂದು ಕೊಟ್ಟರೆ ಏನೂ ಹೇಳಲ್ಲ, ಹಾಗೆ ಹೀಗೆ ಹೇಳಿ ನಾನು ತುರುಕಿದೆ. ದುಪ್ಪಟ್ಟಾದೊಳಗೆ ಅಡಗಿದ್ದ ಮೋಟು

ಎಡಗೈನಲ್ಲಿಟ್ಟುಕೊಂಡಳು. ಇಬ್ಬರೂ ಗೇಟ್ ಬಳಿ ನಿಂತಿದ್ದೆವು. ರಾಜೋರಿ ನನಗೆ ವಿದಾಯ ಹೇಳಿ ರಣಬಿಸಿಲಿನಲ್ಲಿ ಮತ್ತೆ ತಿರುಗಿ ನೋಡದೆ ನಡೆದು ಹೊರಟಳು. ಛೋಂಗಾದೊಳಗೆ ಕೂತಿದ್ದ ಮಗ 'ಹೋಗಮ್ಮ ಎಷ್ಟು ತಡ ಮಾಡಿದೆ' ಎನ್ನುವುದು ಖಂಡಿತಾ ಎಂದುಕೊಳ್ಳುತ್ತ ನಾನು ಒಳಬಂದೆ.

ಬೆಳಿಗ್ಗೆಯಿಂದ ಎಂಥದೋ ತಲೆಭಾರ. ನನಗೇನಾಗಿದೆ ಇವತ್ತು... ಯಾಕೆ ಹೀಗೆ ಕಣ್ಣುತುಂಬಿ ಬರ್‍ತಿದೆ... ಬೆಳಿಗ್ಗೆಯಿಂದ ಯಾರೊಂದಿಗೂ ಕಿರಿಕಿರಿಯಾಗಿಲ್ಲ... ಸಹೋದ್ಯೋಗಿ ಗಳೆಲ್ಲ ಖುಷಿಯಿಂದಲೇ ಮಾತಾಡಿದ್ದಾರೆ... ಅಷ್ಟೇಕೆ ಈಗ ಎರಡು ಮೂರು ದಿನದಿಂದ ನೆನಪಿಸಿಕೊಂಡರೂ ಯಾವ ಅಹಿತಕರ ಘಟನೆಯೂ ನಡೆದದ್ದು ನೆನಪಾಗುತ್ತಿಲ್ಲ. ಈ ಬೆಳಿಗ್ಗೆಯಂತೂ ಸಣ್ಣಗೆ ಮಳೆ ಹನಿಯುತ್ತಿದೆ. ಹಾಗೆ ನೋಡಿದರೆ ಜುಮುರುಮಳೆ ಯೆಂದರೆ ನನಗೆ ಹಗುರು ಖುಷಿ. ಆದರೂ ಯಾಕಿಂಥ ಭಾರ... ಬೆಳಿಗ್ಗೆ ಯಾವ ಗಳಿಗೆಯಿಂದ ಈ ಯಾತನೆ... ಒಂದೊಂದೇ ನೆನಪಿಸಿಕೊಳ್ಳುತ್ತ ಕಡೆಗೆ ನೆನಪಾಗಿದ್ದು ರೇಶ್ಮಾಳ ಕೈ. ಸಣ್ಣಗೆ ಚಿತ್ತಾರವಿದ್ದ ಮೇಂದಿಯನ್ನು ನೋಡಿದಾಗಿನಿಂದಲೇ... ಅಥವ ಅವಳ ಕೈತುಂಬ ಇದ್ದ ಬಳೆಗಳನ್ನು ನೋಡಿದಾಗಿನಿಂದಲೇ.... ಛೇ...ಛೇ.. ಹಾಗೇನಿರಲಿಕ್ಕಿಲ್ಲ. ನನಗೆ ಯಾವಾಗಲೂ ಚಿಕ್ಕವಯಸ್ಸಿನ ಲವಲವಿಕೆಯ ಹುಡುಗಿಯರೆಂದರೆ ತುಂಬ ಪ್ರೀತಿ. ರೇಶ್ಮಾಳ ಮೇಂದಿಯ ಬೆರಳನ್ನು ತಟ್ಟುತ್ತ, ಅವಳ ಮಾಟವಾದ ಕೈಗೆ ಒಪ್ಪಿದ್ದ ಆ ಬಳೆಗಳ ಅಲಂಕಾರವನ್ನು ಪ್ರೀತಿಯಿಂದ ನಾನು ಹೊಗಳಿಯೂ ಆಗಿತ್ತು. ಹಾಗಿದ್ದರೆ ಇದೆಂಥ ಯಾತನೆ ಹೀಗೆ ಹಿಂಡಿಹಿಪ್ಪಿ ಮಾಡುತ್ತಿದೆ... ಯಾವುದೋ ಹಬ್ಬ ಎಂದಳಲ್ಲ... ಯಾವುದಾದರೇನಂತೆ... ತನಗೆ ಅದೇನೂ ಬಾಧಿಸುವ ವಿಷಯವೂ ಅಲ್ಲ. ಅದಕ್ಕೂ ಅಲ್ಲ ಹಾಗಾದ್ರೆ... ಎಷ್ಟು ನೆನಪಿಸಿಕೊಳ್ಳಹೋದರೂ ಯಾವ್ಯಾವುದೋ ಬಿಂದುವಿಗೆ ಸಾಗಿ ಮತ್ತೆ ಬಂದು ನಿಲ್ಲುತ್ತಿದ್ದು ರೇಶ್ಮಾಳ ಕೈ ಬಳೆಯ ಬಳಿ.

ಎಂದಿನಂತೆ ಟೀ ಕೊಡುವ ಕಮಲಾ ಹತ್ತಿರ ನಿಂತು ಮಾನಿಟರ್‌ನ್ನೇ ನೋಡುತ್ತಿದ್ದವಳು ಯಾರೋ ಕೆಲಸ ಬಿಡುತ್ತಿರುವ ಸುದ್ದಿ ಹೇಳುತ್ತಿದ್ದಾಳೆ... "ಅವರಿಗೇನು.. ಬೇರೆ ಕೆಲಸ ಸಿಗೋ ತನಕ ಮನೇಲಿ ಎರಡು ತಿಂಗಳು ಕೂತುಕೊಂಡರೂ ಆಗುತ್ತೆ... ಮನೇಲಿ ತಂದುಹಾಕೋರು ಇದ್ದಾರೆ.... ನಮಗೆ ನಿಮಗೆ ಹಂಗೆ ಆಗುತ್ತಾ... ಬೇಜಾರಾಗಿರ್‍ಲಿ, ಮನಸ್ಸಿಲ್ಲದೇ ಇರ್‍ಲಿ ಬರ್‍ಲೇಬೇಕು ಕೆಲಸ ಮಾಡ್ಲೇಬೇಕು ಅಲ್ವಾ" ಎನ್ನುತ್ತಿದ್ದಾಳೆ. ಹೌದಲ್ಲ... ನಾನು ಕಮಲಾ ಒಂದೇ ದೋಣಿಯಲ್ಲಿ ನಿಂತಿದ್ದೇವೆ... ಅಂದರೆ ಕಮಲನಿಗೂ ಗೊತ್ತಾಗಿ ಬಿಟ್ಟಿದೆಯೇ... ಆದರೆ ಈ ಕಮಲನ ಧ್ವನಿಯಲ್ಲಿ ಮಾತ್ರ ಸುಮ್ಮನೆ ಸುದ್ದಿಗೊಂದು ಕಡೇ ಬಾಲ ಜೋಡಿಸುವಂತೆ ಈ ವಾಕ್ಯ ಹೇಳುವ ನಿರ್ಭಾವುಕತೆ ಇದೆ. ಅವಳ ಟೀ ರುಚಿ ಎಂದಿನಂತೆಯೇ ಇದೆ. ಕಮಲನ ಟೀ ಕುಡಿದು ಅವಳ ಮನಸ್ಥಿತಿಯನ್ನು ಊಹಿಸಿ ಕೊಳ್ಳುವಂತೆಯೇ ಇಲ್ಲ. ಜನರೆಷ್ಟಿದ್ದಾರೆ, ಹಾಲೆಷ್ಟಿದೆ ಎರಡೇ ಸಂಗತಿಯಿಂದ ಅವಳ ಟೀ ರುಚಿ ಬದಲಾಗುತ್ತದೆ. ಇನ್ನುಳಿದ

ಎಲ್ಲವನ್ನು ಅವಳು ಟೀ ಕುದಿಯುವಷ್ಟೇ ಸಹಜತೆಯಿಂದ ಸ್ವೀಕರಿಸಿಬಿಟ್ಟಿದ್ದಾಳೆ. ಅದ್ಹೇಗೆ ಎಲ್ಲ ಬೇಗುದಿಯನ್ನು ಹೀಗೆ ಸ್ವೀಕರಿಸಿ ನಡೆಯುತ್ತಾಳೆ... ಎಂಥ ಅಚ್ಚರಿ... ನನಗೆ ಕಮಲನೆಂದರೆ ಮೆಚ್ಚಿಗೆ. ಹಾಗೆಂದು ಸೂಕ್ಷ್ಮತೆ ಇಲ್ಲದವಳೂ ಅಲ್ಲ. ಎಷ್ಟೋ ಸಲ ನಮ್ಮಗಳ ಮುಖ ನೋಡಿಯೇ ನಮಗೆ ಹುಷಾರಿಲ್ಲವಾ.. ಮನೆಯಲ್ಲಿ ಕಟಿಪಿಟಿ ಮಾಡಿಕೊಂಡು ಅದನ್ನೇ ಹೊತ್ತುಕೊಂಡು ಆಫೀಸಿಗೂ ಬಂದುಬಿಟ್ಟಿದ್ದೇವಾ... ಮತ್ತಾವ ಒಣ ಉಸಾಬರಿಯನ್ನು ಹಚ್ಚಿಕೊಂಡಿದ್ದೇವೆ ಇತ್ಯಾದಿ ಎಲ್ಲವನ್ನೂ ಟೀ ಕೊಡಲು ಹತ್ತಿರ ನಿಲ್ಲುವ ಎರಡೇ ಕ್ಷಣದಲ್ಲಿ ಅವಳು ವಿಚಾರಿಸಿಕೊಂಡ ನಂತರವೇ ಮುಂದಿನವರಿಗೆ ಟೀ ಸಿಗುತ್ತದೆ.

ಸಂಜೆಯಾಗುತ್ತಿದೆ... ಮತ್ತೆ ಮಳೆ ಸಣ್ಣದಾಗಿ ತೊಟ್ಟಿಕ್ಕಲು ಆರಂಭವಾಗಿದೆ. ಈಗ ಎಷ್ಟೆಲ್ಲ ಹೆಂಗಸರು, ಗಂಡಸರು ಬಳೆ ಅಂಗಡಿಯಲ್ಲಿ ನಿಂತಿರಬಹುದಲ್ಲ... ಎಷ್ಟೆಲ್ಲ ಜನ ಬಳೆ ಕೊಳ್ಳುತ್ತಿರಬಹುದಲ್ಲ... ಎಷ್ಟೆಲ್ಲ ಜನ ಬಳೆ ಕೊಡಿಸುತ್ತಿರಬಹುದಲ್ಲ... ಟೀ ಕಪ್ ವಾಪಾಸು ತೆಗೆದುಕೊಂಡು ಹೋಗಲು ಬಂದ ಕಮಲ ಬೋಂಡಾ ತಿಂತಾ ಇಂಥ ಮಳೆ ನೋಡುವಾಗ ಹುಟ್ಟುವ ಭಾವಗಳು ಎಷ್ಟು ಗರಿಗರಿಯಾಗಿರುತ್ತೆ ಎಂದು ನನಗೆ ವರ್ಣಿಸುತ್ತಿದ್ದಾಳೆ. ಇದು ಇಷ್ಟೇ, ಇನ್ನೇನೂ ಸಾಧ್ಯವೇ ಇಲ್ಲ ಎಂಬಂತಹ ಹತಾಶೆಯೇ ತಟ್ಟದ ಹಾಗೆ ತನ್ನ ಮನಸ್ಸಿನ ಯಾವ ಭಾವವನ್ನೂ ಅದಕ್ಕೇ ಮೆತ್ತದೆ ವರ್ತಮಾನದ ಎಲ್ಲ ಕ್ಷಣವನ್ನೂ ಅದಿರುವ ಹಾಗೆಯೇ ಎದಿರುಗೊಳ್ಳುವ ಕಮಲನೆಂದರೆ ನನಗೆ ಸದಾ ಮೆಚ್ಚಿಗೆ. ಅಚಾನಕ್ ಕಣ್ಣು ಕಮಲನ ಕೈಯತ್ತ ಹೋಯಿತು. ಪೂರಾ ಮಾಸಿದ ಹಸಿರು ಬಳೆ; ಹಸಿರೋ ಕಂದು ಬಣ್ಣವೋ ಗೊತ್ತಾಗದ ಹಾಗೆ. ಇದಾವುದೂ ತಮ್ಮನ್ನು ಬಾಧಿಸದು ಎಂಬಂತೆ ಆ ಎರಡೇ ಬಳೆಗಳು ಅವಳು ಕೆಲಸ ಮಾಡುತ್ತಿರುವಷ್ಟೂ ಹೊತ್ತೂ ಗಲಗಲ ಸದ್ದು ಮಾಡುತ್ತದೆ.

ಅರೆ... ಮನೆಯಲ್ಲಿ ಸಾಕಷ್ಟು ಬಳೆ ಇದೆ... ಒಂದಿಷ್ಟು ಹೊಸ ಬಳೆಗಳೂ ಇವೆ... ಹಳೆಯದಾಗಲು ಹೆಚ್ಚು ಹಾಕಿದ್ದರೆ ತಾನೆ... ಅದನ್ನೆಲ್ಲ ಕಮಲನಿಗೆ ಕೊಟ್ಟರೆ ಹೇಗೆ... ತಲೆ ತುಂಬಾ ಧಿಮ್ಮೆನ್ನುತ್ತಿದೆ.

ಮನೆಗೆ ಬಂದವಳೇ ಮೊದಲು ಮಾಡಿದ ಕೆಲಸ ಸ್ಟೀಲಿನ ಬಾಕ್ಸ್ ತೆಗೆದು ಕಮಲನಿಗೆ ಕೊಡಬಹುದಾದ ಬಳೆಗಳನ್ನು ತೆಗೆದಿಟ್ಟಿದ್ದು. ಕಡೆಗೆ ಬಾಕ್ಸ್‌ನಲ್ಲಿ ಉಳಿದಿದ್ದು ನೀಲಿ ಕಾಟನ್ ಸೀರೆಯ ಮ್ಯಾಚಿಂಗ್ ಎಂದು ಯಾವಾಗಲೋ ತೆಗೆದುಕೊಂಡ ಎರಡೇ ಎರಡು ನೀಲಿ ಗಾಜಿನ ಬಳೆ... ತೀರಾ ಇತ್ತೀಚಿಗೆ ತಗೊಂಡ ಕೆಂಪು-ಬಿಳಿ ಬಳೆ... ಯಾಕೋ ಅದನ್ನು ಕಮಲನಿಗೆ ಕೊಡುವ ಮನಸ್ಸಾಗಲಿಲ್ಲ. ಹಾಕಿಕೊಳ್ಳದಿದ್ದರೂ ಸರಿ ಇವೆರಡು ಸೆಟ್ ಇರಲಿ... ಮತ್ತೆಲ್ಲವನ್ನು ಪೇಪರ್‌ನಲ್ಲಿ ನೀಟಾಗಿ ಸುತ್ತಿ ಬೇರೆ ಬೇರೆ ಬಳೆಗಳ ಬೇರೆ ಪ್ಯಾಕ್ ಮಾಡಿದೆ. ಅದನ್ನೆಲ್ಲ ಸರಿಯಾಗಿ ಎತ್ತಿಟ್ಟ ಮೇಲೆ ಯಾಕೋ ಕೊಂಚ ಮೈಮನಸ್ಸು ಹಗುರಾದಂತೆ.

ಮರುದಿನ ಬೆಳಿಗ್ಗೆಯೂ ಸಣ್ಣದಾಗಿ ಮಳೆ ಹನಿಯುತ್ತಲೇ ಇತ್ತು. ಆಫೀಸಿನ ಅಡಿಗೆ

ಮನೆಯಲ್ಲಿ ಕಮಲ ಟೀ ಮಾಡ್ತಿದ್ದಾಳೆ. ಬಳೆಗಳಿದ್ದ ಕವರ್ ಅನ್ನು ನಾಜೂಕಾಗಿ ಅವಳ ಪಕ್ಕ ಇಟ್ಟೆ. "ಇದ್ರಲ್ಲಿ ಒಂದಿಷ್ಟು ಬಳೆ ಇದೆ... ಹೆಚ್ಚು ಹಾಕ್ಕೊಂಡಿಲ್ಲ.. ನಿಮಗೆ ಸೈಜ್ ಸರಿಹೋಗುತ್ತಾ ನೋಡಿ ಕಮಲ..." ಮತ್ತೆ ಮಾತಾಡಲಾಗದಂತೆ ಗಂಟಲು ಕಟ್ಟಿದೆ...

"ನಾನಾದ್ರೂ ಎಲ್ಲಿಗ್ಹೋಗ್ತೀನಿ... ಯಾವಾಗ ಹಾಕ್ಕೋತೀನಮ್ಮಾ.." ಕಮಲ ರಾಗವಾಗಿ ಹೇಳಿದರೂ ಅವಳ ಧ್ವನಿ ಒದ್ದೆಯಾಗಿತ್ತೆ.... ಟೀ ಮಾತ್ರ ಎಂದಿನಂತೆ ಕುದಿಯುತ್ತಿದೆ. ಅಂದರೆ ಇದೆಲ್ಲ ನನ್ನ ಸೂಕ್ಷ್ಮತೆಯ ರಗಳೆಬಿಂದುಗಳು ಮಾತ್ರವೇ.... ಇಲ್ಲದಿದ್ದರೆ ಅಷ್ಟು ಸಹಜವಾಗಿ ಒಂದೇ ರುಚಿಯ ಟೀ ಮಾಡಲು ಸಾಧ್ಯವೇ...

ಅಂದಹಾಗೆ ಕಮಲ ನನ್ನತ್ತ ತಿರುಗದೆ ಹೇಳಿದಳು. ನಾನೂ ಕೂಡ ಆಗೀಗ ಟೀ ಮಾಡುವಾಗ ಹಿಂದಿನಿಂದ ಹೋಗಿ ಅವಳ ಭುಜದ ಮೇಲೆ ಎರಡೂ ಕೈಯಿಟ್ಟು ಏನಾದ್ರೂ ಹೇಳುವ ಹಾಗೆ ಹೇಳಲಿಲ್ಲ. ಆ ದಿನ ಕಮಲ, ನಾನು ಎಂದಿನಂತೆ ಪರಸ್ಪರ ಕಣ್ಣಲ್ಲಿ ಕಣ್ಣಿಟ್ಟು ಮಾತನಾಡಲಿಲ್ಲ.

ಬಳೆಯ ಗಲಗಲ ಸದ್ದಿನಲ್ಲಿ ಏನು ಕೇಳಬಹುದು ...

ಕಣ್ಣಂಚಿನ ಹನಿಗಳ ಧ್ವನಿಯೇ... ಹನಿಗಳನ್ನು ಕಣ್ಣರೆಪ್ಪೆಯೊಳಗೇ ಇಂಗಿಸಿದ ಪಟಪಟ ಸದ್ದೆ...

ಯಾವ ಭಾವವನ್ನೂ ಬಿಟ್ಟುಕೊಡದ ಕಮಲನ ನಿಟ್ಟುಸಿರೇ...

ಆಗೀಗ ನನಗೆ ನೆನಪಾಗುವ ಸಾವಿನ ಸದ್ದೆ....

ಅಥವ ರಣ ಬೇಸಿಗೆಯ ಹುಡಿ ಧೂಳಿನ ಚಿತ್ರವೇ... ಮಳೆಹನಿಗಳ ಒದ್ದೆ ಬಿಂಬವೇ.. ಗೊತ್ತಿಲ್ಲ.

ಬಿರುಬೇಸಿಗೆಯ ನಡುಮಧ್ಯಾಹ್ನದ ಸುಡು ನಿಶ್ಯಬ್ದದೊಳು ಕೇಳುವ ಧ್ವನಿ....

ಜುಮುರುಮಳೆಯ ಸಂಜೆಗಳಲಿ ಮಳೆಹನಿಗಳ ಮೆಲುಸದ್ದಿನೊಳು ತಟ್ಟನೆ ಆವರಿಸುವ ಮೌನ...

ಏನದು.. ಈ ಧ್ವನಿ ಬಳೆಗಳ ಕಿಣಿಕಿಣಿಯೇ...

ಅಥವ ಈ ಮೌನ ಬಳೆಗಳ ಕಿಣಿಕಿಣಿ ಅಚಾನಕ್ ನಿಂತಾಗಿನ ಮೌನವೇ....

ಬಹುಶಃ ಏನೆಲ್ಲವೂ...

2006

ಗೆಜ್ಜೆ ಹೆಜ್ಜೆಗಳ ಲಾಸ್ಯ

ಅಮಿತನಿಗೆ ಹೀಗೆ ಕಂಪ್ಯೂಟರ್‌ನ ಕಿಟಕಿಯಲ್ಲಿ ಕೆಲಸ ಮಾಡುತ್ತಲೇ ಆಗೀಗ ಎದುರಿನ ಕಿಟಕಿಯಾಚೆ ದೃಷ್ಟಿ ಹಾಯಿಸುವುದು ತುಂಬ ಹಿತ ನೀಡುವ ಸಂಗತಿ. ಕಂಪ್ಯೂಟರ್‌ನ ಈ ಕಿಟಕಿಯಲ್ಲಿ ಕಾಣುವ ಪದಗಳು, ತರಹೇವಾರಿ ಇಮೇಜ್‌ಗಳು ಮಾಯಾಲೋಕ ಎನ್ನಿಸುವಷ್ಟೇ ನಿಜ ಕೂಡ ಎನ್ನಿಸುವ ಭಾವ. ಇದರಿಂದ ಯಾವ ಕ್ಷಣದಲ್ಲಿಯೂ ತಾನು ತಪ್ಪಿಸಿಕೊಳ್ಳಬಲ್ಲೆ, ಇದಾವುದೂ ತನ್ನನ್ನು ಸೀಮಿತಗೊಳಿಸಲಾರದು ಎಂಬ ಭಾವವನ್ನು ತನ್ನಲ್ಲಿ ಗಟ್ಟಿಯಾಗಿಸಿಕೊಳ್ಳಲೆಂದು ಆಗೀಗ ಹೊರಗೆ ಪರದೆಯಾಚೆ.. ಕಿಟಕಿಯಾಚೆ ಚೂರೇ ಚೂರು ಇಣುಕಿದಂತೆ ಕಾಣುವ ಅನಂತ ಕ್ಷಿತಿಜವನ್ನು ನೋಡುವುದೋ ಅಥವ ಹಾಗೆ ನೋಡುವುದರಿಂದ ಈ ಭಾವ ತನ್ನೊಳಗೇ ಬೇರು ಬಿಟ್ಟಿದೆಯೋ.. ಎರಡೂ ಬಹುಶಃ ಏಕಕಾಲಿಕ.

ಹಾಗವನು ಕುಳಿತಿರುವಾಗಲೇ ಪಕ್ಕದ ಟೇಬಲ್‌ನಿಂದ 'ದೇವ್ರೇ..' ಎಂಬ ಉದ್ಗಾರದೊಂದಿಗೆ ನಯನಳ "ಸೀ ಹಿಯರ್" ಎಂಬ ಕರೆ. ಎದ್ದು ನಯನನ ಕುರ್ಚಿಯ ಬಳಿ ಸಾಗಿದ ಅವನು ಅವಳ ದೃಷ್ಟಿಯನ್ನೇ ಅನುಸರಿಸಿ ಕಂಪ್ಯೂಟರ್ ಪರದೆಯನ್ನು ನೋಡಿದರೆ... ಮೊದಲಿಗೆ ಏನು ಎಂದು ತಿಳಿಯಲಿಲ್ಲ. 'ಅಲ್ಲಾ.. ಕಾಂಟಾಕ್ಟ್ ಮಾಡಬಹುದು ಎಂದು ಚೂರು ಮೇಲ್ ಐಡಿ ಕೊಟ್ಟರೆ ಹಿಂಗೆ ಫೋಟೋನೆ ಕಳಿಸುವುದಾ.. ಶ್ಯೀ.. ನೋಡು ಹ್ಯಾಗಿದ್ದಾನವ ಅಂತ.. ಛೀ.. ನನ್ನ ವಯಸ್ಸಿನ ತಂಗಿ ಇರಬಹುದು ಅವನಿಗೆ' ನಯನ ಜೋರಾಗಿ ರೇಗತೊಡಗಿದಳು.

ಅಮಿತನಿಗೆ ಈಗ ನಿಧಾನಕ್ಕೆ ಗ್ರಹಿಕೆ ಸಿಕ್ಕಿತು... ವರ್ಕಿಂಗ್ ವುಮನ್ ಹಾಸ್ಟೆಲ್‌ನಲ್ಲಿಯ ಒಂದಿಬ್ಬರು ಗೆಳತಿಯರು ತುಂಬ ಹೇಳಿದ್ರು ಎಂದು ಯಾವುದೋ ಮ್ಯಾಟ್ರಿಮೋನಿಯಲ್ ಸೈಟ್‌ನಲ್ಲಿ ಇವಳೂ ಹಾಕಿದ್ದಳು, ಐಡಿ ಕೊಟ್ಟಿದ್ದೇ ಮಹಾಶಯನೊಬ್ಬ ಹೀಗೆ ಅಚಾನಕ್ ಫೋಟೋ ಕಳಿಸಿ ಏನೋ ಬರೆದಿದ್ದ. ಅಮಿತನಿಗೆ ನಯನನ ರೇಗುವಿಕೆ, ಆ ಫೋಟೋ ಎಲ್ಲ ಮೊದಲಿಗೆ ನಗು ತರಿಸಿಬಿಟ್ಟಿತು. ನಯನ ರೇಗುತ್ತಲೇ ತನಗೆ ಇದರಲ್ಲಿ ಆಸಕ್ತಿ ಇಲ್ಲವೆಂದು, ಕಾಂಟಾಕ್ಟ್ ಮಾಡಿದ್ದಕ್ಕೆ ಥ್ಯಾಂಕ್ಸ್ ಎಂದು ಬರೆಯಲು ಅಣಿಯಾದಳು. ಅಮಿತನಿಗೆ ಅರೆಕ್ಷಣ ಹೀಗೆ ಈ ಮೇಲ್‌ನ ಕಿಟಕಿಯಲ್ಲಿ ಚೂರೇ ಮುಖ ತೋರಿಸಿರುವ ಆ ಚಹರೆ ಯಾಕೋ ಪಾಪ ಎಂಬ ಮರುಕವನ್ನೂ ಹುಟ್ಟಿಸಿತು. ಹೀಗೆ ಫೋಟೋ ಕಳಿಸಿ, ನಿಮಗೆ ಒಪ್ಪಿಗೆಯಿದ್ದರೆ ಎಂಬಂತೆ ಶುರುವಾಗಿರುವ

ಆ ಎರಡು ಸಾಲುಗಳು, ಪರಿಚಯವೇ ಇಲ್ಲದೆ, ಪರಿಚಯವಾಗುತ್ತದೆ ಎಂಬ ಭರವಸೆಯೂ ಇಲ್ಲದೆ, ಫೋಟೋ ಕಳಿಸಿಬಿಟ್ಟ, ಹಾಗೆ ಕಳಿಸಲು ಪ್ರೇರೇಪಿಸಿದ ಅವನ ಸ್ಥಿತಿಯ ಬಗ್ಗೆ ವಿಪರೀತ ಮರುಕವೆನ್ನಿಸಿತು. ಅಮಿತ ನಯನಳ ಖುರ್ಚಿಯ ಹಿಂದೆ ನಿಂತಿದ್ದಾಗಲೇ ಅವಳು ಆ ಫೋಟೋದ ವ್ಯಕ್ತಿಗೆ ನಿರಾಕರಣೆಯ ಎರಡೇ ಸಾಲಿನ ಮೇಲನ್ನೂ ರವಾನಿಸಿದಳು.

ಯಾಕೆ ಈ ನಯನನಿಗೆ ಎಲ್ಲೂ ಗಂಡುಗಳು ಸಿಗುತ್ತಿಲ್ಲ ಎಂದು ಆಗೀಗ ಅಮಿತನಿಗೆ ಪುಟಾಣಿ ಅಚ್ಚರಿಯೂ ಹಾದುಹೋಗುತ್ತದೆ. ನೋಡಲು ಸುಮಾರಾಗಿದ್ದಾಳೆ, ಆದರೆ ಛಂದದ ಮೈಕಟ್ಟಿನ ಹುಡುಗಿ, ಯಾರಿಗೇ ಆದರೂ ಇನ್ನೊಮ್ಮೆ ನೋಡಬೇಕೆನ್ನಿಸಬಹುದು. ತಂಗಿಯಂದಿರ ಮದುವೆಯಾಗಿದೆಯಂತೆ, ಅವಳ ಜ್ಞಾತಿಯಲ್ಲಿ ಹೆಚ್ಚು ಓದಿರುವ ಹುಡುಗಿ ಯರಿಗೆ ಮದುವೆ ತುಸು ಕಷ್ಟವಂತೆ, ಇಷ್ಟು ಓದಿ, ಒಳ್ಳೆಯ ಕೆಲಸದಲ್ಲಿಯೂ ಇರುವ, ಮದುವೆಯಾದ ಮೇಲೂ ಕೆಲಸ ಮಾಡಬಯಸುವ ಇವಳಂಥವರಿಗೆ ಮದುವೆ ಕಷ್ಟ, ಇದನ್ನೆಲ್ಲ ನಯನಳೇ ಆಗೀಗ ಅಮಿತನ ಮುಂದೆ ತೋಡಿಕೊಳ್ಳುವುದಿದೆ. ಅಮಿತನ ಅಚ್ಚರಿ ಅದಲ್ಲ.. ಈ ಹುಡುಗಿಗೆ ಈವರೆಗೆ ಯಾರನ್ನೂ ಪ್ರೀತಿಸಲೂ ಆಗಿಲ್ಲವಾ ಅಂತ. ಅದನ್ನು ವಿಭಿನ್ನ ರೀತಿಯಲ್ಲಿ ಭಾರೀ ಸುತ್ತಿ ಬಳಸಿ ಕೇಳಿದ್ದಾನೆ. ಯಾಕೋ ಹಾಗೆ ತನಗೆ ಸರಿಹೊಂದುವ, ಮದುವೆಯಾಗುವ ಅನ್ನಿಸುವ ಗಂಡು ಈ ವರೆಗೆ ಮುಖಾಮುಖಿ ಯಾಗಿಲ್ಲ ಎಂಬುದನ್ನು ಅವಳೇ ಹೇಳಿದ ನಂತರವೂ ಅಮಿತನಿಗೆ ತಾನು ಕೇಳಬೇಕಿದ್ದ ಪ್ರಶ್ನೆ ಅದಲ್ಲ, ಈವರೆಗೆ ಯಾರೊಂದಿಗೂ ಸೆಕ್ಸ್‌ನ ಅನುಭವವೂ ಆಗಿಲ್ಲವೇ ಅಥವ ಬೇಕೆಂದು ಅನ್ನಿಸಿಲ್ಲವೇ ಎಂದು ನಯನಳಿಗೆ ಕೇಳಬೇಕಿತ್ತು, ಹೇಗೆ ಕೇಳುವುದು, ಇಬ್ಬರೂ ವೃತ್ತಿಯಿಂದಾಗಿ ಮಾತ್ರ ಸ್ನೇಹಿತರಾದವರು ಎಂದು ಕೊಂಡಿದ್ದಾನೆ. ಜತೆಗೇ ಥತ್.. ಏನಾದರಾಗಲೀ... ತನಗ್ಯಾಕೆ ಇಲ್ಲದ ಉಸಾಬರಿ.. ಅವಳು ಯಾರೊಂದಿಗಾದರೂ ಮಲಗಿದ್ದರೆ ಅಥವ ಮಲಗದಿದ್ದರೆ, ಆ ಮಾಹಿತಿಯಿಂದ ತನಗೆ ಬರುವ ಸೌಭಾಗ್ಯವಾದರೂ ಏನಪ್ಪಾ ಎಂದೂ ಅಂದುಕೊಂಡಿದ್ದಿದೆ.

ಮಧ್ಯಾಹ್ನ ಊಟಕ್ಕೆ ಆ ದಿನ ಅಮಿತ ಡಬ್ಬಿ ತಂದಿರಲಿಲ್ಲ. ಅವಳ ಹಾಸ್ಟೆಲಿನ ಡಬ್ಬಿಯಲ್ಲಿ ಅವರಿಬ್ಬರಿಗೂ ಬೇಜಾರು ಹುಟ್ಟಿಸುವ ವಾಂಗೀಬಾತು. ಉಳಿದವರೆಲ್ಲ ಊಟ ಶುರುಮಾಡುವ ಮೊದಲೇ ಅಡಿಗಾಸ್‌ಗಾದ್ರೂ ಹೋಗುವ ಎಂದು ಇಬ್ಬರೂ ಹೊರಟರು. ಕಳೆದ ವರ್ಷವಷ್ಟೇ ಮದುವೆಯಾಗಿ, ಹೆಂಡತಿಯೊಂದಿಗೆ ಇನ್ನೂ ಪ್ರೀತಿಯಿಂದಿರುವ ತಾನು ಒಂಥರ ಸೇಫ್ ಪ್ರಾಣಿ ಎಂದು ನಯನ ಆಗೀಗ ತನ್ನೊಂದಿಗೆ ಹೀಗೆಲ್ಲ ಆರಾಮಾಗಿ ಹೊರಡಬಹುದೇ ಎಂಬ ಕೆಟ್ಟ ಅನುಮಾನವೂ ಅಮಿತನಲ್ಲಿ ಹಾದು ಹೋಗಿದ್ದಿದೆ.

ನಯನ ಮಾತಾನಾಡುವ ತುಂಬ ಹುಕಿಯಲ್ಲಿದ್ದಾಗ ಕೈಬೆರಳನ್ನು ಆಡಿಸುತ್ತ ಇಡೀ ಮುಖಭಾವವೇ ಆ ಮಾತುಕಥೆಯನ್ನು ನಡೆಸುತ್ತಿದೆ ಎಂಬಂತೆ ಎದುರಿನವರ ಕಣ್ಣಲ್ಲಿ

ಕಣ್ಣಿಟ್ಟು ಮಾತಾಡುತ್ತಿದ್ದಳು. ಆ ದಿನ ಊಟ ಮಾಡುತ್ತ ನಯನಾ ಇಂಥದೊಂದು ಮಾತುಕತೆಯಾಡುತ್ತಿರುವಾಗ ತಟ್ಟನೆ ಯಾಕೋ ಇವಳು ಡಾನ್ಸ್‌ಗೀನ್ಸ್ ಕಲಿತಿರಬಹುದು ಎಂಬ ಅನುಮಾನ ಅಮಿತನಿಗೆ. ಮೆತ್ತಗೆ ಕೇಳಿಯೂ ಬಿಟ್ಟ. ತುತ್ತು ಬಾಯಿಗಿಟ್ಟು ಕೊಳ್ಳುತ್ತಿದ್ದವಳು ನಿಲ್ಲಿಸಿ "ಇಲ್ಲಪ್ಪಾ ನಾವೆಲ್ಲ ಹಳ್ಳಿಯಲ್ಲಿ ಹುಟ್ಟಿಬೆಳೆದು ಓದಿದ್ದು ಅಲ್ವಾ.. ನಂಗೆ ಸ್ವಲ್ಪಾನೂ ಬರಲ್ಲ ಗೊತ್ತಾ" ರಾಗ ಎಳೆದಳು. ಹಾಸ್ಟೆಲ್‌ನಲ್ಲಿ ಓದುವಾಗ ಮತ್ತೆ ಈಗ ಈ ವರ್ಕಿಂಗ್ ವುಮನ್ ಹಾಸ್ಟೆಲ್‌ನಲ್ಲಿ ಆಗೀಗ ಹುಡುಗಿಯರು ಕೆಸೆಟ್ ಹಾಕಿಕೊಂಡು ಹೆಜ್ಜೆ ಹಾಕೋದನ್ನು ನೋಡಿದ್ರೆ ಹೇಗೆ ಒಂಥರಾ ಹೊಟ್ಟೆಕಿಚ್ಚಾಗುತ್ತದೆ ಎಂದು ಆ ಕುರಿತ ಒಂದೆರಡು ತಮಾಶೆಯ ಘಟನೆಗಳನ್ನು ಹೇಳುತ್ತಲೇ ನಕ್ಕಳು.

"ಅದ್ಸರಿ ಯಾಕೆ ಕೇಳಿದೆ ಅಂತ ಹೇಳು.. ಆಮೇಲೆ ನಿಂಗೆ ರಾತ್ರಿ ಯಾವಾಗಲೋ ನೆನಪಾಗಿ ನಾನ್ಯಾಕೆ ಕೇಳ್ದೆ ಗೊತ್ತಾ ಅಂತ ಮೊಬೈಲ್‌ಗೆ ರಿಂಗ್ ಕೊಡ್ತೀಯ" ನಯನಾ ರೇಗಿಸುವ ಧ್ವನಿಯಲ್ಲಿ ಹೇಳಿದಳು. ಹೆಂಡತಿ ರಮಾ ನೃತ್ಯ ಮಾಡುತ್ತಾಳೆ, ಕಾಲೇಜಿನ ದಿನಗಳಲ್ಲಿ ಅವಳದೊಂದು ಗುಂಪು ಇತ್ತು, ನಾಲ್ಕಾರು ಕಡೆ ಹೋಗಿ ಬಹುಮಾನವನ್ನು ಪಡೆದಿದ್ದರು.. ಯಾಕೋ ರಮಾನ ನೃತ್ಯದ ಹೆಜ್ಜೆಗಳನ್ನು ತನಗೆ ಕಲ್ಪಿಸಿಕೊಳ್ಳಲೇ ಆಗುವುದಿಲ್ಲ, ವಿಚಿತ್ರ ಅಸಹನೆ ಎನ್ನಿಸುತ್ತೆ. ಈಗ ಅವಳ ಕಾಲೇಜಿನ ಗೆಳತಿಯರೆಲ್ಲ ಎಲ್ಲೆಲ್ಲೋ ಕೆಲಸದ ನಡುವೆ ಕಳೆದುಹೋಗಿದ್ದಾರೆ, ಇವಳೂ ಹೊರಗಡೆ ಪ್ರದರ್ಶನ ಕೊಡ್ತಿಲ್ಲ, ಅಲ್ಲದೆ ಅವಳು ಸೋಲೋ ಮಾಡಿದ್ದು ಕಡಿಮೆ. ಹೆಚ್ಚೆಂದರೆ ಆಗೀಗ ಮನೆಯಲ್ಲಿ ಮಾಡ್ತಾಳೆ... ಅಮಿತ ಇದನ್ನೆಲ್ಲ ಹೇಳಬೇಕೆಂದು ಕೊಂಡ. ಹೇಳಲಾಗದೆ ಸುಮ್ಮನಾದ.

'ನೋಡು ನಾವು ಹಳ್ಳಿಯಲ್ಲಿದ್ದಾಗ ಭತ್ತದ ಗದ್ದೆಯ ಬದು ಮೇಲೆ ಹೆಂಗೆ ಓಡ್ತಾ ಇದ್ವಿ ಗೊತ್ತಾ... ಬದು ಪಕ್ಕ ಹಸೀಹುಲ್ಲು ಬೆಳೆದಿರುತ್ತಲ್ಲ..... ನಾನೂ ಚೂರುಪಾರು ಹುಲ್ಲು ಕೊಯ್ಯೋದನ್ನು ಕಲ್ತುಕೊಂಡಿದ್ದೆ, ನಂಗೆ ಹುಲ್ಲು ಕೊಯ್ಯೋದು ಭಾರೀ ಮಜಾ ಕೊಡ್ತಿತ್ತು.. ಅದೇ ನೆಟ್ಟಿ ಮಾಡಿರೋ ಕೆಸರು ಗದ್ದೆ.. ಬೆಳೆದು ಹಾಲುಕಾಳು ತುಂಬಿರೋ ಹಸಿರು ಗದ್ದೆ, ತೆನೆಯೆಲ್ಲ ಬಂಗಾರ ಬಣ್ಣಕ್ಕೆ ತಿರುಗಿದಾಗ ಇಡೀ ಭತ್ತದ ಗದ್ದೆಯೇ ಬಂಗಾರ ಬಣ್ಣದಿಂದ ಕಂಗೊಳಿಸುತ್ತದಲ್ಲ ಆಗ ಹಿಂಗೆ ಯಾವ್ಯಾವುದೋ ಗಳಿಗೆಯಲ್ಲಿ ಭತ್ತದ ಗದ್ದೆ ಬದುವಿನ ಮೇಲೆ ಚಿಟ್ಟೆ ಹಿಡೀಲಿಕ್ಕೆ ಮತ್ತೊಂದಕ್ಕೆ ಅಂತ ಏನೇನೋ ಬಾಲಚೇಷ್ಟೆಯಿಂದ ಓಡ್ತಾ ಇದ್ದದ್ದು ನೆನಪಾಗುತ್ತೆ. ಆ ಬದು ಮೇಲೆ ಓಡಾಡೋದು ಇದೆಯಲ್ಲ... ಅದಕ್ಕೆ ಖಂಡಿತಾ ಒಂದು ನೃತ್ಯದ ಲಯವಿತ್ತು. ನಂಗೆ ಈಗ್ಲೂ ಅದು ನೆನಪಾದ್ರೆ ಸಾಕು, ಗದ್ದೆ ಒಳಗೆ ಬೀಳದಂತೆ ನಾವು ಪುಟುಪುಟು ಓಡ್ತಿದ್ದೆವಲ್ಲ, ಅದು ಒಂಥರ ನೃತ್ಯವೇ ಅನ್ನಿಸುತ್ತೆ. ಈ ಹುಡುಗೀರು ಡಾನ್ಸ್ ಮಾಡುವಾಗ ನಂಗೆ ಯಾಕೆ ಒಂದೆರಡು ಹೆಜ್ಜೆಯನ್ನೂ ಹಾಕಕ್ಕೆ ಬರಲ್ಲ ಅಂತ ಅಂದುಕೊಂಡಿದ್ದೇನೆ ಮಾರಾಯ.. ಏನೋ ಒಂಥರ ಕೀಳರಿಮೆ ಕೂಡ. ಎಷ್ಟೋ ಸಲ ಅವರು ಹಾಗೆ ಮಾಡುವಾಗ ನಾನು ಇದ್ದಕ್ಕಿದ್ದ ಹಾಗೆ ಒಂಥರ ಅಪ್‌ಸೆಟ್ ಆಗಿ ಬಿಟ್ಟಿರ್ತೇನೆ" ಹೇಳುತ್ತ ನಯನಳ

ಧ್ವನಿ ಭಾರವಾಯಿತು.

"ಅದಿರ್ಲಿ... ನಾನ್ಯಾಕೆ ನಿನ್ನ ಜತೆ ಊಟಕ್ಕೆ ಬಂದೆ ಗೊತ್ತಾ.. ಮೊನ್ನೆ ಒಂದಿನ ಬಸ್ಸಲ್ಲಿ..."

ನಯನಾ ತನ್ನ ಭತ್ತದ ಗದ್ದೆಯ ಕಥೆಯಿಂದ ಮತ್ತಾವುದಕ್ಕೋ ಹಾರುವ ಹಾಗೆ ಕಂಡಳು. ಧ್ವನಿ ಮಾತ್ರ ಇನ್ನೂ ಭಾರವಾಗಿಯೇ ಇತ್ತು.

"ಬಸ್ಸು ಅಂತೂ ಶಿವಾಜಿನಗರ ನಿಲ್ದಾಣವನ್ನು ಬಿಟ್ಟಿದೆ. ಪರಿಚಯದ ರಸ್ತೆಯಲ್ಲಿ ಹಾದುಕೊಂಡು ಇನ್ನು ಕೆಲವೇ ಕ್ಷಣದಲ್ಲಿ ಕೆಎಚ್ ರಸ್ತೆಯ ಬಳಿ ಹೋಗುತ್ತದೆ. ಯಾಕೋ ಆ ರಸ್ತೆಯ ಬಳಿ ಹೋಗುತ್ತಿರುವಂತೆ ಒಂದು ಭಾರ ನನ್ನನ್ನು ತುಂಬಿಕೊಳ್ಳುತ್ತದೆ. ಕೆಲಬಾರಿಯಂತೂ ಎದೆಯಿಂದ ಒತ್ತಿಬರುವ ಅಳುವನ್ನು ನಾನು ತಡೆಯಲು ಯತ್ನಿಸುವಾಗ ಗಂಟಲು ನರಗಳೆಲ್ಲ ಉಬ್ಬಿಕೊಳ್ಳುವುದೂ ಇದೆ, ಹಾಗೆ ಉಬ್ಬಿಕೊಂಡಿದ್ದು ಪಕ್ಕದವರ ದೃಷ್ಟಿಗೆ ಬೀಳದಿರಲಿ ಎಂದು ದುಪ್ಪಟ್ಟಾ ಸರಿಯಾಗಿ ಹೊದ್ದು ಕೊಳ್ತೀನಿ. ಹಾಗೆ ಹೊದ್ದುಕೊಳ್ಳುವಾಗಲೇ ಅಂತ ಭಾರದ ನಡುವೆಯೂ ಬಾಪ್‌ರೇ... ಯಾಕೆ ತನಗಿಂತ ಭ್ರಾಂತಿ, ಅವರೆಲ್ಲ ಪಾಪ ಅವರವದೇ ತಲೆಬಿಸಿಯಲ್ಲಿದ್ದಾರೆ, ಇಲ್ಲಿ ಯಾರಿಗಾದರೂ ಯಾರನ್ನಾದರೂ ಗಮನಿಸುವ ತ್ರಾಣವಾದರೂ ಎಲ್ಲಿರುತ್ತೆ ಎನ್ನಿಸಿ ಮತ್ತೆ ಒಂದು ಹಗುರ ನಸುನಗೆ ಆವರಿಸುತ್ತೆ. ಬಸ್ಸು ಫ್ಲೈಓವರ್‌ನ ಕೆಳಗಿನ ಕೆಎಚ್ ರಸ್ತೆಯ ಎರಡು ಬಸ್‌ಸ್ಟಾಪ್ ಅನ್ನು ಹಾದುಕೊಂಡು, ಅಲ್ಲಿದ್ದ ಮತ್ತೊಂದಿಷ್ಟು ಜನರನ್ನು ಹತ್ತಿಸಿಕೊಂಡು ಕೊಂಚ ಮುಂದೆ ಹೊರಟಿದೆ. ಎರಡೂ ಬಸ್‌ಸ್ಟಾಪ್ ದಾಟುತ್ತಲೇ ಕೊಂಚ ನಂಗೆ ಬಿಡುಗಡೆಗೊಂಡ ಹಾಗೆ. ನನ್ನ ಪಕ್ಕದ್ದಲ್ಲಿದ್ದ ಮುದುಕಿಯೊಬ್ಬಳು ಬಸ್‌ಸ್ಟಾಪ್ ಬಳಿಯೇ ಇಳಿಯಲೆಂದು ಎದ್ದುನಿಂತಳು, ಮುಂದಿದ್ದವರು ಯಾರೂ ಜಾಗ ಬಿಡದೇ ಅವಳು ಕನ್ನಡ, ಹಿಂದಿ ಎರಡೂ ಸೇರಿದ ಹಾಗೆ ಬಸ್ ನಿಲ್ಲಿಸಿ ಅಂತ ಹೇಳ್ತಿದ್ದರೂ ಬಸ್ ಡ್ರೈವರ್ ತನಗೆ ಕೇಳಿಸಿಯೇ ಇಲ್ಲ ಎಂಬಂತೆ ಮುಂದೆ ಸಾಗಿದ. ಹಿಂದಿನಿಂದ ಬಂದ ಕಂಡಕ್ಟರ್ ಅಲ್ಲಿಯೇ ಇಳಿಯಬೇಕಿತ್ತು, ಒಬ್ಬರಿಗೇ ಅಂತ ಎಷ್ಟು ಹೊತ್ತು ನಿಲ್ಲಿಸಬೇಕು ಹಾಗೆ ಹೀಗೆ ಕೂಗಿದ. ನಾನು, ಇನ್ನೊಬ್ಬ ಹುಡುಗಿ 'ಇರಲಿಬಿಡಿ, ಅಜ್ಜಿ ತಾನೆ ಬಸ್ ನಿಲ್ಲಿಸಿ' ಎಂದು ಜೋರಾಗಿ ಹೇಳಿದ್ವಿ, ಅಜ್ಜಿಗೆ ಇಳಿಯಲು ಜಾಗ ಕೊಡದೇ ಮುಂದೆಯೇ ನಿಂತಿದ್ದ ಹೆಂಗಸರು ಇದೆಲ್ಲ ತಮಗೆ ಸಂಬಂಧಿಸಿದ್ದೇ ಅಲ್ಲ ಎಂಬಂತೆ ನಿಂತಿದ್ದರು. ಕಡೆಗೂ ಡ್ರೈವರ್ ಬಸ್ ನಿಲ್ಲಿಸಿದಾಗ ಆ ಅಜ್ಜಿ ಇಳಿಯುವುದಕ್ಕಿಂತ ಸಾಕಷ್ಟು ಮುಂದೆಯೇ ಬಂದಾಗಿತ್ತು. ಇನ್ನೂ ಅಷ್ಟು ದೂರ ನಡೀಬೇಕು ಹಾಗೆ ಹೀಗೆ ಗೊಣಗುತ್ತ ಅಜ್ಜಿ ಇಳಿದಳು. ರಾತ್ರಿ ಎಂಟಾಗಿರಬಹುದು, ಆ ಅಜ್ಜಿಗೆ ಮನೆ ಹುಡುಕ್ಕೊಂಡು ಹೋಗೋ ಅಷ್ಟು ಕಣ್ಣು ಕಾಣಿಸ್ತಿತ್ತೇ, ದೇವರೇ ಅಜ್ಜಿ ಸುರಕ್ಷಿತ ಮನೆ ಸೇರಲಪ್ಪಾ ಎಂಬ ಪುಟ್ಟ ಪ್ರಾರ್ಥನೆ ಒಳಗೆ ಮೊಳೆಯುವಾಗ ತೊಡೆಯ ಮೇಲಿದ್ದ ನನ್ನ ಉದ್ದ ಬ್ಯಾಗ್ ಜತೆಗೆ ಮತ್ತೇನೋ ಕೈಗೆ ತಾಕಿದಂತಾಗಿ ನೋಡಿದರೆ ಒಂದು ತೀರಾ ಹಳೆಯದಾದ ಪುಟ್ಟ ಸಂಚಿಯ ಹಾಗಿದ್ದ ಕಸೂತಿಯಿದ್ದ ಪರ್ಸ್. ಆ ಅಜ್ಜಿಯದೇ ಎನ್ನುವುದರಲ್ಲಿ ನಂಗೆ

ಅನುಮಾನವೇ ಇರಲಿಲ್ಲ. ಅರೆ ಎಂದು ಮುಟ್ಟಿನೋಡಿ ಅಮುಕಿದರೆ ಒಳಗೆ ಏನೂ ಇಲ್ಲ, ಖಾಲಿಯಿದೆ ಎಂಬ ಭಾವನೆ ಸ್ಪರ್ಶಕ್ಕೆ ಸಿಗುವಂತಿತ್ತು. ಅಜ್ಜಿ ಎಲ್ಲೋ ತಪ್ಪಿ ಕೈಯಲ್ಲಿದ್ದನ್ನು ನನ್ನ ತೊಡೆ ಮೇಲೆ ಬೀಳಿಸಿರಬಹುದು ಎಂದುಕೊಂಡರೂ ಅದು ಅಷ್ಟು ನಿರುದ್ದಿಶ್ಯವಾದದ್ದು ಎಂದು ನಂಬಲಿಕ್ಕೂ ನಂಗಾಗ್ತಿಲ್ಲ"

ಅಮಿತನಿಗೆ ತನ್ನ ಚೀಲದಲ್ಲಿದ್ದ ಪುಟಾಣಿ ಪರ್ಸ್‌ನ್ನು ಎಡಗೈಯಿಂದ ತೋರಿಸಿ ಇಷ್ಟುದ್ದದ ಕತೆ ಹೇಳಿದ ನಯನ ಅದನ್ನು ಅವನಿಗೆ ಮುಟ್ಟಲು ಮಾತ್ರ ಕೊಡಲಿಲ್ಲ. "ಅಬ್ಬಬ್ಬಾ ನಿನ್ನ ಪರ್ಸೇ.. ನಾನೆಲ್ಲಾದ್ರೂ ಮುಟ್ಟಿದ್ರೆ ಅಂತ ಅಷ್ಟು ದೂರ ಇಟ್ಟುಕೊಂಡೇ ಹೇಳೋದು ನೋಡಿದ್ರೆ ಅದರಲ್ಲಿ ಆ ಅಜ್ಜಿ ಏನೋ ಭಾರೀ ಅಮೂಲ್ಯ ವಸ್ತು ಇಟ್ಟು ನಿಂಗೆ ಕೊಟ್ಟು ಬಿಟ್ಟಿದ್ದಾಳಾ ಅಂತ ನನ್ನ ಅನುಮಾನ" ಜೋರಾಗಿ ನಕ್ಕನವ. "ನೋಡು... ನಿನ್ನ ಪಕ್ಕದಲ್ಲಿದ್ದ ಆ ಅಜ್ಜಿ ಏಳುವಾಗ ಎಲ್ಲೋ ಇದು ಕೈ ಜಾರಿ ನಿನ್ನ ತೊಡೆ ಮೇಲೆ ಬಿದ್ದಿದೆ, ಅಷ್ಟಕ್ಕೇ ಇಷ್ಟುದ್ದ ಊಹೆ, ಅದು ನಿರುದ್ದಿಶ್ಯವಾಗಿರಲಿಲ್ಲ, ಏನೋ ಉದ್ದೇಶದಿಂದ ಎಂದುಕೊಳ್ಳೋದು ಎಲ್ಲ ನನ್ನ ಕೈಲಾಗಲ್ಲ ಮಾರಾಯ್ತಿ. ನಗರದ ಬಸ್ಸುಗಳಲ್ಲಿ ಇವೆಲ್ಲ ಸಾಮಾನ್ಯವಪ್ಪ, ಅದರಲ್ಲೇನು ಅಂತಹ ವಿಶೇಷ ಅಥವ ಅದೇನು ಅಂತಹ ಅಪರೂಪದ ಘಟನೆ ಅಂತ ನೀನು ಅದಕ್ಕೆ ವಿಶೇಷಾಥ-ರ್ಗಳನ್ನೋ, ವಿಪರೀತಾರ್ಥಗಳನ್ನೋ ಹಚ್ಚುವುದು" ಎಂದು ಮತ್ತಷ್ಟು ನಕ್ಕ. ಅವಳು ಬೇರೇನೋ ಯೋಚಿಸುವಂತಿದ್ದಳು. ತಮಾಶೆಯ ನಡುವೆಯೂ ಅಮಿತನಲ್ಲಿ ಅದರಲ್ಲಿ ಅಜ್ಜಿಯ ಒಂದಿಷ್ಟು ಗುಟ್ಟುಗಳು ಇರಬಹುದಾ ಅಥವ ಈಗ ಇಷ್ಟು ಜತನದಿಂದ ಇಟ್ಟುಕೊಂಡಿರೋ ನಯನಾಳ ಗುಟ್ಟುಗಳು ಇರಬಹುದಾ.. ಆದರೆ ನಯನಾ ಅದನ್ನು ತೆರೆದೇ ನೋಡಿಲ್ಲವಲ್ಲ.. ತೆರೆದುನೋಡದಿದ್ದರೆ ಏನಂತೆ.. ಅವಳು ಇಟ್ಟುಕೊಂಡಿರೋ ರೀತಿಯಲ್ಲಿಯೇ ಅದು ಬೇರೇನನ್ನೋ ಸೂಚಿಸುವಂತೆಯೂ ಇದೆಯಲ್ಲ ಎಂಬ ಭಾವ ಹಾದುಹೋಯಿತು.

ಅದು ಸರಿ ಆ ಕೆಎಚ್ ರಸ್ತೆಗೆ ಬರುತ್ತಿರುವಂತೆ ನಿಂಗೆ ಯಾಕೆ ಕೊರಳುಬ್ಬಿ ಬರುತ್ತೆ, ಯಾಕೆ ಭಾರವಾಗುತ್ತೀಯ ಎಂದು ಕೇಳಬೇಕಿತ್ತು ಎಂದು ಅಮಿತನಿಗೆ ಅನ್ನಿಸುವ ವೇಳೆಗೆ ಅವರಿಬ್ಬರೂ ಅಡಿಗಾಸ್‌ನಿಂದಲೂ ಬೀಳ್ಕೊಂಡಾಗಿತ್ತು. ಅವಳು ಕಛೇರಿಯ ಕೆಲಸಕ್ಕಾಗಿಯೇ ಬೇರೆಲ್ಲೋ ಹೋಗಬೇಕಿದೆ ಎಂದು ಹೊರಟೂ ಹೋಗಿದ್ದಳು.

ಅಮಿತನಿಗೆ ಮನೆಗೆ ಬರುವಾಗಿನ ಆ ಟ್ರಾಫಿಕ್, ಸಿಗ್ನಲ್‌ಗಳಲ್ಲಿ ಹಾರ್ನ್‌ಶಬ್ಧ, ಹೊಗೆ ಎಲ್ಲದರ ಮಧ್ಯೆ ಆ ಅನ್ನಿಸಿಕೆ ಎಲ್ಲೋ ಆವಿಯಾಗಿಯೇ ಬಿಟ್ಟಿತು.

ಅಮಿತ ಮನೆಗೆ ಬರುವಷ್ಟರಲ್ಲಿ ರಮಾ ಬಂದಿದ್ದಳು. ರಮಾ ಮೊದಲೇ ಬಂದಿದ್ರೆ ಮನೆ ಚೂರು ಸ್ವಚ್ಛ ಮಾಡಿ, ಅಡುಗೆ ಮಾಡಿ ಸ್ನಾನ ಮಾಡಿರ್ತಾಳೆ. ಅಮಿತ ಬರುವವರೆಗೂ ಅದೂ ಇದೂ ಏನಾದ್ರೂ ಜೋಡಿಸಿಡುತ್ತ ಇರುತ್ತಾಳೆ. ಅಮಿತನಿಗೆ ಬಂದ ತಕ್ಷಣವೇ ಏನೋ ಅನುಮಾನ. ಮನೆ ಒಳಗಿನ ಸ್ವಚ್ಛ ಗಾಳಿಯಲ್ಲಿ, ಅವಳು ಜೋಡಿಸಿಟ್ಟ ರೀತಿಯಲ್ಲಿ, ಅಲ್ಲಿ ಇಲ್ಲಿ ಎದ್ದು ಕಾಣುವ ಕಲಾತ್ಮಕ ರೀತಿಯಲ್ಲಿ ಅವಳು

ಇದನ್ನೆಲ್ಲ ಗೆಜ್ಜೆಹೆಜ್ಜೆ ಹಾಕುತ್ತಲೇ ಮಾಡಿದ್ದಾಳೆ ಎಂಬ ಭಾವ. ಎಷ್ಟೋ ಬಾರಿ ಇತ್ತೀಚಿಗೆ ಹೀಗಾಗಿದೆ.

ಅಮಿತನೊಮ್ಮೆ ಭಾನುವಾರ ಕೊಂಚ ಹುಷಾರಿಲ್ಲ, ಹೇಗೂ ರಜವಿದೆಯಲ್ಲ ಎಂದು ಮಲಗಿದ್ದ. ಅವನು ನಿದ್ರಿಸಿರಬೇಕು ಎಂದುಕೊಂಡ ರಮಾ ಏನೋ ಹಾಡು ಗುಣುಗುಣಿಸುತ್ತ, ಅದೂ ಇದೂ ಎತ್ತಿಡುವಾಗ ಹಾಗೆ ಹೀಗೆ ಹೆಜ್ಜೆ ಹಾಕುತ್ತಲೇ ಕೈಗಳಲ್ಲಿ ಮುದ್ರೆಗಳನ್ನು ಮಾಡುತ್ತಲೇ ಕೆಲಸ ಮಾಡುವುದನ್ನು ಓರೆಗಣ್ಣಿನಲ್ಲಿ ಗಮನಿಸಿದ್ದ. ಹಾಗೆ ನೃತ್ಯಗತಿಯಲ್ಲಿ ಓಲಾಡುತ್ತ ಕೆಲಸ ಮಾಡುತ್ತಿದ್ದ ರಮಾನ ದೇಹದ ಯಾವ ಜೀವಕಣವೂ ತನಗೆ ಪರಿಚಿತವಲ್ಲ ಎಂಬ ಭಾವ. ಅದು ಕೀಳರಿಮೆಯಾ, ಅಪರಿಚಿತತೆಯಾ ಎಂಬುದು ಅರಿವಿಲ್ಲದೆ ಅಮಿತನೊಳಗೆ ಅಸ್ಪಷ್ಟವಾಗಿ ಹುಟ್ಟಿದ್ದು ಹಾಗೆಯೇ ಉಳಿದಿದೆ. ಹಾಗಂತ ರಮಾ ಎಂದರೆ ಅವನಿಗೆ ಪ್ರೀತಿಯಿಲ್ಲ ಎಂದಲ್ಲ. ಅವಳನ್ನು ಒಂದೆರಡು ದಿನ ಬಿಟ್ಟಿದ್ದರೆ ವಿಚಿತ್ರ ಖಾಲಿತನ ಮನಸ್ಸನ್ನು ತುಂಬುತ್ತದೆ. ಅವಳ ಚರ್ಮದ, ಕೂದಲಿನ ಸ್ಪರ್ಶದ ಗಂಧಗಾಳಿ ವಿಪರೀತ ಕಾಡತೊಡಗುತ್ತದೆ. ತಾನು ಇಷ್ಟೆಲ್ಲ ಪ್ರೀತಿಸುವಾಗಲೂ ಯಾಕೆ ಅವಳ ನೃತ್ಯ ಅಸಹನೆ ಹುಟ್ಟಿಸುತ್ತದೆ ಎಂದು ಅಮಿತ ತನಗೆಯೇ ಸಾಕಷ್ಟು ಬಾರಿ ಕೇಳಿಕೊಂಡಿದ್ದಾನೆ. ಅದೇಕೆ ಅಂಥ ಅಪರಿಚಿತತೆಯ ಭಾವ ಹುಟ್ಟಿಸಬೇಕು.. ಅವಳು ನಡೆದಾಡುವಾಗ, ಮುದ್ದಿಸುವಾಗ, ದೈನಂದಿನ ನಿತ್ಯ ಕೆಲಸಗಳಲ್ಲಿ ಇಷ್ಟೆಲ್ಲ ಪರಿಚಿತ ಭಾವ ಹುಟ್ಟಿಸುತ್ತಾಳೆ... ತನ್ನನ್ನು ಇಷ್ಟೆಲ್ಲ ಹಚ್ಚಿಕೊಂಡಿರುವ ಹುಡುಗಿ ನೃತ್ಯ ಮಾಡುವಾಗ ಹಾಕುವ ಹಗುರು ಹೆಜ್ಜೆಗಳು ತನಗೇಕೆ ಅಂಥ ಭಾರದ ಭಾವ ಹುಟ್ಟಿಸಬೇಕು.. ಇದನ್ನೆಲ್ಲ ಒಮ್ಮೆ ರಮಾನೊಂದಿಗಾದ್ರೂ ಹೇಳಿಕೊಳ್ಳುವ ಅಂದರೆ ಯಾಕೋ ಯಾವುದೂ ಪದಗಳಾಗಿ ಹೊರಬರುವುದೇ ಇಲ್ಲ.

ಆ ದಿನವೂ ಯಾಕೋ ಹಾಗೆ ಕೊಂಚ ಅಸಹನೆ ಎನ್ನಿಸಿಕೊಂಡೇ ಅವಳೊಂದಿಗೆ ಹರಟಿದ, ಅವಳ ಕಚೇರಿಯ ಸುದ್ದಿಗಳನ್ನು ಕೇಳಿದ, ಊಟ ಮಾಡಿದ.

ರಾತ್ರಿ ಮಲಗಿದಾಗ ರಮಾ ಮೆತ್ತಗೆ ಕೇಳಿದಳು...

"ನೋಡು ಹೀಗೆ ತಬ್ಬಿಕೊಂಡು ಕಣ್ಮುಚ್ಚಿದರೆ ನಿಂಗೇನು ನೆನಪಾಗುತ್ತೆ..."

"ನನ್ನ ಮಾಜಿ ಪ್ರೇಯಸಿಯರೆಲ್ಲ ನೆನಪಾಗ್ತಾರೆ.." ತಮಾಷೆ ಮಾಡುವ ಧಾಟಿ ಹುಕಿಂ-ಮಲ್ಲಿ ಹೇಳಿದ. ಮನೆಗೆ ಬೇಗ ಬಂದಿದ್ದ ರಮಾ ನೃತ್ಯದ ಗತಿಯಲ್ಲಿ ಕೆಲಸಗಳನ್ನು ಮುಗಿಸಿರಬಹುದೇ ಎಂಬ ಅನುಮಾನ, ಅಸಹನೆ ಎಲ್ಲ ಹಿಂದೆ ಸರಿದು ಇವಳು ತನ್ನ ಮುದ್ದಿನ ಹುಡುಗಿ ಮಾತ್ರ ಎಂಬ ಭಾವ ಮೆಲ್ಲನೆ ಅಮಿತನಲ್ಲಿ.

"ನಂಗೊತ್ತಿತ್ತು ನೀನು ಇದೇ ಹೇಳ್ತೀಯ ಅಂತ.. ಸರಿ... ಅವರ ನೆನಪಾಗುತ್ತೆ ಅಂತ್ಲೇ ಅಂದ್ಕೊಳಣ... ಆದರೆ ಎಷ್ಟು ಹೊತ್ತು ಅವರ ನೆನಪು ಇರುತ್ತೆ.. ಆ ನೆನಪು ಮಸುಕಾಗ್ತ ಮತ್ತೇನೋ ನೆನಪು ಆವರಿಸಿಕೊಳ್ಳುತ್ತೆ ಅಲ್ವಾ.."

"ಅದ್ಹೇಗೆ ಮಸುಕಾಗುತ್ತಪ್ಪ.. ಅದೊಂಥರ ಧ್ಯಾನ.."

"ಸರಿಯಪ್ಪ...ನೀನು ಧ್ಯಾನ ಮಾಡ್ಕೋತನೇ ಇರು.."

ರೇಗಿದ ರಮಾ ಇವನನ್ನು ಸರಿಸಿ ಬಚ್ಚಲಿಗೆ ಹೋದಳು. ಮೊಬೈಲ್ ಕಿಣಿಕಿಣಿ ಅನ್ನಿಸಿ ಯಾರಪ್ಪ ಈ ಹೊತ್ತಲ್ಲಿ ಅಂತ ನೋಡಿದ್ರೆ ನಯನಾ.

"ಸಾರಿ ಡಿಸ್ಟರ್ಬ್ ಆಯ್ತಾ.." ಇವನ ಉತ್ತರಕ್ಕೂ ಕಾಯದೇ ಅದೇ ಕೆಎಚ್ ರಸ್ತೆ.. ಎಂದು ಶುರುಮಾಡುವುದರಲ್ಲಿದ್ದಳು.

"ಏನು ನಿನ್ನ ಆ ಅಜ್ಜಿ ಮತ್ತೆ ಸಿಕ್ಕಿದ್ಲಾ.." ಅಮಿತ ಕಿಚಾಯಿಸಿದ.

ಅದಲ್ಲಾ.. ಅವಳು ರಾಗವೆಳೆಯುತ್ತಿರುವಂತೆ ಅಮಿತನಿಗೆ ತಟ್ಟನೆ ಅವಳಿಗೆ ಆ ಕೆಎಚ್ ರಸ್ತೆಯಲ್ಲಿ ಬರುತ್ತಿರುವಂತೆ ಯಾಕೆ ಕೊರಳುಬ್ಬಿ ಬಂದು ಭಾರ ಭಾವ ಆವರಿಸಿಕೊಳ್ಳುತ್ತೆ ಎಂದು ತಾನು ಕೇಳಬೇಕೆಂದುಕೊಂಡಿದ್ದು ನೆನಪಾಗಿ ಕೇಳಿದ.

"ನಂಗೊತ್ತಿತ್ತು.. ನಾನು ಹೇಳುವಾಗ ನೀನು ಪ್ರಶ್ನೆ ಕೇಳಿರಲ್ಲ, ಆಮೇಲೆ ಯಾವಾಗ್ಲೋ ನೆನಪಾಗುತ್ತೆ ಅಂತ" ನಕ್ಕಳು.

"ಇನ್ನು ಮೇಲೆ ಹಂಗಾಗಲ್ಲ" ಎನ್ನುತ್ತಲೇ ಮತ್ತೆ ನಕ್ಕಳು. ಬಚ್ಚಲಿನಿಂದ ಬಂದ ರಮಾ ಯಾರು ಎಂದು ಕೈ ಸನ್ನೆ ಮಾಡಿದಳು. ನಯನ ಎನ್ನುವಂತೆ ತನ್ನ ಕಣ್ಣು ತೋರಿಸಿ, ಸನ್ನೆ ಮಾಡಿದವನು ರಮಾಳಿಗೂ ಮಾತು ಕೇಳುವಂತೆ ಮೊಬೈಲ್‌ನ್ನು ಅವಳನ್ನು ಸೇರಿಯೇ ಒತ್ತಿ ಹಿಡಿದ. ನಯನಳಿಗೆ ಯಾಕೆ ಹಾಗೆ ಆಗ್ತಿತ್ತು, ಈಗ್ಯಾಕೆ ಆಗಲ್ಲ ಒಂದೂ ತಿಳಿಯದೇ

"ಸರಿಯಾಗಿ ಹೇಳು ಮಾರಾಯ್ತಿ.. ಒಳ್ಳೆ ಕಲಾವಿದರ ಥರಾ ಅಮೂರ್ತವಾಗಿ ಹೇಳಿದ್ರೆ ನಂಗೇನು ಗೊತ್ತಾಗುತ್ತೆ" ಎಂದ.

"ನನ್ನ ಆಪ್ತ ಗೆಳೆಯ ಒಬ್ಬ ಅಲ್ಲಿದ್ದ, ನಡುವೆ ಇಬ್ರೂ ತುಂಬ ಕೆಟ್ಟದಾಗಿ ಜಗಳವಾಡಿಕೊಂಡ್ವಿ, ಈಗ ರಾಜಿ ಆಗಿದೀವಿ. ಅದ್ಕೇ ಹೇಳಿದೆ.."

ಓ.. ಅಮಿತ ರಾಗವೆಳೆದ. ಮದುವೆಯಾಗ್ತಿದ್ದಾರಾ ಕೇಳು ಎನ್ನುವಂತೆ ರಮಾ ಬೆರಳಿಂದ ತಾಳಿ, ಸಿಂಧೂರದ ಮುದ್ರೆ ಮಾಡಿ ತೋರಿದಳು.

"ಅಂದ್ರೆ ಮದ್ವೆ ಆಗ್ತಿದ್ದೀರಾ.."

"ಇಲ್ಲಪ್ಪ.. ನೀವೆಲ್ಲ ಮದುವೆ, ಸಂಸಾರ ಅಂತ ಬೆಚ್ಚಗೆ ಮನೇಲಿರಬೇಕು.. ನಾನು ಮಾತ್ರ ಮುದುಕಿ ಆಗೋವರೆಗೆ ಹಾಸ್ಟೆಲ್‌ನಲ್ಲಿರಬೇಕೇನೋ... ಬುದ್ದೂ..." ನಯನ ಜೋರಾಗಿ ನಗುತ್ತ ಗುಡ್‌ನೈಟ್ ಹೇಳಿ ಫೋನಿಟ್ಟಳು.

ರಮಾ ಮೃದುವಾಗಿ ಆವರಿಸಿಕೊಳ್ಳುತ್ತಿದ್ದಾಳೆ... ಹೊರಗಿನ ರಸ್ತೆಯ ಸೋಡಿಯಂ ದೀಪದ ಹಳದಿ ಬೆಳಕು ಮುಚ್ಚಿದ ಕಿಟಕಿಯ ತೆಳು ಪರದೆಯನ್ನು ದಾಟಿಕೊಂಡು

ಹಿತವಾಗಿ ಚೆಲ್ಲಿದೆ. ಮಾತೇ ಅಗತ್ಯವಿರದ ಸ್ಪರ್ಶದಲ್ಲಿ ಕಳೆದು ಹೋಗುತ್ತಿರುವ ಭಾವ ಇಬ್ಬರಲ್ಲೂ ತುಂಬಿಕೊಳ್ಳುತ್ತಿರುವಾಗ ಅಮಿತ "ಅದ್ಸರಿ.. ನಿಂಗೇನು ನೆನಪಾಗುತ್ತೆ.. ನನ್ನ ಥರಾ ಉತ್ರ ಹೇಳಬೇಡ ಪ್ಲೀಸ್" ಎಂದ.

"ಹಿಂಗೆ ನಿನ್ನ ಕೊರಳ ಹತ್ರ ಮುಖ ಇಟ್ಟು ಉಸಿರು ಕಟ್ಟೋ ಹಾಗೆ ತಬ್ಕೊಂಡಿರ್ತೀನಲ್ಲ ಆಗೆಲ್ಲ ಏನೇನೋ ವೇಗಗತಿಯಲ್ಲಿ ನನ್ನ ಮನಸ್ಸಲ್ಲಿ ಸರಿದುಹೋಗುತ್ತೆ.. ರಸ್ತೆ ಬದಿಯ ಸೋಡಿಯಂ ಬೆಳಕು ಬೆಳಗಿನ ಜಾವ ಒಂಥರ ನಿದ್ದೆ ಹೋದ ಮಗುವಿನ ಥರಾ ಕಾಣಿಸ್ತದಲ್ಲ, ಆ ದೃಶ್ಯ ನೆನಪಾಗುತ್ತೆ. ನಮ್ಮೂರಲ್ಲಿ ತೋಟದ ಹತ್ರ ರಾತ್ರಿ ಕತ್ತಲು, ಮೌನ ಎರಡೂ ಮೇಳೈಸಿ ವಿಚಿತ್ರ ಆಪ್ತತೆ, ಒಂಥರದ ಭಯ ಹುಟ್ಟಿಸೋ ದೃಶ್ಯ, ಮತ್ತೆ ರಾತ್ರಿ ಎಲ್ಲಾದ್ರೂ ಬಸ್ಸಲ್ಲಿ ಹೋಗ್ತಿರಬೇಕಿದ್ರೆ ಹೊರಗೆ ಆ ಗಿಡಮರಗಳ ನಸುಕತ್ತಲು ಬೆಳಕಿನ ವಿನ್ಯಾಸ ಬೇರೆ ಯಾವುದೋ ನಿಶ್ಯಬ್ದಕ್ಕೆ ಕೊಂಡಿಯಾಗುತ್ತೆ ನೋಡು, ಅದು ನೆನಪಾಗುತ್ತೆ.. ಹೀಗೇ ಏನೇನೋ ಒಂದಕ್ಕೊಂದು ಸಂಬಂಧವಿಲ್ಲದ್ದೆಲ್ಲ ನೆನಪಾಗುತ್ತೆ.." ರಮಾ ಹೇಳುತ್ತಲೇ ಇದ್ದಳು.

'ಡಾನ್ಸ್ ಮಾಡುತ್ತಿದ್ದಾಗಿನ ಯಾವ ಗಳಿಗೆಯೂ ನೆನಪಾಗುವುದಿಲ್ಲವಾ' ಅಮಿತ ಇನ್ನೇನು ಕೇಳುವುದರಲ್ಲಿದ್ದ. ಅಷ್ಟರಲ್ಲಿ ರಮಾ ತೀರಾ ಮೆಲ್ಲಗೆ ತನಗೇ ಹೇಳಿಕೊಳ್ಳುತ್ತಿದ್ದಾಳೋ ಎಂಬಂತೆ "ನೋಡು ಕೆಲಸಲ ನಾನು ಒಬ್ಬಳೇ ಇದ್ದಾಗ ಚೂರು ಪಾರು ಡಾನ್ಸ್ ಮಾಡ್ತಾನೆ ಕೆಲಸ ಮಾಡ್ತಿರ್ತೀನಲ್ಲ.. ಆಗೆಲ್ಲ ನಿನ್ನ ಈ ಸ್ಪರ್ಶ, ಹೀಗೆ ಮುದ್ದು ಮಾಡೋದು ನೆನಪಾಗ್ತಿರುತ್ತೆ, ನೀನು ಮುದ್ದಿಸಿದ ಚರ್ಮದ ಒಂದೊಂದು ಜೀವಕಣವೂ ಒಂದೊಂದು ಲಯಲಾಸ್ಯದಲ್ಲಿ ತಂತಾನೆ ಮುದ್ರೆಗಳಾದ ಹಾಗೆ ಅನ್ನಿಸುತ್ತೆ..." ಮೆತ್ತಗೆ ಹೇಳುತ್ತಲೇ ಮತ್ತಷ್ಟು ಬಿಗಿಯಾಗಿ ತಬ್ಬುತ್ತಿದ್ದಾಳೆ.

ತನ್ನ ಅಂಗೈನಲ್ಲಿ ರಮಾನ ಅಂಗೈ... ಆ ಅಂಗೈ ಗೆರೆಗಳ ಬೆಚ್ಚಗಿನ ಭಾವದಲ್ಲಿ ಬೆರಳುಗಳ ಲಾಸ್ಯವೂ ಮೆಲ್ಲನೆ ಕಲ್ಪನೆಗೆ ನಿಲುಕುತ್ತಿದೆ.... ತನ್ನ ಮುಂಗಾಲಿಗೆ ಅಂಟಿದ ಅವಳ ಪಾದಗಳು... ಅವಳ ನೀಳ ಕಾಲ್ಬೆರಳುಗಳು, ಅಂಗಾಲಿನ ಗೆರೆಗಳು... ಮತ್ತು ಅವಳ ಕಾಲಿನ ಹೆಬ್ಬೆರಳಿನಲ್ಲಿ ತಾನು ಕೊಟ್ಟ ಮುತ್ತಿನ ಮುದ್ರೆ... ಆ ಪಾದಗಳ ಲಾಸ್ಯ ಇದೀಗ ತನ್ನ ಮುಂಗಾಲಿನ ರಕ್ತಕಣಗಳಿಗೂ ಮೆಲ್ಲನೆ ಹರಿಯುತ್ತಿದೆ... ಈಗ ಕೈಬೆರಳುಗಳ ಮುದ್ರೆ, ಗೆಜ್ಜೆಹೆಜ್ಜೆಗಳ ಲಯಲಾಸ್ಯ ಎಲ್ಲ ಪರಿಚಿತ ಎನ್ನಿಸುತ್ತಿದೆ... ಅರೆ ಹೌದಲ್ಲ... ತಾನ್ಯಾಕೆ ಇಷ್ಟು ದಿನ ಈ ಕೆಟ್ಟ ಅಪರಿಚಿತ ಭಾವವನ್ನು ಹೊರದಬ್ಬಲು ಯತ್ನಿಸಿರಲೇ ಇಲ್ಲವಲ್ಲ ಎಂದು ತೆಳುವಾಗಿ ಮೂಡಿದ ಅನ್ನಿಸಿಕೆ ಗಟ್ಟಿಯಾಗುವ ವೇಳೆಗೆ ಇಬ್ಬರೂ ನಿದ್ದೆಗೆ ಜಾರಿದ್ದರು.

2006

ದಿನಾಂತದ ಗಳಿಗೆಯಲಿ

"ದಿನೇಶನ ಅಣ್ಣ ಅಂತೆ, ಬರ್ತೀರಾ ಸ್ವಲ್ಪ" ರೆಸೆಪ್ಷನಿಸ್ಟ್ ಬದಲಾಗಿ ಕುಳಿತಿದ್ದ ಮಂಜುವಿನ ಧ್ವನಿ ಇಂಟರ್‌ಕಾಂನಲ್ಲಿ.

ಹೊರಗಡೆ ವಿಸಿಟರ್ಸ್ ಕುಳಿತುಕೊಳ್ಳುವ ಸೋಫಾದಲ್ಲಿ ಕುಳಿತಿದ್ದ ದಿನೇಶನ ಅಣ್ಣ ನಯನಳನ್ನು ನೋಡುತ್ತಲೇ ಎದ್ದು ನಿಂತ. ಅಲ್ಲಿ ಮಾತಾಡುವುದು ಬೇಡವೆನ್ನಿಸಿದ ನಯನ ಬನ್ನಿ ಆಚೆ ಹೋಗುವ ಎನ್ನುತ್ತಲೇ ಹೊರಬಂದಳು.

"ಅಲ್ಲಾ ನಮ್ಮ ದಿನೂ ಕೆಲಸ ಬಿಟ್ಟಾನಂತೆ... ನಂಗೆ ಗೊತ್ತಿರಲಿಲ್ಲ"

ಕಛೇರಿಯ ಹೊರ ಆವರಣಕ್ಕೆ ಬರುತ್ತಲೇ ದಿನೇಶನ ಅಣ್ಣ ಕೇಳಿದರು.

ಸದ್ಯ ಮಂಜು ಒಂದು ಪ್ರಾಥಮಿಕ ಮಾಹಿತಿ ಕೊಟ್ಟಿದ್ದಾನೆಂದು ನಯನ ನಿರಾಳಗೊಂಡಳು.

"ಹೌದು.. ಭಾಳಾ ದಿನಾ ಏನು ಆಗಿಲ್ಲ, ಹೋದವಾರ ಬಿಟ್ಟಾರ. ಕಾಫಿಗೆ ಹೋಗೂಣೇನೂ.." ಕೇಳುತ್ತಲೇ ತುಸು ದೂರದಲ್ಲಿದ್ದ ರೆಸ್ಟುರಾಂಟ್‌ಗೆ ಕರೆದುಕೊಂಡು ಹೋದಳು.

ನಯನಳಿಗೆ ದಿನೇಶನ ಅಣ್ಣ ಹೆಚ್ಚು ಪರಿಚಯವೇನೂ ಇರಲಿಲ್ಲ. ಎರಡು ವರ್ಷ ಒಟ್ಟಾಗಿ ಕೆಲಸ ಮಾಡಿದ್ದರೂ ದಿನೇಶನ ಪರಿಚಯವಾದರೂ ಎಷ್ಟಿತ್ತು... ಯಾವಾಗಲೋ ಒಮ್ಮೆ ಹೊರಗಿನಿಂದ ಬಂದ ನಯನ ಆಫೀಸಿನೊಳಗೆ ಗಾಡಿ ನಿಲ್ಲಿಸುವಾಗ ಗೇಟ್ ಪಕ್ಕವೇ ನಿಂತು ಮಾತಾಡುತ್ತಿದ್ದ ದಿನೇಶ "ನಮ್ಮಣ್ಣ" ಎಂದು ಜತೆಗಿದ್ದವನನ್ನು ಪರಿಚಯಿಸಿದ್ದ. ನಯನಳೂ ಸಹೋದ್ಯೋಗಿಯ ಅಣ್ಣ ಎಂದು

ಒಂದು ಸಹಜ ಆಸ್ಥೆಯಿಂದ ಅವರು ಏನು ಕೆಲಸ ಮಾಡುತ್ತಾರೆ ಎಂದೆಲ್ಲ ವಿಚಾ–ರಿಸಿಕೊಂಡಳು. ಅವಳೂ ಹುಬ್ಬಳ್ಳಿ ಕಡೆಯವಳೇ ಎಂದು ತಿಳಿದು ಆತನೂ ಕೊಂಚ ಆಸಕ್ತಿಯಿಂದಲೇ ವಿಚಾರಿಸಿಕೊಂಡಿದ್ದ. ಇಷ್ಟರ ಹೊರತಾಗಿ ಮಹಾ ಪರಿಚಯವೇನೂ ಇರಲಿಲ್ಲ.

ಆತ ತಾನು ರಿಫ್ರೆಶರ್ ಕೋರ್ಸ್‌ಗಾಗಿ ಮೈಸೂರು ವಿವಿಗೆ ಬಂದು ಇಪ್ಪತ್ತು ದಿನವಾಯಿತೆಂದೂ, ಹೀಗಾಗಿ ದಿನೇಶ ಕೆಲಸ ಬಿಟ್ಟು ಬೇರೆ ಕೆಲಸ ಹಿಡಿದ ಸುದ್ದಿ ತನಗೆ ಇನ್ನು ಗೊತ್ತಾಗಿಲ್ಲವೆಂದೂ ಹೇಳಿದ.

"ನಾ ದಿನೇಶನ ಮೊಬೈಲ್‌ಗೆ ನಾಕು ದಿನದ ಕೆಳಗಷ್ಟೇ ಮಾಡಿದ್ದೆ, ಹೇಳೊದು ಮರತಿರಬೇಕು.. ನಮ್ಮನಿಗೆ ಫೋನ್ ಮಾಡಿ ಅವರ ವೈನಿಗೆ ಅಂದ್ರ ನನ್ನ ಮಿಸೆಸ್‌ಗೆ ಹೇಳಿರ್‍ತಾನ.. ಆಕಿನೂ ನನಗ ಫೋನ್‌ನಾಗ ಹೇಳೂದು ಮರತಿರಬೇಕು.. ನಾನೂ ಮನ್ಯಾಗ ಇಲ್ಲ, ಹುಡುಗ್ರನ್ನ ಸಾಲೀಗಿ ಕಳಿಸೂದು, ಮನ್ಯಾಗ ನಮ್ಮ ತಂದಿಯೋರು ಭ್ಯಾರೆ ವಯಸ್ಸಾದವರು, ಅವರ ಕಡೆ ನಿಗಾ ಮಾಡೂದು, ಮನಿ ಕೆಲಸ ಒಬ್ಬಳೇ ನಿಭಾಯಿಸೂದ್ರಾಗ ಪಾಪ ಆಕಿನೂ ಹೇಳೊದು ಎಲ್ಲೋ ಮರೆತಿರಬೇಕು"

ದಿನೇಶನ ಅಣ್ಣ ತನಗೆ ಈ ಸುದ್ದಿ ಯಾಕೆ ಇನ್ನೂ ತಿಳಿದಿಲ್ಲ ಎನ್ನೋದಕ್ಕೆ ಇಷ್ಟುದ್ದ ಸಮಜಾಯಿಷಿ ನೀಡತೊಡಗಿದ. ದಿನೇಶ ಯಾಕೆ ಕೆಲಸ ಬಿಟ್ಟ ಎಂದು ತನಗೆ ಗೊತ್ತಿದ್ದಷ್ಟನ್ನು ಹೇಳುವ ಜರೂರತ್ತೇ ಇರಲಿಕ್ಕಿಲ್ಲ, ಅದಕ್ಕೂ ಈತ ತಾನೇ ಒಂದು ಊಹೆಯ ಸಮಜಾಯಿಷಿ ನೀಡಬಹುದೇನೋ ಎನ್ನಿಸಿ ನಯನಳಿಗೆ ಒಂದು ತೆಳುನಗೆ.

"ನೀವು ಏನರಾ ತಿನ್ತೀರೇನು.. ನನಗಂತೂ ಹಸಿವಾಗೇದ.. ನೀವು ಮಧ್ಯಾಹ್ನನೇ ಉಂಡೋರು ಇರಬಕು.. ಏನರಾ ತಿನ್ರಿ" ಬೇರರ್ ಹತ್ತಿರ ಬರುತ್ತಿರುವಂತೆ ಏನಿದೆಯಪ್ಪ ಎಂದು ಕೇಳಿ, ನಯನಳಿಗೂ ಕೇಳಿದ ಹಾಗೆ ಮಾಡಿ ಎರಡು ದೋಸೆಗೆ ಆರ್ಡರ್ ಮಾಡಿದ.

ಸುತ್ತಮುತ್ತ ನೋಡಿದವ

"ನಿಮ್ಮ ಬೆಂಗಳೂರಿನಾಗ ಮಂದಿ ಎಷ್ಟರ ತಿನ್ತಾರ ಅಂತ.. ಎಂಥಾ ದರ್ಶಿನಿ ನೋಡ್ರೀ, ಹೋಟೆಲ್ ನೋಡ್ರೀ, ದಾರಿ ಪಕ್ಕ ಪಾನಿಪೂರಿ ಮಾರಾಂವನ್ನ ನೋಡ, ಫಾಸ್ಟ್‌ಫುಡ್, ಜ್ಯೂಸ್ ಐಸ್‌ಕ್ರೀಮ್ ಅಂಗಡಿ, ಎಲ್ಲಿ ನೋಡಿದ್ರೂ ಮಂದಿ ತುಂಬಿರ್‍ತಾರ.. ಇವರೇನು ಮನ್ಯಾಗ ಅಡಿಗೀನೇ ಮಾಡಂಗಿಲ್ಲೋ ಹ್ಯಾಂಗ ಅಂತ... ದಿನಾ ಹೊರಗ ತಿನ್ನದಿದ್ರ ಇವರಿಗೆ ಮರುದಿನ ನಸುಕೇ ಆಗಂಗಿಲ್ಲೋ ಏನೋ.."

"ಹೌದೌದು.. ನೊಣ ಮುಕರಿದ್ಹಾಂಗ ತಿನ್ನಾಕ ಮುಕುರಿರ್‍ತಾರ"

ನಯನಾ ನಕ್ಕಳು. ದಿನೇಶನ ಅಣ್ಣನೊಂದಿಗೆ ಹೀಗೆ ಒಂದು ಹಗುರು ನಗೆಯಲ್ಲಿಯೇ ಈ ಭೇಟಿ ಮುಗಿದು ಹೋಗಲಪ್ಪ ಎಂದುಕೊಂಡು ನಯನಾ ತಾನೂ ಅವನ

ಮಾತುಕತೆಗೆ ಅದೂ ಇದೂ ಜೋಡಿಸುತ್ತ ಕುಳಿತಳು.

"ಮತ್ತ ನಮ್ಮ ದಿನೂ ಇಲ್ಲೂ ಏನರಾ ಜಗಳಾ ಆಡಿದ್ನೇನು" ಅರ್ಧ ದೋಸೆ ತಿಂದು ಮುಗಿಸಿದ ಆತ ಅಚಾನಕ್ ಕೇಳಿದಾಗ ನಯನಳಿಗೆ ಏನೂ ಹೇಳಲು ತೋಚದೆ "ಇಲ್ಲಪ್ಪ ಹಂಗೇನಿಲ್ಲ" ಎಂದಳು.

"ನಂಗೆ ಗೊತ್ತಿರೋ ಹಾಗೆ ಹಂಗೇನೂ ಆಗಲಿಲ್ಲ, ಅವರಿಗೆ ಬೇರೆ ಕಡೆ ಛಲೋ ಕೆಲಸ ಸಿಕ್ಕೇದಂತ"

"ಮತ್ತೇನಿಲ್ಲ ನಮ್ಮ ದಿನೂ ಕೆಲಸ ಎಲ್ಲ ಭಾಳಾ ಭೇಷ್ ಮಾಡ್ತಾನ.. ಜರಾ ಸಿಟ್ಟು.. ಅದೂ ಮೂಗಿನ ತುದಿಗೇ.. ಮೊಂಡಮೂಗು ಬ್ಯಾರೆ.. ಹಂಗಾಗಿ ಸಿಟ್ಟಿಗಿ ಅವನ ಮೂಗಿನ ಮ್ಯಾಲ ಕೂತ್ಕೊಳಾಕ ಭಾಳ ಜಾಗ ಇರ್ತದ ಅಂತ ನಮ್ಮವ್ವ ನಗ್ತಿದ್ದಳು" ಆತ ನಕ್ಕ.

"ಹೌದು.. ಮತ್ತೆ ನಿಮ್ಮ ತಮ್ಮಂಗೆ ಎಲ್ಲ ಆ ಮೂಗಿನ ತುದಿ ನೇರಕ್ಕೆ ಆಗಬೇಕು ಬೇರೆ.. ಹಿಂಗಾಗಿ.." ಅವಳು ಮಾತು ಮುಗಿಸುವ ಮೊದಲೇ ಆತ

"ಅಂದ್ರ.. ಮತ್ತ ಏನೋ ಜಗಳ ಆಗೇದ.. ನಂಗೊತ್ತು.. ಏನರಾ ಹೀಂಗ ಆಗಿರ್ತದ ಅಂತ.." ಧ್ವನಿಯಲ್ಲಿ ಇದೆಲ್ಲ ಮಾಮೂಲಾಗಿಬಿಟ್ಟಂಥ ಒಂದು ಭಾವ ಇತ್ತು. ನಯನಾ ಮತ್ತೆ ಆ ವಿಷಯ ಮಾತಾಡಲಿಲ್ಲ. ಆತ ಕೂಡ ನಮ್ಮ ದಿನೂ ಎಂದು ಶುರು ಮಾಡದೇ ತಮ್ಮ ರಿಫ್ರೆಶರ್ ಕೋರ್ಸ್‌ನ ಒಂದೆರಡು ತಮಾಷೆಯ ಘಟನೆಗಳನ್ನು ಹೇಳುತ್ತ ನಕ್ಕ. ನಯನ ಕಾಫಿಯ ಕೊನೆಯ ಗುಟುಕು ಹೀರುತ್ತಿರುವಾಗ

"ಹೊರಗಡೆ ಬೋರ್ಡ್ ಏನು ಹಾಕ್ಯಾರ ನೋಡೀರೇನು" ಎಂದವ ಕೇಳಿದ. ಏನು ಎನ್ನುತ್ತಲೇ ನಯನಾ ಕಾಣುತ್ತಿದೆಯೇ ಎಂಬಂತೆ ಹಿಂತಿರುಗಿ ನೋಡಿದಳು.

"ಯಾರು ದೊಡ್ಡೋರಿರ್ತಾರ, ಬಿಳಿ ಕೂದಲಾದವರು ಇರ್ತಾರ ಅವರೇ ಬಿಲ್ ಕೊಡಬೇಕಂತ ಹಾಕ್ಯಾರ" ಎನ್ನುತ್ತ ತನ್ನ ತಮಾಷೆಗೆ ತಾನೇ ನಗುತ್ತ ಬಿಲ್ ಕೊಟ್ಟ. ಹೋಟೆಲ್‌ನ ಹೊರ ಬರುವಾಗ ನಯನ ಹೇಗೂ ಆರು ಘಂಟೆಯಾಗ್ತಿದೆ, ಆಫೀಸಿಗೆ ಹೋಗಿ ಅಲ್ಲಿಂದ ಗಾಡಿ ತಗೊಂಡು ಮನಗೆ ಹೋಗಿಬಿಡೋಣ, ಮತ್ತೆ ಟ್ಯಾಲಿಗೀಲಿ ಶುರುಮಾಡೋದು ಬೇಡ ಎಂದುಕೊಳ್ಳುತ್ತಿರುವಾಗ ಆತ ಮೆಲ್ಲಗೆ

"ದಿನೇಶ ಮನಿ ಕೂಡ ಬದಲು ಮಾಡ್ಯಾನ ನನಗ ಗೊತ್ತೇ ಇರಲಿಲ್ಲ" ಎಂದ. ಇಷ್ಟೂ ಹೊತ್ತಿನ ಮಾತುಕತೆಯಲ್ಲಿ ಆತ ಮೊದಲ ಬಾರಿಗೆ ನಮ್ಮ ದಿನೂ ಎನ್ನೊದನ್ನು ಬಿಟ್ಟು ದಿನೇಶ ಎಂದಿದ್ದ. ಅದಕ್ಕಿಂತ ಅಚ್ಚರಿಯೆಂದರೆ ಈ ಅಣ್ಣನಿಗೂ ಅವರ ದಿನೂ ಮನೆ ಬದಲಿಸಿದ ವಿಷಯ ಗೊತ್ತಿಲ್ಲ... ದಿನೇಶ ಕೆಲಸ ಬಿಡುವ ಮುಂಚೆ ಮನೆ ಬದಲಿಸುವ ವಿಚಾರ ಕಛೇರಿಯಲ್ಲೂ ಯಾರ ಬಳಿಯೂ ಹೇಳಿರಲಿಲ್ಲ. ಗಕ್ಕನೆ ಅಲ್ಲೇ ನಿಂತು 'ಹೌದ?' ಎಂದಳು.

"ನಾ ಇಲ್ಲಿಗೆ ಬರೂ ಮದ್ಲ ಮನೆಗೆ ಹೋದೆ, ಬೀಗ ಹಾಕಿತ್ತು, ಆ ಓನರ್ ಜರಾ ಪರಿಚಯ ಆಗಿದ್ರು, ಹೋಗಿ ಕೇಳಿದ್ರೆ ಅವರು ಖಾಲಿ ಮಾಡಿದ್ರು, ಸೆಕೆಂಡ್ ಸ್ಟೇಜ್‌ನಲ್ಲಿ ಬೇರೆ ಮನೆ ಮಾಡಿದ್ದಾರೆ, ನಾನೂ ಅಡ್ರೆಸ್ ತಗೋಳ್ಳಿಲ್ಲ, ಸಾರೀರಿ ಅಂದ್ರು. ಓನರ್‌ಗೂ ಆಶ್ಚರ್ಯ.. ಮನೆ ಬದಲಿ ಮಾಡಿದ್ದು ನಮಗೆ ಹೇಗೆ ಗೊತ್ತಿಲ್ಲ ಅಂತ.. ಆಮೇಲೆ ಗುಲ್ಬರ್ಗಕ್ಕೆ ಫೋನ್ ಮಾಡಿ ದಿನೇಶ ಫೋನ್‌ಗೀನ್ ಮಾಡಿದ್ನಾ ಅಂತ ಕೇಳಿದೆ, ಅಲ್ಲೂ ನನ್ನ ಹೆಂಡ್ತಿಗೂ ಏನೂ ಸುದ್ದಿ ಇಲ್ಲ, ಅವಳಿಗಿ ಮನಿ ಬದಲಿ ಮಾಡಿದ ವಿಷಯ ಏನೂ ಹೇಳ್ಲಿಲ್ಲ, ಅವಾಗ್ಲೇ ನನಗ್ಯಾಕೋ ಅನುಮಾನವಾಯ್ತು ಎಲ್ಲೋ ಇಂವ ಕೆಲಸನೂ ಬಿಟ್ಟಾನೇನೋ ಅಂತ.. ಅದಕ್ಕ ಇಲ್ಲಿಗಿ ಬಂದೆ..."

ಹೌದ.. ಓಹೋ ಎನ್ನುತ್ತಿದ್ದ ನಯನಳಿಗೆ ಈತ ಒಳಗೆ ಈ ಎಲ್ಲ ಅಂದಾಜು ಇಟ್ಟುಕೊಂಡೇ ಇಷ್ಟು ಹೊತ್ತು ಒಂದು ಉಲ್ಲಸಿತ ಚಹರೆಯಿಂದ ಹರಟಿದನೇ ಎನ್ನಿಸಿ ಖಿನ್ನಳಾದಳು.

"ನಾ ವಾಪಾಸು ಮತ್ತೆ ಮೈಸೂರಿಗೆ ಹೋಗ್ಬೇಕು.. ಬರೂ ಮುಂದ ಒಂಬತ್ತು ಘಂಟೆ ಟ್ರೈನ್‌ಗೆ ಟಿಕೆಟ್ ತಗೊಂಡು ಬಂದೆ.. ಇನ್ನೂ ಎರಡು ಮೂರು ತಾಸು ಟೈಮ್ ಅದ.. ನೀವು ಈಗ ಮನಿಗೆ ಹೊಂಟೀರೇನೋ.."

ಆತ ವಾಕ್ಯಗಳನ್ನು ಬಿಡಿಬಿಡಿಯಾಗಿ ಜೋಡಿಸತೊಡಗಿದ. ನಯನಳಿಗೆ ಆತ ಸಂಕೋಚದಿಂದಲೇ ಏನು ಹೇಳಲು ಬಯಸಿದ್ದಾನೆ ಎಂದರ್ಥವಾಯಿತು. ಮನೆಗೆ ಕರೆಯಬಹುದು, ನಿರುಪದ್ರವಿ ಎಂಬ ಮಹಾನಗರದ ಅನ್ನಿಸಿಕೆಗಿಂತ ಹೆಚ್ಚು ನಯನಳಿಗೆ ಈ ಚಹರೆ, ಈ ಭಾವಭಂಗಿ ಎಲ್ಲೋ ತುಸು ಪರಿಚಿತ ಅನ್ನಿಸಿಕೆ. ನಯನಳಿಗೂ ಮಾತಾಡುವ ಹುಕಿ ಹುಟ್ಟಿತು.

"ನಮ್ಮನೆಗೆ ಬನ್ನಿ. ಅಲ್ಲೇ ಕೂತ್ಕೊಂಡು ಮಾತಾಡೋಣ.." ಎಂದವಳೇ ಅವನಿಗೆ "ನೀವು ಇಲ್ಲೇ ನಿಂತಿರಿ, ನಾನು ವೆಹಿಕಲ್ ತಗೊಂಡು ಬರ್ತೀನಿ" ಎಂದು ನಡೆದಳು.

ವೆಹಿಕಲ್‌ನಲ್ಲಿ ಆತ ಅಷ್ಟೇನೂ ಸಂಕೋಚ ಪಡದೆ ಅವಳ ಹಿಂದೆ ಕುಳಿತ. ತನ್ನ ತಂಗಿಗೆ ಈಗ ಇಪ್ಪತ್ತು ವರ್ಷದ ಹಿಂದೆಯೇ ಗಾಡಿ ಕಲಿಸಿದ್ದು, ಹೆಣ್ಣುಮಕ್ಕಳು ಗಾಡಿ ಹೊಡೆಯುವುದೇ ಅಪರೂಪವಾಗಿದ್ದ ಆ ದಿನಗಳಲ್ಲಿ ಅವಳು ಗಾಡಿ ಹೊಡೆಯುವುದಕ್ಕೆ ಓಣಿಯ ಇತರರು ಮಾಡುತ್ತಿದ್ದ ಕಾಮೆಂಟ್‌ಗಳು, ಕೆಲವರು ಕಿಡಕಿಯ ಮರೆಯಲ್ಲಿ ನಿಂತು ನೋಡುತ್ತಿದ್ದುದ್ದು ಎಲ್ಲ ವರ್ಣಿಸಿದ. ಸುತ್ತಲಿನ ವಾಹನಗಳ ಭರ್ರೋ ಎಂಬ ಸದ್ದಿನ ನಡುವೆ ಇವಳಿಗೆ ಕೇಳಲಿ ಎಂದು ಎಷ್ಟು ಜೋರಾಗಿ ಮಾತಾಡುತ್ತಿದ್ದ ಎಂದರೆ ಸಿಗ್ನಲ್‌ನಲ್ಲಿ ಗಾಡಿ ನಿಂತಾಗಲೇ ಅದು ಇಬ್ಬರ ಅರಿವಿಗೂ ಬರುತ್ತಿತ್ತು. ಮತ್ತೆ ಹಸಿರು ದೀಪ ಕಾಣುವವರೆಗೆ ಮೆತ್ತಗೆ ಮಾತಾಡುತ್ತಿದ್ದ. ಇಷ್ಟೂ ದಿನ ಒಂದೆರಡು ಮನೆಗಳಲ್ಲಿ ಪೇಯಿಂಗ್ ಗೆಸ್ಟ್ ಆಗಿದ್ದು ಬೇಸರವಾಗಿ ಈಗ ಮನೆ ಮಾಡಿರೋದು, ಮನೆಯಲ್ಲಿ ಇವಳೊಬ್ಬಳೇ ಇರೋದು, ಅಪ್ಪ-ಅಮ್ಮ ಬೇರೆ ಊರಲ್ಲಿರೋದು, ಮದುವೆಯಾಗಿದ್ದ

ಅಣ್ಣ ಮತ್ತೊಂದು ಊರಲ್ಲಿರೋದು ಹೀಗೆ ನಯನಳ ಕುರಿತಾದ ಮಾಹಿತಿಯನ್ನೊ ತನ್ನ ಹಿಂದಿನ ಕಥೆ ಹೇಳುವುದರ ನಡುವೆಯೇ ಪಡೆದ.

ಮನೆ ತಲುಪಿ, ಗಾಡಿ ನಿಲ್ಲಿಸಿದ ನಯನ ಬೀಗ ತೆರೆದು ಮೊದಲು ಒಳಬಂದಳು. ಇವಳು ಕರೆಯುವ ಅಗತ್ಯವೂ ತನಗಿಲ್ಲ ಎಂಬಂತೆ "ಛಲೋ ಕಡೀನೆ ಮನಿ ಹಿಡಿದೀರಿ.. ಬಾಡಿಗಿ ಎಷ್ಟು.. ನೀರಿನ ಬಿಲ್ ಬ್ಯಾರೆ ಇರ್ತದೇನೋ.. ಬಟ್ಟೆಭಾಂಡೆಗೆ ಯಾರನಾದ್ರೂ ಇಟ್ಟುಕೊಂಡೀರಿಲ್ಲೋ" ಹಾಗೆ ಹೀಗೆ ವಿಚಾರಿಸುತ್ತಲೇ ಒಳಬಂದು ಕುಳಿತ. ಇವಳು ಮುಖ ತೊಳೆದು ಬರುತ್ತಲೇ ತಾನೂ ಜರಾ ಫ್ರೆಶ್ ಆಗ್ತೀನಿ ಎಂದು ಬಚ್ಚಲಿಗೆ ಹೋಗಿಬಂದ. ನಯನ ಕಾಫಿ ತಂದು ಕುರುಕಲು ತಿಂಡಿಯನ್ನು ತಂದು ಇಟ್ಟುಕೊಂಡಳು.

ಅಪ್ಪ ಅಮ್ಮ ಅವಗವಾಗ ಬರ್ತಾರಿಲ್ಲೋ ಎಂದು ಕೇಳಿದ ಆತ ಮತ್ತೆ "ಇನ್ನೂ ಯಾಕೆ ಮದುವೆಯಾಗಿಲ್ಲ.. ಕೆಲವೆಲ್ಲ ಆಗೋ ಕಾಲದಲ್ಲಿ ಆಗಿಬಿಡಬೇಕು" ಎಂದ. ಈ ಬಾರಿ ಧ್ವನಿ ಕೊಂಚ ಭಾರವಾಗಿತ್ತು.

"ನಮ್ಮ ದಿನೂ ಮೊದಲಿಗಿ ಮದುವೆಯಾಗೋ ಅಂದ್ರ ತನ್ನ ಮನಸ್ಸಿಗಿ ಒಂದು ಹುಡುಗಿ ಪೂರಾ ಬರೂತನಾ ಆಗಂಗಿಲ್ಲ ಅಂದ.. ನೀನ್ಯಾರ್ನಾರ ನೋಡಿದ್ರೂ ಸರಿ ಆಗೋ, ಜಾತಿಗೀತಿ ಬ್ಯಾರೆ ಆದ್ರ ಅವ್ವ ಅಪ್ಪನ್ನ ನಾನು ಒಪ್ಪಿಸತೀನಿ ಎಂದ್ರ ಹೂಂ ಅಂತ ಹುಡುಕ್ತಲೇ ಇದ್ದ.. ಒಂದು ಹುಡುಗಿನ್ನ ಪ್ರೀತಿ ಮಾಡಿದ್ದ, ಕಡೀಕಿ ಏನಾಯ್ತೋ ಸರೀ ಗೊತ್ತಿಲ್ಲ ಅವಳ ಮದ್ವಿಯಾಯ್ತಂತೆ, ಭಾಳ ಅವಳಿನ್ನ ಹಚ್ಚಿಕೊಂಡಿದ್ದ ಕಾಣುತ್ತೆ, ಆಮ್ಯಾಲೆ ಮತ್ತ ಎರಡು ಮೂರು ವರ್ಷ ಮದುವೀನೆ ಆಗಂಗಿಲ್ಲ ಅಂತ ಕೂತ. ಅಷ್ಟರಾಗನ ಮೂವತ್ತೈದು.. ವಯಸ್ಸೇನು ನಾವು ಮದುವಿಯಾಗಲಿ, ಸಂಸಾರ ಮಾಡಲಿ ಅಂತ ನಿಂದ್ರತದೇನು... ಕಡೀಗಂತೂ ಅವನ ಫ್ರೆಂಡ್ ತಂಗಿನ ಮದುವಿಯಾಗ್ತೀನಿ ಅಂದ, ನಮಗೆ ಇಂವ ಮನಿಸಂಸಾರ ಅಂತ ಒಂದು ಶುರು ಮಾಡಿದ್ರ ಸಾಕಾಗಿತ್ತು, ನಮ್ಮ ಜಾತೀದೆ ಹುಡುಗಿ ಅಂತ್ಹೇಳಿ ಅವ್ವ ಅಪ್ಪನೂ ಹೂಂ ಅಂದ್ರು. ಮದುವಿ ಆತು. ಮೊದಲು ಎಲ್ಲ ಸರೀಗಿತ್ತು.. ಅವನಿಗಿಂತ ವಯಸ್ಸನಾಗ ತುಸು ಸಣ್ಣಾಕಿ, ಅದಕ್ಕೋ ಅಥವ ಇವನ ಎದುರು ಸಿಟ್ಟಿಗೋ ಅಥವಾ ಜಾಸ್ತಿ ಮಾತಾಡದೇ ಎಲ್ಲ ಮನಸ್ಸಿನಾಗೆ ಇಟ್ಟುಕೊಳ್ಳೋ ಇವನ ಸ್ವಭಾವಕ್ಕೋ ಒಟ್ಟು ಅವನಿಗಿ ಅವಳಿಗೆ ಅಷ್ಟು ಸರೀಗಿದ್ದಂಗಿಲ್ಲ. ಹಂಗಂತ ಜಗಳಾಡ್ತಾರ ಅಂತಲ್ಲ.. ನಾ ಅವರ ಮನ್ಯಾಗಿದ್ದಾಗ ಸೂಕ್ಷ್ಮಾಗಿ ಗಮನಸೀನಿ.. ಗಂಡಹೆಣ್ತಿ ಅಂದ್ರ ಒಂದು ಭಾವನಾ ಇರ್ತದಲಾ.. ಮಾತು ಕತೆ, ಎಲ್ಲಾದ್ರೊಳಗೂ ಒಂದು ಪ್ರೀತಿ, ಕಾಳಜಿ, ಒಂದು ನಮೂನಿ ಅಭಿಮಾನ ಹಣಿಕಿ ಹಾಕ್ತಿರ್ತದಲಾ ಅದೇ ಕೊರತೆಯಾಗೇದ ಅನಿಸ್ತದ.."

ಅಷ್ಟಕ್ಕೇ ನಿಲ್ಲಿಸಿದ ಅವನು ನಯನಳನ್ನು ದಿಟ್ಟಿಸಿ ನೋಡಿದ. ಇವ ಮತ್ತೆ ಪ್ರಶ್ನೆ ಕೇಳುವುದಕ್ಕಿಂತ ಮೊದಲೇ ಹೇಳುವುದು ಒಳ್ಳೆಯದು ಎಂದುಕೊಂಡಳು. ಮೊದಲು ಅತ್ತೆ ಮಗ ನಿತಿನ, ಇವಳು ಮದುವೆಯಾಗಬೇಕೆಂದು ಯಾರೂ ಅಷ್ಟಾಗಿ

ಚರ್ಚಿಸದೇ ಹಿರಿಯರು ಒಂದು ಸಹಜ ರೀತಿಯಲ್ಲಿ ಅಂದುಕೊಂಡಿದ್ದು.. ಆಮೇಲೆ ಅವನು ಸಾಫ್ಟ್‌ವೇರ್ ಕೆಲಸದಲ್ಲಿರೋ ಹುಡುಗಿಯೇ ತನಗೆ ಬೇಕು ಎಂದು ಮದುವೆಯಾದದ್ದು.. ಹಾಗೆ ನೋಡಿದರೆ ಆ ನಿರ್ಧಾರ ಯಾರೂ ಅಧಿಕೃತವಾಗಿ ತೆಗೆದುಕೊಂಡಿರಲಿಲ್ಲ. ಆಗೀಗ ಅವಳತ್ತೆ 'ನಾಳೆ ಹೇಗಿದ್ದರೂ ನನ್ನ ಸೊಸೆಯಾಗೋಳು ತಾನೆ' ಎಂದು ತಮಾಷೆ ಮಾಡುತ್ತಿದ್ದು, ಅಪ್ಪ ಆಗೀಗ ನನ್ನ ಅಳಿಯ ಎಂದು ನಿತಿನ್‌ಗೆ ಹೇಳಿದಾಗ ಅವನು ತನಗೊಪ್ಪಿಗೆ ಎಂಬಂತೆ ಸುಮ್ಮನಿದ್ದದ್ದು.. ಸಾಫ್ಟ್‌ವೇರ್ ಇಂಜಿನಿಯರ್ ಆಗುತ್ತಲೇ ಮೆಲ್ಲಗೆ ತನ್ನ ನಿರ್ಧಾರ ಪ್ರಕಟಿಸಿದ ಅವನ ಬಗ್ಗೆ ತನಗೆ ಆ ಕ್ಷಣದಲ್ಲಿ ಹುಟ್ಟಿದ ಭಾವವಾದರೂ ಏನು ಅಥವ ಆ ಮೊದಲು ತನಗಿದ್ದ ಅಸ್ಪಷ್ಟ ಭಾವವಾದರೂ ಯಾವುದು.. ನಯನಳಿಗೆ ಈಗಲೂ ಗೊಂದಲ. ಅಪ್ಪ ಅಮ್ಮನಿಗೆ ಮೊದಲು ಬೇಜಾರಾಗಿತ್ತು. ಪಾಪದ ಅತ್ತೆ ತನ್ನೊಂದಿಗೆ ಕಣ್ಣಲ್ಲಿ ಕಣ್ಣಿಟ್ಟು ಮಾತಾಡಿರಲೇ ಇಲ್ಲ. ಇಂಥ ಕಾರಣಕ್ಕೆ ಇವಳು ತನಗಿಷ್ಟವಿಲ್ಲ ಎಂದು ಅವ ಬೇರೆಯವಳನ್ನು ಮದುವೆಯಾಗಿದ್ದರೆ ಅವನ ಬಗ್ಗೆ ತುಸು ಗೌರವವಾದರೂ ಉಳಿಯುತ್ತಿತ್ತೇನೋ. ಆದರೆ ಸಾಫ್ಟ್‌ವೇರ್ ಹುಡುಗಿ ಬೇಕು ಎಂದು ಮದುವೆಯಾದ ಅಂದರೆ.. ಛೇ.. ಅವ ಹಾಗೆ ಮದುವೆಯಾಗಿದ್ದೇ ಒಳ್ಳೆಯದಾಯಿತು ಎಂದುಕೊಂಡಿದ್ದಳು. ಸ್ವಲ್ಪ ದಿನ ಸದ್ಯಕ್ಕೆ ಮದುವೆಯ ಯೋಚನೆಯೇ ಬೇಡವೆಂಬ ಭಾವ. ದಿನೇಶನ ಅಣ್ಣನಿಗೆ ಈ ಪ್ರವರ ಎಲ್ಲ ಹೇಳಿಕೊಳ್ಳಲಿಕ್ಕಾಗದೇ ಚುಟುಕಾಗಿ ಅತ್ತೆ ಮಗನೊಂದಿಗೆ ಆಗಬೇಕಿತ್ತು, ಏನೋ ಕಾರಣಕ್ಕೆ ನಿಂತುಹೋಯ್ತು, ಈಗ ಬೇರೆ ಒಬ್ಬ ಹುಡುಗ ಮನಸ್ಸಿಗೆ ಬಂದಿದ್ದಾನೆ.. ಅಪ್ಪ ಅಮ್ಮ ಅಷ್ಟಾಗಿ ಒಪ್ಪಿಲ್ಲವೆಂದು ಹೇಳಿದಳು.

"ನೀವೇ ಹುಡುಕಿಕೊಂಡಿದ್ದಾ, ಹೇಗೆ ಪರಿಚಯವಾಯಿತು" ಹೀಗೆ ಒಣ ಉಸಾಬರಿಯ ಯಾವ ಮಾತನ್ನೂ ಕೇಳದೇ ಅವನು "ಅಪ್ಪ ಅಮ್ಮ ಒಪ್ಲಿಕ್ಕಂದ್ರ ಮದ್ಲು ರಿಜಿಸ್ಟರ್ ಮದುವೆಯಾಗ್ರಿ.. ತಾನೇ ಎಲ್ಲ ಆಮ್ಯಾಗ ಸರಿಹೋಗ್ತದ, ಕೈಗೆ ಒಂದು ಮೊಮ್ಮಗಳ ಕೊಡ್ರಿ.... ಮತ್ತ ಅವರ ಚಹರೇನೆ ಬದಲಾಗಿಬಿಡ್ತದ" ಎಂದು ನಕ್ಕ.

"ಬಹುಶಃ ನಮ್ಮ ದಿನೂಗೆ ಬೇರೆ ಕೆಲಸ ಸಿಕ್ಕಿಲ್ಲ, ಪ್ರಯತ್ನಿಸ್ತಾ ಅದಾನ ಕಾಣ್ತದ, ಅದಕ್ಕೇ ಅವನು ನಮಗ್ಯಾರಿಗೂ ಕೆಲಸದ್ದಾಗಲೀ, ಮನೆ ಬದಲಿಸಿದ್ದಾಗಲೀ ಹೇಳಿಲ್ಲ ಎನ್ನಿಸುತ್ತೆ, ನಮ್ಮ ದಿನೂ ಹೀಂಗ ಒಳಗೊಳಗ ಒಬ್ಬನೇ ಆಗಿಬಿಟ್ಟಾನಾ ಅಂತ ಬೇಜಾರಾಗ್ತದ. ಒಂದಿಬ್ಬರು ಛಲೋ ಗೆಳೆಯರು ಅದಾರ, ಅವನ ಕಾಲೇಜು ದೋಸ್ತಗಳು, ಅವರ ಗೂಡನಾದ್ರೂ ಈಗ ಹ್ಯಾಂಗದಾನೋ ಯಾಂವ ಬಲ್ಲ... ದೊಡ್ಡಾಂವ ಆಗ್ಯಾನ, ಅವಂಗೂ ಮಕ್ಳಾಗ್ಯಾವ... ನನ್ನ ಗೂಡನೂ ಮದ್ಲಿನಂಗ ಎಲ್ಲ ಹಂಚಿಕೊಳ್ಳಂಗಿಲ್ಲ... ಇವ್ರು ಎಷ್ಟರ ಮಾತಾಡ್ತಾರ ಅಂತ ಅಂದುಕೊಂಡಿರೇನೋ..."

ನಯನ ಕುಕ್ಕರ್ ಜೋಡಿಸಿಡುವಾಗ ಕುಳಿತಲ್ಲಿಂದಲೇ ಅವ ಮಾತಾಡುತ್ತಲೇ ಇದ್ದ.

ನಯನಳ ಒತ್ತಾಯಕ್ಕೆ ಕಟ್ಟುಬಿದ್ದು ಊಟ ಮುಗಿಸಿ, ಎದ್ದು ಹೊರಟವ "ನಗರದ

ಒಂದು ಚಹರೆ ಮಾತ್ರ ನನಗೆ ತುಸು ಸೇರತದ.. ಇಂಥಲ್ಲಿ ನೀವು ಯಾರಗೂಡನಾದ್ರೂ ಸುಮ್ನೆ ಕೂತು ಒಂದು ಕಪ್ ಚಹಾ ಕುಡೀಬಹುದು.. ನನ್ನಂಗ ಪರಿಚಯವಾದವ್ರನ್ನ ಆರಾಮಾಗಿ ಮನಿಗೆ ಕರೀಬಹುದು.. ಅಕ್ಕ ಪಕ್ಕದವರ್ಯಾರೂ ನಿಮ್ಮನಿಗಿ ಯಾರು ಬಂದ್ರು, ಅವರು ನಿಮಗೆ ಹ್ಯಾಂಗ ಸಂಬಂಧ, ಇಷ್ಟು ದಿನ ಬರಲಾರ್ದವರು ಈಗೇ ಯಾಕ ಬಂದ್ರು ಹಿಂಗ ಒಣಕಾರುಬಾರು ಮಾಡೂದಿಲ್ಲ. ಒಂದು ಸಂಬಂಧವನ್ನ ಥಟ್ ಅಂತ ಕಡಕೊಳ್ಳೋದು, ಇನ್ನು ಈ ಸಂಬಂಧ ಸಾಕು ಅಂತ ನಿಲ್ಲಿಸೂದು ಇಲ್ಲಿ ಎಷ್ಟು ಸರಳ ಅದೋ ಅಷ್ಟೇ ಸಹಜ ಅದ ಸಂಬಂಧ ಬೆಸೆದುಕೊಳ್ಳೋದು ಕೂಡ.. ಈಗ ನಮ್ಮ ಉದಾಹರಣೆನೇ ತಗೋಳ್ರಲಾ.. ದಿನೇಶ ಒಮ್ಮೆ ನಿಮ್ಮ ಪರಿಚಯ ಮಾಡಿಕೊಟ್ಟಿದ್ದ ನನಗ.. ನಮಸ್ಕಾರದ ಭೆಟ್ಟಿ ಅಷ್ಟೆ. ಇವತ್ತು ಅವ ಮನಿ ಬದಲು ಮಾಡ್ಯಾನ ಅಂತ ಗೊತ್ತಾಗಿ ಕೆಲಸನೂ ಎಲ್ಲೋ ಬಿಟ್ಟಿರಬೇಕು ಅಂದುಕೋತನೇ ನಿಮ್ಮ ಆಫೀಸಿಗಿ ಬಂದ್ನಲ್ಲ ಆವಾಗ ನನಗೆ ನಿಮ್ಮ ಹೆಸರೂ ನೆನಪಿದ್ದಿಲ್ಲ, ದಿನೇಶನ ಜತೆ ಕೆಲಸ ಮಾಡೋರು ಇದ್ದಾರಲ್ಲ ಅವರನ್ನು ಮಾತಾಡಿಸಬೇಕಿತ್ತು ಅಂದೆ. ಆ ಹುಡುಗ ನಿಮ್ಮ ಹೆಸರು ಹಿಡಿದು ಕರೆದಾಗಲೇ ನನಗೂ ನಿಮ್ಮ ಹೆಸರು ನೆನಪಾಗಿದ್ದು. ಆಮೇಲೆ ನಿಮ್ಮ ಜೋಡಿ ಬರುವಾಗ ವಿಚಾರ ಮಾಡಾಕಹತ್ತಿದ್ದೆ.. ನನಗ್ಯಾಕ ನಿಮ್ಮ ಮ್ಯಾಲ ವಿಶ್ವಾಸ ಅನ್ನಿಸಲಾಕ ಶುರುವಾಗೇದ ಅಂತ.. ನಮ್ಮವ್ವನ ಕಣ್ಣು ಜರಾ ನಿಮ್ಮ ಕಣ್ಣಿನ್ಹಾಂಗ ಇತ್ತು.. ನೀವು ಮಾತಾಡೂ ಮುಂದ ನಾನು ಲೆಕ್ಚರ್ ಆದ ಮೊದಲಿಗಿ ನನ್ನ ಕಾಡ್ತಿದ್ದ ಒಬ್ಬಳು ಹುಡುಗಿ ಸ್ವಲ್ಪ ನಿಮ್ಮ ಹಾವಭಾವದಲ್ಲಿ ಮಾತಾಡತಿದ್ದಳು.. ಆದ್ರೆ ಈ ಯಾವುದೂ ಆ ಕ್ಷಣದಲ್ಲಿ ಹುಟ್ಟಿದ ಭಾವವಲ್ಲ. ಅಥವ ಆ ಭಾವದಿಂದ ನಿಮ್ಮ ಮ್ಯಾಲ ವಿಶ್ವಾಸ ಅನ್ನಿಸಾಕ ಶುರುವಾದದ್ದು ಅಲ್ಲ. ನೀವು ಹೊರಗ್ಹೋಗಿ ಮಾತಾಡೋಣ ಅಂತ ಹೇಳಿದ ರೀತೀಲೆ, ಮುಂದೆ ಹೊರಟ ರೀತೀಲೆ ನನಗನ್ನಿಸಿತು ನೀವು ಜರಾ ಸೂಕ್ಷ್ಮ ಇದ್ದೀರಿ, ನಿಮ್ಮ ಜೋಡಿ ಹೀಂಗ ಮಾತಾಡಬಹುದು ಅಂತ.. ಮತ್ತ ಅನ್ನಿಸ್ತದ ಎಲ್ಲಾದಕ್ಕೂ ಹೀಂಗ ಕಾರಣ ಹುಡುಕೋ ಚಟಾ ಯಾಕ ನಮಗ ಬೆಳೆದದ ಅಂತ... ಒಂದು ಭಾವನಾ ಸಹಜ ಇದ್ರ ಅದನ್ನ ಅಷ್ಟೇ ಸಹಜವಾಗಿ ಜತನದಿಂದ ಇಟ್ಟುಕೊಳ್ಳೂದು ಒಳ್ಳೇದಲಾ..."

ತನಗ್ಯಾಕೆ ಅವನ ಈ ಮಾತುಕತೆ ಎಲ್ಲ ಒಂದು ಬಗೆಯ ಪರಿಚಿತ ಚಹರೆ ಹುಟ್ಟಿಸುತ್ತಿದೆ ಎಂದು ನಯನಾ ಹೇಳಲಾಗದೇ ಸುಮ್ಮನಾದಳು. ಅವನೆದ್ದು ಹೊರಟಾಗ ದಿನೇಶನ ಬಗ್ಗೆ ಚಿಂತೆ ಮಾಡಬೇಡಿ.. ಎಲ್ಲೋ ಒಂದು ಒಳ್ಳೆ ಕೆಲಸ ಸಿಕ್ಕೇ ಸಿಗುತ್ತೆ ಅಲ್ವಾ.. ಎಂದು ಮಹಾ ಭರವಸೆ ತುಂಬುವ ಹಾಗೆ ಹೇಳಲು ಹೋಗಿ ಅವಳಿಗೇ ಬೇಜಾರು ಹುಟ್ಟಿಸುವ ಸ್ವರದಲ್ಲಿ ಹೇಳಿದಳು. ದಿನೇಶನ ಅಣ್ಣ ತಿರುವಿನಲ್ಲಿ ಮರೆಯುವಾಗ ಇವಳು ಗೇಟಿನಲ್ಲಿ ನಿಂತೇ ಇರುವುದನ್ನು ಗಮನಿಸಿ ಕೈಬೀಸಿ, ಪಕ್ಕಾ ಹಿರಿಯಣ್ಣನ ಶೈಲಿಯಲ್ಲಿ ಇನ್ನು ಒಳಗೆ ಹೋಗುವಂತೆ ಅಲ್ಲಿಂದಲೇ ಸನ್ನೆ ಮಾಡಿ ಮರೆಯಾದ.

ನಾಲ್ಕಾರು ದಿನದ ನಂತರ ಮಧ್ಯಾಹ್ನ ಅದೂ ಇದೂ ಹರಟುತ್ತಿದ್ದ ಮಂಜು ದಿನೇಶ ಸಿಕ್ಕಿದ್ದನ್ನು, ಒಳ್ಳೆ ಫರ್ಮ್‌ನಲ್ಲಿ ಕೆಲಸ ಸಿಕ್ಕಿತೆಂದು ಅವನೇ ಭಾರೀ ಖುಷಿಯಿಂದ ಹೇಳಿದ್ದನ್ನು ವರ್ಣಿಸಿದ. ಇಲ್ಲಿ ಇದ್ದಕ್ಕಿದ್ದ ಹಾಗೆ ಯಾಕೆ ಬಿಟ್ಟರು ಎಂದು ಅವರೊಂದಿಗೇ ಕೆಲಸ ಮಾಡುತ್ತಿದ್ದರೂ ನಯನಳಿಗೆ ಪೂರ್ಣವಾಗಿ ಗೊತ್ತಾಗಿರಲಿಲ್ಲ.

'ಇಲ್ಲಿಯ ಡೈರೆಕ್ಟರ್ ಮತ್ತೆ ಇನ್ನಿಬ್ಬರು ಸೇರಿ ಏನೋ ಹಣದ ಲಫಡಾ ಮಾಡಿದ್ದು ದಿನೇಶನಿಗೆ ಗೊತ್ತಾಗಿತ್ತು, ದಿನೇಶ ಆ ಬಗ್ಗೆ ಏನು ಮಾತಾಡಿದ ಗೊತ್ತಿಲ್ಲ, ದಿನೇಶ ಇಲ್ಲಿದ್ದರೆ ತಮಗೆ ಅನುಕೂಲವಲ್ಲ ಅಂತ ಒಟ್ಟಾರೆ ಅವನು ಕೆಲಸ ಬಿಟ್ಟು ಹೋಗಬೇಕು ಅಂಥ ವಾತಾವರಣ ಹುಟ್ಟುಹಾಕಿದ್ರು.... ಏನೂ ಅಂತ ತನಗೂ ಸರಿಯಾಗಿ ಗೊತ್ತಿಲ್ಲ, ಒಟ್ಟು ಏನೋ ಲಫಡಾ ಆಗಿದೆ' ಮಂಜು ತನಗೆ ಗೊತ್ತಿದ್ದ ಅರ್ಧಬಂರ್ಧ ಸತ್ಯವನ್ನು ಮತ್ತಷ್ಟು ಅರೆಬರೆ ಮಾಡಿ ಇವಳೆದುರಿಗೆ ಬಿಚ್ಚಿಟ್ಟ.

ಇವಳೊಂದಿಗೆ ದಿನೇಶನ ಅಣ್ಣನ ಹೀಗೆ ಒಂದು ಭೇಟಿಯ ನಂತರ ಮತ್ತೆ ಅವನ ಸುದ್ದಿಯೇ ಇಲ್ಲ. ಅವ ರಿಫ್ರೆಶರ್ ಕೋರ್ಸ್ ಮುಗಿಸಿ ವಾಪಾಸು ಹೋಗಿರಬಹುದು, ಅಷ್ಟಲ್ಲದೆ ಅದೇನು ತಿಂಗಳಿಗಿಂತ ಹೆಚ್ಚು ದಿನ ನಡೆಯುವ ಕೋರ್ಸೇ ಎಂದೆಲ್ಲ ಮನದಲ್ಲಿಯೇ ತರ್ಕಿಸುತ್ತ ಅರೆ ಹೇಗೂ ಆತ ಮೊಬೈಲ್ ನಂಬರ್ ಕೊಟ್ಟಿದ್ದಾನಲ್ಲ, ಒಮ್ಮೆ ನೋಡುವ, ಜತೆಗೆ ನಿನ್ನೆಯಷ್ಟೇ ಮಂಜು ಹೇಳಿದ ಸುದ್ದಿಯಾದ್ರೂ ಗೊತ್ತಿದೆಯೇ ಅಂತ ಕೇಳುವ ಎಂದುಕೊಂಡು ಕರೆ ಮಾಡಿದಳು. ತುಸು ಹೊತ್ತು ಮೊಬೈಲ್ ತೆಗೆದುಕೊಳ್ಳಲಿಲ್ಲ, ನಂತರ ಒಂದು ಹೆಂಗಸಿನ ಧ್ವನಿ. ದೇವ್ರೇ... ತಾನೆಲ್ಲಾದರೂ ತಪ್ಪು ಸಂಖ್ಯೆ ಒತ್ತಿಬಿಟ್ಟೆನಾ ಎಂದು ಅನುಮಾನಿಸಿಕೊಳ್ಳುತ್ತಲೇ ಕೇಳಿದಳು.

"ಅವರು ಈಗ ಕಾಲೇಜಿಂದ ಬಂದು ಮುಖ ತೊಳ್ಕೊಳ್ಳಾಕ ಹೋಗ್ಯಾರಾ.. ನೀವು ಯಾರ್ರೀ" ಎಂಬ ಪ್ರಶ್ನೆಗೆ ನಯನಳ ಸಮಾಧಾನಕರ ಉತ್ತರ ಹೇಳಿದರೂ ಅವಳಿಗೆ ನಯನ ಯಾಕೆ ಫೋನ್ ಮಾಡಬೇಕು ಎನ್ನುವುದು ಪ್ರಶ್ನೆಯಾಗಿ ಉಳಿಯಿತೇನೋ.. ಅವಳ ವಿಚಾರಣಾ ಧ್ವನಿಯನ್ನು ಕೇಳಿದ ನಯನ ಮತ್ತೆ ಮಾಡ್ತೀನಿ ಎಂದು ಫೋನಿಡಲೇ ಎಂದುಕೊಳ್ಳುವ ವೇಳೆಗೆ ದಿನೇಶನ ಅಣ್ಣ ಫೋನ್ ತೆಗೆದುಕೊಂಡ.

"ಹಾಂ.. ನನಗೂ ಗೊತ್ತಾತ್ರೀ.. ದಿನೇಶಂಗೆ ಬ್ಯಾರೆ ಕಡೆ ಛಲೋ ಕೆಲಸ ಸಿಕ್ಕೇದಂತ, ನಮಗೂ ಮೊನ್ನೆನೇ ಫೋನ್ ಮಾಡಿದ್ದ" ಆತ ತೀರಾ ಲೋಕಾಭಿರಾಮದ ಧ್ವನಿಯಲ್ಲಿ ಮಾತಾಡಲು ಆರಂಭಿಸುತ್ತಿರುವಂತೆ ಯಾಕೋ ಮೊನ್ನೆ ನಮ್ಮ ದಿನೂ ನಮ್ಮ ದಿನೂ ಎಂದು ಮಾತಾಡಿದ ಆ ಅಣ್ಣ ಮತ್ತು ಇದೀಗ ಮಾತಾಡುತ್ತಿರುವ ದಿನೇಶನ ಅಣ್ಣ ಒಂಥರ ಬೇರೆ ಬೇರೆಯೇ ಅನ್ನಿಸತೊಡಗಿ ಫೋನಿಟ್ಟಳು.

ಮರುದಿನ ಇವಳು ಆಫೀಸಿನಲ್ಲಿದ್ದಾಗ ದಿನೇಶನ ಅಣ್ಣನ ಫೋನ್.

ನಿನ್ನೆ ತಾನು ಹೆಚ್ಚು ಮಾತಾಡಲಿಲ್ಲವೆಂದೂ, ಅದೇ ಕಾಲೇಜಿಂದ ಬಂದು ಸುಸ್ತಾಗಿ–ತ್ತೆಂದೂ, ಕಾಲೇಜಾಗ ಹುಡುಗ್ರು ಭಾಳಾ ತೆಲಿ ತಿಂತಾವ್ರೀ.. ಅದಕ್ಕ ನೋಡ್ರೀ ತಲ್ಯಾಗಿನ

ಕೂದಲೂ ಕಡಿಮಿ ಆಗಾಕಹತ್ತೇದ ಎಂದು ಶುರುಮಾಡಿದ. ಇದು ಪಕ್ಕಾ ದಿನೇಶನ ಅಣ್ಣನೇ..

"ನಮಗೂ ಭಾಳಾ ಏನೂ ಹೇಳಲಿಲ್ಲ, ಅಷ್ಟೇ ಕೆಲಸ ಬದಲು ಮಾಡೀನಿ ಅಂತಷ್ಟೇ ಹೇಳಿದ, ಮತ್ತ ನಾನೂ ಹೀಂಗ ನಿಮ್ಮ ಆಫೀಸಿಗಿ ಬಂದಿದ್ದೆ, ನಿಮ್ಮ ಭೇಟಿಯಾದೆ ಅಂತೇನೂ ಹೇಳಲಿಲ್ಲಪ್ಪ.. ಹೊಸಾ ಕೆಲಸ ಹೆಂಗ್ಗನಿಸ್ತದ ಕೇಳೂಣು ಅಂದುಕೊಂಡೆ, ಸಣ್ಣಹುಡುಗ್ರಿಗೆ ಕೇಳೂ ಹಂಗ ಕೇಳಿದ್ರ ಅವಂಗ ಸಿಟ್ಟು ಬರ್ತದ ಅಂತ ಕೇಳಲಿಲ್ಲ. ತಾಯಿಲ್ಲದ ಹುಡುಗ ಅಂತ ನನಗ ಕಾಳಜಿ ಅನ್ನಿಸ್ತದ, ಅವಂಗ ಹ್ಯಾಂಗ ಅನ್ನಿಸ್ತದೋ ಯಾರಿಗ್ಗೊತ್ತು.." ಮತ್ತೆ ಅದೇ ಲವಲವಿಕೆಯ, ಹಗುರು ನಗೆಯಿಂದ ತುಸು ಹೊತ್ತು ಮಾತಾಡಿ ಫೋನಿಟ್ಟ, ನಯನಳ ಊಹೆಯಂತೇ ಆತ ಮನೆಯ ಹೊರಗೆ ಕಾಲೇಜಿಂದ ಫೋನ್ ಮಾಡಿದ್ದ. ಬಹುಶಃ ಅದಕ್ಕೇ ಅಷ್ಟು ನಿರಾಳವಾಗಿ ಮಾತಾಡಿದ್ದ. ಈ ಅಣ್ಣತಮ್ಮಂದಿರ ಪ್ರೀತಿಗೆ ಮನೆ ಒಳಗಿನ ವಾತಾವರಣ ಎಲ್ಲೋ ಒಂದು ಕಡೆ ಉಸಿರುಕಟ್ಟುವಂತೆ ಮಾಡಿದೆಯಾ... ಅದರಿಂದ ಹೊರಗೆ ಹೋಗುತ್ತಿರುವಂತೆ ಪ್ರೀತಿಗೆ ಬೇರೆ ಯಾವ ಕೊಸರುಗಳೂ ಅಂಟಿಕೊಳ್ಳದೇ ಬರಿಯ ಆರ್ದ್ರ ಭಾವ ಉಳಿಯುತ್ತದಾ...

ಆ ದಿನ ಮಂಜು ಕಛೇರಿಯಲ್ಲಿ ಮಾತಾಡುವ ಲಹರಿಯಲ್ಲಿದ್ದ. ಹಾಗೆ ಅವನು ಲಹರಿಯಲ್ಲಿದ್ದಾಗ ತನ್ನ ಎಂದಿನ ಸಿನಿಮಾ ನಟಿಯರ, ಯಾರ್‍ಯಾರಿಗೆ ಯಾರ್‍ಯಾರ ಜತೆಗೆ ಎಕ್ಸ್ಟ್ರಾಮೆರಿಟಲ್ ಸಂಬಂಧವಿದೆ, ತಾವೆಲ್ಲ ಇನ್ನೂ ಒಂದು ಸಂಬಂಧಕ್ಕೇ ಇಷ್ಟೆಲ್ಲ ಹೆಣಗಾಡುತ್ತಿರುವಾಗ ಇವರೆಲ್ಲ ಹೇಗೆ ಎರಡು ಮೂರು ಸಂಬಂಧ ಬೆಳೆಸಿಕೊಳ್ಳುತ್ತಾರೆ ಎಂದೆಲ್ಲ ಹಗುರಾಗಿ, ಪೋಲಿ ಜೋಕ್ಸ್ ಹೇಳಿದರೂ ಅವನು ಹೇಳುವ ಬಗೆಯಿಂದಾಗಿ ಪೋಲಿ ಎನ್ನಿಸಿಕೊಳ್ಳದ ಹಾಗೆ ಹರಟುವುದನ್ನು ಬಿಟ್ಟು ತನ್ನ ಖಾಸಗಿ ಭಾವಲೋಕದ ಒಂದೆರಡು ಎಳೆಯನ್ನು ಹಿಡಿದು ದೃಶ್ಯವಿವರದಲ್ಲಿ ಹೆಣೆಯುತ್ತಿದ್ದ.

"ನಮ್ಮಪ್ಪಂಗೆ ಅವರ ಬರಹಗಳನ್ನು ಮೆಚ್ಚಿಕೊಂಡು ಭಾಳ ಜನ ಪತ್ರ ಬರೀತಿದ್ರು... ಯಾರ್‍ಯಾರೋ ಗೆಳೆಯರು, ಗೆಳತಿಯರು. ನಮ್ಮಮ್ಮ ಯಾವತ್ತೂ ಆ ಪತ್ರಗಳ ಪ್ರಪಂಚವನ್ನು ಸ್ಪರ್ಶಿಸಲೇ ಇಲ್ಲ. ಅಪ್ಪ ಕೂಡ ಅದನ್ನು ಅಷ್ಟೇ ಖಾಸಗಿಯಾಗಿ ಉಳಿಸಿಕೊಂಡಿದ್ದರು. ಮೊನ್ನೆ ಊರಿಗೆ ಹೋದಾಗ ಹಿಂಗೇ ಅಪ್ಪನ ಹಳೇ ಪುಸ್ತಕವೊಂದನ್ನು ಓದ್ತಾ ಇದ್ದೆ. ಅದರ ಮಧ್ಯ ಒಂದು ಇನ್‌ಲ್ಯಾಂಡ್ ಲೆಟರ್ ಸಿಕ್ತು. ನೋಡೋ ಕುತೂಹಲ ಇಲ್ದೇ ಇರುತ್ತಾ.. ತಕ್ಷಣ ಓದಿದೆ. ಯಾರೋ ಅಪ್ಪನ ಅಭಿಮಾನಿ, ಬಹುಶಃ ಅಪ್ಪನಿಗಿಂತ ವಯಸ್ಸಿನಲ್ಲಿ ದೊಡ್ಡೋರು ಅಂತ ಅನ್ನಿಸ್ತು, ಆ ಪತ್ರದಲ್ಲಿ ತಮ್ಮ ಹೆಂಡತಿ ಕಳೆದ ವರ್ಷವಷ್ಟೇ ತೀರಿಕೊಂಡಿದ್ದನ್ನೂ ನಂತರ ಮಕ್ಕಳಿಬ್ಬರೂ ಅವರ ಸಂಸಾರದಲ್ಲಿ ಮುಳುಗಿರುವುದನ್ನೂ ತಮಗೆ ಏಕಾಂಗಿ ಎನ್ನಿಸ್ತಾ ಇರೋದನ್ನು ತೋಡಿಕೊಂಡಿದ್ದರು. ಅದರ ಕಡೆಯಲ್ಲಿ ತಾವು ಹರೆಯದಲ್ಲಿ ಪ್ರೀತಿಸಿದ್ದ, ಆದರೆ ಬೇರೊಬ್ಬನನ್ನು ಅನಿವಾರ್ಯವಾಗಿ ಮದುವೆಯಾದ ತಮ್ಮ

ಪ್ರೇಯಸಿ ಮೊನ್ನೆ ಮೊನ್ನೆ ತಮಗೆ ಸಿಕ್ಕಿದ್ದನ್ನೂ, ಅವಳಿಗೂ ಬಹಳ ಹಿಂದೆಯೇ ಗಂಡ ತೀರಿಕೊಂಡು ಒಬ್ಬಳೇ ಇರೋ ವಿಷಯ ಗೊತ್ತಾಗಿದ್ದನ್ನೂ, ತಾವು ಅವಳಿಗೆ ಈಗಲಾದ್ರೂ ಒಟ್ಟಾಗಿರೋಣವೇ ಎಂದು ಕೇಳಿಕೊಂಡಿದ್ದನ್ನೂ, ಆದರೆ ಅವಳು ಮಕ್ಕಳೆಲ್ಲ ದೊಡ್ಡವರಾಗಿದ್ದಾರೆ, ಅವರೇನು ಹೇಳ್ತಾರೋ, ಅಲ್ಲದೇ ತನ್ನ ಹೆಣ್ಣುಮಕ್ಕಳ ಮದುವೆಯಾಗಿದ್ದು, ಅಳಿಯಂದಿರು ಇದಕ್ಕೆಲ್ಲ ಏನೆನ್ನುತ್ತಾರೋ ಎಂದೆಲ್ಲ ಆತಂಕ ವ್ಯಕ್ತಪಡಿಸಿದ್ದನ್ನು ತೀರಾ ಸರಳ ಮನಸ್ಸಿನಲ್ಲಿ ತೋಡಿಕೊಂಡಿದ್ದರು. ಆಮೇಲೆ ಏನಾಯ್ತು ಗೊತ್ತಿಲ್ಲ. ಆ ಅಂಕಲ್ ಮತ್ತು ಅವರ ಗೆಳತಿ ಒಟ್ಟಾಗಿ ಬದುಕಲು ಸಾಧ್ಯವಾಯಿತಾ.. ಅಪ್ಪನ ಸಲಹೆ ಕೇಳಿದ್ದರಲ್ಲ ಅಪ್ಪ ಏನು ಸಲಹೆ ಕೊಟ್ಟಿರಬಹುದು.. ಜತೆಗೆ ನನ್ನ ಅನುಮಾನ ಅಂದ್ರೆ ಅಪ್ಪ ಕೆಲವೇಳೆ ಕೆಲವು ಪತ್ರಗಳನ್ನು ಅರ್ಧಂಬರ್ಧ ಓದಿ ಹಾಗೇ ಇಟ್ಟಿರ್ತಾ ಇದ್ರು, ಹಂಗಾಗಿ ಇದನ್ನು ಪೂರ್ಣ ಓದಿದ್ರಾ ಅದೂ ಗೊತ್ತಿಲ್ಲ... ಕೇಳೋಣ ಎಂದ್ರೆ ಆ ಅಂಕಲ್‌ದು ವಿಳಾಸ ಅದ್ರಲ್ಲಿ ಇರಲಿಲ್ಲ. ಅಪ್ಪ ತೀರಿಕೊಂಡು ಮೂರು ವರ್ಷ ಆಯ್ತು, ಮತ್ತೆ ಆ ಪತ್ರ ಬರೆದಿದ್ದು ಈಗ ಸುಮಾರು ಎಂಟು-ಹತ್ತು ವರ್ಷಗಳ ಹಿಂದೆ. ನನ್ನ ಕೈಯಲ್ಲಿ ಅವರದ್ದು ಅದೊಂದೇ ಪತ್ರ ಇತ್ತು... ಅಮ್ಮ ಸತ್ತ ಮೇಲೋ ಅಥವ ತಾವು ಸಾಯುವ ಕೆಲದಿನಗಳ ಮೊದಲೋ ಅಪ್ಪ ತಮ್ಮ ಎಲ್ಲ ಪತ್ರಗಳನ್ನು ನಾಶಮಾಡಿದ್ರು ಕಾಣುತ್ತೆ. ಅವರ ಪುಸ್ತಕಗಳಷ್ಟೇ ಇತ್ತು. ಇದೊಂದು ಪತ್ರ ಪುಸ್ತಕದಲ್ಲಿ ಎಲ್ಲೋ ಹಾಗೇ ಉಳಿದಿತ್ತು."

ಮಂಜು ನಿಧಾನಕ್ಕೆ ಹೇಳುತ್ತಿದ್ದ. ನಯನಳಿಗೆ ತಟ್ಟನೆ ತನ್ನ ಬೆರಳಿಗೆ ಇನ್ನೂ ಅಂಟಿ-ಕೊಂಡಂತೆ ಭಾಸವಾಗುವ ಒಂದು ಗ್ರೀಟಿಂಗ್ಸ್‌ನ ನೆನಪಾಯಿತು.

ನಯನ ದಿನೇಶ ಕೆಲಸ ಬಿಟ್ಟ ಎರಡು ಮೂರು ದಿನಗಳ ನಂತರ ಅವನ ಕಬರ್ಡ್‌ನಲ್ಲಿ ಏನೋ ಹುಡುಕಲಿಕ್ಕೆಂದು ತೆಗೆದವಳು ಕೆಳಗೆ ಮೂಲೆಯಲ್ಲಿ ಗ್ರೀಟಿಂಗ್ಸ್ ಒಂದು ಕಂಡಾಗ ಆಹ್ ಯಾರೋ ಹುಡುಗೀದಿರಬೇಕು, ಅದಕ್ಕೆ ಆಫೀಸಿನ ವಿಳಾಸಕ್ಕೆ ಬಂದಿದೆ, ತನ್ನೊಳಗೇ ತಮಾಷೆಯಾಗಿ ಊಹೆ ಮಾಡಿಕೊಳ್ಳುತ್ತ ಅದನ್ನು ನೋಡುವ ಕೆಟ್ಟ ಕುತೂಹಲವನ್ನು ಹತ್ತಿಕ್ಕಲಾರದೇ ಆಚೆ ಈಚೆ ನೋಡಿ ಫೈಲ್ ಒಂದರಲ್ಲಿ ಅದನ್ನು ಸಿಕ್ಕಿಸಿಕೊಂಡಳು. ಮೆತ್ತಗೆ ತೆಗೆದು ಹೆಸರು ನೋಡಿದರೆ ಅವನ ಅಣ್ಣನದು. ದಿನೇಶನಿಗೆ ಕಡಿಮೆಯೆಂದರೂ ನಲವತ್ತು-ನಲವತ್ತೈದು, ಅವನ ಅಣ್ಣ ನಲವತ್ತೈದನ್ನಂತೂ ದಾಟಿದವರು. ಹೀಗೆ ಆ ವಯಸ್ಸಿನಲ್ಲಿಯೂ ಈ ಗಂಟುಮೋರೆಯ ತಮ್ಮನಿಗೆ ಒಂದು ಬೆಚ್ಚನೆಯ ಪುಳಕದಿಂದ ಗ್ರೀಟಿಂಗ್ಸ್ ಕಳಿಸುವ ಮನೋಭಾವವನ್ನು ಆತ ಉಳಿಸಿಕೊಂಡಿದ್ದಾನಲ್ಲ ಎಂದು ಅಚ್ಚರಿಗೊಂಡ ನಯನಳಿಗೆ ಒಳಗೇನಿದೆ ನೋಡಿಯೇಬಿಡುವ ಆಸೆ ಮತ್ತಷ್ಟು ಹೆಚ್ಚಿತು. ಅವಳ ಊಹೆಯನ್ನೂ ಮೀರಿ ಒಳಗಿನ ಅಕ್ಷರಗಳು ಅವಳಣ್ಣನ ಖಾಸಾ ಚಹರೆಯನ್ನು ಬಿಂಬಿಸುವಂತಿತ್ತು. ಇಂಥ ಮಾಸದ ಇಂಥ ಪಕ್ಷದ ದಿನ ಅವನು ಹುಟ್ಟಿದ್ದೆಂದು, ನಕ್ಷತ್ರದ ಪ್ರಕಾರ ಇರುವ ಅವನ ಜನ್ಮದಿನ ಇನ್ನೆರಡು ದಿನ ಬಿಟ್ಟು ಇದೆ, ದೇವರು ಸಕಲ ಆಯುರಾರೋಗ್ಯವನ್ನು ನೀಡಲೆಂದು ಹಿರಿಯಣ್ಣನ ಹಾಗೆ

ಹರಸಿದ ಜನ್ಮದಿನದ ಹಾರೈಕೆ ಒಂದು ಕಡೆ, ಒಳಗಡೆಯ ಮತ್ತೊಂದು ಪುಟದಲ್ಲಿ ಗ್ರೀಟಿಂಗ್ಸ್‌ಕಾರ್ಡ್‌ನಲ್ಲಿಯ ಜನ್ಮದಿನದ ಶುಭಾಶಯ ಕೋರುವ ಸಾಲುಗಳ ಮೇಲೆ ಮೈ ಡಿಯರ್ ದಿನೂ ಎಂಬ ಒಕ್ಕಣಿಕೆ, ಕೆಳಗೆ ಮತ್ತೆ ಮೆನಿ ಹ್ಯಾಪಿ ರಿಟರ್ನ್ಸ್ ಆಫ್ ದ ಡೇ ಎಂಬ ವಿಶ್, ಅದರ ಕೆಳಗೆ ಯುವರ್ಸ್ ಲವಿಂಗ್ಲೀ ಎಂದು ಅವನು ಸಹಿ ಮಾಡಿದ ಬಗೆ ಎಲ್ಲವೂ ಹುಡುಗನೊಬ್ಬ ಪೇಟೆಯಲ್ಲಿ ಓಡಾಡಿ ಆಸ್ಥೆಯಿಂದ ಗ್ರೀಟಿಂಗ್ಸ್ ಖರೀದಿಸಿ, ಇಂಥಾ ದಿನ ಜನ್ಮದಿನವೆಂದರೆ ಇಷ್ಟು ದಿನ ಮುಂಚೆ ಇದು ತಲುಪಿಬಿಡಬೇಕು ಎಂದು ನಿರ್ಧರಿಸಿ ಕರಾರುವಾಕ್ ಹಾಗೆ ತಲುಪುವಂತೆ ಕಳಿಸಿದ ಆ ಗ್ರೀಟಿಂಗ್ಸ್ ಪತ್ರ... ನಯನ ಅದನ್ನು ಹಾಗೇ ಮೆತ್ತಗೆ ಅದನ್ನು ತನ್ನ ಚೀಲಕ್ಕೆ ಸೇರಿಸಿಯೇಬಿಟ್ಟಳು. ಮನೆಗೆ ಬಂದೂ ಮತ್ತೆ ನಾಲ್ಕಾರು ಬಾರಿ ಓದಿದ್ದನ್ನೇ ಓದಿದ್ದಳು. ದಿನೇಶನ ಪತ್ರ ತಾನು ಹಾಗೆಲ್ಲ ನೋಡುವುದು ಸರಿಯೇ, ಅವ ಇಲ್ಲಿಟ್ಟದ್ದು ಮರೆತಿರಬಹುದು, ಆಫೀಸಿನಲ್ಲಿ ಮನೆ ವಿಳಾಸ ನೋಡಿ ಅದಕ್ಕೆ ಕಳಿಸಿಬಿಡಲೇ ಎಂದೆಲ್ಲ ಯೋಚಿಸಿದವಳಿಗೆ ಹಾಗೆ ಕಳಿಸಲು ಮನಸ್ಸಾಗಲಿಲ್ಲ. ದಿನೇಶ ಈ ಹಳೇ ಆಫೀಸಿನ ಕಬರ್ಡ್‌ನಲ್ಲಿ ಅದನ್ನು ಬಿಟ್ಟುಹೋದ ರೀತಿಯಲ್ಲಿಯೇ ಅವನಿಗೆ ಇದರ ಬಗ್ಗೆ ಅಂಥದೇನೂ ಒಲವಿದ್ದಂತೆ ಅನ್ನಿಸುತ್ತಿರಲಿಲ್ಲ. ಬಹುಶಃ ಮನೆಯಲ್ಲಿ ಅವನ ಹೆಂಡತಿ ನೋಡಿದರೆ ಅಣ್ಣನ ಈ ಕಾಳಜಿ ಕೂಡ ಹೆಂಡತಿಯ ಅನಾದರಕ್ಕೆ ಒಳಗಾದರೆ ಎಂಬ ಭಾವದಲ್ಲಿ ದಿನೇಶ ಬಿಟ್ಟುಹೋಗಿರಬಹುದು ಎಂದೆಲ್ಲ ಊಹಿಸಿ ಹಾಗೇ ಇಟ್ಟುಕೊಂಡಿದ್ದಳು. ಈಗ ಮಂಜು ಅವರಪ್ಪನ ಹಳೇ ಪತ್ರದ ಬಗ್ಗೆ ಹೇಳುವಾಗ ಇದನ್ನು ಹೇಳಬೇಕೆಂದುಕೊಂಡಳು. ಅದು ಯಾವ ವಿವರಣೆಗೂ ತೆರೆದುಕೊಳ್ಳುವಂಥದ್ದಲ್ಲ, ಒಂದು ಕಾಲಘಟ್ಟದ, ಒಂದು ಪ್ರೀತಿಯ, ಒಂದು ಭಾವದ ಎಳೆ ತನ್ನ ಕೈಯಲ್ಲಿದೆ, ಅದು ದಿನೇಶನ ಅಣ್ಣ ಅವನಿಗೆ ಬರೆದಿದ್ದು ಎನ್ನುವುದನ್ನು ಹೊರತುಪಡಿಸಿದರೆ ಯಾರದೂ ಆಗಬಹುದು... ಬೆಚ್ಚನೆಯ ಪ್ರೀತಿಅಕ್ಷರಗಳು ಮಾತ್ರವಾಗಿರುವ ಆ ಗ್ರೀಟಿಂಗ್ಸ್ ಒಂಥರದಲ್ಲಿ ಕಾಲಾತೀತವಾಗಿ ಉಳಿದಿರುವುದನ್ನು ಶಬ್ದಗಳಲ್ಲಿ ಹಿಡಿದಿಡಲಾರೆ ಎನ್ನಿಸಿ ಸುಮ್ಮನಾದಳು.

ಮಂಜು ತನ್ನ ತಂದೆಯ ಗೆಳೆಯರ ಪತ್ರದ ಸನ್ನಿವೇಶ ಮುಗಿಸಿ ಹೇಳುತ್ತಿದ್ದ..

"ಕೆಲ ಸಲ ಅನ್ನಿಸುತ್ತೆ ಮನೆ ಒಳಗೆ ನಾವೇ ಒಂಥರದ ಉಸಿರು ಕಟ್ಟೋಹಾಗೆ ಒಂದು ಸೂಕ್ಷ್ಮ ಕ್ರೌರ್ಯ ಸೃಷ್ಟಿಸಿಕೊಳ್ತೀವಲ್ಲ ಅದೇ ಎಲ್ಲೋ ಒಂದು ಕಡೆ ನಮ್ಮ ನಿಜದ ಭಾವಗಳನ್ನು ನುಂಗಿಬಿಡುತ್ತಾ ಅಂತ... ನಮ್ಮಮ್ಮ ಮಾತ್ರ ಎಲ್ಲೂ ಅಪ್ಪನ ಆ ಪತ್ರಗಳ ಖಾಸಗಿತನಕ್ಕೆ, ಅವುಗಳ ನವಿರು ಪುಳಕಕ್ಕೆ ಅಡ್ಡಿ ಬರಲಿಲ್ಲ. ಆಗ ಅಷ್ಟು ಅರ್ಥವಾಗಿರಲಿಲ್ಲ, ಅಪ್ಪ ಕೂಡ ಅಮ್ಮಳೊಂದಿಗೆ ಒಂದು ಬಗೆಯ ಕೃತಜ್ಞತಾ ಪೂರ್ವಕವಾಗಿ ನಡೆದು ಕೊಳ್ತಿದ್ದರು. ಅಮ್ಮ ಹಾಗೆ ನಡೆದುಕೊಂಡಿದ್ದಕ್ಕೆ ಇರಬೇಕು ನಮ್ಮನೆಯಲ್ಲಿ ಆ ಬಗೆಯ ಸೂಕ್ಷ್ಮ ಕ್ರೌರ್ಯ ಎಲ್ಲೂ ಆವರಿಸಿರಲಿಲ್ಲ, ಅಮ್ಮ ಸತ್ತ ಮೇಲೆ ಅಪ್ಪ ತೀರಾ ಮಂಕಾಗಿಬಿಟ್ಟರಲ್ಲ ಆಗ ಇದೆಲ್ಲ ನನ್ನ ಗ್ರಹಿಕೆಗೆ ಸಿಕ್ತಾ ಹೋಯಿತು..."

ಮಾತು ನಿಲ್ಲಿಸಿದ ಮಂಜು ಕಂಪ್ಯೂಟರ್ ಪರದೆಯಲ್ಲಿ ಕಣ್ಣಿಟ್ಟ. ನಯನ ತನ್ನ ಟ್ಯಾಲಿ

ಶೀಟ್‌ಗಳಲ್ಲಿ ಮುಳುಗಿದಳು.

ತುಸು ಹೊತ್ತಿನ ನಂತರ ಇಂಟರ್‌ಕಾಂನಲ್ಲಿ ಫ್ರಂಟ್ ಆಫೀಸಿನಿಂದ ರೆಸಪ್ಷನಿಸ್ಟ್ ಕರೆ.

"ನಯನಾ... ದಿನೇಶ ಅವರನ್ನು ಕೇಳಿಕೊಂಡು ಯಾರೋ ಫೋನ್ ಮಾಡಿದ್ದಾರೆ, ನೀವು ಮಾತಾಡಿ ಮೆಸೇಜ್ ಏನಾದ್ರೂ ಇದ್ರೆ ತಗೋಳ್ತೀರಾ.."

"ಮೆಸೇಜ್ ತಗೊಂಡು ನಾನೇನು ಮಾಡಲಪ್ಪಾ... ಗಿವ್ ಹಿಸ್ ಸೆಲ್ ನಂಬರ್ ಆರ್ ರೆಸಿಡೆನ್ಸ್ ನಂಬರ್ ಆಂಡ್ ಟೆಲ್ ಹಿಮ್ ಟು ಕಾಂಟ್ಯಾಕ್ಟ್.. ಐ ಹ್ಯಾವ್ ಸೋ ಮಚ್ ಆಫ್ ವರ್ಕ್ ಟು ಫಿನಿಶ್.. ಯು ನೋ" ನಯನ ಹೇಳುತ್ತಲೇ ರಿಸೀವರ್ ಕುಕ್ಕಿದಳು. ನಯನನ ರೇಗುವಿಕೆ ಎಂದಿನ ಸಹಜಗತಿಯಲ್ಲಿತ್ತು.

2006

ಚಿಗುರು

"ಅರೆ ಟೆಲಿಫೋನ್ ಬಿಲ್ ಇಷ್ಟು ಹೆಂಗೆ ಬಂತು" ರಘು ಬಿಲ್ ಮೊತ್ತವನ್ನು ನೋಡುತ್ತ ಉದ್ಗರಿಸಿದ. ಯಾವ ಬಿಲ್‌ನ ದುಡ್ಡು ಎಷ್ಟಿದೆ ಎಂದು ಸರಿಯಾಗಿ ಗಮನಿಸುವ ಗೋಜಿಗೂ ಹೋಗದೇ ಎಲ್ಲ ಬಿಲ್‌ಗಳನ್ನೂ ಒಟ್ಟಿಗೇ ಸೇರಿಸಿ ಈಸಿ ಬಿಲ್‌ಗೋ, ಚೆಕ್ ಅನ್ನೋ ಕೊಡುವ ಅಥವಾ ತನಗೆ ಸಮಯವಿಲ್ಲವೆಂದು ಸೀಮಾನ ಕೈಗೋ ತುರುಕುವ ರಘು ತನ್ನದೇ ಓಟದಲ್ಲಿರುವವ. ಇವತ್ತು ಯಾರೊಂದಿಗೋ ಮೊಬೈಲ್‌ನಲ್ಲಿ ಮಾತಾಡುತ್ತಲೇ ನಿರಾಸಕ್ತಿಯಿಂದ ಅತ್ತ ಕಡೆಯ ಮಾತು ಕೇಳುತ್ತಿದ್ದವ ಕೈಯಲ್ಲಿದ್ದ ಬಿಲ್‌ಅನ್ನು ನೋಡುತ್ತ ಮಾತು ಮುಗಿಸುವಷ್ಟರಲ್ಲಿ ಬಿಲ್‌ಮೊತ್ತ ಅಚಾನಕ್ ಮನಸ್ಸಲ್ಲಿ ನಿಂತು ಕೇಳಿದ.

ತುಸು ಮುಂಚೆ ಊಟ ಮುಗಿಸಿ, ಗಿಡಗಳನ್ನಿಟ್ಟಿದ್ದ ಚಿಕ್ಕ ಬಾಲ್ಕನಿಯಲ್ಲಿ ನಾಲ್ಕಾರು ಹೆಜ್ಜೆಯ ತಮ್ಮ ಪುಟ್ಟ ವಾಕ್‌ಅನ್ನೂ ಮುಗಿಸಿ, ಬಾಗಿಲು ಮುಚ್ಚಿ ಬಂದ ಮೂರ್ತಿಯವರಿಗೆ ಮಗನ ಪ್ರಶ್ನೆ ತಮ್ಮನ್ನು ಉದ್ದೇಶಿಸಿದ್ದೇ ಎಂದು ತಿಳಿದು ಕಸಿವಿಸಿ. ಲ್ಯಾಂಡ್‌ಲೈನ್‌ನಿಂದ ಹೊರಗೆ ಕರೆಗಳನ್ನು ಮಾಡುವುದು ತಾನೊಬ್ಬನೇ.

ರಘು ಹಾಗೇ ಬಿಲ್ ಕೆಳಗಿನ ವಿವರಗಳನ್ನು ನೋಡುತ್ತಿದ್ದವ "ಏನಪ್ಪ ನೀನು...ಈ ನಂಬರ್ ರೋಮಿಂಗ್ ಇರೋ ಮೊಬೈಲ್.. ಇದಕ್ಕೆ ತುಂಬಾ ಸಲ ಫೋನ್ ಮಾಡಿದ್ದೀಯ.. ಮಾಡೋದು ಬೇಡ ಅಂತಲ್ಲ.. ರೋಮಿಂಗ್ ಇರೋದಕ್ಕೆ ದುಡ್ಡು ಜಾಸ್ತಿ ಆಗುತ್ತೆ, ನಿಂಗೆ ಅವೆಲ್ಲ ಗೊತ್ತೇ ಆಗಲ್ಲ.." ಆ ನಂಬರನ್ನೇ ನೋಡುತ್ತ ರಘು ಗದರುತ್ತಿದ್ದರೆ ಮೂರ್ತಿ ತಪ್ಪು ಮಾಡಿದ ಚಿಕ್ಕ ಹುಡುಗನಂತೆ ಸುಮ್ಮನೆ ನಿಂತರು. ಸೀಮಾ ಟೇಬಲ್ ಮೇಲಿನ ಅಡುಗೆ ಪದಾರ್ಥಗಳನ್ನು ಎತ್ತಿಡುತ್ತಿದ್ದಳು. ರಘು

ಮತ್ತೇನೋ ಹೇಳಲು ಹೊರಟಿದ್ದ.

"ಇನ್ನು ಮೇಲೆ ಮಾಡಲ್ಲ ಬಿಡು" ವಿಷಣ್ಣ ಧ್ವನಿಯಲ್ಲಿ ಹೇಳಿದ ಮೂರ್ತಿ ಮೆತ್ತಗೆ ತಮ್ಮ ಕೊಠಡಿಯತ್ತ ನಡೆದರು.

"ಹಂಗಲ್ಲಪ್ಪ, ನಾನೇನೂ ಕಟ್ಟಕಾಗಲ್ಲ ಅಂತ ಹೇಳಿದ್ದಲ್ಲ" ರಘುವಿನ ಧ್ವನಿಯಲ್ಲಿ ಆಗೀಗ ಸುಳಿದಾಡುವ ಸಂಪಾದನೆಯ ಹಮ್ಮು.

"ಅವನೇ ತೀರಿಕೊಂಡನಲ್ಲ... ಇನ್ನು ಆ ನಂಬರ್‌ಗೆ ಮಾಡಲ್ಲ ಬಿಡು" ಹಾಲ್‌ನಿಂದ ಕೊಠಡಿಯೊಳಗೆ ತೂರಿಕೊಳ್ಳುವ ಮುಂಚೆ ಬಾಗಿಲಲ್ಲೇ ನಿಂತ ಮೂರ್ತಿ ಕಳೆದ ತಿಂಗಳು ತೀರಿಕೊಂಡ ಗೆಳೆಯನ ನೆನಪಿನಿಂದಲೋ ಏನೋ ಮತ್ತಷ್ಟು ವಿಷಣ್ಣರಾದರು.

ರಘುವಿಗೆ ತಟ್ಟನೆ ಅರಿವಾಯಿತು, ಓ ಇದು ಅಪ್ಪನ ಖಾಸಾ ಗೆಳೆಯನ ನಂಬರ್. ಛೇ ತನಗೆ ನೆನಪೇ ಆಗಲಿಲ್ಲ ಎಂದುಕೊಳ್ಳುವಷ್ಟರಲ್ಲಿ

"ದಿಸ್ ಈ ಸ್ ಟೂ ಮಚ್ ರಘು... ಅವರಿಗೆ ಅವರದ್ದೇ ಆದ ಸ್ಪೇಸ್ ಇರಬಾರದು ಅನ್ನೋ ಥರ ಆಡಬೇಡ" ಈ ವರೆಗೂ ಸುಮ್ಮನಿದ್ದ ಸೀಮಾ ಸಿಡುಕಿದಳು.

"ನಾನು ಹಂಗೆಲ್ಲಿ ಹೇಳ್ದೆ ಈಗ.. ಏನೊಂಚೂರು ಫೋನ್ ಬಿಲ್ ಯಾಕೆ ಇಷ್ಟು ಬಂದಿದೆ ಅಂತ್ಲೂ ವಿಚಾರಿಸಬಾರದ" ಮಾತಿನ ಕೊನೆಯಲ್ಲಿ ಅವನು ಹೇಳದೇ ಇದ್ದರೂ ಅವನ ಧ್ವನಿಯಲ್ಲಿ ಮನೆಯ ಯಜಮಾನನಾಗಿ ಎಂಬ ಭಾವ ಇದ್ದಂತೆ ಸೀಮಾಗೆ, ಮೂರ್ತಿಯವರಿಗೆ ಇಬ್ಬರಿಗೂ ತಟ್ಟಿತು. ಆ ಕ್ಷಣಕ್ಕೆ ಮೂರ್ತಿ ಮತ್ತು ಸೀಮಾ ಫಕ್ಕನೆ ಪರಸ್ಪರ ಒಬ್ಬರನ್ನೊಬ್ಬರು ನೋಡಿಕೊಂಡರು. ಆ ಅರೆಕ್ಷಣದಲ್ಲಿ ಇಂಥ ಭಾವ ಹೊಳೆಯಿಸಿದ ಒಂದು ಅರ್ಥೈಸಿಕೊಳ್ಳುವಿಕೆ ಇತ್ತು. ಮೂರ್ತಿಯವರಿಗೆ ನಿಜಕ್ಕೂ ಏನು ಪ್ರತಿಕ್ರಿಯಿಸಬೇಕೆಂದೇ ತಿಳಿಯದೇ ಮತ್ತೆ ಸುಮ್ಮನೆ ನಿಂತರು.

"ವಿಚಾರಿಸಬಾರದು ಅಂತಲ್ಲ.. ಆದರೆ ವಿಚಾರಿಸೋ ಧ್ವನಿ ಇದೆಯಲ್ಲ ..ಅದು.."

"ಏನು ಅದು.. ಅರ್ಧಂಬರ್ಧ ಮಾತಾಡಬೇಡ, ಪೂರ್ಣ ಹೇಳು.."

"ನೀನು ಇನ್ನೊಬ್ಬರ ಸ್ಪೇಸ್‌ನಲ್ಲಿ ಯಾವಾಗ್ಲೂ ತಲೆ ತೂರಿಸೋ ಹಕ್ಕು ಸಿಂಗಿದೆ ಅಂದುಕೊಂಡು ಬಿಟ್ಟಿದ್ದೀಯ ಅಷ್ಟೆ" ಸೀಮಾ ರೇಗಿದರೂ ಧ್ವನಿ ಐಸ್ ಕ್ಯೂಬ್‌ನಷ್ಟು ತಣ್ಣಗೆ.

ವೈರ್‌ಲೆಸ್‌ಫೋನಿನ ಬಿಲ್ ಯಾವುದಕ್ಕೋ ತಂತಿ ಬಿಗಿಯುತ್ತಿದೆ. ಮೂರ್ತಿಯವರು ರೂಮಿಗೆ ಹೋಗಿಬಿಡಲೇ, ಅಥವಾ ಏನಾದ್ರೂ ಮಾತಾಡಲೇ ಅಂದುಕೊಳ್ಳುತ್ತ ಸುಮ್ಮನೆ ನಿಂತರು.

"ಬಿಲ್ ಮೊತ್ತಕ್ಕಿಂತ ಅಷ್ಟು ಬಿಲ್ ಬರುವಂತೆ ಅಪ್ಪ ಗೆಳೆಯನೊಂದಿಗೆ ಮಾತನಾಡಿದ್ದನ್ನು ತಾನು ಸಹಿಸದೇ ಹೇಳಿದೆನೇ... ಇದೇ ಅಪ್ಪ ತಾನು ಗೆಳೆಯರೊಂದಿಗೆ ಭಾನುವಾರ

ಇಡೀ ದಿನ ಮಾತಾಡಲು, ಸುತ್ತಾಡಲು ಹೋಗಿದ್ದಕ್ಕೆ ಕಾಲೇಜಿಗೆ ಹೋಗುತ್ತಿರುವ ಮಗ ಎನ್ನುವುದನ್ನೂ ಲೆಕ್ಕಿಸದೇ ಕೆಟ್ಟದಾಗಿ ಬೈದು, ಅಮ್ಮನಿಗೂ ನೀನೇ ಸಲಿಗೆ ಕೊಟ್ಟಿದ್ದು ಅಂತ ಬೈಯ್ದು... ಎಷ್ಟು ಸಲ ಆಗೆಲ್ಲ ಹಾಗೆ ಮಾಡಿಲ್ಲ ಇವರು... ಪ್ರತಿ ಬಾರಿ ಕಾಲೇಜಿನ ಫೀ ತುಂಬುವಾಗ ತಾನು ಎಷ್ಟು ಸಂಕೋಚದಿಂದ ಕೇಳುವಂತೆ ಅಪ್ಪನ ವರ್ತನೆ ಇರುತ್ತಿತ್ತಲ್ಲ, ಗೆಳೆಯರೊಂದಿಗೆ ಸಿನಿಮಾಗೋ, ಬೇರೆ ಯಾವುದೋ ಚಿಕ್ಕಪುಟ್ಟ ಖರ್ಚಿಗೂ ಕೈಒಡ್ಡುವಾಗ ಹೆಚ್ಚೇನೂ ಹೇಳದೇ ಕೊಟ್ಟರೂ ಪೈಸೆಪೈಸೆ ಲೆಕ್ಕ ಕೇಳುವ ಭಾವಭಂಗಿ ಇರುತ್ತಿತ್ತಲ್ಲ... ತನಗೆ ಮಾತ್ರವಲ್ಲ, ಅಮ್ಮ ಮನೆ ಖರ್ಚಿಗೆ ಹಣ ಕೇಳಿದರೂ ಅದ್ಯಾಕೆ ಇಷ್ಟಾಯ್ತು, ನೋಡಿ ಖರ್ಚುಮಾಡು ಎಂಬ ಮಾತಿಲ್ಲದೇ ಅಪ್ಪ ಕೊಟ್ಟಿದ್ದುಂಟೇ... ತಾನು ಅದರ ನೆನಪಲ್ಲಿ ಹೀಗೆ ಮಾಡ್ತಿಲ್ಲ ತಾನೆ...' ರಘುವಿನಲ್ಲಿ ಯೋಚನೆಯ ಎಳೆ ಹೀಗೆ ಹಾದುಹೋಗುತ್ತಿರುವಾಗ ಸೀಮಾ ಮೆತ್ತಗೆ ಹೇಳಿದಳು.

"ನಂಗೆ, ಮಾವಂಗೆ ನಮ್ಮದೇ ಆದ ಒಂದಿಷ್ಟು ಸ್ವಂತ ಭಾವನೆಗಳು ಇರುತ್ತೆ, ನೀನು ಅದನ್ನು ಅತಿಕ್ರಮಿಸಬಾರ್ದು ಅಂತ ನಿಂಗ್ಯಾಕೆ ಅರ್ಥವಾಗಲ್ಲ ಹೇಳು"

"ಯಾವುದನ್ನೋ ಯಾವುದಕ್ಕೋ ಕೊಂಡಿಯಾಗಿಸ್ತೀಯ ಸೀಮಾ... ನಂಗೆ ಅದು ತೀರಿಕೊಂಡ ಆ ಅಂಕಲ್‌ದು ಅಂತ ನೆನಪಾಗ್ಲಿಲ್ಲ ಅಷ್ಟೇ... ದಿಸ್ ಈಸ್ ಆಲ್ಸೋ ಟೂ ಮಚ್ ಯಾ.. " ಬಿಲ್ ಟೇಬಲ್ ಮೇಲೆ ಎಸೆದವನೇ ರಘು ಬೆಡ್‌ರೂಮಿಗೆ ನಡೆದ. ಅವನು ದಾಪುಗಾಲಿಟ್ಟು ನಡೆದಿದ್ದರಲ್ಲೇ ಅವರಿಬ್ಬರ ನಡುವೆ ಜಗಳ ಮತ್ತೆ ಮುಂದುವರೆ ಯುವ ಸೂಚನೆ ಇತ್ತು. ತಮ್ಮ ಕೊಠಡಿಗೆ ಹೋಗದೆ ಮೂರ್ತಿಯವರು ಸೀಮಾನೊಂದಿಗೆ ಸೇರಿ ಟೇಬಲ್ ಮೇಲಿದ್ದ ಅಡುಗೆ ಪಾತ್ರೆಗಳನ್ನು ಸಿಂಕ್‌ನಲ್ಲಿ, ಉಳಿದ ಅಡುಗೆಯನ್ನು ಫ್ರಿಜ್‌ನಲ್ಲಿ ಇಡತೊಡಗಿದರು. ಸೀಮಾ ಮಾತಾಡುವ ಲಹ-ರಿಯಲ್ಲಿ ಇಲ್ಲವೆಂದು ಅವಳ ಧುಮುಗುಡುವ ಮುಖ ನೋಡಿಯೇ ಅರ್ಥವಾದ ಮೂರ್ತಿಯವರು ತಾವೂ ಮಾತನಾಡದೇ ಮೆತ್ತಗೆ ಕೊಠಡಿಗೆ ಜಾರಿಕೊಂಡರು.

ಆ ಕಡೆ ಕೊಠಡಿಯ ಬಾಗಿಲು ಮುಚ್ಚಿದ್ದರೂ ಮಾತು ತುಸು ಜೋರಾಗಿಯೇ ಅಸ್ಪಷ್ಟವಾಗಿ ಕೇಳುತ್ತಿತ್ತು. ಯಾಕೋ ಅವರಿಬ್ಬರ ನಡುವಿನ ಜಗಳಕ್ಕೆ ತಾನೂ ಒಂದು ಕಾರಣವಾಗ್ತಿದ್ದೀನ ಎಂದು ಮಜುಗರ ಪಡುತ್ತ ನಿದ್ದೆ ಬಾರದಿದ್ದರೂ ಏನೂ ಓದಲೂ ಮನಸ್ಸಾಗದೇ ಲೈಟ್ ಆಫ್ ಮಾಡಿ ಮಲಗಿದರು.

ಅರ್ಧಗಂಟೆಯ ನಂತರ "ನಿದ್ದೆ ಮಾಡಿದ್ರಾ ಮಾವ" ಕೇಳುತ್ತಲೇ ಒಳಬಂದ ಸೀಮಾ "ನಾನೊಂದು ಪುಸ್ತಕ ತಗೊಳ್ತೀನಿ" ಎಂದಳು.

"ಓದಕ್ಕಾ.. ಇನ್ನೂ ನಿದ್ದೆ ಬಂದಿಲ್ಲವೇನಮ್ಮ"

"ಓದಕ್ಕಲ್ಲದೆ ಇನ್ನೇನು... ತಲೆ ಇಟ್ಟು ಮಲಗಕ್ಕಾ" ಚಿಕ್ಕ ಮಗುವಿನ ಹಠದಲ್ಲಿ ಕೆನ್ನೆಯುಬ್ಬಿಸಿ ದಳು. ಅವಳು ಲೈಟ್ ಹಾಕಿ, ಆ ಕಡೆ ತಿರುಗಿ ಅವರ ರ್‍ಯಾಕ್‌ನಲ್ಲಿ ಹುಡುಕ ತೊಡಗಿದಳು.

"ಸೀಮಾ... ನೀನಾದ್ರೂ ಯಾಕೆ ಇಷ್ಟು ಹಠ ಮಾಡ್ತೀಯಮ್ಮ" ಬಹುಮೆಲ್ಲಗೆ ಕೇಳಿದರು.

"ನಿಮಗರ್ಥವಾಗಲ್ಲ ಸುಮ್ನಿರಿ ಮಾವಾ..." ಸಲಿಗೆಯಿಂದ ತುಸು ರೇಗಿದಳು.

ಲೈಟ್ ಆಫ್ ಮಾಡಿ ಪುಸ್ತಕ ತೆಗೆದುಕೊಂಡು ಹೊರಟವಳು ಮತ್ತೆ ಬಂದು ಅವರ ಮಂಚದ ಮೇಲೆ ಕುಳಿತಳು.

"ಮಾವಾ.. ರಘೂನು ಯಾಕೆ ಇಷ್ಟು ಹಠ ಮಾಡಬೇಕು ನೀವೇ ಹೇಳಿ.. ನಂಗೂ ಮಕ್ಕಳು ಅಂದ್ರೆ ಆಸೆ ಇದೆ. ನಾನು ಹೇಳಿದ್ದು ಈಗ ಬೇಡ, ನನ್ನ ಇದೊಂದು ಟ್ರೈನಿಂಗ್ ಪ್ರಾಜೆಕ್ಟ್ ಆಗಲಿ, ಆಮೇಲೆ ಮಾಡ್ಕೊಳ್ಳೋಣ, ಅಂತ ಅಂದೆ ಅಷ್ಟೇ, ಬೇಡವೇ ಬೇಡ ಅಂತೇನೂ ಹೇಳಿಲ್ಲವಲ್ಲ, ಬೇಕಂತ್ಲೇ ಪ್ಲಾನಿಂಗ್ ತಪ್ಪಿಸಿ... ಈಗ..." ಮುಂದೆ ಹೇಳಲು ಸಂಕೋಚವಾಗಿ ಸುಮ್ಮನಾದಳು. ರಘು ಆದ್ರೂ ಯಾಕೆ ಇಷ್ಟು ಹಠ ಮಾಡಬೇಕು, ಯಾಕೆ ಅವನೂ ಚೂರು ಸೋಲಬಾರದು ಎಂಬ ಪ್ರಶ್ನೆಗೆ ಉತ್ತರ ವಿಲ್ಲದ ಮೂರ್ತಿ ಸುಮ್ಮನಾದರು.

"ಈಗ್ನೋಡಿ... ಅವನು ಎರಡು ತಿಂಗಳು ಸ್ಟೇಟ್ಸ್‌ಗೆ ಹೋಗ್ತಾನೆ, ಅದೂ ಇನ್ನು ಮೂರು ದಿನದಲ್ಲಿ ಅವನು ಹೊರಡ್ತಿದಾನೆ, ಹಂಗಾದ್ರೆ ಇದರ ಬಗ್ಗೆ ಅಂವಂದೇನೂ ಜವಾಬ್ದಾರಿ ಇಲ್ವಾ ಮಾವ.. ಕೆರಿಯರ್ ಅವಂಗಷ್ಟೇ ಅಲ್ಲ ಮಾವ, ನಂಗೂ ಇದೆ. ನಂಗಿಂತ ಜಾಸ್ತಿ ಸಂಪಾದಿಸ್ತಾನೆ, ನಿಜ, ಆದರೆ ಕೆರಿಯರ್‌ನಲ್ಲಿ ಪ್ರೋಗ್ರೆಸ್ ಇಬ್ರಿಗೂ ಸಮ ಅಲ್ವಾ..."

ಒಂದು ವಾರದಿಂದ ಈ ದುಸುಮುಸು ಅವರಿಬ್ಬರಲ್ಲಿ ನಡೆದಿರೋದು ಮೂರ್ತಿಯವರಿಗೂ ಅರಿವಿಗೆ ಬಂದಿತ್ತು. ಒಂದೂವರೆ ತಿಂಗಳಾಯ್ತು ಅಂತ ಗಾಭರಿಯಾದ ಸೀಮಾ ಕನ್ಸೀವ್ ಆಗಿರೋದು ದೃಢವಾಗುತ್ತಲೇ ತಾನಿದನ್ನು ತೆಗೆಸೋದೆ ಅಂತ ಹಠ. "ಆಗಿಬಿಟ್ಟಿದೆಯಲ್ಲ, ಯಾಕೆ ಸುಮ್ಮನೆ ತೆಗೆಸೋದು, ಮೂರು ವರ್ಷ ಕಾದಿದ್ದಾಯ್ತಲ್ಲ, ಇನ್ನೂ ಎಷ್ಟು ದಿನ ಅಂತ ಮುಂತಳ್ಳೋದು, ಅಲ್ದೆ ಆ ಎನ್‌ಜಿಒನಲ್ಲಿ ಕೆಲಸ ಮಾಡ್ತಿರೋ ನೀನು ರಜೆ ತಗೊಂಡರೆ ಏನೀಗ, ಅದರಲ್ಲಿ ಏನಂತಹ ಮಹಾ ಕೆರಿಯರ್ ಪ್ರೋಗ್ರೆಸ್" ಅಂತ ರಘು ವಾದ. "ನೀನೊಬ್ಬನೇ ಟೆಕ್ಕಿ ಗೈ, ಲಕ್ಷ ಲಕ್ಷ ಸಂಪಾದನೆ ಮಾಡ್ತೀನಿ ಅಂತ ಹಮ್ಮು ನಿಂಗೆ... ನಾಲ್ಕು ತಿಂಗಳು ನಾನು ಇರ್ಮಾಗೆ ರಿಸೋರ್ಸ್‌ಪರ್ಸನ್ ಆಗಿ ಹೋಗಿ ಬಂದ ನಂತರ ಯೋಚಿಸೋಣ ಅಂತ ಹೇಳಿರಲಿಲ್ಲವಾ, ಪ್ಲಾನಿಂಗ್ ತಪ್ಪಿಸಿ ನೀನು ಹೀಗೆ ಮಾಡಿದ್ಯಲ್ಲ, ಇದು ಮೋಸ ಅಲ್ವಾ... ನಿಂಗೆ ಅಪ್ಪ ಆಗೋದು ಅಂದ್ರೆ ಸುಲಭ, ನೀನೇನೂ ಹೊತ್ತು ಹೆರಬೇಕಿಲ್ಲವಲ್ಲ, ಅದೆಲ್ಲ ನನ್ನ ತಲೆನೋವು ತಾನೆ" ಸೀಮಾನ ಮಾರುತ್ತರ.

"ಆಮೇಲೆ ರಿಸೋರ್ಸ್‌ಪರ್ಸನ್ ಆಗಿ ಹೋಗಕ್ಕೇ ಆಗಲ್ಲವಾ... ದೊಡ್ಡ ರಿಸೋರ್ಸ್‌ಪರ್ಸನ್ ಪಟ್ಟ ನೋಡು" ರಘು ರೇಗಿದಷ್ಟೂ ಸೀಮಾನ ಹಠ ಹೆಚ್ಚುತ್ತಲೇ ಇತ್ತು. ಮೂರ್ತಿಯವರು ಯಾವುದರಲ್ಲೂ ತಲೆ ಹಾಕುವುದೇ ಬೇಡ, ಅವರಿಬ್ಬರೇ ಏನಾದ್ರೂ

ನಿರ್ಧಾರ ತೆಗೆದುಕೊಳ್ಳಲಿ ಅಂತ ಸುಮ್ಮನೇನೋ ಇದ್ದರು. ಆದರೂ ಯಾಕೋ ಇವಳು ಎಲ್ಲಾದ್ರೂ ನಿಜಕ್ಕೂ ಡಾಕ್ಟರ್ ಹತ್ತಿರ ಹೋಗಿ ಗರ್ಭ ತೆಗೆಸಿಕೊಂಡು ಬಿಟ್ಟರೆ ಎಂಬ ಚಿಕ್ಕ ಕಂಪನವೂ ಇತ್ತು.

"ಬೆಳಿಗ್ಗೆ ಯೋಚಿಸೋಣ, ಈಗ ಮಲ್ಕೋ ಹೋಗಮ್ಮ. ಸುಸ್ತಾಗಿದ್ದೀಯ" ಮೂರ್ತಿ ತಲೆ ಸವರಿದರು. ಸೀಮಾ ಕಣ್ಣೊರೆಸಿಕೊಳ್ಳುತ್ತ ಎದ್ದು ಪುಸ್ತಕ ಹಿಡಿದು ಹೊರಟಳು. ಅಷ್ಟೆಲ್ಲ ಪ್ರೀತಿಸಿ ಮದುವೆಯಾದ ಇಬ್ಬರೂ ಈಗ ವೃತ್ತಿಯ ವಿಷಯಕ್ಕೆ ರಗಳೆ ಹಚ್ಚಿಕೊಂಡು ಹೀಗೆ ಪ್ರೀತಿ ಒಣಗಿಸಿಕೊಳ್ತಾರಲ್ಲ ಅಂತ ಮೂರ್ತಿಯವರಿಗೆ ಸಂಕಟ. ಬಾಗಿಲವರೆಗೆ ಹೋದವಳು ಮತ್ತೆ ಬಂದು ಮಂಚದ ಮೇಲೆ ಕುಳಿತಳು.

"ಮಾವ... ರಘು, ನಾನು ಎಷ್ಟು ಪ್ರೀತಿಸ್ತಾ ಇದ್ದೀವಿ ನಿಮಗ್ಗೊತ್ತಿದೆ... ಈ ಮೂರು ವರ್ಷಗಳಲ್ಲಿ ಅವನನ್ನ ಹೆಚ್ಚು ಹೆಚ್ಚು ಅರ್ಥ ಮಾಡ್ಕೊಳ್ಳಕ್ಕೆ ಪ್ರಯತ್ನ ಮಾಡಿದೀನಿ. ಮೊದಲಿಂದ ಅಷ್ಟು ಸರಿಯಾಗಿ ಅರ್ಥಕ್ಕೆ ಸಿಗದ ಒಂದು ಭಾವನೆ ನನ್ನನ್ನ ಆಗೀಗ ಕಾಡ್ತಾ ಇತ್ತು ಮಾವಾ.. ಈಗ ನೀವು ನಮ್ಮ ಜತೆಗೆ ಇರೋಕೆ ಶುರು ಮಾಡಿದ ನಂತರ ಆ ಭಾವನೆ ಚೂರು ಗ್ರಹಿಕೆಗೆ ಸಿಗ್ತಾ ಇದೆ" ತೀರಾ ಮೆತ್ತಗೆ, ಆದರೆ ವಿಚಿತ್ರ ದೃಢತೆ ತುಂಬಿದ್ದ ಧ್ವನಿಯಲ್ಲಿ ಹೇಳಿದಳು.

'ದೇವ್ರೇ.. ಇವಳು ಹೇಳಲು ಹೊರಟಿದ್ದಾದರೂ ಏನು.. ತಾವು ಬಂದು ಜತೆಗೆ ಇರೋದು ಇವರಿಬ್ಬರಿಗೂ ಅವರ ಖಾಸಗಿ ದಿನಗಳಲ್ಲಿ ಯಾರದೋ ಉಸಿರಾಟ ಕೇಳುತ್ತಿರುವಂತೆ ಭಾಸವಾಗುತ್ತಿಲ್ಲ ತಾನೆ.. ತನ್ನಿಂದೇನಾದರೂ ಇವರ ಖಾಸಗಿತನಕ್ಕೆ ಧಕ್ಕೆಯಾಗುತ್ತಿದೆಯೇ...' ಮೂರ್ತಿಯವರಲ್ಲಿ ಏನೆಲ್ಲ ಊಹೆಗಳು ಹಾದುಹೋಗುತ್ತ ಸಂಕೋಚದಿಂದ ಹಿಡಿಯಾಗುವಂತೆ.

"ರಾತ್ರಿ ರಘು ವಿಚಾರಣೆ ಥರಾ ಮಾತಾಡಿದನಲ್ಲ... ಅವನ ಜಾಗದಲ್ಲಿ, ಆ ಸ್ಥಾನದಲ್ಲಿ ಇದ್ದ ಬೇರೇ ಯಾವ ಗಂಡಸೇ ಆದ್ರೂ ಹಂಗೇ ಮಾಡ್ತಿದ್ದ ಅನ್ನಿಸುತ್ತೆ. ಬಹುಶಃ ಅವನ ವಯಸ್ಸಲ್ಲಿ ನೀವೂ ಅತ್ತೆಯವರೊಂದಿಗೆ, ನಿಮ್ಮ ಅಪ್ಪನೊಂದಿಗೆ ಹಿಂಗೇ ವರ್ತಿಸಿರಬಹುದು. ಅಂದ್ರೆ.... ಹ್ಯಾಗೆ ಹೇಳೋದು ಗೊತ್ತಾಗ್ತಿಲ್ಲ ಮಾವ... ಇಷ್ಟು ದುಡಿಯುವ, ಇಷ್ಟೆಲ್ಲವನ್ನು ಸಂಭಾಳಿಸುವ, ಪ್ರತಿಯೊಂದರ ಹಣಕಾಸಿನ ಜವಾಬ್ದಾರಿಯನ್ನು ತೆಗೆದುಕೊಳ್ಳುವ ತನ್ನ ಮಾತನ್ನು ಮನೆಯಲ್ಲಿರೋ ಬೇರೆ ಎಲ್ಲ ಹೆಂಗಸರು, ಗಂಡಸರು ಕೇಳಬೇಕು ಅಂತನ್ನೋ ಒಂದು ಭಾವನೆ ಇರುತ್ತಾ ಅಂತ.. ಮೇಲ್ ಇಗೋ ಅಥವಾ ಮೇಲ್‌ಚ್ಯುವೆನಿಸಂ ಅಂತಲ್ಲ.. ಅದಕ್ಕೂ ಮೀ-ರಿದ ಯಾವುದೋ ಒಂದು ಭಾವನೆ ದುಡಿಯುವ ಹಮ್ಮಿನ ಜತೆ ಸೇರಿರುತ್ತಾ ಅಂತ... ನಂಗೆ ಸರಿಯಾಗಿ ಗೊತ್ತಾಗ್ತಿಲ್ಲ.. ಜಸ್ಟ್ ಐ ಆಮ್ ಟ್ರೈಯಿಂಗ್ ಟು ಅಂಡರ್‌ಸ್ಟ್ಯಾಂಡ್" ಸೀಮಾ ಗಂಭೀರವಾಗಿ ಒಂದೊಂದೇ ವಾಕ್ಯವನ್ನು ನಿಧಾನಕ್ಕೆ ಹೇಳಿದಳು. ಮೂರ್ತಿಯವರ ಗ್ರಹಿಕೆಗೂ ಇಂಥದೊಂದು ಭಾವ ಅರೆಬರೆಯಾಗಿ ನಿಲುಕಿತ್ತು. ರಘು ಹಾಗೆ ವರ್ತಿಸಿದಾಗೆಲ್ಲ ಅವರಿಗೂ ಎಷ್ಟೋ ಬಾರಿ ಮೊದಲು ತನ್ನ

ಕೈ ನಡೆಯುವಾಗ ತಾನು ಇದೇ, ಥೇಟ್ ಇದೇ ಭಾವಭಂಗಿಯಲ್ಲೇ ಆಗೆಲ್ಲ ಮನೆ ನಡೆಸ್ತಿದ್ದೆನಲ್ಲ, ಹೆಂಡತಿಯನ್ನು, ಶಾಲೆಗೆ ಹೋಗುವ ರಘುವನ್ನು, ವಯಸ್ಸಾಗಿದ್ದ ಅಪ್ಪನನ್ನು ಹೀಗೆಯೇ ನಡೆಸಿಕೊಳ್ಳುತ್ತಿದ್ದೆನಲ್ಲ ಎನ್ನುವ ತಮ್ಮ ಚಹರೆ ನೆನಪಿಗೆ ಬರುತ್ತಿತ್ತು. ಮೂರ್ತಿ ಯವರು ಮಾತಾಡಲಿಲ್ಲ. ಮತ್ತೆ ಅವಳೂ ಮಾತಾಡಲಿಲ್ಲ. ಅರೆಕ್ಷಣ ಹಾಗೆಯೇ ಕಿಟಕಿಯ ಪರದೆಯನ್ನೇ ದಿಟ್ಟಿಸುತ್ತ ಕುಳಿತವಳು ಮತ್ತೆ ಎದ್ದು ಮೆಲ್ಲನೆ ಬಾಗಿಲು ಕೊಂಚ ಮುಂದೆ ಮಾಡಿಕೊಂಡು ಹೋದಳು.

ಅವಳು ಹೋದ ನಂತರ ಎಷ್ಟೋ ಹೊತ್ತು ಏನೇನೋ ಯೋಚನೆಗಳು ಮೂರ್ತಿ ಯವರಿಗೆ. ಸೀಮಾ ಹೇಳಿದ್ದರಲ್ಲಿ ಏನೋ ಅಸ್ಪಷ್ಟವಾದ ಭಾವ ಇದೆ... ಅದು ತನಗೂ ಹೊಳೆದ ಭಾವ. ಮತ್ತೆ ತೀರಿಕೊಂಡ ಹೆಂಡತಿ, ಗೆಳೆಯ ಹೀಗೆ ಏನೇನೋ ನೆನಪುಗಳ ಮಧ್ಯೆ ನಿದ್ರೆ ಬಾರದೆ ಹೊರಳಾಡಿದರು. ಅವಳ ಸಾವು ತನ್ನನ್ನು ಹೀಗೆ ಇಷ್ಟು ಒಂಟಿಯಾಗಿ ಮಾಡುತ್ತದೆ ಎಂದುಕೊಂಡಿರಲಿಲ್ಲವಲ್ಲ... ಅವಳು ಹೋದಾಗಿನಿಂದ ಯಾರ ಪ್ರೀತಿಯ ಒಂದು ಜೀವಸ್ಪರ್ಶವೂ ಇಲ್ಲದೆ ಹೀಗೆ ಒಣಗಿದ ಕೊರಡಿನಂತೆ ಬದುಕುವುದು... ದೇವರೇ ಎಂಥ ಶಿಕ್ಷೆ ತಂದಿಟ್ಟೆಯೋ... ಕೊನೇ ಪಕ್ಷ ಮೊನ್ನೆ ಮೊನ್ನೆಯವರೆಗೆ ಸತ್ಯನಾದ್ರೂ ಇದ್ದ, ಅವನೊಂದಿಗೆ ಏನಾದ್ರೂ ಹೇಳಿಕೊಂಡು ಹಗುರಾಗಬಹುದಿತ್ತು. ಈಗ ಆತ್ಮದ ಭಾವನೆಗಳನ್ನು ಯಾರೆದುರಾದರೂ ಹರವಿಟ್ಟು, ಬಿಚ್ಚಿ ಹಗುರಾಗದೇ, ಎಲ್ಲ ಒಳಗೊಳಗೇ ಹುತ್ತಕಟ್ಟುತ್ತ... ಎಂದಿಲ್ಲದ ಯಾತನೆ.

ಬೆಳಿಗ್ಗೆ ಎದ್ದು ಎಂದಿನಂತೆ ಸೀಮಾಳಿಗೆ ಅಡುಗೆ ಕೆಲಸದಲ್ಲಿ ತುಸು ನೆರವಾಗುವಾಗ ಅವಳು ಕೊಂಚ ಸುಸ್ತಾದಂತೆ ಕಾಣಿಸಿದಳು.

"ಯಾಕಮ್ಮಾ... ಸರಿಯಾಗಿ ನಿದ್ದೆ ಆಗಿಲ್ವಾ" ಮೂರ್ತಿಯವರು ಕೇಳಿದರೆ ಆಯ್ತಪ್ಪ ಎನ್ನುತ್ತಲೇ ಗಡಿಬಿಡಿಯಿಂದ ರಘುವಿಗೆ ಡಬ್ಬಿ ಪ್ಯಾಕ್ ಮಾಡಿದಳು. ಅವಳು ಬಾತ್‌ರೂಂನಲ್ಲಿದ್ದ ಸಮಯ ನೋಡಿದ ರಘು ಪೇಪರ್ ಹಿಡಿದಿದ್ದ ಮೂರ್ತಿಯವರ ಬಳಿ ಬಂದು "ನೀನಾದ್ರೂ ಅವಳಿಗೆ ಚೂರು ಬುದ್ಧಿ ಹೇಳಬಾರದ ಅಪ್ಪಾ.. ಏನೋ ಇತ್ತೀಚಿಗೆ ನೀವಿಬ್ಬರೂ ಅತಿಯಾಗಿ ಆಡ್ತಿದ್ದೀರಿ..." ಅಂತ ರೇಗಿದ.

ಮೂರ್ತಿಯವರು ಮಾತಾಡದೇ ಸುಮ್ಮನೇ ದಿಟ್ಟಿಸಿದರು.

ವಾರದ ಹಿಂದೆ ಸೀಮಾನೂ ಹೀಗೆಯೇ ರೇಗಿದ್ದಳಲ್ಲ... "ಮಾವ.. ಮೊದ್ಲು ರಘು ಇಷ್ಟು ಹಠ ಮಾಡ್ತಿರಲಿಲ್ಲ, ನೀವು ಮೊಮ್ಮಗ ಬೇಕು ಅಂತ ಅವರ ತಲೆ ತುಂಬಿಸಿದೀರಿ ಕಾಣುತ್ತೆ, ನಿಮಗಿಬ್ಬರಿಗೂ ನಾನು ನಿಮ್ಮ ವಂಶೋದ್ಧಾರಕನನ್ನು ಹೆತ್ತುಕೊಡೋ ಯಂತ್ರದ ಥರಾ ಅಷ್ಟೇ... ನಂಗೂ ಎಲ್ರ ಹಾಗೆ ಮಗು ಬೇಕು ಅಂತ ಆಸೆಯಾಗುತ್ತೆ, ನಿಜ, ಆದ್ರೆ ಅದಕ್ಕೆ ನನ್ನ ಸಮಯ ಹೊಂದಿಸ್ಕೋಬೇಕಲ್ವಾ... ನನ್ನ ಕೆರಿಯರ್ ಸ್ಥಿತಿಗತಿ ಏನಿದೆ, ಯಾವಾಗ ರಜೆ ತಗೋಬಹುದು ಎಲ್ಲ ನೋಡ್ಕೊಂಡು ಮಗು ಬಗ್ಗೆ ಪ್ಲಾನ್ ಮಾಡೋದು, ಯಾವಾಗ ಬೇಕಾದ್ರೆ ಅವಾಗ ಮಗು ಮಾಡ್ಕೊಳೋಕೆ ಆಗಲ್ಲವಲ್ಲ"

"ಸೀಮಾ... ನಂಗೆ ಇತ್ತೀಚಿಗೆ ವಂಶಗಿಂಶ ಮುಂದುವರೀಬೇಕು ಅಂತೆಲ್ಲ ಯಾವ ಗೀಳೂ ಇಲ್ಲ ಕಣಮ್ಮ... ನಿಮ್ಮತ್ತೆ ತೀರಿಕೊಂಡ ನಂತರ ಎಲ್ಲ ಸಂಬಂಧವೂ ಎಷ್ಟು ನಿಜವೋ ಅಷ್ಟೇ ಹುಸಿ ಕೂಡ ಅಂತನ್ನಿಸ್ತಿದೆ. ಅದ್ರಲ್ಲೂ ಹೋದ ತಿಂಗಳು ಸತ್ತ್ಯಾನ ಹೆಣ ಆ ಕ್ರಿಮಟೋರಿಯಂನ ಕೆಂಪು ಬಾಯೊಳಗೆ ಹೋಗೋದು ನೋಡಿದ ನಂತರ ನನ್ನ ಮನಸ್ಸು ತೀರಾ ಕೆಟ್ಟಿದೆಯಮ್ಮ.. ಒಂದು ಸಲ ಸತ್ತ ನಂತರ ಮುಗೀತಮ್ಮ, ಈ ವಂಶ, ಲೆಗಸಿ, ರಕ್ತಸಂಬಂಧ ಯಾವುದು ಜತೆಗೆ ಬರುತ್ತೆ ಹೇಳು... ಉಸಿ-ರಿರೋವರೆಗೆ ಸುತ್ತಲಿನವರ ಪ್ರೀತಿಯನ್ನು ಅನುಭವಿಸೋದು, ನಾವೂ ನಿಷ್ಕಾರಣವಾಗಿ ಪ್ರೀತಿಸೋದು, ಈ ಎರಡಕ್ಕೆ ಚೂರು ಅರ್ಥ ಇರ್ಬಹುದು ಅಷ್ಟೇ" ಭಾರವಾದ ಸ್ವರದಲ್ಲಿ ಹೇಳಿ ಎದ್ದು ಒಳಗೆ ಹೋಗಿದ್ದರು. ತುಸು ಹೊತ್ತಿನಲ್ಲಿ ಒಳಬಂದ ಸೀಮಾ "ಸಾರಿ ಮಾವ.. ಯಾಕೋ ನನ್ನ ತಲೆ ಕೆಟ್ಟಿದೆ ಅಷ್ಟೇ" ಎಂದವಳೇ ಮತ್ತೆ ಸರಿದು ಹೋಗಿದ್ದಳು. ಅದೀಗ ನೆನಪಾಗಿದ್ದೇ ಅವನಿಗೆ ಏನೂ ಹೇಳದೇ ಸುಮ್ಮನಾದರು.

ಅವನು ಹೋದ ನಂತರ 'ಓಕರಿಕೆ ಬರ್ತಿದೆ, ಏನು ತಿನ್ನಕ್ಕೂ ಮನಸ್ಸಾಗಲ್ಲ, ಸಣ್ಣದಾಗಿ ತಲೆ ಸುತ್ತು ಬೇರೆ, ನಿಮ್ಮಗಂಗೆ ಅರ್ಥವಾದ್ರೆ ತಾನೆ, ಊಟ ಮಾಡಿದ್ಯಾ, ನೀನೀಗ ಸರಿಯಾಗಿ ತಿನ್ನಬೇಕು ಡಿಯರ್ ಅಂತ ಮೊಬೈಲ್‌ನಲ್ಲಿ ಮೆಸೇಜ್ ಬೇರೆ ಕಳಿಸೋದು, ಅದನ್ನೇ ಪ್ರೀತಿಯಿಂದ ಎದುರಿಗೆ ಹೇಳಕ್ಕೆ ಏನಂತೆ...' ಗೊಣಗುತ್ತಲೇ ಇದ್ದಳು. ಅವಳು ಹೋದ ನಂತರ ಇಡೀ ಮನೆ ಖಾಲಿ. ಈಗೀಗ ಮೂರ್ತಿ ತಾವೇ ಒಂದಿಷ್ಟು ಮನೆಗೆಲಸ ಗಳನ್ನು ಮಾಡುವುದನ್ನು ರೂಢಿ ಮಾಡಿಕೊಂಡಿದ್ದಾರೆ.

ಹೆಂಡತಿ ತೀರಿಕೊಂಡ ನಂತರ "ಒಬ್ನೇ ಅಲ್ಲಿದ್ದು ಏನು ಮಾಡ್ತೀಯ, ಇಲ್ಲೇ ಬಂದುಬಿಡು, ತೋಟ ಯಾರಿಗಾದ್ರೂ ನೋಡ್ಕೊಳೋಕೆ ಕೊಟ್ಟರಾಯ್ತು, ಇಲ್ಲಿ ಬಂದು ಯಾರಿರ್ತಾರೆ, ಆಮೇಲಾದ್ರೂ ಮಾರೋದೆ ತಾನೆ, ನಿಂಗೆ ಹುಷಾರು ಗಿಷಾರು ಇಲ್ಲದಿದ್ದರೆ ಯಾರು ನೋಡ್ಕೋರು, ಅಡುಗೆ ಗಿಡುಗೆಗೆ ಏನು ಮಾಡ್ತೀಯ, ನೋಡಿದವರು ಏನಂತಾರೆ, ಮಗ ಇಷ್ಟು ದೊಡ್ಡ ಕೆಲಸದಲ್ಲಿದ್ರೂ ಅಪ್ಪನ್ನ ಕರ್ಕೊಂಡು ಹೋಗಿ ಇಟ್ಕೊಂಡಿಲ್ಲ ಅಂತ.." ರಘು ವರಾತ ಹಚ್ಚಿದಾಗ 'ಅಂದ್ರೆ ಯಾರಾದ್ರೂ ಏನಾದ್ರೂ ಅಂತಾರೆ ಅಂತ ನನ್ನ ಕರ್ಕೊಂಡು ಹೋಗ್ತೀಯ, ನಿಂಗೆ ಕಾಳಜಿ ಇದೆ ಅಂತೇನು ಅಲ್ಲ ತಾನೆ' ಅಂತ ರೇಗಬೇಕೆನ್ನಿಸಿದ್ರೂ ಯಾಕೋ ರೇಗಲಿಕ್ಕೂ ಮನಸ್ಸಾಗದೇ ಸುಮ್ಮನಾಗಿದ್ದರು. ಅಲ್ಲಿಯ ಯಾವ ಸಾಮಾನೂ ಬೇಡ ಎಂದೆಲ್ಲ ಅವನು ತುಸು ಹಾರಾಡಿದ್ದರೂ ಸೀಮಾ ಒಂದಿಷ್ಟು ಹಳೆ ಪಾತ್ರೆ ಪರಡಿ ಕಟ್ಟಿಕೊಂಡಿದ್ದಳು. ಅವನೇ ಪ್ರೀತಿಸಿ ಮದುವೆಯಾದ ಹುಡುಗಿ, ತಾವಿಬ್ಬರೂ ವಿರೋಧಿಸಿ ಅರ್ಥವಿಲ್ಲ ಅನ್ನಿಸಿ ಅವನಿಷ್ಟಪಟ್ಟ ಹಾಗೆ ಸರಳ ಮದುವೆ, ಒಂದು ಗ್ರ್ಯಾಂಡ್ ರಿಸೆಪ್ಷನ್‌ಗೆ ಒಪ್ಪಿಕೊಂಡಿದ್ದರು. ಆಗೀಗ ಊರಿಗೆ ಬಂದು ಹೋಗುತ್ತಿದ್ದರೂ ಸೊಸೆಯೊಂದಿಗೆ ಹೇಳಿಕೊಳ್ಳುವಂತಹ ಆಪ್ತತೆ ಹುಟ್ಟಿರಲಿಲ್ಲ. ಹೆಂಡತಿ ಹಾರ್ಟ್‌ಅಟ್ಯಾಕ್ ಆಗಿ ತೀರಿಕೊಂಡ ನಂತರ ಕಳೆದ ವರ್ಷವಷ್ಟೆ ಇಲ್ಲಿಗೆ ಬಂದಿದ್ದು.

ಮೊದಲ ಬಾರಿಗೆ ಸೀಮಾನ ಬಗ್ಗೆ ತುಸು ಗೌರವ ಅನ್ನಿಸಿದ್ದು ಮೂರು ಬೆಡ್ ರೂಂನ ಆ ಮನೆಯಲ್ಲಿ ಅವಳು ಇವರಿಗಾಗಿ ಕೊಠಡಿಯೊಂದನ್ನು ಸಜ್ಜುಗೊಳಿಸಿ ಇಟ್ಟಿದ್ದ ರೀತಿಗೆ. ಮೊದಮೊದಲು ಅವರಿಬ್ಬರ ದಿನಚರಿಗೆ ಹೊಂದಿಕೊಳ್ಳುವುದೇ ಮೂರ್ತಿಯವರಿಗೆ ಪ್ರಯಾಸವಾಗಿತ್ತು. ರಾತ್ರಿ ಅವನು ಬರೋದು ಒಂಬತ್ತೂವರೆ ಹತ್ತಕ್ಕೆ. ಸೀಮಾ ರಾತ್ರಿ ಏಳೂವರೆ ಎಂಟಕ್ಕೆ. ಮೂರ್ತಿಯವರು ಬರುವ ಮುನ್ನ ಮನೆಯಲ್ಲಿ ರಾತ್ರಿ ಅಡುಗೆ ಮಾಡಲೇಬೇಕಾದ ಕಡ್ಡಾಯವಿರಲಿಲ್ಲ. ಬರುವಾಗಲೇ ಅವಳಾಗಲೀ, ಅವನಾಗಲೀ ಪ್ಯಾಕ್ ಮಾಡಿಕೊಂಡು ಬಂದರೂ ಆಯ್ತು, ನ್ಯೂಡಲ್ಸ್‌ಗೀಡಲ್ಸ್ ಅಂತ ಏನೋ ಇನ್‌ಸ್ಟಂಟ್ ಫುಡ್ ಮಾಡಿದ್ರೂ ಆಯ್ತು, ಎಲ್ಲೋ ಪಾರ್ಟಿಗೀರ್ಟಿ ಅಂತ ಹೋಗಿ ಬಂದರೂ ಆಯ್ತು, ಈಗ ಹಾಗಿರಲಿಲ್ಲ. ಬೆಳಿಗ್ಗೆ ಕೂಡ ಮೂರ್ತಿಯವರು ಇದಾರೆ ಅಂತ ಸೀಮಾ ಪ್ರತಿದಿನ ಅಡುಗೆ ಮಾಡಬೇಕಾದ ಅನಿವಾರ್ಯ. ಸೀಮಾ ಎದುರಿಗೆ ಹೇಳದಿದ್ದರೂ ಕಿರಿಕಿರಿ ಅನ್ನಿಸುತ್ತಿದೆ ಅವಳಿಗೆ ಎಂದರ್ಥವಾದ ಮೂರ್ತಿಯವರು ನಿಧಾನಕ್ಕೆ ಅವಳಿಗೆ ಬೆಳಿಗ್ಗೆ ಅಡುಗೆ ಕೆಲಸದಲ್ಲಿ ತರಕಾರಿ ಹೆಚ್ಚುವುದು, ರವೆ ಹುರಿಯುವುದು, ಕೆಲಸದವಳು ಬಂದಾಗ ಪಾತ್ರೆ, ಬಟ್ಟೆ ಅವಳಿಗೆ ಕೊಡುವುದು, ಅವಳಿಗೆ ಹೇಳಿ ಕೆಲಸ ಮಾಡಿಸುವುದು, ಹೀಗೆ ಅದೂ ಇದೂ ಚಿಕ್ಕ ಪುಟ್ಟ ಕೆಲಸದಲ್ಲಿ ನೆರವಾಗತೊಡಗಿದರು. ಮನೆಗೆ ಸಾಮಾನು, ತರಕಾರಿ ತಾವೇ ಹೋಗಿ ತರತೊಡಗಿದರು. ಸಂಜೆಯೂ ಅವಳು ಬರುವ ವೇಳೆಗೆ ತರಕಾರಿ ಹೆಚ್ಚಿ ಸಣ್ಣಪುಟ್ಟ ಅಡುಗೆ ಸಿದ್ಧತೆ ಮಾಡಿಡುತ್ತಿದ್ದರು.

ಮೂರ್ತಿಯವರು ಹಾಗೆ ಕೆಲಸದಲ್ಲಿ ತೊಡಗಿಕೊಳ್ಳಲು ಶುರು ಮಾಡಿದಾಗಿನಿಂದ ಸೀಮಾ ಮತ್ತು ಅವರ ಮಧ್ಯೆ ನವಿರಾದ ಆಪ್ತತೆ ಹುಟ್ಟಿತ್ತು. ಈಗೀಗ ರಘುಗಿಂತ ಅವಳೊಂದಿಗೇ ಏನಾದ್ರೂ ಹೇಳಿಕೊಳ್ಳುವುದು ಸಾಧ್ಯವಾಗುತ್ತಿದೆ. ಹೆಂಡತಿ ಮಾಡುತ್ತಿದ್ದ ಅಡುಗೆ, ಹಬ್ಬ ಹರಿದಿನಗಳೆಂದರೆ ಅವಳ ಸಂಭ್ರಮ, ತಮ್ಮ ತೋಟದ ಆಗಿನ ಕಾರುಬಾರು, ರಘುವಿನ ಹುಡುಗಾಟ, ಊರಿನವರ ತರಲೆ ತಕರಾರುಗಳು, ಹೀಗೇ ಒಂದಿಷ್ಟು ಹಳೆಯ ನೆನಪುಗಳು ಸೀಮಾನ ಹೌದಾ.. ಆಮೇಲೆ.. ಓ ಗಾಡ್, ಸೋ ಸ್ವೀಟ್ ಉದ್ಗಾರಗಳ ನಡುವೆ ಇಬ್ಬರ ಮಧ್ಯೆ ಹಬ್ಬಿ ನಿಲ್ಲುತ್ತವೆ. ಸೀಮಾನ ಮದುವೆಗೆ ಮೊದಲೇ ಅಪ್ಪ, ಅಮ್ಮ ಇಬ್ಬರೂ ತೀರಿಕೊಂಡಿದ್ದರು. ಇದ್ದೊಬ್ಬ ಅಣ್ಣನೂ ಕೆಲಸದ ಮೇಲೆ ಹೊರಗೆ ಇದ್ದಾನೆ. ಆಗೀಗ ಸೀಮಾನೂ ತನ್ನ ಅಪ್ಪ, ಅಮ್ಮನ ವಿಷಯ, ಅವ–ರಿಬ್ಬರ ಪ್ರೀತಿ, ಜಗಳ, ಅಣ್ಣನ ತುಂಟತನ, ಹುಡುಗಾಟಿಕೆ ಹೇಳಿಕೊಂಡು ನಗುತ್ತಿದ್ದಳು.

ಎರಡು ಮೂರು ತಿಂಗಳ ಹಿಂದಿನ ಘಟನೆ ನೆನಪಾಯಿತು ಅವರಿಗೆ. ಆ ದಿನ ಮೂರ್ತಿಯವರಿಗೂ ಯಾಕೋ ಸಣ್ಣಗೆ ಜ್ವರ ಬಂದ ಹಾಗನ್ನಿಸಿ, ಸಂಜೆಯ ಎಂದಿನ ತಮ್ಮ ಕೆಲಸಗಳನ್ನು ಮಾಡಲು ಬೇಜಾರಾಗಿ ಸುಮ್ಮನೆ ಮಲಗಿದ್ದರು. ಸೀಮಾ ಬಂದ ನಂತರವೇ ಎದ್ದು ಅವಳೊಂದಿಗೆ ಕೆಲಸದಲ್ಲಿ ಕೈಗೂಡಿಸಿದ್ದರು. ಊಟ ಮೊದಲು ಶುರು ಮಾಡಿದ ರಘು ಬಾಯಿಗೆ ತುತ್ತಿಟ್ಟುಕೊಂಡಿದ್ದೇ "ಏನಿಷ್ಟು ಉಪ್ಪು ಹಾಕಿದ್ದೀಯ

ಸೀಮಾ, ಒಂದೊಂದು ಸಲ ಏನಾಗುತ್ತೆ ನಿಂಗೆ" ಇಡೀ ದಿನ ಆಫೀಸ್‌ನಲ್ಲಿ ಏನೇನೋ ಕಿರಿಕಿರಿಯಿಂದ ನೆಮ್ಮದಿಗೆಟ್ಟಿದ್ದ ರಘು ಜೋರಾಗಿಯೇ ರೇಗಿದ. ಸೀಮಾ ಉತ್ತರಿಸುವ ಮುಂಚೆ ಮೂರ್ತಿಯವರೇ "ಹೋಗ್ಲಿ ಬಿಡೋ, ಒಂದಿನ ಚೂರು ಹೆಚ್ಚು ಕಡಿಮೆ ತಿಂದ್ರೆ ಏನಾಗುತ್ತೆ, ಪಾಪ ಏನೋ ಹೊಟ್ಟೆನೋವು ಅಂತಿದ್ದ ಹಾಗಿತ್ತು" ಎಂದರು. ಸುಸ್ತಾಗಿದ್ದ ಸೀಮಾ ರಘು ಜತೆಗೆ ಜಗಳಕ್ಕೆ ಸ್ವರ ಕೂಡಿಸುವ ಚೈತನ್ಯವೂ ಇಲ್ಲದವಳಂತೆ ಅವನನ್ನೊಮ್ಮೆ ದಿಟ್ಟಿಸಿ ನೋಡಿದವಳೇ ಮಜ್ಜಿಗೆ ಕುಡಿದು ಹೋಗಿ ಮಲಗೇಬಿಟ್ಟಳು. ಅವರಿಗೂ ಕೊಂಚ ಉಪ್ಪು ಹೆಚ್ಚಿದೆ ಎನ್ನಿಸಿದರೂ ಮೊಸರು ಸೇರಿಸಿಕೊಂಡು ತಿಂದು ಎದ್ದರು.

"ಈಗ ಇಷ್ಟೆಲ್ಲ ಅರ್ಥ ಮಾಡ್ಕೋತೀಯಲ್ಲ.. ಆವಾಗ ಅಮ್ಮಂಗೆ ಎಷ್ಟು ಗೋಳು ಹೊಯ್ಕೊತ್ತಿದ್ದೆ ನೆನಪಿದ್ಯಾ... ಅಮ್ಮ ಮುಟ್ಟಾಗಿ ಆಚೆ ಇದ್ದಾಗ ಹೊಟ್ಟೆನೋವು ಅಂತಿ-ದ್ರೂ ಅಂಗಳ, ಕಟ್ಟೆ ಸಾರಿಸಕ್ಕೆ ಹೇಳ್ತಿದ್ರಿ, ಕೊಟ್ಟಿಗೆ ಕೆಲಸ ಅಮ್ಮನೇ ಮಾಡ್ತಿದ್ಲು... ಎಷ್ಟು ಕೆಲಸ ಮಾಡ್ತಿದ್ಲು... ಆವಾಗ ಅಮ್ಮಂಗೆ ಚೂರಾದ್ರೂ ಸಹಾಯ ಮಾಡ್ತಿದ್ಯಾ ನೀನು" ಮೂರ್ತಿಯವರು ಕೈ ತೊಳೆಯಲು ಹೋಗುವಾಗ ರಘು ಜೋರಾಗಿಯೇ ಗೊಣಗಿದ. ಸೀಮಾನ ಪೀರಿಯಡ್ಸ್ ನೋವು ತನಗಲ್ಲದೆ ಅಪ್ಪನಿಗೂ ಗೊತ್ತಾಯಿತು ಎಂಬ ಅಸಹನೆಯೋ, ಅಪ್ಪ ಅರ್ಥ ಮಾಡಿಕೊಳ್ಳುವಂತೆ ಸೀಮಾ ವರ್ತಿಸಿದಳು ಎಂಬ ಬೇಜಾರೋ, ಅಥವಾ ತನ್ನ ಹೆಂಡತಿಯ ಇಂಥದೊಂದು ಖಾಸಗಿ ವಿಚಾರ ತನಗಿಂತ ಅಪ್ಪನಿಗೆ ಚೆನ್ನಾಗಿ ಅರ್ಥವಾದ ಕಿರಿಕಿರಿಯೋ ಒಟ್ಟಾರೆ ಇಂಥದೆಂದು ಗೊತ್ತಾಗದ ಅಥವಾ ಇದೆಲ್ಲ ಸೇರಿದ ಭಾವ ಅವನ ಧ್ವನಿಯಲ್ಲಿತ್ತು.

"ನಿನ್ನಮ್ಮನ ಬಗ್ಗೆ ನಾನು ಮೊದಲೆಲ್ಲ ಒರಟಾಗಿ ನಡ್ಕೊಳ್ತಿದ್ದೆ, ನಿಜ ಕಣೋ, ಆಗಿನ ಕಾಲ, ನಮ್ಮಗಳ ಮನೋಧರ್ಮ ಎಲ್ಲ ಹಾಗಿತ್ತು, ಆದ್ರೆ ನಾಕು ವರ್ಷದ ಹಿಂದೆ ಮೊದ್ಲು ಒಂದ್ಸಲ ಅವಳಿಗೆ ಬಿಪಿ ಹೆಚ್ಚಾಗಿ ಆಸ್ಪತ್ರೆಗೆ ಸೇರಿಸಿದ್ನಲ್ಲ, ಆವಾಗ ಮೊಟ್ಟ ಮೊದಲ ಸಲ ನಂಗರ್ಥ ಆಯ್ತು, ನನಗಿಂತ ಅವಳು ನನ್ನನ್ನ ತನ್ನ ಆತ್ಮಕ್ಕೆ ಅಂಟಿದಂತೆ ಹಚ್ಚಿಕೊಂಡಿದ್ದಾಳೆ ಅಂತ, ಯಾವ ಕ್ಷಣದಲ್ಲಿ ಆ ಭಾವ ಗ್ರಹಿಕೆಗೆ ಸಿಕ್ತೋ ಆಗಿಂದ ಅವಳನ್ನ ನನ್ನ ಪ್ರಾಣದ ಥರಾ ನೋಡ್ಕೋಬೇಕು ಅಂತ ವಿಪರೀತ ಕಾಳಜಿ ಹುಟ್ತು. ನಂಗೆ ಆ ತಿಳುವಳಿಕೆ ಬಂದ ನಂತರ ನಮ್ಮ ಸಂಬಂಧದ ಸ್ವರೂಪನೇ ಬದಲಾಯ್ತು. ನಾನು ಆ ದಿನಗಳಲ್ಲಿ ಒರಟಾಗಿ ನಡ್ಕೊಂಡು ತಪ್ಪು ಮಾಡ್ದೆ ಅಂತ ಈಗ಼್ೂ ಪಶ್ಚಾತ್ತಾಪ ಅನ್ನಿಸುತ್ತೆ, ನಾನು ಮಾಡಿದ ತಪ್ಪನ್ನೇ ನೀನೂ ಮಾಡಬೇಕು ಅಂತೇನೂ ಇಲ್ಲವಲ್ಲ ರಘು..." ಇಷ್ಟು ಹೇಳುವ ಹೊತ್ತಿಗೆ ಗಂಟಲು ಕಟ್ಟಿ ಮಾತಾಡಲಾಗದೆ ರೂಮಿಗೆ ಬಂದು ಮಲಗಿಬಿಟ್ಟರು. ಊಟ ಮಾಡುತ್ತಿದ್ದ ರಘುವಿಗೂ ತಾನು ಹಾಗೆ ಹೇಳಬಾರ ದಿತ್ತೇನೋ ಎಂಬ ಭಾವನೆ ಆವರಿಸತೊಡಗಿ, ಅದೇ ಕೈಯಲ್ಲಿ ಅವರ ರೂಮಿನ ಬಾಗಿಲಲ್ಲೇ ನಿಂತು "ಸಾರಿ ಅಪ್ಪ.. ಯಾಕೋ ಕೆಲವು ಸಲ ಅಮ್ಮ ಅಷ್ಟೆಲ್ಲ ಕೆಲಸ ಮಾಡ್ತಾ ಇದ್ದದ್ದು ನೆನಪಾದ್ರೆ ಒಂಥರಾ ಸಂಕಟವಾಗುತ್ತೆ ಅಷ್ಟೇ" ಎಂದ. ಊಟ

ಮುಗಿಸಿದವ ತಾನೇ ಎಲ್ಲ ಎತ್ತಿಟ್ಟು, ಮಲಗಲು ಹೋಗುವ ಮುನ್ನ ಮತ್ತೆ ಬಂದು ನಿದ್ದೆ ಬಂತಾ ಇವರಿಗೆ ಎಂದು ಮೃದುವಾಗಿ ವಿಚಾರಿಸಿಕೊಂಡಿದ್ದ.

ಮಧ್ಯಾಹ್ನ ತಟ್ಟೆಗೆ ಊಟ ಹಾಕಿಕೊಳ್ಳುವ ಮುಂಚೆ ಸೀಮಾ ಏನಾದ್ರೂ ತಿಂದಳೋ ಇಲ್ಲವೋ ಎಂದು ನೆನಪಾಯಿತು. ಪಾಪ ಈಗ ಎರಡು ತಿಂಗಳೂ ಆಗಿಲ್ಲ, ಏನು ನೋಡಿದರೂ ವಾಕರಿಕೆ ತಲೆಸುತ್ತು ಅಂತ, ಫೋನ್ ಮಾಡಿ ವಿಚಾರಿಸಲೇ ಎಂದು ಕೊಂಡರೂ ಮತ್ತೆ ಅವಳೇನಾದ್ರೂ ಕೆಲಸದ ಒತ್ತಡದಲ್ಲಿದ್ದರೆ ರೇಗ್ತಾಳೆ ಎನ್ನಿಸಿ ಸುಮ್ಮನಾದರು. ಸೇರಿದಷ್ಟು ಉಂಡು ಎಂದಿನಂತೆ ಕೊಂಚ ಅಡ್ಡಾದರಾಯ್ತು ಎಂದು ಕೊಂಡು ಮಲಗಿದರು. 'ತನ್ನ ಸಿಟ್ಟೋ, ಅಸಹನೆಯೋ ಆ ಕ್ಷಣಕ್ಕೆ ಅದನ್ನು ಹೇಳಿ ಯಾವುದನ್ನೂ ಮನಸ್ಸೊಳಗೆ ಇಟ್ಟುಕೊಳ್ಳದೇ ಹಗುರಾಗುವ ಈ ಹುಡುಗಿ ಎಷ್ಟೆಲ್ಲ ಆಪ್ತತೆ ಹುಟ್ಟಿಸುತ್ತಿದ್ದಾಳೆ. ಇವತ್ತು ಅವಳೊಂದಿಗೆ ಒಂದಿಷ್ಟು ಮನಸ್ಸು ಬಿಚ್ಚಿ ಮಾತಾಡಿ, ಅವಳ ದುಗುಡವನ್ನೂ ಪೂರ್ಣ ಕೇಳಿಸಿಕೋಬೇಕು' ಯೋಚಿಸುತ್ತಲೇ ತುಸು ಕಣ್ಣು ಹತ್ತಿ ನಿದ್ದೆ ಬಂದಿದೆ.. ಫೋನ್ ಕರೆ. ಅದು ಫೋನ್ ಕರೆಯೋ, ಕಾಲಿಂಗ್‌ಬೆಲ್ ಕರೆಯೋ ಅರ್ಥವಾಗದೆ ಕಣ್ಣು ಬಿಟ್ಟವರಿಗೆ ಫೋನ್ ಎಂದು ಗ್ರಹಿಕೆಗೆ ಸಿಕ್ಕಿ, ಛೇ ಇದೆಂಥ ಮಧ್ಯಾಹ್ನದ ನಿದ್ದೆಯಪ್ಪ ಎಂದುಕೊಳ್ಳುತ್ತ ಫೋನ್ ತೆಗೆದುಕೊಂಡರೆ ಅತ್ತ ಕಡೆಯಿಂದ ಸೀಮಾಳ ಗಾಭರಿಯ ಧ್ವನಿ.

"ಮಾವ, ನಂಗೆ ಚೂರು ಬ್ಲೀಡಿಂಗ್ ಆಗಿರೋ ಹಾಗಿದೆ, ಈಗ ಲೂಗೆ ಹೋದಾಗ ಗೊತ್ತಾಯ್ತು... ರಘು ಮೊಬೈಲ್‌ಗೆ ಆನ್ಸರ್ ಮಾಡ್ತಿಲ್ಲ, ಮೀಟಿಂಗ್‌ನಲ್ಲಿರಬೇಕು ಪಾಪ, ನೀವು ಚೂರು ಬೇಗ ಇಲ್ಲಿಗೆ ಬರ್ತೀರ.. ಆಸ್ಪತ್ರೆಗೆ ಹೋಗಿ ಬರೋಣ... ನಂಗೆ ಏನು ಮಾಡಕ್ಕೂ ತೋಚ್ತಿಲ್ಲ ಮಾವಾ..." ಮೂರ್ತಿಯವರಿಗೆ ಅವಳು ಹೇಳಿದ್ದು ಮೊದಲಿಗೆ ಪೂರ್ಣವಾಗಿ ಗ್ರಹಿಕೆಗೆ ಸಿಗಲಿಲ್ಲ. ತಕ್ಷಣ ಅನ್ನಿಸಿದ್ದು ತಾನು ಈಗ ಅವಳ ಆಫೀಸಿನ ಹತ್ತಿರ ಹೋಗಬೇಕು ಎಂದಷ್ಟೇ. "ಸರಿ, ಅಲ್ಲೇ ಇರಮ್ಮ, ನಾನು ಬರ್ತೀನಿ, ಗಾಬರಿಯಾಗಬೇಡ" ಇಷ್ಟು ಹೇಳಿ ರಿಸೀವರ್ ಇಡುವಷ್ಟರಲ್ಲಿ ಯಾಕೋ ಸಣ್ಣ ನಡುಕ. ಬೇಡದ ಗರ್ಭ ಎಂದು ಈ ಹುಡುಗಿ ತಾನೇ ಏನಾದ್ರೂ ಮಾಡಿಕೊಂಡಿಲ್ಲ ತಾನೆ.. ಈಗೇನು ಹಾಳು ಮೂಳು ಟ್ಯಾಬ್ಲೆಟ್‌ಗಳು, ಏನೇನೋ ಔಷಧಿ ಎಲ್ಲ ಮೆಡಿಕಲ್ ಶಾಪ್‌ನಲ್ಲೂ ಸಿಗುತ್ತೆ... ಯೋಚಿಸುತ್ತಲೇ ಗಡಬಡೆಯಿಂದ ಸಿದ್ಧರಾಗಿ ಆಟೋ ಹಿಡಿದು ಅವಳ ಆಫೀಸಿನ ಬಳಿ ಹೊರಟರು. 'ರಘು ಸಿಗಲಿಲ್ಲ ಅಂತಲಾದ್ರೂ ಸರಿ, ಹೀಗೆ ತಟ್ಟನೆ ಮಾವನೊಂದಿಗೆ ಇದನ್ನು ಹಂಚಿಕೊಳ್ಳಬಹುದು, ಮಾವ ಆಲಿಸ್ತಾರೆ ಎಂಬ ಭಾವನೆ ಸೀಮಾನೊಳಗೆ ಚಿಗುರಿತಲ್ಲ... ಹೀಗೆ ಈ ದಡದಲ್ಲಿ ಮಾವ ಇರ್ತಾರೆ ಎಂಬ ಭಾವವನ್ನು ಸೀಮಾನಲ್ಲಿ ಯಾವಾಗ್ಲೂ ಉಳಿಸಪ್ಪ.. ದೇವ್ರೇ.. ಮತ್ತೇನೂ ಕೆಟ್ಟದು ನಡೀದಿರೋ ಹಾಗೆ ನೀನೇ ಕಾಪಾಡಪ್ಪ... ಅವಳೊಳಗಿನ ಚಿಗುರನ್ನು ನೀನೇ ಉಳಿಸಪ್ಪ' ಆಟೋದಲ್ಲಿ ಕುಳಿತಾಗ ಮೂರ್ತಿಯವರಲ್ಲಿ ಏನೆಲ್ಲ ಪ್ರಾರ್ಥನೆಯ ಸಾಲುಗಳು. ಅಲ್ಲಿ ಯಾರಿಗಾದ್ರೂ ಗೊತ್ತಾಗಿ ಮೆಲೊಡ್ರಾಮದ

ದೃಶ್ಯ ಹುಟ್ಟಿಸೋದು ಬೇಡವೆಂದು ಸೀಮಾ ಆ ಗಾಬರಿಯಲ್ಲಿಯೂ ಹೊರಗಡೆ ತೋರಗೊಡದೆ ಮುಖದಲ್ಲೊಂದು ನಸುನಗು ಅಂಟಿಸಿಕೊಂಡು ಆಫೀಸಿನ ಗೇಟ್ ಹೊರಗೆ ನಿಂತಿದ್ದಳು.

ಅಲ್ಲಿಂದ ಹತ್ತಿರದ ಪರಿಚಯದ ಗೈನಕಾಲಜಿಸ್ಟ್ ಪರೀಕ್ಷೆ ಮಾಡಿದ ಡಾಕ್ಟರ್ ನಂತರ ಇವರನ್ನೂ ಒಳಗೆ ಕರೆದರು. ಅಷ್ಟೆಲ್ಲ ಹೆದರುವ ಅಗತ್ಯವೇ ಇಲ್ಲವೆಂದು, ಒಂದೆರಡೇ ಹನಿ ಬ್ಲೀಡಿಂಗ್ ಆಗಿರೋದ್ರಿಂದ ಸರ್ವಿಕ್ಸ್ ಒಳಗೆ ಹೊಲಿಗೆ ಹಾಕಿ ಕಳಿಸುವೆ ಎಂದೆಲ್ಲ ಡಾಕ್ಟರ್ ಹೇಳುವಾಗ ಇದು ಬೇಡದ ಗರ್ಭ, ತೆಗೆಸುವ ಯೋಚನೆಯಿದೆ ಎಂದು ಸೀಮಾ ಹೇಳಲು ಪ್ರಯತ್ನಿಸಿದಳು. ಡಾಕ್ಟರ್‌ಗೆ ವಿಷಯ ಪೂರ್ಣ ಅರ್ಥವಾಗದೇ ಏನೂ ಹೆದರಿಕೆ ಬೇಡ, ಒಂದೆರಡು ಹನಿ ಬ್ಲೀಡಿಂಗ್ ಆದರೂ ಗರ್ಭ ಸಹಜವಾಗಿಯೇ ಬೆಳೆಯುತ್ತಿದೆ, ಏನೂ ಅಬ್‌ನಾರ್ಮಾಲಿಟೀಸ್ ಇಲ್ಲ, ಮಗು ಆರೋಗ್ಯವಾಗಿಯೇ ಹುಟ್ಟುತ್ತೆ, ಎಂದೆಲ್ಲ ಹೇಳುತ್ತ ಪ್ರತೀ ತಿಂಗಳು ತಮ್ಮಲ್ಲಿಗೇ ಚೆಕ್‌ಅಪ್‌ಗೆ ಬರಬೇಕಾದ ಅಗತ್ಯ, ಪ್ರತೀ ತಿಂಗಳೂ ಸ್ಕ್ಯಾನ್ ಮಾಡಿಸಿಕೊಳ್ಳಬೇಕು, ತಾವು ಪೂರ್ಣ ಕಾಳಜಿ ತೆಗೆದುಕೊಳ್ಳುತ್ತೇವೆ.... ಅವಸರದಲ್ಲಿಯೇ ಒಂದು ಸಿಹಿ ನಗೆಯೊಂದಿಗೆ ವಿವರಿಸ ತೊಡಗಿದರು.

ಸೀಮಾಗೆ ಮತ್ತೆ ಏನು ಹೇಳಲೂ ಸಾಧ್ಯವಾಗದೇ ಮಾವನನ್ನು ನೋಡಿದಳು. "ಈಗಲೇ ಹಾಕಬೇಕ, ಅಥವಾ ನಾಳೆ ಬಂದರೆ ಆಗುತ್ತಾ" ಎಂದು ಮೂರ್ತಿಯವರೇ ಕೇಳಿದರು. "ಈಗಲೇ ಹಾಕೋದು ಒಳ್ಳೆಯದು, ಹತ್ತು ನಿಮಿಷ ಅಷ್ಟೇ" ಡಾಕ್ಟರ್‌ದು ಮತ್ತದೇ ಸಿಹಿನಗೆ.

"ಐದು ನಿಮಿಷ.. ಹೊರಗೆ ಕುಳಿತು ಯೋಚನೆ ಮಾಡಿ ಹೇಳ್ತೀವಿ" ಎಂದ ಮೂರ್ತಿ ಯವರು ಸೀಮಾಗೆ ಕಣ್ಣು ಸನ್ನೆ ಮಾಡಿದರು. ಇಬ್ಬರೂ ಹೊರಬಂದು ನರ್ಸಿಂಗ್ ಹೋಂನ ಲಾನ್‌ನಲ್ಲಿ ಹಾಕಿದ್ದ ಚಿಕ್ಕ ಕಲ್ಲು ಬೆಂಚಿನಲ್ಲಿ ಕೂತರು. ಇದು ತಮ್ಮ ಕಾಲವಲ್ಲ ಎನ್ನುವ ಭಾವನೆ ಮಾತ್ರ ಮೂರ್ತಿಯವರಲ್ಲಿ ಸದಾ ಜಾಗೃತವಾಗಿರುತ್ತಿತ್ತು. ಅವಳೇ ನಿರ್ಧರಿಸಲಿ, ಅವಳು ಒಮ್ಮೆ ತನ್ನ ನಿರ್ಧಾರ ಹೇಳಿದ ನಂತರ ಅದರ ಸರಿ, ತಪ್ಪು ತಿಳಿಸಿ ಹೇಳುವ ಎಂದುಕೊಂಡು ಸುಮ್ಮನಾದರು. ತಲೆ ತಗ್ಗಿಸಿ ಹತ್ತು ನಿಮಿಷ ಗಾಢ ಯೋಚನೆಯಲ್ಲಿ ಮಗ್ನಳಾದಳು. ಮತ್ತೆ ಎರಡು ಮೂರು ಸಲ ರಘು ಮೊಬೈಲ್‌ಗೆ ಪ್ರಯತ್ನಿಸಿದಳು. ಅವನು ಸೈಲನ್ಸ್ ಮೋಡ್‌ನಲ್ಲಿಟ್ಟಿದ್ದ ಕಾಣುತ್ತೆ. ಗೊಣಗಿಕೊಂಡು ಸುಮ್ಮನಾದಳು.

ಮತ್ತೈದು ನಿಮಿಷದ ನಂತರ "ಮಾವ... ವೈ ಡೋಂಟು ಯು ಕಮ್ ವಿತ್ ಮಿ ಟು ಇರ್ಮಾ.. ಅದೇನೂ ಭಾರೀ ದೂರ ಏನಲ್ಲವಲ್ಲ, ಅಲಹಾಬಾದ್ ತಾನೆ..." ಮೂರ್ತಿ ಯವರಿಗೆ ಅವಳೇನು ನಿರ್ಧರಿಸಿದ್ದಾಳೆ ಎಂದು ಅರ್ಥವಾಗದೇ ಅವಳನ್ನು ನೋಡುತ್ತಿರು ವಂತೆ "ನೀವು ಅಲ್ಲಿ ಬಂದು ನಂಜೊತೆ ಇದ್ರೆ ನಂಗೆ ಒಬ್ಬಳೇ ಅಂತ ಭಯವೂ ಇರಲ್ಲ ಮಾವ... ಅವರು ಕೊಡೊ ಗೆಸ್ಟ್‌ಹೌಸ್‌ನಲ್ಲಿಯೇ ಇರಬಹುದು

ಅಥವಾ ನಾಲ್ಕು ತಿಂಗಳಿಗೆ ನಾವು ಸಣ್ಣ ಮನೆ ತಗೊಂಡೂ ಇರಬಹುದು... ಅಲ್ಲೇ ಚೆಕ್‌ಅಪ್ ಮಾಡಿಸಿಕೊಳ್ತ ಇದ್ರಾಯ್ತು. ಅಷ್ಟೊತ್ತಿಗೆ ನಂಗೆ ಆರೇಳು ತಿಂಗಳು ತುಂಬುತ್ತೆ... ಆಮೇಲೆ ವಾಪಾಸು ಬರೋಣ... ಹೇಗೂ ರಘು ಈಗ ಸ್ಟೇಟ್ಸ್‌ಗೆ ಹೋಗ್ತಿದ್ದಾನೆ, ನೀವು ನನ್ನ ಜೊತೆ ಬಂದು ಇರ್ತೀರ..." ಅವಳು ಯೋಚಿಸುತ್ತಲೇ ಹೇಳುತ್ತಿದ್ದರೆ ಮೂರ್ತಿಯವರಿಗೆ ಅವಳೇನು ನಿರ್ಧರಿಸಿದ್ದಾಳೆ ಎನ್ನುವುದು ಅರಿವಾಗುತ್ತ, ಇದೀಗ ಪುಟ್ಟ ಗುಲಾಬಿ ಕಾಲುಗಳ ಸ್ಪರ್ಶ ಕೈ ಬೆರಳಿಗೆ ಸಿಕ್ಕ ಅನುಭವ. ಇಂಥದೊಂದು ಸಿನಿಮೀಯ ಎನ್ನ ಬಹುದಾದ ಗಳಿಗೆಗೆ ಪಕ್ಕಾದ ಖುಷಿ ತಡೆಯದೇ ಅವಳ ಕೈ ಬಿಗಿಯಾಗಿ ಹಿಡಿದವರಿಗೆ ಬರಿದೇ ಹೂಂಗುಟ್ಟಲು ಸಾಧ್ಯವಾಯಿತು.

ಇಬ್ಬರೂ ಎದ್ದು ಒಳ ಹೊರಟಾಗ ಇರಿ ಒಂದ್ನಿಮಿಷ, ರಘುಗೆ ಮೆಸೇಜ್ ಮಾಡ್ತೀನಿ ಎಂದು ಮೊಬೈಲ್ ಮೇಲೆ ಅರೆಕ್ಷಣ ನವಿರಾಗಿ ಟಕಾಯಿಸಿದಳು. ಮತ್ತೆ ಅರ್ಧ ಗಂಟೆ ಇವರನ್ನು ಕಾಯಿಸಿದ ಡಾಕ್ಟರ್ ಕಡೆಗೆ ಸೀಮಾಳನ್ನು ಒಳಗೆ ಕರೆದರು. ಅವಳು ಒಳ ಹೋದ ನಂತರ ಅವಳ ಪರ್ಸ್, ಬ್ಯಾಗ್‌ಅನ್ನು ತಮ್ಮ ತೊಡೆ ಮೇಲಿಟ್ಟುಕೊಂಡು ಕುಳಿತ ಮೂರ್ತಿಯವರಲ್ಲಿ ಈಗಲೇ ಡೆಲಿವರಿ ವಾರ್ಡ್ ಹೊರಗೆ ಕಾಯುವ ಅಜ್ಜನ ಚಹರೆ ಇತ್ತು. ಒಂದು ಬಾರಿ ಬೀಪ್ ಎಂದ ಅವಳ ಮೊಬೈಲ್‌ನಲ್ಲಿ "ಸಾರಿ ಡಿಯರ್... ಥ್ಯಾಂಕ್ಸ್ ಅಪ್ಪಾ" ಎಂಬ ರಘುವಿನ ಸಂದೇಶವಿತ್ತು.

2007

ಮಿಂಚುಹುಳ

ರಾತ್ರಿ ಮಲಗುವ ಮುನ್ನ ಹೀಗೆ ದಣಪೆ ಹತ್ತಿರ ಮಾತಾಡುತ್ತ ನಿಲ್ಲುವುದೆಂದರೆ ಎಂದಿನಿಂದಲೂ ಮಾಲಿನಿ, ಕುಮುದ, ದಿನಕರ ಮೂವರಿಗೂ ಭಾರೀ ಇಷ್ಟದ ಸಂಗತಿ. ಪ್ರತಿಬಾರಿ ಬೇಸಿಗೆ ರಜೆಯಲ್ಲಿ ಮಾಲಿನಿ, ಕುಮುದ ಮಾತಾಡಿಕೊಂಡೇ ತಮ್ಮನ ಮನೆಗೆ ಬರೋದು. ಸುತ್ತಮುತ್ತ ಮತ್ತೆ ಮನೆಯಿರದ ಅಲ್ಲಿ ಮುಂದಿನ ತೋಟದಿಂದ ಯಾವುದೋ ಕೀಟದ ಜೀಂಗುಡುವ ಸದ್ದು ಒಂದೇ ಶ್ರುತಿಯಲ್ಲಿ ಕೇಳುತ್ತಿದೆ. ಮನೆಯ ಅಕ್ಕಪಕ್ಕದ ಕಾಡಿನಿಂದ ಎದ್ದ ಅಗಾಧ ಕತ್ತಲೆ ಆಗಸದವರೆಗೂ ಹಬ್ಬಿ, ತುಸುವೇ ಕೆಳಗಿಳಿಯುತ್ತಿದ್ದ ತಿಂಗಳ ಬೆಳಕನ್ನೂ ಆವರಿಸಿ ಮಸಕು ಮಾಡಿದೆ. ಎಲ್ಲೆಡೆ ಕಪ್ಪುಕತ್ತಲೆ, ಶುದ್ಧ ಮೌನ ತಾನೇತಾನಾಗಿ ಆವರಿಸಿದೆ. ಎದುರಿನ ರಸ್ತೆ ಪಕ್ಕದ ಉದ್ದ ಮರದ ಸುತ್ತ ಮಾತ್ರ ಮಿಂಚುಹುಳಗಳ ಹಳದಿ ಬೆಳಕಿನ ಪಿಳಕ್‌ಪಿಳಕ್... ಒಂದು ಮಿಂಚುಹುಳ ಬೆಳಕು ಪಿಳುಕಿಸಿ ಅರೆಕ್ಷಣ ಸುಮ್ಮನಿರುವಷ್ಟರಲ್ಲಿ ಮತ್ತೊಂದರ ಪಿಳಕ್... ಇಡೀ ಮರವೇ ಹಳದಿಬೆಳಕಿನ ಪಿಳಗುಟ್ಟುವ ನಕ್ಷತ್ರಗಳ ತೇರಾಗಿದೆ.

"ಅದ್ಹೆಂಗೆ ಅದರ ಅಂಡಿನಿಂದ ಬೆಳಕು ಬರುತ್ತೆ ಮಾವಾ... ಮತ್ತೆ ನಮಗ್ಯಾಕೆ ಬರಲ್ಲ ಮಾವಾ... ಅದ್ಯಾಕೆ ಆ ಮರದ ಹತ್ರನೇ ಜಾಸ್ತಿ ಇದಾವೆ... ನೀನಿಲ್ಲೇ ಎಷ್ಟು ವರ್ಷದಿಂದ ಇದೀಯಲ್ಲ ಮಾವಾ, ನೀನ್ಯಾಕೆ ಆ ಮಿಂಚುಹುಳದ ಹತ್ರ ಅದ್ರ ಹಂಗೆ ಅಂಡಿಂದ ಬೆಳಕು ಬರಸೋದನ್ನು ಕಲ್ತುಕೊಳ್ಳಲಿಲ್ಲ..." ಹೀಗೆ ಇಷ್ಟೊತ್ತಿನವರೆಗೆ ದಿನಕರನ ತಲೆ ತಿಂದ ಮಾಲಿನಿ, ಕುಮುದನ ಮಕ್ಕಳಿಬ್ಬರೂ ಮಲಗಿದ್ದಾರೆ. ದಿನಕರನ ಹೆಂಡತಿ ಅಡುಗೆ ಮನೆಯಲ್ಲಿ ಹಾಲು ಹೆಪ್ಪು ಹಾಕುತ್ತಿದ್ದಳು. ಅಜ್ಜಿ ಕನ್ನಡಕ ಸರಿ ಮಾಡಿಕೊಳ್ಳುತ್ತ ಟಿವಿ ಮುಂದೆ ಕುಳಿತು ಧಾರಾವಾಹಿಯೊಂದನ್ನು ನೋಡುತ್ತ "ನಮ್ಮ ಕಾಲ್ದಾಗೆಲ್ಲ ಹಿಂಗಿತ್ತಾ... ಈಗ ಸೊಸೆದಿಕ್ಕಳಿಗೂ ಆರಾಮ.. ಅತ್ತೆದಿಕ್ಕಳಿಗೂ ಆರಾಮ" ಎಂದು ಗೊಣಗುತ್ತಿದಾಳೆ.

ಕುಮುದ "ಒಂದು ನಿಮಿಷ, ನಾ ಬಚ್ಚಲಿಗೆ ಹೋಗಿ ಬರ್ತೀನಿ" ಎಂದು ಹೋದಳು. ಅವಳು ಹಾಗೆ ಹೋಗುವುದನ್ನೇ ಕಾಯುತ್ತಿದ್ದವನಂತೆ ದಿನಕರ ಪಿಸುಗುಟ್ಟಿದ.

"ಏ ಮಾಲೀ.. ಅಕ್ಕ ಯಾಕೋ ಒಂಥರಾ ಇದ್ದ ಹಾಗೆ ಕಾಣ್ತಿದ್ದಾಳೆ..."

ಮಾಲಿನಿಗೆ ಈ ಅನುಮಾನ ನಿನ್ನೆ ಬಂದ ದಿನವೇ ಹುಟ್ಟಿತ್ತು. ಬೆಳಿಗ್ಗೆ ಬ್ಯಾಣದಲ್ಲಿ ಗೇರು ಹಣ್ಣು ಹುಡುಕಿ, ದೋಟಿಕೋಲಿನಿಂದ ಎಳೆದು ಬಗ್ಗಿಸಿ, ಗಿಡದಿಂದ ಕೊಯ್ದು ತಿನ್ನುವ ಎಂದಿನ ಹುಕಿ ಅವಳಲ್ಲಿ ಇರಲೇ ಇಲ್ಲ. ತಾನೇ ಹೆಚ್ಚು ಗೇರು ಹಣ್ಣು ಕಿತ್ತಿದ್ದು, ತಿಂದಿದ್ದು. ಮುಳ್ಳುಹಣ್ಣು, ಕೌಳಿ ಹಣ್ಣು ಹುಡುಕಲಿಕ್ಕೆ ಮಧ್ಯಾಹ್ನ ಮತ್ತೊಂದು ಕಡೆ

ಹೋಗಬೇಕಿತ್ತು.. ಇವತ್ತು ಬೇಡ್ವೇ ಅಂದಳು. ಬಚ್ಚಲಿನ ಒಲೆಯಲ್ಲಿ ಗೇರುಬೀಜ ಹಾಕಿ ಅದನ್ನು ಸುಟ್ಟುಕೊಡುವಾಗಲೂ ಮಕ್ಕಳು ಗಲಾಟೆ ಮಾಡುತ್ತ ನಂಗೆ ಜಾಸ್ತಿ ನಂಗೆ ಜಾಸ್ತಿ ಎನ್ನುತ್ತಿರುವಾಗ... ತಾನು ಜಗಳ ಬಿಡಿಸುತ್ತ, ಅವರಿಗೆ ಕೊಡುವಾಗ ಆಸೆ ತಡೆಯದೇ ಬಾಯಿಗೆ ಎರಡು ಎಸೆದುಕೊಳ್ಳುವಾಗ ಇವಳು ಬೆಂಕಿ ಮುಂದೆ ಮಾಡುತ್ತ ಗಪ್ಪನೆ ಕುಳಿತಿದ್ದಳಲ್ಲ... ಒದ್ದೆಯಾದ ಕಣ್ಣನ್ನು ತಾನು ನೋಡಿಬಿಟ್ಟರೆ ಎಂದು ನೈಟಿಯ ಅಂಚಲ್ಲಿ ಒರೆಸಿಕೊಳ್ಳುತ್ತ "ಏನು ಹೊಗೆ ಮಾರಾಯ್ತಿ" ಎಂದಳಲ್ಲ... ಆದರೆ ಅಲ್ಲೆಲ್ಲಿ ಹೊಗೆ ಇತ್ತು, ಒಲೆ ತುಂಬ ಅಡಿಕೆ ಹಾಳೆ, ಅಡಿಕೆ ಸಿಪ್ಪೆ ಧಗಧಗನೆ ಉರಿಯುತ್ತಿತ್ತಲ್ಲ... ಅರೆ ಹೌದಲ್ಲ... ಆಗ ತನಗೂ ಅಷ್ಟು ಅನುಮಾನ ಬರಲಿಲ್ಲ. ಈಗ ಇವ ಹೀಗೆ ಪಿಸುಗುಟ್ಟಿದ್ದೇ, ಇಲ್ಲ... ಅದು ಕಣ್ಣೀರೇ ಎನ್ನುವುದು ಗರಿಕೆ ಹುಲ್ಲಿನ ಮೇಲಿನ ಇಬ್ಬನಿಯ ಹನಿ ನೋಡಿದಷ್ಟೇ ನಿಚ್ಚಳವಾಗಿ ಈಗ ತೋರುತ್ತಿದೆ. ಅದನ್ನು ಮರೆಮಾಡುತ್ತ "ಏನಿಲ್ಲ ಸುಮ್ನಿರೋ.. ಅಲ್ಲಿಂದ ಬಸ್ಸಲ್ಲಿ ಬಂದ ಸುಸ್ತು ಇನ್ನೂ ಇರಬೇಕಷ್ಟೇ" ಎಂದಳು.

"ಇಲ್ವೇ... ಹೋದ ವಾರ ಬೆಳಗಾವಿಯಿಂದ ನನ್ನ ಗೆಳೆಯನ ಮಾವ ಬಂದಿದ್ರು. ಅವರೇನೋ ಸುದ್ದಿ ಹೇಳಿದ್ರು... ಅವರಿಗೂ ಪೂರ್ಣ ನಿಜ ಗೊತ್ತಿಲ್ಲ... ನಾ ಆಮೇಲೆ ಇವಳಿಗೆ ಫೋನ್ ಮಾಡಿ ಸುತ್ತಿಬಳಸಿ ಕೇಳಿದೆ, ವಿಚಾರಿಸಿದೆ, ಅವಳೇನೂ ಸರೀಗೆ ಹೇಳಲಿಲ್ವೇ"

" ನಿನ್ನ ಗೆಳೆಯನ ಮಾವ ಏನು ಹೇಳಿದ್ರು.. ಮತ್ತೆ ನಂಗ್ಯಾಕೋ ಅವಾಗ್ಲೇ ಹೇಳಲಿಲ್ಲ.."

ಅಜ್ಜಿಯ ಧಾರವಾಹಿ ಮುಗಿದಿರಬೇಕು.

ಅಂಗಳಕ್ಕೆ ಬಂದ ಅಜ್ಜಿ ಜೋರು ಮಾಡಿದಳು. "ಸುಮಾರು ರಾತ್ರಿ ಆತು.. ಬರ್ರಾ ಒಳಗೆ.. ನಾಳೆ ನೀನು ಬ್ಯಾಗ ಹೋಗಕ್ಕು ಅಂತ ಹೇಳಿದ್ಯಲ ದಿನೂ"

ಅಷ್ಟರಲ್ಲಿ ಕುಮುದನೊಂದಿಗೆ ದಿನಕರನ ಹೆಂಡತಿಯೂ ಕಟ್ಟೆಯ ಮೇಲೆ ಬಂದು ನಿಂತಾಗಿತ್ತು. ಆ ಮೂರೂ ಜನರು ದಣಪೆಯ ಬಳಿ ನಿಂತಿದ್ದ ಇವರನ್ನೇ ದಿಟ್ಟಿಸುತ್ತಿದ್ದಾರೆ. ದಿನಕರ ಬಹುಮೆತ್ತಗೆ ಮಾಲಿನಿಗಷ್ಟೇ ಕೇಳುವಂತೆ ಪಿಸುಗುಟ್ಟಿದ.

"ರಾತ್ರಿ ಮಲಗಿದಾಗಾದ್ರೂ ಚೂರು ಅವಳನ್ನ ವಿಚಾರಿಸ್ಕಳೇ ಮಾಲಿ"

ಅರೆ ಇವನ ಧ್ವನಿ ಯಾಕಿಷ್ಟು ಆರ್ತವಾಗಿ, ಆರ್ದ್ರವಾಗಿದೆ... ಇವನ ಫ್ರೆಂಡ್ ಮಾವ ಹೇಳಿದ ಸುದ್ದಿಯಾದ್ರೂ ಏನು.. ಎಂಥದೋ ಅನುಮಾನ ಬರುತ್ತಿರುವಂತೆ ಮಾಲಿನಿಗೆ ಅರೆಕ್ಷಣ ನಡುಕ.

ದಿನಕರನ ಹೆಂಡತಿ ಇವರಿಬ್ಬರಿಗೂ ಮಹಡಿಯಲ್ಲಿ ಅಕ್ಕಪಕ್ಕ ಹಾಸಿಗೆ ಬಿಚ್ಚಿದ್ದಳು. ಇವರ ಪಕ್ಕದ ದೊಡ್ಡ ಹಾಸಿಗೆಯಲ್ಲಿ ಮಕ್ಕಳೆರಡೂ ಮಲಗಿ ನಿದ್ದೆ ಹೋಗಿವೆ. ಮಲಗಿದ್ದೇ ಕುಮುದ ಕಣ್ಣು ಮುಚ್ಚಿ ಆ ಕಡೆ ಮಗ್ಗುಲಾದಳು. ಮಾಲಿನಿ ಅದೂ

ಇದೂ ಒಂದೆರಡು ಮಾತಾಡಿದಳು. ಕುಮುದ ನಿದ್ದೆ ಬರುತ್ತಿರುವಂತೆ ಬರಿದೇ ಊಂ ಊಂ ಎಂದಳು. ಮಾಲಿನಿಗೆ ಇನ್ನು ತಡೆಯಲಾಗಲಿಲ್ಲ. ಎದ್ದು ಕುಳಿತು ಅಕ್ಕನ ಬೆನ್ನು ಮೆಲ್ಲಗೆ ಸವರಿದಳು.

"ಯಾಕೇ ಒಂಥರಾ ಇದೀಯ.. ಮನಸ್ಸಿಗೇನಾದ್ರೂ ಬೇಜಾರಾಗಿದ್ಯಾ"

"ಶ್ಯೀ.. ಇಲ್ಲಪ್ಪ... ಒಂಥರಾ ಸುಸ್ತು ಅಷ್ಟೇ" ಈ ಕಡೆ ತಿರುಗಿ ಅಂಗಾತ ಮಲಗಿದಳು.

"ವಯಸ್ಸಾಗ್ತಾ ಬಂತಲ್ಲ ಮಾರಾಯ್ತಿ.. ನಲವತ್ತರ ಹತ್ರ.. ಇನ್ನೇನು ಮೆನೊಪಾಸ್ ಹತ್ರ ಬರ್ತಿರಬೇಕು.. ಇತೀಚಿಗೆ ಪೀರಿಯಡ್ಸ್ ದಿನದಲ್ಲಿ, ಆಮೇಲೆ ಎಲ್ಲ ಒಂಥರಾ ಸುಸ್ತಾಗುತ್ತೆ" ಕುಮುದ ನಕ್ಕಳು.

ಈ ಅಕ್ಕ ನಗುತ್ತಿಲ್ಲ.. ನಗುವ ಪ್ರಯತ್ನ ಮಾಡುತ್ತಿದ್ದಾಳೆ ಅಷ್ಟೇ... ಅಕ್ಕನ ಪ್ರಯತ್ನ ಮಾಲಿನಿಯ ಎದೆ ತಟ್ಟುತ್ತಿದೆ. ಇಲ್ಲ... ಇವಳೇನೋ ಮುಚ್ಚಿಡ್ತಿದ್ದಾಳೆ.

"ಅದು ಇದ್ದಿದ್ದೇ ಬಿಡು.. ಬೇರೆ ಏನೋ ಚಿಂತೆ ಮಾಡ್ತಿರೋ ಹಾಗಿದೆ ನೀನು.."

"ಇಲ್ಲ ಮಾರಾಯ್ತಿ.. ನಂಗೆಂಥ ಚಿಂತೆ ಹೇಳು" ಮತ್ತೆ ನಸುನಗುವ ಯತ್ನ.

"ಮಲಕೋ ಇನ್ನು.. ಸುಮಾರು ಹೊತ್ತಾಯ್ತು... ಅಲ್ಲಂತೂ ಆಫೀಸಿನ ಕೆಲಸ, ಮರು ದಿನದ್ದು ಅಡುಗೇದು ಹಿಂಗೆ ರಾತ್ರಿ ಮಲಗುವಾಗ್ಲೂ ಏನಾದ್ರೂ ಯೋಚನೆ ಇದ್ದೇ ಇರುತ್ತೆ. ಈಗಾದ್ರೂ ಆರಾಮಾಗಿ ಬೇಗ ನಿದ್ದೆ ಮಾಡು ಮಾಲೀ" ಅವಳೇ ಮಾಲಿನಿಯನ್ನು ಸಮಾಧಾನಿಸುವ ಧ್ವನಿಯಲ್ಲಿ ಹೇಳುತ್ತ, ಕೈ ಹಗೂರಕ್ಕೆ ಜಗ್ಗಿ ಮಲಗುವಂತೆ ಒತ್ತಾಯಿಸಿದಳು. ಅಷ್ಟು ಹೇಳಿದವಳು ಇನ್ನೇನಿಲ್ಲ ಮಾತಾಡಲು ಎಂಬಂತೆ ಹಣೆಯ ಮೇಲೆ ಒಂದು ಕೈಇಟ್ಟು ಮತ್ತೆ ಕಣ್ಣುಮುಚ್ಚಿದಳು.

ಮಾಲಿನಿಗೆ ಮತ್ತೇನೂ ಮಾಡಲು ತೋಚದೆ ಮಲಗಿದಳು. ಹೀಗೆ ಕಂಬಳಿ ಹೊದ್ದು ಮಲಗುವುದೆಂದರೆ ಇಬ್ಬರಿಗೂ ಇನ್ನಿಲ್ಲದ ಹಿತ. ಇಲ್ಲಿ ಬಂದಾಗ ತುಸುವೇ ತಣ್ಣಗೆ ಅನ್ನಿಸಿದರೂ ಇಬ್ಬರೂ ಹೊದಿಕೆಯ ಜತೆ ಕಂಬಳಿ ಹಾಕಿಕೊಳ್ಳುತ್ತಾರೆ. ಮೊನ್ನೆ ಮೊನ್ನೆ ಬಂದ ಮುಂಗಾರು ಮಳೆಯಿಂದ ಬೇಸಿಗೆಯ ಝಳ ಕಡಿಮೆಯಾಗಿದೆ. ರಾತ್ರಿ ಈ ವೇಳೆಗೆ ತಣ್ಣನೆಯ ಗಾಳಿ ಉದ್ದ ಉದ್ದ ಅಡಿಕೆಮರಗಳನ್ನು ತೊನೆಯುವಂತೆ ಮಾಡುತ್ತ ತೋಟ ಹಾದುಕೊಂಡು ಇವರ ಮಹಡಿಯ ಆ ಚಿಕ್ಕ ಕಿಟಕಿಯೊಳಗೆ ತೂರಿಕೊಳ್ಳುತ್ತೆ. ಈ ಜಾಗದ ಈ ಕತ್ತಲು ನೆನಪಿದ್ದಾಗಿನಿಂದ ಪರಿಚಿತ. ಸ್ವಲ್ಪ ಮುಗ್ಗಲು ಎನ್ನಿಸುವ, ಅಜ್ಜಿಯ ಸೀರೆಯ ಸೆರಗಿನ ವಾಸನೆಯ ಹಾಗೇ ಇರುವ ಹೊದಿಕೆಯ ಈ ವಾಸನೆಯೂ ಪರಿಚಿತ. ಅಮ್ಮನ ನೆನಪೇ ಅಪರಿಚಿತವಾದ ಮಾಲಿನಿಗೆ ಪಕ್ಕದಲ್ಲಿ ಹೀಗೆ ಅಕ್ಕ ಮಲಗಿ ಉಸಿರಾಡುವುದೂ ನೆನಪಿದ್ದಾಗಿನಿಂದ ಪರಿಚಿತ. ಅಕ್ಕನ ಇಂದಿನ ಈ ಚಹರೆ ಮಾತ್ರ ಮಾಲಿನಿಗೆ ಅಪರಿಚಿತ. ಅಕ್ಕನ ಉಸಿರಾಟದ ಸದ್ದು ಆಲಿಸುತ್ತ ಎಷ್ಟೋ ಹೊತ್ತಿನ ಮೇಲೆ ನಿದ್ದೆ ಕಣ್ಣು ತುಂಬಿತು.

ನಡುರಾತ್ರಿ ಯಾರೋ ನರಳಿದಂತೆ... ಜೋರಾಗಿಯೇ ಕೇಳಿದ ನರಳುಸದ್ದಿಗೆ ಮಾಲಿನಿ ತಟ್ಟನೆ ಕಣ್ಣು ತೆರೆದಳು. ಗಾಢ ಕತ್ತಲೆಯಲ್ಲಿ ಅರೆಕ್ಷಣ ಏನೂ ತೋಚಲಿಲ್ಲ. ಪಕ್ಕದಲ್ಲಿ ನರಳುವ ಧ್ವನಿ ಇನ್ನೂ ಸಣ್ಣಗೆ... ಅಯ್ಯೋ ನರಳ್ತಾ ಇರೋದು ಪಕ್ಕದಲ್ಲಿರೋ ಅಕ್ಕನೇ...

"ಎಂಥ ಅಕ್ಕಾ... ಕನಸನೇ... ಏ ಅಕ್ಕ... ಇಲ್ನೋಡೆ... ಎಚ್ಚರಾಗೇ" ಲೈಟ್‌ನ ಸ್ವಿಚ್ ಎಲ್ಲಿದೆ ಎನ್ನುವದೂ ಬೇಗ ಹೊಳೆಯುತ್ತಿಲ್ಲ. ಅಕ್ಕನ ಹಾಸಿಗೆ ತಡವುತ್ತ, ಹಾಗೆ ಹೊದಿಕೆಯಡಿ ಸಿಕ್ಕಿದ ಅವಳ ಭುಜ ಗಟ್ಟಿಯಾಗಿ ಒತ್ತಿದಳು.

"ಹಾಂ.. ಓ... ಮಾಲಿ....ನೀನಿಲ್ಲೇ ಇದೀಯೆನೆ... ಎಷ್ಟು ಕೆಟ್ಟ ಕನಸೇ... ದೇವ್ರೇ..." ಕುಮುದನ ಧ್ವನಿ ಇನ್ನೂ ಕನಸಿನ ಸಂಕಟದಲ್ಲಿ ತೋಯ್ತಾ ಇದೆ.

"ಶ್ಯೀ ಅಕ್ಕಾ.. ಕನಸಿಗೆಲ್ಲ ಇಷ್ಟು ಹೆದರದನೇ... ಏಳು... ನೀರುಗೀರು ಬೇಕನೇ... ಲೈಟ್ ಹಾಕ್ಲಾ" ಈಗ ಮಾಲಿನಿ ಅಕ್ಕನ ಮೇಲೆ ಬಾಗಿ ಆಪ್ತವಾಗಿ ಎರಡೂ ಭುಜ ಬಿಗಿಯಾಗಿ ಒತ್ತಿದಳು.

ಇದೀಗ ಕುಮುದ ಪೂರ್ಣ ಎಚ್ಚರವಾದಳು. ಎದ್ದು ಕುಳಿತು ಒಮ್ಮೆ ಉಸಿರು ನಿಡಿದಾಗಿ ಎಳೆದುಕೊಂಡಳು. ಅರೆಕ್ಷಣ ಬಿಟ್ಟು "ಮಾಲಿ... ಕನಸು, ವಾಸ್ತವ ಎಲ್ಲ ಒಂದೇ ಥರಾ ದುಸ್ವಪ್ನ ಆಗಿದೆಯೇ... ಹೆದರ್ತಾ ಇರೋದು ಕನಸಿಗಲ್ವೇ... ವಾಸ್ತವಕ್ಕೆ ಕಣೇ" ಕುಮುದ ಮೆಲ್ಲಗೆ ಬಿಕ್ಕಿದಳು.

ಅವಳ ಹಾಸಿಗೆಯ ಮೇಲೆ ಕುಳಿತ ಮಾಲಿನಿ ಮೆಲ್ಲನೆ ಅಕ್ಕನನ್ನ ಬಳಸಿಹಿಡಿದಳು.

"ಎಂತಾತೆ ಅಕ್ಕ.. ನನ್ನ ಹತ್ರ ಹೇಳ್ಕಳೇ"

ಓಹ್.. ಹಾಗಾದ್ರೆ ದಿನಕರನ ಅನುಮಾನ ನಿಜ, ಅವನು ಕೇಳಿದ ಅದೇನೋ ಸುದ್ದಿ ನಿಜ.. ಕಾರಣವೇ ಇಲ್ಲದೆ ಹೀಗೆ ಹುಟ್ಟಿಬಿಟ್ಟ ತನ್ನ ಅನುಮಾನವೂ ನಿಜ... ದೇವರೇ... ಅದ್ಯಾವ ದುಸ್ವಪ್ನವನ್ನು ಅಕ್ಕನ ಬಟ್ಟಲುಗಣ್ಣುಗಳಿಗೆ ಮೆತ್ತಿಬಿಟ್ಟಿದ್ದೀಯ..? ಇದೀಗ ಕುಮುದನ ಯಾತನೆ ಅವಳು ಪೂರ್ಣ ತೋಡಿಕೊಳ್ಳದೆಯೂ ಮಾಲಿನಿಯ ಕೋಶಗಳನ್ನು ವ್ಯಾಪಿಸುತ್ತಿದೆ.

"ನಿನ್ನ ಭಾವ ಎಲ್ಲ ಮುಳುಗಿಸಿಬಿಟ್ರೇ..." ಮತ್ತೆ ಬಿಕ್ಕು.

"ಅಕ್ಕಾ... ಸಮಾಧಾನ ಮಾಡ್ಕಳೇ... ನಿಧಾನ ಹೇಳು... ಎಂಥಾತು..." ಮಾಲಿನಿ ತಡವಿ ತಡವಿ ಸಂತೈಸಿದಳು.

"ಆ ಸುಡುಗಾಡು ಬಿಸಿನೆಸ್ ಎಲ್ಲ ಡುಬ್ ಆಯ್ತು... ಒಟ್ಟು ಹತ್ತು ಲಕ್ಷ ಸಾಲ ಈಗ ತಲೆ ಮೇಲಿದಿಯೇ... ಸುಮಾರು ಎರಡು ವರ್ಷದಿಂದ ಸಣ್ಣಕೆ ಲಾಸ್ ಆಗ್ತಾನೆ ಇತ್ತಂತೆ, ನಿನ್ನ ಭಾವ ನಂಗೆ ಎಂಥ ಹೇಳದೇ ಮುಚ್ಚಿಟ್ಟದ್ದು... ಈಗ ಪೂರ್ಣ ತಲೆಮೇಲೆ

ಬಂದಮೇಲೇ ನಂಗೆ ಗೊತ್ತಾಗಿದ್ದು ಮಾರಾಯ್ತಿ... ದಿನಾ ಬೆಳಿಗ್ಗೆ ಸಾಲಗಾರರು ಮನೆಗೆ ಬರೋದು... ಅವರ ಜಗಳ... ಮನೆ ನಡೆಸೋದು ಕೂಡ ಕಷ್ಟ ಆಗಿದೆಯೇ..." ಕುಮುದನ ಬಿಕ್ಕುಗಳ ಮಧ್ಯೆ ತುಂಡು ತುಂಡು ವಾಕ್ಯಗಳು.

ಮಾಲಿನಿಯ ಕೈಗಳ ಮೇಲೆ ಕುಮುದನ ಹನಿಹನಿ ಕಣ್ಣೀರು. ಇದೀಗ ಅಕ್ಕನ ಪ್ರತಿದಿನದ ದುಸ್ವಪ್ನ ಸ್ಪರ್ಶಕ್ಕೆ ನಿಲುಕುತ್ತಿದೆ.

ಮಾಲಿನಿ ಮೆಲ್ಲನೆ ಅಕ್ಕನ ಕಣ್ಣಿರು ಒರೆಸಿದಳು.

"ಶ್ಯೀ ಅಕ್ಕಾ... ಇದೆಂಥ ನೀನು ಚಿಕ್ಕ ಪಾಪು ಥರಾ ಅಳ್ತೆ. ನಾವೆಲ್ಲ ಇಲ್ವೇನೆ... ದಿನೂ, ನಾನು ಏನಾದ್ರೂ ಮಾಡ್ತೇವೆ... ಅಪ್ಪನ್ನೂ ಕೇಳಣ.." ಸಮಾಧಾನಿಸುತ್ತಲೇ ನಿಧಾನಕ್ಕೆ ಅದೆಲ್ಲ ಹೇಗೆ ಆಗಿದ್ದು, ಏನು ಎಂದು ಕೇಳಿದಳು. ಈಗ ಮನೆ ನಡೆಸೋದು ಬರಿಯ ತನ್ನ ಪಾರ್ಟ್‌ಟೈಂ ಕಾಲೇಜು ದುಡಿಮೆಯಿಂದ, ಶಾಲೆಗೆ ಹೋಗುವ ಅಭಿ ಕೂಡ ಸ್ವಲ್ಪ ಆಘಾತಕ್ಕೆ ಒಳಗಾಗಿದ್ದಾನೆ, ಅಷ್ಟೆಲ್ಲ ಸಾಲ, ಜತೆಗೆ ಅವುಗಳ ಬಡ್ಡಿ ಹೇಗೆ ತೀ-ರಿಸೋದು ಗೊತ್ತಾಗ್ತಿಲ್ಲ, ಗಂಡ ಬೇರೆ ಕೆಲಸ ಮಾಡಲೂ ಒಪ್ಪದಿರೋದು, ಮತ್ತೆ ಹೊಸದಾಗಿ ಬಿಸಿನೆಸ್ ಶುರುಮಾಡಬೇಕೆಂದರೆ ಬಂಡವಾಳ ಇಲ್ಲದಿರೋದು, ಎಲ್ಲ ಹೇಳುತ್ತ ತುಸು ಹಗುರಾದ ಕುಮುದ ತಲೆ ಒತ್ತಿಕೊಂಡಳು.

"ಈಗ ಮಲ್ಕೋ ಅಕ್ಕಾ... ಬೆಳಿಗ್ಗೆ ದಿನೂಗೆ, ಅಜ್ಜಿಗೆ ಹೇಳಣ, ಅಪ್ಪಂಗೂ ಹಿಂಗಿಂಗೆ ಅಂತ ಫೋನ್ ಮಾಡಿ ಹೇಳಿ, ಬರಕ್ಕೆ ಹೇಳಣ, ಇಂಥ ಸಮಯದಲ್ಲಿ ಚಿಕ್ಕಮ್ಮ ತೀರಾ ಹಣ ಕೊಡದು ಬೇಡ ಅಂತೇನೂ ಹೇಳಲ್ಲ, ಅವಳೂ ಮನಷ್ಯಳೇ ಅಲ್ವಾ.. ನೀನೀಗ ಮಲ್ಕಳೇ... ಎಲ್ಲ ಸೇರಿ ಎಂತಾದ್ರೂ ಮಾಡಣ ಅಕ್ಕಾ... ಇಷ್ಟು ದಿನ ನಾವು ಮೂರು ಜನ ಎಂತ ಆದ್ರೂ ಒಟ್ಟಾಗಿ ಸೇರಿ ಬಗೆಹರಿಸ್ಕಂಡ ಹಂಗೆ ಇದಕ್ಕೂ ಏನಾದ್ರೂ ಯೋಚನೆ ಮಾಡಣ್ವೇ... ನಾವೆಲ್ಲ ಇದೀವಲ್ಲ, ನೀನೊಬ್ಬಳೇ ಅಲ್ಲವಲ್ಲ ಅಕ್ಕ. "

ಮಾಲಿನಿ ಸಮಾಧಾನ ಹೇಳಿಯೇ ಹೇಳಿದಳು. ಈ ಕತ್ತಲೆಯಲ್ಲಿ ಇಷ್ಟೆಲ್ಲ ಅಪ್ಯಾಯಮಾನ ಎನ್ನಿಸುವ ಈ ಸಮಾಧಾನ ಹಗಲಿನ ಬೆಳಕಿನಲ್ಲಿ ಅಪರಿಚಿತವೆನ್ನಿಸುವ ಹಾಗೆ ಆವಿಯಾದರೆ ಎಂಬ ಆತಂಕ ಮಾಲಿನಿಯಲ್ಲಿ ಹುಟ್ಟದಿರಲಿಲ್ಲ. ಇಲ್ಲ.. ಈ ಬಂಧ ನಮ್ಮ ಮೂರು ಜನರನ್ನು ಹೀಗೇ ಆವರಿಸಿರುತ್ತೆ ಎಂದು ತನಗೆ ನಂಬಿಕೆಯಾಗಲೆಂದು ಮತ್ತೆ ಹೇಳಿದ ವಾಕ್ಯವನ್ನೇ ಹೇಳುತ್ತ ಸಮಾಧಾನಿಸಿದಳು. ಬಚ್ಚಲಿಗೆ ಹೋಗಬೇಕು ಎನ್ನಿಸಿದರೂ ಎದ್ದು ಲೈಟ್ ಹಾಕಿದಾಗ ಇದೀಗ ಕಣ್ಣೊರೆಸಿಕೊಂಡ ಅಕ್ಕನ ಮ್ಲಾನವದನ ನೋಡುವ ಧೈರ್ಯವಿಲ್ಲದೇ ಹಾಗೇ ಮಲಗಿದಳು. ಮಲಗಿದ ನಂತರವೂ ಕುಮುದ ಅದೆಲ್ಲ ಹೇಗಾಯ್ತು ಅಂತ ಮತ್ತೆ ಕೆಲ ವಿವರಗಳನ್ನು ಬಿಚ್ಚಿಡುತ್ತಲೇ ಇದ್ದಳು. ಯಾತನೆ ಮಾತ್ರವೇ ನಿಜವಾಗಿ ಅದೆಲ್ಲ ವಿವರಗಳೇ ಅಪ್ರಸ್ತುತ ಎನ್ನಿಸಿದರೂ ಮಾಲಿನಿ ಓಹಾ.. ಹಂಗಾತ.. ಇರ್ಲಿಬಿಡು ಎಂದೆಲ್ಲ ಉದ್ಗಾರ ತೆಗೆಯುತ್ತ ಕೇಳಿದಳು. ಮತ್ತೆ ಎಷ್ಟೋ ಹೊತ್ತಿನ ನಂತರ ಇಬ್ಬರಿಗೂ ನಿದ್ರೆ ಆವರಿಸಿದ್ದು.

ಮರುದಿನ ಹನ್ನೊಂದರ ಸುಮಾರಿಗೆ ದಿನಕರನ ಹೆಂಡತಿಯನ್ನೂ ಏನೋ ನೆವ ಹೇಳಿ ಮನೆಯಲ್ಲೇ ಬಿಟ್ಟ ಈ ಮೂವರೂ ಕರಿಗುಡ್ಡದ ಆಚೆಬದಿಯ ಬ್ಯಾಣಕ್ಕೆ ಹೋದರು. ಗೇರುಮರದ ನೆರಳಲ್ಲಿ ಕುಳಿತಾಗ ರಾತ್ರಿ ಕುಮುದ ಹೇಳಿದ ಸಂಗತಿಗಳನ್ನು ಬಿಚ್ಚಿಟ್ಟದ್ದು ಮಾಲಿನಿಯೇ.

ದಿನಕರನ ಗೆಳೆಯನ ಮಾವ ಕಳೆದ ವಾರ ಹೇಳಿದ್ದು ಇದೇ ಸಂಗತಿಯೇ. ಗಾಳಿಸುದ್ದಿಯೂ ಇರಬಹುದು, ನಿಜವೂ ಇರಬಹುದು, ವಿಚಾರಿಸು ಮಾರಾಯ, ಮತ್ತೆ ತಾವು ಇದನ್ನು ಯಾರಲ್ಲೂ ಹಬ್ಬಿಸುವುದಿಲ್ಲ ಎಂದು ತಾವಾಗಿಯೇ ಕಾಳಜಿಯ ಮಾತಾಡಿ ಹೋಗಿದ್ದರಾತ.

"ನಿನ್ನೆ ನಿನ್ನ ಕೈಯಲ್ಲಿ ಆ ಬಳೆ ಕಾಣಿಸ್ದೇ ಇದ್ದಾಗ್ಲೇ ಅಂದ್ಕಂಡಿ.. ಅವ್ರು ಹೇಳಿದ ಸುದ್ದಿ ನಿಜ ಅಂತ.. ಭಾವ ಬಳೇನೂ ಮಾರಿಬಿಟ್ರೇನೆ" ದಿನಕರ ಕುಮುದನ ಬಲಗೈ ಮೇಲೆ ಬೆರಳಾಡಿಸಿದ. ಅವಳ ಕೈಯಲ್ಲೀಗ ಗಾಜಿನ ಬಳೆಯ ಜತೆ ಸಾದಾ ಮುತ್ತಿನ ಬಳೆ ಇತ್ತು.

"ನಾ ಕೇಳಿದಾಗ ಮ್ಯಾಚಿಂಗ್ ಅಂತ ಅದ್ನ ತೆಗೆದಿಟ್ಟು ಇದ್ನ ಹಾಕ್ಕೊಂಡಿದೀನಿ, ಬಂಗಾರದ ಆ ಬಳೆ ಚೀಲದಲ್ಲಿದೆ ಅಂದೆಯಲ್ಲೆ" ಮಾಲಿನಿಗೂ ಸಂಕಟವೆನ್ನಿಸಿತು.

ದಿನಕರನಿಗೆ, ಮಾಲಿನಿಗೆ ಅಮ್ಮನ ನೆನಪೆಂದರೆ ಅಕ್ಕನ ಕೈಯಲ್ಲಿದ್ದ "ಇದು ಅಮ್ಮನ ಬಳೆ ಅಂತೆ" ಎಂಬ ಆ ಎರಡು ಹಳೆಯ ಕಾಲದ ಗಟ್ಟಿ ಬಂಗಾರದ ಬಳೆಯ ಕಿಣಿಕಿಣಿ ಸದ್ದು ಮಾತ್ರ.

ಆ ಬಳೆ ಕೈಯಿಂದ ತೆಗೆಯುವಾಗ ಕುಮುದನ ಮನಸ್ಸಿಗೆ ಎಂಥ ಯಾತನೆ ಆಗಿರಬಹುದು ಎನ್ನುವುದು ಮಾಲಿನಿ, ದಿನಕರ ಇಬ್ಬರಿಗೂ ನೋವಿನಿಂದ ಹಿಂಡಿದ ಅವಳ ಮುಖಭಾವ ನೋಡಿಯೇ ಗ್ರಹಿಕೆಗೆ ನಿಲುಕಿತು.

"ಮಾರಿಲ್ಲವೇ.. ಅಡ ಇಟ್ಟಿದಾರೆ... ಬಿಡಿಸ್ಕೋತೇನೆ... ಆ ಬಳೆ ತೆಗೆದುಕೊಟ್ಟ ಮೇಲೆ... ಬಲಗೈಯಲ್ಲಿ ಊಟ ಮಾಡೋದು ಕೂಡ ಹಿಂಸೆ ಆಗಿಬಿಟ್ಟಿದೆಯೇ... ನಂಗೆ ಯಾಕೆ ಇಂಥ ಸ್ಥಿತಿ ಬಂತೇ" ಕುಮುದ ಇದೀಗ ಜೋರಾಗಿ ಅಳತೊಡಗಿದಳು.

ದಿನಕರ ಹುಟ್ಟಿದ ಎರಡು ವರ್ಷಕ್ಕೆ ಮತ್ತೆ ಬಸಿರಿಯಾದ ಅವನಮ್ಮ ಹೆರಿಗೆಯಲ್ಲೇ ಸತ್ತಿದ್ದರು. ಆ ಮಗುವೂ ಹೊಟ್ಟೆಯಲ್ಲೇ ಸತ್ತಿತ್ತು. ಮಾಲಿನಿಗಾಗ ನಾಲ್ಕೂವರೆ ವರ್ಷ.

"ಆಗೆಲ್ಲ ಈಗಿನ ಹಾಗೆ ಎಲ್ಲಿ ಆಸ್ಪತ್ರೆ ಗಿಸ್ಪತ್ರೆ.... ಪಾಪ ನಿಮ್ಮಮ್ಮಂಗೆ ಮಕ್ಕಳ ಸುಖ ನೋಡೋ ಭಾಗ್ಯ ಇರ್ಲಿಲ್ಲ ಅಷ್ಟೇ" ಅಜ್ಜಿ ಯಾವಾಗ್ಲೂ ಹೇಳುತ್ತಿದ್ದಳು. ಈ ಅಜ್ಜಿಯೆಂದರೆ ಅಪ್ಪನ ಅಮ್ಮ. ಇವರನ್ನೆಲ್ಲ ಕಣ್ಣೆವೆಯ ಹಾಗೆ ಜೋಪಾನ ಮಾಡಿ ಸಾಕಿದ್ದೇ ಅಜ್ಜಿ. ಮೊದಲಿಂದ ಅದೇಕೋ ಅಪ್ಪನೊಂದಿಗೆ ತೀರಾ ಆಪ್ತತೆ ಈ ಮೂವ-ರಿಗೂ ಬೆಳೆಯಲೇ ಇಲ್ಲ. ಏನಿದ್ದರೂ ಅಜ್ಜಿಯೊಂದಿಗೆ ಮತ್ತು ತಾವೇ ಮೂರು ಜನರ

ಮಧ್ಯೆ. ಅಮ್ಮ ಸಾಯುವಾಗ ಕುಮುದನಿಗೆ ಆರು ವರ್ಷ, ಅವಳಿಗೆ ಅಮ್ಮನ ನೆನಪು ಸಾಕಷ್ಟಿತ್ತು. ಕುಮುದ ದೊಡ್ಡವಳಾಗಿ, ಮೂರುದಿನದ ನಂತರ ನಾಲ್ಕನೆಯ ದಿನ ಒಳಗೆ ಬಂದು ಅದೇನೇನೋ ತನ್ನ ಶಾಸ್ತ್ರಗಳನ್ನೆಲ್ಲ ಪೂರೈಸಿದ ಅಜ್ಜಿ ಆ ಎರಡು ಬಳೆಗಳನ್ನು ತೆಗೆದು ಕುಮುದನ ಕೈಗೆ ಹಾಕಿದ್ದಳು.

"ಇದು ನಿಮ್ಮಮ್ಮನ ಬಳೆ ಕುಮುದಾ, ಯಾವತ್ತೂ ನಿನ್ನ ಕೈಯಲ್ಲಿರಬೇಕು" ಕುಮುದ ಅದನ್ನು ಅಲಿಖಿತ ಒಪ್ಪಂದದ ಹಾಗೆ ಪಾಲಿಸಿಕೊಂಡು ಬಂದಳು. ಆಗ ಮಾಲಿನಿಗೆ ಸುಮಾರು ಹನ್ನೊಂದು ವರ್ಷ, ದಿನಕರನಿಗೆ ಒಂಬತ್ತೂವರೆ ವರ್ಷ. ಆಗಿನಿಂದ ಅವರಿಬ್ಬರಿಗೂ ಕುಮದನ ಬಲಗೈಯಲ್ಲಿದ್ದ ಅದನ್ನು 'ಇದು ಅಮ್ಮನ ಬಳೆ' ಎಂದು ಆಗೀಗ ಕಿಣಿಕಿಣಿ ಗುಟ್ಟಿಸುವ ಅಭ್ಯಾಸ. ಇನ್ನೂ ಚಿಕ್ಕವನಾಗಿದ್ದ ದಿನಕರನಿಗಂತೂ ಜೋರಾಗಿ ಕಿಣಿಕಿಣಿಸಿದರೂ "ಇದು ಗಾಜಿನ ಬಳೆ ಹಂಗೆ ಒಡೆಯಲ್ಲವಂತೆ, ಎಂತಕೆ ಅಂದರೆ ಅದು ಅಮ್ಮನ ಬಳೆ" ಎಂದೂ ಒಡೆಯದ ಬಳೆ ಎಂಬಂತಹ ವಿಚಿತ್ರ ಸುರಕ್ಷಿತ ಭಾವ. ಅದನ್ನು ಮುರಿಸಿ ಬೇರೆ ಹೊಸ ನಮೂನೆಯ ಬಳೆ ಮಾಡಿಸಿಕೊ ಎಂದು ಯಾರೆಲ್ಲ ಹೇಳಿದರೂ ಕುಮುದ ಅದನ್ನು ಕೈಯಿಂದ ತೆಗೆದದ್ದಿಲ್ಲ.

ಒಮ್ಮೆ ಅವಳ ಅಳು ಎಲ್ಲ ಕರಗಿಹೋಗಲಿ ಎಂದು ದಿನಕರ, ಮಾಲಿನಿ ಇಬ್ರೂ ಸುಮ್ಮನೆ ಅವಳ ಭುಜ, ಬೆನ್ನು ಸವರುತ್ತ ಮಾತಾಡದೇ ಕುಳಿತರು. ಅಳುತ್ತಲೇ ಮಧ್ಯೆಮಧ್ಯೆ ಕುಮುದ ಮತ್ತೆ ಮತ್ತೆ ಸಾದ್ಯಂತ ಹೇಳಿದಳು. ಹೇಳಿ ಮುಗಿದ ನಂತರ ತುಸು ಹೊತ್ತು ಮಾತಾಡದೇ ಮೂವರು ಗೇರು ಮರದ ನೆಳಲುಬೆಳಕಿನ ವಿನ್ಯಾಸ ನೋಡುತ್ತ ಸುಮ್ಮನೆ ಕುಳಿತರು.

ಅಪ್ಪ ಮತ್ತೊಂದು ಮದುವೆಯಾಗುತ್ತೇನೆ ಎಂದು ಹೇಳಿದ ದಿನವೂ ಈ ಮೂವರು ಕುಳಿತದ್ದು ಇದೇ ದೊಡ್ಡ ಗೇರು ಮರದ ನೆರಳಿನಲ್ಲಿ. ತಾವೆಲ್ಲ ಇಷ್ಟು ದೊಡ್ಡವರಾದ ಮೇಲೆ, ಅಕ್ಕನ ಮದುವೆಯಾದ ಎರಡು ವರ್ಷದಲ್ಲಿ, ಮಾಲಿನಿ, ದಿನೂ ಮದುವೆಯಾಗುವ ವಯಸ್ಸಿಗೆ ಬಂದಿರುವಾಗ, ಇನ್ನೇನು ಇಬ್ಬರಿಗೂ ಹುಡುಕಿ ಮದುವೆ ಮಾಡಬೇಕು ಅನ್ನೋ ಕಾಲದಲ್ಲಿ ಅಪ್ಪ ಹೀಗೆ ಮದುವೆಯಾಗಲು ಮುಂದಾಗಿದ್ದು ಆಘಾತವೆನ್ನಿಸಿತ್ತು. ಮಾಲಿನಿ, ದಿನಕರನಿಗೆ ಎಲ್ಲರಿಗಿಂತ ಹೆಚ್ಚು ಆಘಾತವಾಗಿದ್ದು. ಚಿಕ್ಕಮ್ಮನನ್ನು ಮನೆಗೆ ಕರೆತಂದ ದಿನವೂ ಇದೇ ಮರದ ನೆರಳಿನಲ್ಲಿ ಕುಳಿತಾಗ ಅಕ್ಕ ಇಬ್ಬರನ್ನೂ ಸಮಾಧಾನಿಸಿದ್ದಳು.

"ನೋಡು.. ನಾನು ಮದುವೆಯಾಗಿ ದೂರ ಹೋಗ್ತಿದೀನಿ.. ಮಾಲಿ ನೀನು ಬೆಂಗಳೂರಲ್ಲೇ ಕೆಲಸ ಮಾಡ್ತಿದ್ದೀಯ, ಮುಂದಿನ ವರ್ಷ ಮದುವೆಗಿದುವೆ ಆದ್ರೆ ಅಲ್ಲೇ ಸೆಟಲ್ ಆಗ್ತೀಯ.. ಒಂದೆರಡು ವರ್ಷಕ್ಕೆ ದಿನೂ ಮದುವೆ ಆಗುತ್ತೆ.. ಆಮೇಲೆ ಅಪ್ಪನ್ನ ನೋಡ್ಕೋಳೋರು ಯಾರು.. ಅವರಿಗೂ ಒಂಟಿತನ ಕಾಡಲ್ಲವಾ... ಇಷ್ಟು ವರ್ಷ ಮತ್ತೆ ಮದುವೆಯಾಗಲ್ಲ ಅಂತಿದ್ದ ಅಪ್ಪ ಈಗ ಮದುವೆಯಾಗಿದ್ದಾರೆ ಅಂ-ದ್ರೆ ಅದಕ್ಕೆ ಅವರಿದ್ದೇ ಕಾರಣ ಇರುತ್ತೆ, ಅವರಿದ್ದೇ ಮಜಬೂರಿ ಇರುತ್ತೆ... ಇಷ್ಟು

ದೊಡ್ಡೋರಾಗಿದೀರ ಇಬ್ರೂ, ತೀರಾ ಬಾಲಿಶವಾಗಿ ಯೋಚನೆ ಮಾಡಬೇಡಿ, ಮತ್ತೆ ಮದುವೆಯಾಗೋದು ಬರೀ ಸೆಕ್ಸ್‌ನ ಹಪಾಹಪಿಗೂ ಅಲ್ಲವಲ್ಲ... ಹೋಗ್ಲಿ, ಹಾಗೊಂದುವೇಳೆ ಆಕಸ್ಮಾತ್ ಅಪ್ಪಂಗೆ ಆ ಬಯಕೆ ಇದ್ರೂ ತಪ್ಪೇನು ಅದ್ರಲ್ಲಿ.. ಅಪ್ಪನೂ ಮನುಷ್ಯನೇ ಅಲ್ವಾ... ಏನಾದ್ರೂ ಕೆಟ್ಟ ಸಂಬಂಧ ಬೆಳೆಸಿ ನಾವೆಲ್ಲ ಮುಖ ತಗ್ಗಿಸೋಹಾಗೆ ಮಾಡೋದಕ್ಕಿಂತ ಹೀಗೆ ಮದುವೆಯಾಗೋದು ಮರ್ಯಾದೆ ಅಲ್ವಾ.. ನೀವಿಬ್ರೂ ಒಂದು ಕ್ಷಣ ಅಪ್ಪನ ಜಾಗದಲ್ಲಿ ನಿಂತು ಯೋಚ್ನೆ ಮಾಡಿ, ಬಯಕೆ ದೇಹದ್ದಿರಬಹುದು, ಮನಸ್ಸಿಂದಿರಬಹುದು, ಎಷ್ಟು ವರ್ಷ ಅಪ್ಪ ಎಲ್ಲಾನೂ ಹತ್ತಿಕ್ಕಿಕೊಂಡು ಬದುಕಬೇಕು, ಇಷ್ಟು ವರ್ಷ ಎಲ್ಲ ತಡೆದುಕೊಂಡು ಬದುಕಿಲ್ವಾ.. ಅದು ಅವರು ಮಾಡಿದ ತ್ಯಾಗ ಅಂತ ನಿಮಗಿಬ್ಬರಿಗೂ ಅನ್ನಿಸಲ್ವಾ..." ಅಕ್ಕ ಎಷ್ಟೆಲ್ಲ ತಿಳಿಸಿ, ಇಬ್ಬರಿಗೂ ಸಮಾಧಾನಿಸಿ ಹೇಳಿದ್ದಳಲ್ಲ... ಅಪ್ಪನ ಮದುವೆಯನ್ನು ಹೇಗೆ ಎಷ್ಟು ದೊಡ್ಡವಳಂತೆ ಅದಿರುವ ಹಾಗೆಯೇ ಸ್ವೀಕರಿಸಿದ್ದಳಲ್ಲ...

ನಂತರ ಎಷ್ಟೆಲ್ಲ ಘಟನೆಗಳು ವೇಗವಾಗಿ ಜರುಗಿಹೋದವು. ಹೆಚ್ಚು ಓದದೇ ಸಾಗರದ ಕಾಲೇಜಿನಲ್ಲಿ ಲ್ಯಾಬ್‌ಅಸಿಸ್ಟಂಟ್ ಆದ ಅಣ್ಣನಿಗೆ ಮದುವೆಯಾಗುತ್ತಲೇ ಈ ಚಿಕ್ಕ ತೋಟ, ಮನೆ ಅವನಿಗೆ ಬಿಟ್ಟು ತಾವು ಮೊದಲೇ ಮಂಚಿಗೇಹಳ್ಳಿಯಲ್ಲಿ ಮಾಡಿದ್ದ ಹೊಸ ತೋಟದ ಹತ್ತಿರ ಮನೆ ಕಟ್ಟಿಸಿಕೊಂಡು ಚಿಕ್ಕಮ್ಮನ್ನ ಕರೆದುಕೊಂಡು ಹೋದರು. ಒಂದು ಲೆಕ್ಕದಲ್ಲಿ ಒಳ್ಳೆಯದೇ ಆಗಿತ್ತು. ಮಲಚಿಕ್ಕಮ್ಮನಿಗೆ, ಈ ಮಕ್ಕಳಿಗೆ ಪ್ರತಿದಿನ ಏನಾದ್ರೂ ಭಿನ್ನಾಭಿಪ್ರಾಯ, ದುಸುಮುಸು ಎಲ್ಲ ತಪ್ಪಿದ ಹಾಗಾಗಿತ್ತು. ಆಗಿನಿಂದ ಅವರ ಸಂಸಾರ ಅವರಿಗೆ, ಇವರ ಸಂಸಾರ ಇವರಿಗೆ ಎನ್ನುವ ರೀತಿಯಲ್ಲಿ. ಆಗೀಗ ಬಂದುಹೋಗುವುದು, ಹಬ್ಬಹುಣ್ಣಿಮೆ ಒಟ್ಟಿಗೇ ಮಾಡುವುದು ಎಲ್ಲ ಒಂದು ಹದದಲ್ಲೇ ನಡೆದಿತ್ತು.

ಕುಮುದ ಅತ್ತು ಅತ್ತು ತುಸು ಹಗುರಾದಳು. ಏನು ಮಾಡುವುದು ಎಂದು ಮೂರು ಜನರೂ ಒಂದಿಷ್ಟು ಮಾತಾಡಿದರು. ದಿನಕರ ತಾನೇ ಅಪ್ಪನಿಗೆ ಬರುವಂತೆ ಫೋನ್ ಮಾಡುವುದಾಗಿ ಹೇಳಿದ. ವಾಪಾಸು ಮನೆಗೆ ಬರುವಾಗ ಮೂರು ಜನರಲ್ಲೂ ಮುಂದಿನ ದಾರಿಯ ಬಗ್ಗೆ ಅವರದೇ ಆಲೋಚನೆಗಳು.

ಕಿವಿ ಮಂದವಾಗಿದ್ದ ಅಜ್ಜಿಗೆ ಮನೆಯಲ್ಲಿ ಇವರ ಗುಸುಗುಸು ಸರಿಯಾಗಿ ಕೇಳಿಸದಿದ್ದರೂ ಏನೋ ಘಟಿಸಿದೆ ಎನ್ನುವುದು ಮಾತ್ರ ಅರಿವಾಗಿತ್ತು. ಕಡೆಗೆ ಮಾಲಿನಿಯೊಬ್ಬಳೆ ತೊಂಡೆ ಚಪ್ಪರದ ಬಳಿ ಇದ್ದಾಗ ಹೋಗಿ "ನಂಗೇನು ಗೊತ್ತಾಗಲ್ಲ ಎಂದುಕೊಂಡ್ರೇನೆ... ಕುಮುದನ ಮನೇಲಿ ಎಂಥ ಆಗಿದೆಯೇ.. ಎಲ್ಲ ಸೇರಿ ನನ್ನಿಂದ ಮುಚ್ಚಿಡ್ತಾ ಇದೀರೇನೆ.. ಇಷ್ಟ್ ವರ್ಷ ನಿಮ್ಮನ್ನೆಲ್ಲ ಸಾಕಿದ್ದಕ್ಕೆ ಈಗ ನನ್ನನ್ನ ತೀರಾ ಇಷ್ಟು ಹೊರಗಿನವಳ ಥರಾ ಮಾಡ್ತಿದ್ದೀರಲ್ಲೆ" ಕೇಳಿದ ಅಜ್ಜಿಗೆ ಸಂಕಟ ಗಂಟಲೊತ್ತಿಕೊಂಡು ಬಂದು, ಕಡೆಕಡೆಗೆ ಅಜ್ಜಿಯ ಧ್ವನಿ ಗದ್ಗದ.

"ಹಂಗಲ್ಲ ಅಜ್ಜಿ ನೀ ಸುಮ್ನೆ ಮನಸ್ಸಿಗೆ ಹಚ್ಚಿಕೋತೀಯ ಅಂತ ಅಷ್ಟೇ" ಸಮಾಧಾನಿಸಿದ

ಮಾಲಿನಿ ನಿಧಾನಕ್ಕೆ ಬಿಡಿಸಿ ಹೇಳಿದಳು.

"ಹತ್ತು ಲಕ್ಷ ಅಂದ್ರೆ ಎಷ್ಟೇ ಮಾಲಿ.. ಒಂದರ ಮುಂದೆ ಎಷ್ಟು ಸೊನ್ನೆನೇ.." ಅಜ್ಜಿಯ ಧ್ವನಿಯಲ್ಲಿ ಆ ಸಂಕಟದ ವೇಳೆಯಲ್ಲಿಯೂ ಚಿಕ್ಕ ಹುಡುಗರ ಮುಗ್ಧತೆ. ಮಾಲಿನಿ ಮಾತಾಡಲಿಲ್ಲ.

"ಅಲ್ಲಾ... ಎಷ್ಟಾದ್ರೇನಂತೆ ಬಿಡು... ಈಗ ಅಷ್ಟೂ ಸೊನ್ನೆ ಆತಲ್ಲೇ.." ಅಜ್ಜಿಗೂ ತಡೆಯಲಾರದ ಯಾತನೆ.

"ಏನೇ ಹೇಳು ಮಾಲಿ.. ಗಂಡ ಸರಿಯಾಗಿ ದುಡಿದ್ರೇನೆ ಎಲ್ಲ ಸರಿಯಾಗಿರೋದು... ಹಿಂಗೆ ಮಾಡ್ಕಂಡ್ರೆ ಹೆಂಡ್ತಿ ಅನ್ನಿಸಿಕೊಂಡೋಳು ಎಷ್ಟು ದುಡಿದ್ರೇನು, ಏನು ಮಾಡಿದ್ರೇನು ಆ ಅವಮಾನ ತುಂಬಿಕೊಳ್ಳಕ್ಕೆ ಆಗಲ್ವೇ, ವ್ಯಾಪಾರ ಅಂದ್ರೆ ಕಷ್ಟ ನಷ್ಟ ಇದ್ದಿದ್ದೇ ಮಾಲಿ, ಹಂಗೆ ನಷ್ಟ ಆದಾಗ ಧೈರ್ಯಗೆಡದೇ ಏನಾದ್ರೂ ಮಾಡಿ ಸಾಲದಿಂದ ತೊಳ್ಕೋಬೇಕಪ್ಪ, ಹಿಂಗೆ ಹೇಡಿ ಥರಾ.. ಶ್ಯೀ.. ತಂಗೆ ಮತ್ತೆ ಆ ಸುಡುಗಾಡು ಬಿಸಿನೆಸ್ ಮಾಡ ತಾಕತ್ತಿಲ್ಲದಿದ್ದರೆ ಎಂಥಾರೂ ಸಂಬಳದ ಕೆಲಸಾನಾದ್ರೂ ಹುಡುಕಬೇಕಪ್ಪ, ಅದೂ ಇಲ್ಲ ಅಂದ್ರೆ.. ಛೀ.." ಅಜ್ಜಿಗೆ ವಿಪರೀತ ಹೇವರಿಕೆಯೂ ಆದಂತಿತ್ತು.

ಅಜ್ಜಿಯ ತೊಂಡೆ ಚಪ್ಪರ ಬೇಸಿಗೆಯಲ್ಲೂ ಹಸಿರು. ಎಷ್ಟು ಕೊಯ್ದರೂ ಅಕ್ಷಯ ಪಾತ್ರೆಯಂತೆ ಚಪ್ಪರದ ಮೇಲೆ ಕೈಹಾಕಿದ ಕಡೆ ಕಾಯಿ ಸಿಕ್ಕೇ ಸಿಗುತ್ತಿತ್ತು. ಕೆಲವು ಸಲ ಏನೇನೋ ರೋಗ ಬಂದು, ಅಥವಾ ಜಾಗ ಸೌಳಾಗಿ ತೊಂಡೆ ಚಪ್ಪರ ಆಗೀಗ ನೆಲ ಕಚ್ಚಿದರೂ ಅಜ್ಜಿ ಮತ್ತೆ ಏನೋ ಮಾಡಿ, ಚಪ್ಪರವನ್ನು ಹಸಿರಾಗಿ ಎಬ್ಬಿಸಿಬಿಟ್ಟಿರುತ್ತಾರೆ. ಎಷ್ಟೋ ಸಲ ಮಾಲಿನಿಗೆ ಅಜ್ಜಿಯ ಜೀವಚೈತನ್ಯದಂತೆ ಈ ತೊಂಡೆ ಚಪ್ಪರ ಎನ್ನಿಸಿದ್ದಿದೆ. ಇಬ್ಬರೂ ಸೇರಿ ಚಿಕ್ಕ ಬಕೆಟ್‌ನಲ್ಲಿದ್ದ ನೀರಿಗೆ ಕಾಯಿ ಕೊಯ್ದು ಹಾಕಿ, ಬಕೆಟ್ ತುಂಬಿದಾಗ ಈಚೆ ಬಂದರು. ಬರುವಾಗ ಅಜ್ಜಿ ಮೆಲ್ಲನೆ "ಮಾಲಿ ನಂದೊಂಚೂರು ಬಂಗಾರ ಇದ್ಯೇ.. ಯಾರಿಗೂ ಈಗ್ಲೇ ಹೇಳಬೇಡ್ವೇ... ದಿನೂ ಹೆಂಡ್ತಿಗೆ ಕೊಟ್ರಾಯ್ತು ಅಂತ ಹಂಗೇ ಇಟ್ಟಿದ್ದೆ.. ಅದನ್ನ ನೀ ತಗಂಡ್ಹೋಗಿ ಮಾರಿಬಿಡೆ.. ಅದ್ರಗೆ ಚಿನ್ನ ಎಷ್ಟು, ಅರಗು ಎಷ್ಟಿದ್ದು ಗೊತ್ತಿಲ್ಲೆ, ಗೊತ್ತಿಲ್ಲ, ಹಳೇ ಬಂಗಾರ... ಬಂದಷ್ಟು ದುಡ್ಡು ಅವಳಿಗೆ ಕೊಡೇ.. ಆ ಹತ್ತು ಲಕ್ಷದ ಮುಂದೆ ಇದೆಲ್ಲ ಚೂರುಪಾರು... ಆದ್ರೂ ಎಲ್ಲ ಸೇರಿ ಚೂರುಪಾರು ಕೊಟ್ರೆ ಅಸಲಾದ್ರೂ ಕಳಿಯುತ್ತೇನೋ ಅಲ್ವೇನೆ" ಎಂದಳು.

ಮತ್ತೆ ನಾಲ್ಕಾರು ದಿನದಲ್ಲಿ ಅಪ್ಪನೂ ಬಂದರು. ಎಲ್ಲ ಕುಳಿತು ಮಾತುಕತೆಯಾಡಿ ಅಂತೂ ಸದ್ಯಕ್ಕೆ ದಿನಕರ, ಅಪ್ಪ ಸೇರಿ ಮೂರು ಲಕ್ಷದವರೆಗೆ ಹೊಂದಿಸಬಹುದು ಎಂದು ಲೆಕ್ಕಾಚಾರ ಹಾಕಿದರು. ಮಾಲಿನಿ ತಾನೂ ಕೂಡ ಗಂಡನ ಹತ್ತಿರ ಕೇಳಿ, ಹಾಗೂ ಹೀಗೂ ಒಂದು ಇಪ್ಪತ್ತೈದು ಮೂವತ್ತು ಸಾವಿರವಾದ್ರೂ ಕೊಡುವುದಾಗಿ

ಹೇಳಿದಳು. ಅಷ್ಟೇನೂ ಭರವಸೆ ಹುಟ್ಟಿಸುವ ಹಾಗೆ ಹೊರಗೆ ಹೇಳದಿದ್ದರೂ ಮಾಲಿನಿಯ ಮನಸ್ಸಿನಲ್ಲಿ ತಾನು ತುಸುವಾದ್ರೂ ಏನಾದರು ಮಾಡಲೇಬೇಕೆಂಬ ಭಾವನೆ ಮಾತ್ರ ಆಳವಾಗಿ ಬೇರು ಬಿಡತೊಡಗಿತು.

ನಂತರ ಯಾವ ರಾತ್ರಿಯೂ ಮತ್ತೆ ದಣಪೆ ಬಳಿ ನಿಂತು ರಾತ್ರಿ ಹರಟೆ ಕೊಚ್ಚುವ ಹುಕಿ ಮೂವರಿಗೂ ಬರಲಿಲ್ಲ. ಊರಿಗೆ ಹೊರಡುವ ಹಿಂದಿನ ರಾತ್ರಿ ಮಾಲಿನಿ, ಕುಮುದ ಸ್ವಲ್ಪ ಹೊತ್ತಿನವರೆಗೆ ಮಾತಾಡುತ್ತ ಮಲಗಿದರು. ಮಾಲಿನಿಗೆ ಇನ್ನೇನು ಕಣ್ಣು ಹತ್ತಬೇಕು ಅಷ್ಟರಲ್ಲಿ ಮೆಲ್ಲನೆ ಕುಮುದ

"ನಂಗೆ ಯಾಕೋ ಕೆಲವೊಮ್ಮೆ ಒಂತರಾ ತುಂಬಾ ಹಿಂಸೆ, ಯಾತನೆ ಅನ್ನಿಸಿಬಿಡುತ್ತೆ ಕಣೇ. ರಾತ್ರಿ ಕೆಲ ಸಲ.." ಅರ್ಧಕ್ಕೆ ನಿಲ್ಲಿಸಿದಳು.

ಮಾಲಿನಿಗೆ ತಟ್ಟನೆ ಅಕ್ಕನ ಈ ಯಾತನೆಯ ಸುಳಿವು ಹತ್ತಿದಂತೆ ಅಕ್ಕನ ಕೈ ಬಿಗಿಯಾಗಿ ಹಿಡಿದಳು.

"ಮಾಲಿ.. ಇವರು ಹತ್ರ ಬಂದ್ರೆ ಸಾಕು ಯಾಕೋ ಒಂಥರಾ ಇಷ್ಟು ದಿನ ನಂಗೆ ಹೇಳದೇ ಬಿಸಿನಸ್ ಅಂತ ಕುಣಿದು ಇಷ್ಟೆಲ್ಲ ಲಾಸ್ ಮಾಡಿ ಎಲ್ಲೂ ಮುಖ ಎತ್ತದ ಹಾಗೆ ಮಾಡಿದ್ರಲ್ಲಪ್ಪ ಅಂತ ಮೈಮೇಲೆ ಮುಳ್ಳು ಏಳುತ್ತೆ ಕಣೇ. ಇವರು ನನ್ನ ಕೂಡಲಿಕ್ಕೆ ಬಂದರೆ ತುಂಬಾನೆ ಹಿಂಸೆ ಅನ್ನಿಸುತ್ತೆ ಕಣೇ. ನಂಗೆ ಅವರ ನೋವು, ಅವರು ನಷ್ಟ ಆಗಿದ್ದಕ್ಕೆ ಕಾರಣ ಎಲ್ಲ ಅರ್ಥವಾಗುತ್ತೆ, ನಾನು ಅವರಿಗೆ ತುಂಬ ಸಮಾಧಾನ ಹೇಳ್ತಿದ್ದೀನಿ, ಧೈರ್ಯಕೊಡ್ತಿದ್ದೀನಿ, ಹೆಂಡತಿಯಾಗಿ ನಾನು ಅವರಿಗೆ ಈ ಸಮಯದಲ್ಲಿ ಜತೆಯಾಗದೇ ಮತ್ಯಾರು ಆಗ್ತಾರೆ, ಎಷ್ಟೇ ಆಗಲಿ ಇಷ್ಟು ವರ್ಷ ಪ್ರೀತಿಯಿಂದ ಸಂಸಾರ ಮಾಡಿದೀನಿ, ಎಲ್ಲ ನಿಜವೇ, ಆದ್ರೆ ಇಷ್ಟೆಲ್ಲ ಆದ ಮೇಲೂ ಮೊದಲೇ ಎಲ್ಲ ನನ್ನ ಹತ್ರ ಮುಚ್ಚುಮರೆ ಇಲ್ಲದೆ ಹೇಳಿಕೊಂಡು ಹಗುರಾಗಿ ಒಮ್ಮೆ ಎಲ್ಲ ಬಿಚ್ಚಿ ಬೆತ್ತಲಾಗಿದ್ರೆ ಅಂತ ಏನೋ ಒಂತರಾ ಕುಟುಕಿದ ಹಾಗೆ, ಧೈರ್ಯವಾಗಿ ಬೇರೆ ಏನಾದರೂ ಕೆಲಸ ಮಾಡಿ ಸಾಲ ತೀರಿಸ್ತೀನಿ ಅನ್ನೋ ಕೆಚ್ಚೂ ಅವರಿಗೆ ಇಲ್ಲವಾಯ್ತೇ, ಇದೆಂಥ ಹೇಡಿತನ ಅಂತನ್ನಿಸಿ ಒಳಗೊಳಗೇ ಸಿಟ್ಟು ಬರುತ್ತೆ, ಮೊದಲಿನ ಹಾಗೆ ಇವರನ್ನ ಮುಟ್ಟಲಿಕ್ಕೆ, ತಟ್ಟಲಿಕ್ಕೆ ಆಗದೇ ಒಂಥರಾ ಹಿಂಸೆ ಅನ್ನಿಸಿಬಿಡುತ್ತೆ ಕಣೇ... ಅವರು ಹಂಗೆ ಹತ್ರ ಬಂದಾಗ ಆ ಕ್ಷಣಕ್ಕೆ ದೇಹದ ಆಸೆಯಾದ್ರೂ, ಕೂಡುವಾಗ ಒಂಥರಾ ಹೇವರಿಕೆ, ಮುಟ್ಟೋದು, ಮುಟ್ಟಿಸ್ಕೊಳೋದು ಏನೂ ಬೇಡ ಅನ್ನಿಸಿಬಿಡುತ್ತೆ ಕಣೇ, ಇದು ಹೇಳ್ಕೊಳಕೂ ಆಗದ ಯಾತನೆ ಮಾಲಿ... ಇನ್ನು ನಂಗೆ ಈ ಯಾತನೆಯಿಂದ ಬಿಡುಗಡೆ ಕೂಡ ಇಲ್ಲ ಅನ್ನೋದು ತೀರಾ ನನ್ನ ಕಂಗೆಡಿಸಿಬಿಟ್ಟಿದೆ ಕಣೇ" ಮತ್ತೆ ಬಿಕ್ಕಿದಳು. ಮಾಲಿನಿಗೆ ಈಗ ಹೇಗೆ ಅಕ್ಕನನ್ನು ಸಮಾಧಾನಿಸುವುದೆಂದು ತಿಳಿಯಲಿಲ್ಲ. ಏನೇ ಹೇಳಿದರೂ ಒಣ ಕ್ಲೀಷೆಯಾಗುವ ಹಾಗನ್ನಿಸಿ, ಮೃದುವಾಗಿ ಅಕ್ಕನ ಕೈ ಸವರುತ್ತ ಸುಮ್ಮನಿದ್ದಳು. ಎಷ್ಟೋ ಹೊತ್ತಿನ ಮೇಲೆ ಇಬ್ಬರಿಗೂ ನಿದ್ರೆ ಆವರಿಸಿತು.

ಅಂತು ಮತ್ತೆ ಮಾಲಿನಿ, ಕುಮುದ ಊರಿಗೆ ಹೊರಡುವಷ್ಟರಲ್ಲಿ ಎಲ್ಲ ಲೆಕ್ಕಾಚಾರ ಒಂದು ಹಂತಕ್ಕೆ ಬಂದು ನಿಂತಿತ್ತು. ಅಪ್ಪನೇ ಈ ಬಾರಿ ಕುಮುದನನ್ನು ಊರಿಗೆ ಬಿಡಲು ಸದ್ಯಕ್ಕೆ ಹೊಂದಿಕೆಯಾದಷ್ಟು ಹಣ ತೆಗೆದುಕೊಂಡು ಹೊರಟರು.

ಮಾಲಿನಿ ಊರಿಗೆ ಬಂದು ಮತ್ತೆ ಹತ್ತು ಹದಿನೈದು ದಿನ ಕಳೆದಿದೆ,. ಈ ನಡುವೆ ಎರಡು ದಿನಕ್ಕೊಮ್ಮೆ ಅಕ್ಕನಿಗೆ ತಪ್ಪದೇ ಫೋನ್ ಮಾಡಿ ವಿಚಾರಿಸಿಕೊಂಡು ಧೈರ್ಯ ಹೇಳುತ್ತಾಳೆ. ಈ ಕಡೆಯಿಂದ ದಿನಕರನೂ ಅಕ್ಕನಿಗೆ ಫೋನ್ ಮಾಡಿ ಧೈರ್ಯ ತುಂಬುತ್ತಾನೆ. ಈ ಮೂವರಿಗೂ ಮತ್ತಷ್ಟು ಹತ್ತಿರವಾಗಿರುವ ಭಾವ ಮನಸ್ಸನ್ನು ಆವರಿಸಿದೆ.

ಮೊದಲು ಭಾವ ಅಡವಿಟ್ಟಿದ್ದ ಆ ಬಳೆಗಳನ್ನು ಬಿಡಿಸಿಕೊಳ್ಳಬೇಕು. ಒಟ್ಟು ಮೂರು ತೊಲದ ಅವೆರಡೂ ಬಳೆ ಸೇರಿ ಇಪ್ಪತ್ತು ಸಾವಿರಕ್ಕೆ ಇಟ್ಟಿದ್ದಾಗಿ ಕುಮುದ ಹೇಳಿದ್ದಳು. ಮಾಲಿನಿ ತನ್ನ ಗಂಡ ಮನೋಹರನಿಗೂ ಹೇಳಿದಳು. ಇದೇ ಕೆಲವು ದಿನಗಳ ಹಿಂದೆ ಬ್ಯಾಂಕ್ ಲೋನ್‌ನಿಂದ ಸೈಟ್ ತಗೊಂಡಿದ್ದನ್ನು ಮನೋಹರ ನೆನಪಿಸಿದ.

"ನೀನೇ ಯೋಚನೆ ಮಾಡು ಮಾಲಿ... ನನ್ನ ಮುಕ್ಕಾಲು ಸಂಬಳ ಲೋನ್‌ಗೆ ಕಟ್ತಾ ಇದ್ದೀವಿ, ನಿನ್ನ ಸಂಬಳ ಪೂರ್ಣ ಮನೆಗೆ ಬಳಸ್ಕೋತ ಇದ್ದೀವಿ, ನಮ್ಮ ಹತ್ರನಾದ್ರೂ ಎಲ್ಲಿದೆಯೇ, ನಾವೇನೂ ದುಡ್ಡು ಇಟ್ಕೊಂಡು ಇಲ್ಲ ಅಂತಿಲ್ಲವಲ್ಲ" ಮೊದಲು ಸಮಾಧಾನದಿಂದಲೇ ಹೇಳಿದ. ಮನೋಹರನಿಗೆ ಮೊದಲಿನಿಂದ ಕುಮುದನ ಗಂಡನ ಬಿಸಿನೆಸ್ ಬಗ್ಗೆ ಅಷ್ಟೇನೂ ಒಲವಿರಲಿಲ್ಲ.

"ನಾನು ಮೊದಲಿಂದ ಹೇಳ್ತಿದ್ದೆ ನಿಮ್ಮ ಭಾವಂದು ಬಿಸಿನೆಸ್ ಮಾಡೋ ಲಕ್ಷಣನೇ ಅಲ್ಲ, ನಂಗ್ಯಾಕೋ ಹೀಗೇನಾದ್ರೂ ಆಗುತ್ತೆ ಅಂತ ಅನ್ನಿಸ್ತಾನೆ ಇತ್ತು" ಹಾಗೆ ಹೀಗೆ ಅಸಹನೆಯಿಂದ ವಟಗುಟ್ಟಿದ. ಅವನು ಹೇಳಿದ್ದರಲ್ಲೂ ನಿಜವಿತ್ತು. ಮಾಲಿನಿ ಸಮರ್ಥಿಸಿಕೊಳ್ಳಲು ಹೋಗದೆ ಸುಮ್ಮನಾದಳು.

ಆದರೆ ಹೇಗಾದ್ರೂ ಬಳೆ ಬಿಡಿಸಕೊಳ್ಳಬೇಕು.. ಅಮ್ಮನ ನೆನಪು ಎಂದರೆ ಅದೊಂದೇ.. ಮಾಲಿನಿಯ ಹತ್ತಿರ ಹೆಚ್ಚೆಂದರೆ ಐದು ಸಾವಿರ ಇದೆ. ಯಾರನ್ನಾದ್ರೂ ಕೇಳಿದ್ರೆ ಹೇಗೆ.. ಮಾಲಿನಿ ಹಾಗೆಲ್ಲ ಯಾರಲ್ಲಾದ್ರೂ ಕೇಳುವ ಜಾಯಮಾನದವಳೂ ಅಲ್ಲ. ತಟ್ಟನೆ ನೆನಪಾಯಿತು... ಹಾಗೆ ಕೇಳಬಹುದಾದ ಒಬ್ಬಳೇ ಆಪ್ತ ಗೆಳತಿ ಎಂದರೆ ಲೀನಾ. ಭಾನುವಾರ ಬೆಳಿಗ್ಗೆ ಲೀನಾಗೆ ಫೋನ್ ಮಾಡಿದಳು. ಚರ್ಚ್‌ಗೆ ಹೋಗಿ ವಾಪಾಸು ಬರ್ತಾ ಮನೆಗೆ ಬರುವುದಾಗಿ ಹೇಳಿದ ಲೀನಾ ಹೇಳಿದಂತೆ ಬಂದಳು. ಮಾಲಿನಿ ಮಜುಗರದಿಂದ ಹೆಚ್ಚು ಕೇಳುವ, ವಿವರಿಸುವ ಅಗತ್ಯವೇ ಇಲ್ಲದೆ

"ಓಕೆ... ಡಿಯರ್... ನೌ ಜಸ್ಟ್ ಟೆಲ್ ಮಿ... ಯು ವಾಂಟ್ ಚೆಕ್ ಆರ್ ಡಿಡಿ" ಎಂದ ಲೀನಾದು ಎಂದಿನ ಅದೇ ಸ್ನೇಹಭಾವ. ಮರುದಿನ ಚೆಕ್ ತಂದುಕೊಡುವುದಾಗಿ ಹೇಳಿಹೋದಳು. ಅಂತು ಅವಳ ಇಪ್ಪತ್ತು, ತನ್ನ ಐದು, ಒಟ್ಟು ಎಲ್ಲ ಸೇರಿ ಇಪ್ಪತ್ತೈದು

ಸಾವಿರ ಸೇರಿಸಿ ಅಕ್ಕನಿಗೆ ಕಳಿಸಿದ ಮೇಲೆಯೇ ಮಾಲಿನಿಗೆ ನೆಮ್ಮದಿ. ಅದನ್ನು ತಿಳಿಸಲು ಮಾಲಿನಿ ಕುಮುದನಿಗೆ ಫೋನ್ ಮಾಡಿದಾಗ ಆ ಕಡೆಯಿಂದ ಕುಮದನ ಬಿಕ್ಕು. ಇನ್ನೂ ಸಾಲ ತುಂಬ ಬಾಕಿ ಇದೆ, ಯಾರ್‍ಯಾರೋ ಮನೆ ಹತ್ರ ಬಂದು ಪದೇ ಪದೇ ಕೇಳ್ತಾರೆ, ಮೊನ್ನೆ ರೌಡಿಗಳೂ ಬಂದಿದ್ದರು, ಅಲ್ಲಿಯ ಎಲ್ಲವನ್ನೂ ಮಾಲಿನಿಯ ದಿನಕರನ ಬಳಿ ತೋಡಿಕೊಳ್ಳುವ ಕುಮುದನಿಗೆ ಎಲ್ಲರೂ ಸೇರಿ ಏನಾದ್ರೂ ಮಾಡುವ ಭರವಸೆ ಕೊಡುತ್ತಿದ್ದಾರೆ.

ಅದಾದ ಎರಡು ದಿನಕ್ಕೆ ಬಳೆ ಬಿಡಿಸಿಕೊಂಡು ಬಂದ ಕುಮುದ ಬಳೆಯ ಕಿಣಿಕಿಣಿ ಸದ್ದನ್ನು ಫೋನ್ ರಿಸೀವರ್ ಹತ್ರವೂ ಹಿಡಿದು ಇವಳಿಗೆ ಕೇಳಿಸಿ, ತುಸು ನಕ್ಕಳು. ಮಾಲಿನಿ ದಿನಕರನಿಗೂ ಫೋನ್ ಮಾಡಿ ಅಡವಿಟ್ಟ ಬಳೆ ಬಿಡಿಸಿಕೊಂಡು ಬಂದಿದ್ದನ್ನು ಹೇಳಿದಾಗ ಅವನಿಗೂ ತುಸು ಹಿತವೆನ್ನಿಸಿತು. ಆ ದುರ್ಬರ ಗಳಿಗೆಯ ಮಧ್ಯೆಯೂ ಅಮ್ಮನ ಬಳೆ ಹೀಗೆ ಮತ್ತೆ ಅಕ್ಕನ ಕೈಗೆ ಬಂದಿದ್ದು ಮೂರು ಜನರಿಗೂ ಕೊಂಚ ನೆಮ್ಮದಿ ಎನ್ನಿಸಿತು.

ಮಾಲಿನಿಗೆ ಚೆನ್ನಾಗಿ ಅರಿವಿದೆ... ಮನೋಹರ ಎಷ್ಟು ಲೆಕ್ಕಾಚಾರದಿಂದ ಸಂಸಾರಕ್ಕೆ ದುಡಿಯುತ್ತಾನೆ, ಎಷ್ಟು ಯೋಚಿಸಿ ಈ ಸೈಟ್ ತಗೊಂಡಿದಾನೆ ಎಂದು. ಇಲ್ಲ ಈ ಬಾರಿ ಲೀನಾಳ ದುಡ್ಡು ತಾನೇ ಕೊಡಬೇಕು, ತಾನು ಮಾಡುವ ಈ ರೆಸಪ್ಷನಿಸ್ಟ್ ಕೆಲಸದ ಜತೆಗೆ ಮನೆಯಲ್ಲಿ ಕೊಂಚ ಏನಾದ್ರೂ ಕೆಲಸ ಮಾಡಬೇಕಪ್ಪ ಎಂದುಕೊಂಡು ಒಂದಿಷ್ಟು ಅಲ್ಲಿ ಇಲ್ಲಿ ವಿಚಾರಿಸಿದಳು. ಅವಳ ಅದೃಷ್ಟಕ್ಕೆ ಅವಳ ಪರಿಚಯದ ಸ್ನೇಹಿತರೊಬ್ಬರು ತಮ್ಮ ಸಂಸ್ಥೆಯ ಒಂದು ವರದಿಯನ್ನು ಇವಳ ಕನ್ನಡ ಚೆನ್ನಾಗಿದ್ದ-ರಿಂದ ಮಾಡಿಕೊಡಲು ಹೇಳಿದರು. ಮತ್ತೆ ಮೂರು ತಿಂಗಳು ಮಾಲಿನಿಗೆ ಕೈತುಂಬ ಕೆಲಸ. ಆಫೀಸು, ಮನೆ, ನಡುನಡುವೆ ಆಫೀಸಿಗೆ ರಜೆ ಹಾಕಿ ಆ ಸಂಸ್ಥೆಯ ವರದಿ... ಹೀಗೆ. ಮಾಲಿನಿಗೆ ಸಾಲಗೀಲ ಎಂದರೆ ಮೊದಲಿನಿಂದ ಯಾಕೋ ತುಸು ಭಯ. ಈಗಂತೂ ಈ ನಡುಕ ಇನ್ನೂ ಹೆಚ್ಚಾಗಿದೆ. ಮತ್ತೆ ಮತ್ತೆ ಭಾವನ ಸೋಲು, ಅಕ್ಕನ ಹಿಂಸೆ ನೆನಪಾಗಿ ಎದೆಯಾಳದಲ್ಲಿ ಯಾತನೆ ಜಿನುಗುತ್ತೆ.

ಕಡೆಗೂ ಮೂರು ತಿಂಗಳಲ್ಲಿ ಆ ವರದಿ ಸಿದ್ಧಗೊಂಡು ಇವಳೊಂದು ಬಿಲ್ ಕೊಟ್ಟು, ಅವರು ಇಪ್ಪತ್ತು ಸಾವಿರ ಹಣ ಕೊಟ್ಟರು. ಅವರ ವೋಚರ್‌ಗೆ ಸಹಿ ಮಾಡಿ, ಅಷ್ಟೂ ನಗದು ಹಣ ತೆಗೆದುಕೊಂಡು ಅಲ್ಲಿಂದ ಹೊರಟಾಗ ಮೊದಲು ಇದನ್ನು ಲೀನಾಳಿಗೆ ಕೊಟ್ಟು ಋಣಮುಕ್ತಳಾಗುವ ಹಗುರುಭಾವ. ಅಂತೂ ಅಮ್ಮನ ಬಳೆಯನ್ನ ಅಕ್ಕ ಬಿಡಿಸಿಕೊಂಡ ನೆಮ್ಮದಿಯ ಭಾವ.

ಅಲ್ಲಿಂದ ಜಯನಗರ ನಾಲ್ಕನೇ ಬ್ಲಾಕ್‌ಗೆ ಬಂದಳು. ಆ ದಿನ ಹತ್ತು ಹದಿನೈದು ನಿಮಿಷ ಕಾದರೂ ಬಸ್ಸಿಲ್ಲ. ದುಡ್ಡು ಇಷ್ಟು ಇಟ್ಟುಕೊಂಡಿದ್ದೀನಿ, ಬಸ್‌ನಲ್ಲಿ ಪರ್ಸ್ ಜಿಪ್ ತೆಗೆಯೋದೆ ಬೇಡವಪ್ಪ ಎಂದುಕೊಂಡ ಮಾಲಿನಿ ಕೈಯಲ್ಲಿ ಆರುರೂಪಾಯಿ ಚಿಲ್ಲರೆ ಹಿಡಿದುಕೊಳ್ಳುವುದಕ್ಕೂ ಸರಿಯಾಗಿ ಬಸ್ಸು ಬಂತು. ಈ ಹೊತ್ತಲ್ಲಿ ಇದೆಂಥ ರಷ್

ದೇವ್ರೇ ಎಂದುಕೊಳ್ಳುತ್ತಲೇ ಅಂತೂ ನುಸುಳಿ ಹತ್ತಿದ್ದಾಯ್ತು. ಎಡ ಪಕ್ಕದಲ್ಲಿ ಮಗು ಎತ್ತಿಕೊಂಡು ಒಬ್ಬಳು ಕೊಸರಾಡುತ್ತಿದ್ದಾಳೆ. ಆ ಮಗುವೋ ಏನೋ ಕಿರಗುಡುತ್ತ ಎದುರು ನಿಂತಿದ್ದ ಹುಡುಗಿಯ ಭುಜದ ಮೇಲೆ ಓಲುತ್ತಿದೆ, ಕಾಲೇಜು ಹುಡುಗಿಗೆ ಆ ಸುಂಬಳಸುರಕ ಹೀಗೆ ತಲೆ, ಮುಖ ಉಜ್ಜುತ್ತಿರುವುದು ತೀರಾ ಮಜುಗರ, ಅಸಹ್ಯ ಎರಡೂ ಅನ್ನಿಸುತ್ತಿದೆ. ಈ ಕಡೆ ಕಿಟಕಿ ಪಕ್ಕದಲ್ಲಿ ಒಂದು ಹೆಂಗಸು, ಮತ್ತೊಂದು ಪುಟ್ಟ ಹುಡುಗಿ ಕುಳಿತಿದ್ದರು, ಮಾಲಿನಿ ಆ ಮಗುವನ್ನು ಅಲ್ಲಿ ಕುಳ್ಳಿರಿಸುವಂತೆ ಹೇಳಿದಳು, ಅವಳಿಗೋ ಸರಿಯಾಗಿ ಕನ್ನಡವೂ ಬಾರದು, ಆ ಮಗು ಅಲ್ಲಿ ಕುಳಿತುಕೊಳ್ಳಲು ನಿರಾಕರಿಸುತ್ತ ಮತ್ತಷ್ಟು ಕಿರಿಕಿರಿ ಮಾಡುತ್ತಿದೆ. ಅದು ಹೇಗೋ ಆ ಹೆಂಗಸು ತೂರಿಕೊಂಡು ಸರಿಯಾಗಿ ಮಾಲಿನಿಯ ಹಿಂದೆ ನಿಂತಳು. ಮಾಲಿನಿ ಒಂದೆರಡು ಬಾರಿ ಅವಳಿಗೆ ಆ ಪುಟ್ಟ ಹುಡುಗಿಯನ್ನು ಸರಿಸಿ, ಇವಳಿಗೆ ಮಗುವನ್ನು ಎತ್ತಿಕೊಂಡೇ ಅಲ್ಲಿ ಕುಳಿತುಕೊಳ್ಳಲು ಹೇಳಿದಳು. ಇಷ್ಟು ನಡೆಯುವಾಗ ಬಸ್ ನಾಲ್ಕನೇ ಬ್ಲಾಕ್‌ನಿಂದ ಎರಡೇ ಸ್ಟಾಪ್ ಮುಂದೆ ಬಂದಿದೆ. ಅಷ್ಟರಲ್ಲಿ ಕುಳಿತಿದ್ದ ಹೆಂಗಸು ಎದ್ದು ಮುಂದಿನ ಸ್ಟಾಪ್ ಇಳ್ಕೋತೀನಮ್ಮ ಕೂತ್ಕೋ ಎಂದು ಈ ಹೆಂಗಸಿಗೆ ಜಾಗ ಬಿಟ್ಟಿದ್ದೇ ಈ ಹೆಂಗಸು ಸಾಕಪ್ಪ ಎನ್ನುವಂತೆ ಒಂದು ಖುಷಿಯ ಮುಖ ಹೊತ್ತು ಕುಳಿತಳು. ಮತ್ತೆ ಅಲ್ಲಿಂದ ಮಾರೇನಹಳ್ಳಿ ಸ್ಟಾಪ್ ಬಂದಿದ್ದೇ ಕುಳಿತಿದ್ದ ಆ ಹೆಂಗಸು ಧಡಬಡಾಯಿಸಿ ಇಳಿದೇ ಹೋದಳು.

ಆ ದಿನ ಕೊರಿಯರ್ ಒಂದನ್ನು ಇಡಲು ಹೋಗಬೇಕೆಂದುಕೊಂಡಿದ್ದ ಮಾಲಿನಿ ತಾನಿಳಿಯುವ ಸ್ಟಾಪ್‌ನ ಹಿಂದಿನ ಸಿಗ್ನಲ್ ಹತ್ತಿರ ಇಳಿದಳು. ಇಳಿದವಳೇ ಯಾಕೋ ಜಿಪ್ ಕೊಂಚ ಓಪನ್ ಇದೆಯಲ್ಲ ಅಂದುಕೊಂಡು ತೆರೆದಳು. ಇಪ್ಪತ್ತು ಸಾವಿರದ ನೋಟಿನ ಕಂತೆ ಇರಲಿಲ್ಲ.. ಅರೆ ತಾನು ಸರಿಯಾಗಿ ನೋಡುತ್ತಿರುವೆನಾ.. ಮತ್ತೆ ಅಲ್ಲಿದ್ದ ಎಲ್ಲ ಪೇಪರ್‌ಗಳನ್ನು ಆಚೆ ಈಚೆ ಸರಿಸಿ ನೋಡಿದಳು, ಕೆಲವೊಮ್ಮೆ ಎಟಿಎಂ ಕಾರ್ಡ್ ಹೀಗೇ ಎಲ್ಲಾದ್ರೂ ಪೇಪರ್‌ಗಳ ನಡುವೆ ಸಿಕ್ಕಿಕೊಂಡು ಆಗುತ್ತಿತ್ತಲ್ಲ ಹಾಗೆ ಆಗಿದೆಯಾ.. ಊಹೂಂ.. ಆ ವರೆಗೆ ಇಲ್ಲೇ ಪರ್ಸ್‌ನಲ್ಲಿ ಇದೆ ಎಂಬ ಒಂದು ಹಗುರು ಭಾವದಿಂದ ಹುಡುಕುತ್ತಿದ್ದ ಮಾಲಿನಿಗೆ ಪಿಕ್‌ಪಾಕೆಟ್ ಆಗಿದೆ ಎನ್ನುವುದು ಗ್ರಹಿಕೆ ಸಿಕ್ಕಿದ್ದು ಮತ್ತೊಂದು ಜಿಪ್‌ಅನ್ನು ಓಪನ್ ಮಾಡಿ ನೋಡಿ, ಅಲ್ಲಿದ್ದ ನಾಲ್ಕು ನೂರು ರೂಪಾಯಿಯೂ ಕಳೆದಿದೆ ಎನ್ನುವುದು ಗೊತ್ತಾದಾಗ. ಬಸ್ ಸಿಗ್ನಲ್ ದಾಟಿ ಹೋಗುತ್ತಿದೆ... ಎಲ್ಲ ವಾಹನಗಳೂ ವೇಗವಾಗಿ ಇವನ್ನು ದಾಟಿಕೊಂಡು ಪುರ್ ಎಂದು ಓಡುತ್ತಿವೆ... ಆಚೆಈಚೆಗಿನ ಜನರೆಲ್ಲ ಪಾಪ, ತಮ್ಮದೇ ಬದುಕಿನ ಗೋಳಿನಲ್ಲಿದ್ದಾರೆ. ಏನೂ ಮಾಡಲೂ ತೋಚದೆ ಮಾಲಿನಿ ಹುಚ್ಚಿಯಂತೆ ಬಸ್ ಹಿಂದೆ ಓಡಿದಳು.. ಮುಂದಿನ ಸಿಗ್ನಲ್‌ನಲ್ಲಿ ಆ ಬಸ್‌ನ್ನು ಕ್ಯಾಚ್ ಮಾಡುವವರೆಗೂ ಓಡಿದಳು... ಅಷ್ಟರಲ್ಲಿ ಅಳು, ಹತಾಶೆ, ಇನ್ನು ಸಿಗದ ಹಾಗೆ ಕಳೆದೇಹೋಗಿದೆ ಎಂಬ ಹೇಳಲಾಗದ ನೋವು ಎಲ್ಲ ಒತ್ತರಿಸಿಕೊಂಡು ಬರುತ್ತಿದೆ. ಏದುರಿಸಿನಿಂದ ಬಸ್ ಹತ್ತಿದರೆ ಅಲ್ಲಿದ್ದ ಯಾರಿಗೂ ಅವಳತ್ತ ಲಕ್ಷ್ಯವೇ ಇಲ್ಲ. ಇವಳು ತಡಬಡಾಯಿಸಿ ಹೀಗೆ

ಪಿಕ್‌ಪಾಕೆಟ್ ಆಗಿದೆ ಎಂದರೆ ಡ್ರೈವರ್ ಮತ್ತು ಎದುರಿಗಿದ್ದ ಕೆಲವರು ಕೇಳಿಯೂ ಕೇಳದಂತೆ ನಿಂತಿದ್ದಾರೆ... ಕಂಡಕ್ಟರ್ ಒಬ್ಬಳೇ ಕೊಂಚ ಸಹಾನುಭೂತಿಯಿಂದ ಕೇಳಿಸಿಕೊಂಡಳು. "ಆ ಹೆಂಗಸಿನದೇ ಕೆಲಸ, ಅಂತಹ ಹೆಂಗಸರೇ ರಷ್‌ನಲ್ಲಿ ಹಿಂಗೆ ಮಾಡೋದು, ನಾನು ಅದಕ್ಕೇ ಒಳಗೆ ಹೋಗಿ ಅಂತಿದ್ದೆ.. ಮಾರೇನಹಳ್ಳಿ ಹತ್ರ ಇಳಿದ್ರು ನೋಡಿ ಅವರೇ ಮಾಡಿರೋದು... ತಕ್ಷಣ ಅಲ್ಲಿಗೆ ಹೋಗಿ, ಅವರು ಅಲ್ಲಿಂದ ದೊಮ್ಮಲೂರು ಕಡೆ ಬಸ್ಸಿಗೆ ಹೋಗ್ತಾರೆ ನೋಡಿ, ಅವರೆದ್ದೆಲ್ಲ ಒಂದು ಗ್ಯಾಂಗೇ ಇದೆ, ರೆಡ್‌ಹ್ಯಾಂಡಾಗಿ ಸಿಕ್ರೆ ಏನಾದ್ರೂ ಮಾಡಬಹುದು. ಈಗ ಪೋಲೀಸರಿಗೂ ದೂರು ಕೊಡೋಕಾಗಲ್ಲ, ಏನು ಮಾಡೋದಮ್ಮಾ, ಹುಷಾರಾಗಿರಬೇಕಮ್ಮ" ಅವಳು ಕೊಂಚ ವ್ಯಸನದಿಂದಲೇ ಹೇಳತೊಡಗಿದಳು.

ಮಾಲಿನಿಗೆ ಮರುಮಾತಾಡುವ ಚೈತನ್ಯವೂ ಸೋರಿಹೋದಂತಾಗಿ ಬಸ್‌ನಿಂದ ಮೆಲ್ಲಗೆ ಇಳಿದಳು.

ಮೂರು ತಿಂಗಳ ಪರಿಶ್ರಮ, ಆ ದುಡಿಮೆ, ರಾತ್ರಿ ನಿದ್ದೆಗೆಟ್ಟು ಬರೆದಿದ್ದು, ಎಲ್ಲ ಎಲ್ಲವೂ ದೊಡ್ಡ ಶೂನ್ಯವಾಗಿತ್ತು. ಇದೇ ಈಗ ಋಣ ಮುಕ್ತಳಾಗಬೇಕಿದ್ದ ತಾನು, ಇದೇ ಈಗ ಪರ್ಸ್‌ನಲ್ಲಿ ಇಪ್ಪತ್ತು ಸಾವಿರ ಹಣ ಇಟ್ಟುಕೊಂಡ ತಾನು ಹೀಗೆ ಕಳೆದುಕೊಂಡು ಭಿಕಾರಿಯಂತೆ ನಿಲ್ಲುತ್ತೇನೆ ಎನ್ನುವುದನ್ನು ತಡೆಯಲಾಗದ ಮಾಲಿನಿಗೆ ಅಲ್ಲೇ ಕುಳಿತು ಅಳುವ ಹಾಗಾಯಿತು. ಇನ್ನೀಗ ಆ ಕಂಡಕ್ಟರ್ ಹೇಳಿದಂತೆ ಮಾರೇನಹಳ್ಳಿ ಸಿಗ್ನಲ್ ಹತ್ರ ಹೋದ್ರೂ ಉಪಯೋಗವಿಲ್ಲ. ಅವರೇನು ತನ್ನನ್ನು ಕಾಯ್ದುಕೊಂಡು ನಿಂತಿರುವುದಿಲ್ಲ. ಸಾಯಲಿ.. ಇಷ್ಟೆಲ್ಲ ದಿನದ ತನ್ನ ದುಡಿಮೆಯ ದುಡ್ಡು ಕದ್ದ ಆ ಹೆಂಗಸಿನ ಮನೆ ಹಾಳಾಗಲಿ... ಹಿಡಿ ಶಾಪ ಹಾಕಿದಳು. ಅಳು ಮತ್ತಷ್ಟು ಜೋರು ಒತ್ತರಿಸಿಕೊಂಡು ಬರುತ್ತಿದೆ. ತಕ್ಷಣ ಮನೋಹರನಲ್ಲಿ ಹೇಳಿಕೊಳ್ಳಬೇಕು... ತನ್ನೆಲ್ಲದಕ್ಕೆ ಕಿವಿಯಾಗುವವ ತನ್ನ ಮನೋಹರ ಮಾತ್ರ. ಆಫೀಸ್ ಕೆಲಸದ ಮೇಲೆ ಊರಿಗೆ ಹೋಗಿದ್ದ ಮನೋಹರನ ಮೊಬೈಲ್‌ಗೆ ಅಲ್ಲಿದ್ದ ಕಾಯಿನ್ ಬೂತ್‌ನಿಂದ ರಿಂಗಾಯಿಸಿದಳು.. ಹೇಳುವಷ್ಟರಲ್ಲಿಯೇ ತಡೆಯಲಾಗದೇ ಅದು ಪಬ್ಲಿಕ್ ಕಾಯಿನ್ ಬೂತ್ ಎನ್ನುವುದನ್ನು ಲಕ್ಷಿಸದೇ ಜೋರಾಗಿ ಅಳತೊಡಗಿದಳು.

"ದುಡ್ಡು ಇಟ್ಕೊಂಡಾಗ ಆಟೋದಲ್ಲಿ ಹೋಗು ಅಂತ ಎಷ್ಟು ಸಲ ಹೇಳಿದೀನಿ ಮಾಲಿ.. ಯಾಕೆ ಇಷ್ಟು ಕೇರ್‌ಲೆಸ್ ಆಗಿರ್ತೀಯೆ ಮಾಲೀ.. ಹೋಗ್ಲಿ ಬಿಡು, ಇನ್ನೇನೂ ಮಾಡಕ್ಕಾಗಲ್ಲ... ಮನೆಗೆ ಹೋಗು ಮಾಲಿ, ಬಿ ರಿಲ್ಯಾಕ್ಸ್, ಹೋಗಿದ್ದು ಹೋಯ್ತು, ಪೋಲೀಸ್ ಕಂಪ್ಲೇಂಟ್ ಎಲ್ಲ ಕೊಡಕ್ಕಾಗಲ್ಲ ಮಾಲೀ, ಮನೆಗೆ ಹೋಗು. ನಾನು ಆಮೇಲೆ ಮನೆಗೆ ಫೋನ್ ಮಾಡ್ತೀನಿ, ಲೀನಾದು ಕೊಡೋಣ, ನಾನು ಕೊಡ್ತೀನಿ ಕಣೇ... ಯಾಕಷ್ಟು ಬೇಜಾರಾಗ್ತೀಯ" ಎಂದಿಲ್ಲದ ಆಪ್ತಧ್ವನಿಯಲ್ಲಿ ಮನೋಹರ ಸಮಾಧಾನಿಸುತ್ತಲೇ ಇದ್ದಾನೆ... ಮತ್ತೊಂದು ಕಾಯಿನ್ ಅದರೊಳಗೆ ತೂರಿಸಿ, ಅವನ ಮಾತು ಕೇಳಿಸಿಕೊಂಡ ಮಾಲಿನಿ ಅಲ್ಲಿಯೇ ಕುಸಿದು ಅತ್ತು ಬಿಡುವಂತಾಗಿ ನಿಂತಿದ್ದಳು.

ಮಹಾನಗರ ತನ್ನ ಎಂದಿನ ಗಡಿಬಿಡಿಯಲ್ಲಿತ್ತು. ಎದುರಿನಲ್ಲಿ ನಿಂತ ಯಾರೋ ಮೊನ್ನೆ ಮೊನ್ನೆ ಗರುಡ ಮಾಲ್‌ನಲ್ಲಿ ಮಗು ಅಪಘಾತವಾಗಿ ಸತ್ತಿದ್ದನ್ನು, ಸರಗಳ್ಳತನವಾಗಿದ್ದನ್ನು, ಬೈಕ್ ಮೇಲೆ ಹೋಗುತ್ತಿದ್ದವನು ಹೆದರಿಸಿ ಹಣ, ಮೊಬೈಲ್ ದೋಚಿದ್ದನ್ನು ಮಾತಾಡ್ತಿದ್ದಾರೆ... ಎಲ್ಲೋ ಸಾವು, ನೋವು, ಅಫಘಾತ, ದರೋಡೆ, ಮನೆಕಳ್ಳತನ ಎಲ್ಲವೂ ಇಲ್ಲಿ ಸಹಜ.. ಎಷ್ಟೆಲ್ಲ ಜನರು ಇಲ್ಲಿ ಯಾವ ಯಾವುದೋ ಹಿಂಸೆ, ಯಾತನೆಗೆ ಬಲಿಪಶುಗಳು.... ತಾನೊಬ್ಬಳೇ ಅಲ್ಲ... ಆದರೂ ಈ ಪಿಕ್‌ಪಾಕೆಟ್... ತನ್ನ ನಿಷ್ಕಾಳಜಿಯೂ ಇರಬಹುದೇ... ತಾನು ಅದೇ ಹೆಂಗಸಿಗೆ ಸೀಟು ದೊರಕಿಸಿಕೊಡಲೂ ಸಹಕರಿಸಿದೆ.. ಪಿಕ್‌ಪಾಕೆಟ್ ಕೂಡ ಮಹಾನಗರದ ದೃಶ್ಯಗಳಲ್ಲಿ ಒಂದೆಂದುಕೊಂಡರೂ ಅದನ್ನು ತಾನು ಭರಿಸಲಾರೆ.. ಇಲ್ಲ ಈ ಆಘಾತವನ್ನು ಭರಿಸಲಾರೆ... ಮನೋಹರನನ್ನು ಬಿಟ್ಟರೆ ಅಕ್ಕ ಅಥವಾ ತಮ್ಮನಲ್ಲೂ ತಾನಿದನ್ನು ಹಂಚಿಕೊಳ್ಳಲಾರೆ, ಬೇಡ.. ಮತ್ತಾರಿಗೂ ಈ ಯಾತನೆಯ ತಟ್ಟಿಸುವುದು... ಈ ನೋವನ್ನು ಅವರಿಗೆ ದಾಟಿಸುವುದು ಬೇಡ. ಆದರೆ ಪೂರ್ಣ ಇಪ್ಪತ್ತು ಸಾವಿರ, ಮೂರು ತಿಂಗಳ ದುಡಿಮೆ ಹೀಗೆ ಕ್ಷಣಮಾತ್ರದಲ್ಲಿ ದೊಡ್ಡದೊಂದು ಶೂನ್ಯವಾಗುವುದ 'ಂದರೆ....ಪಿಕ್‌ಪಾಕೆಟ್ ಮಾಡಿದವರ ಮನೆ ಹಾಳಾಗಲಿ... ಆ ದುಡ್ಡು ಅವರ ಹೊಟ್ಟೆಗೆ ಹತ್ತದಿರಲಿ, ರೋಗ ಬಡಿದುಕೊಳ್ಳಲಿ, ಸಾಯ್ಲಿ ಅತ್ಲಾಗೆ... ಮತ್ತೆ ಮತ್ತೆ ಮಾಲಿನಿಗೆ ಕೆಟ್ಟದಾಗಿ ಶಾಪ ಹಾಕುವಂತಾಗ್ತಿದೆ. ಮಾಲಿನಿ ಸೋತ ಕಾಲೆಳೆಯುತ್ತ ಮನೆಯೆಡೆಗೆ ಹೊರಟಳು. ಭಾವನ ಹತ್ತು ಲಕ್ಷದ ಸಾಲ, ನಷ್ಟಕ್ಕೆ ಹೋಲಿಸಿದರೆ ಇದು ಏನೂ ಅಲ್ಲ... ಮತ್ತಾರದೋ ಮನೆ ದರೋಡೆ, ಸರಗಳ್ಳತನ ಇಂಥದಕ್ಕೆ ಹೋಲಿಸಿದರೆ ಕೂಡ ಇದು ಏನೂ ಅಲ್ಲ... ಅಷ್ಟೆಲ್ಲ ಯಾಕೆ, ಈಗ ಅಕ್ಕನ ಇಡೀ ಬದುಕಿನ ಮುಂದೆ ಕುಳಿತ ಆ ಅಗಾಧ ಯಾತನೆಯ ಹಿಮಬಂಡೆಗೆ ಹೋಲಿಸಿದರೆ ಕೂಡ ಇದು ಏನೂ ಅಲ್ಲ... ಮಾಲಿನಿ ಏನೆಲ್ಲ ಹೇಳಿಕೊಳ್ಳುತ್ತ ತನಗೇ ಸಮಾಧಾನಿಸಿಕೊಳ್ಳಲು ಪ್ರಯತ್ನಿಸಿದ್ದಾಳೆ... ಆದರೂ ಮುಕ್ಕಾಲು ದುಡಿಮೆಯನ್ನು ಸೈಟ್‌ನ ಲೋನ್‌ಗೆ ತುಂಬುತ್ತ, ಮಿಕ್ಕಿದ್ದರಲ್ಲಿ ಮನೆ ನಡೆಸಲು ಎಷ್ಟೆಲ್ಲ ಲೆಕ್ಕಾಚಾರ ಹಾಕುವ ನಮಗೆ ಇದೆಂಥ ದೊಡ್ಡ ನಷ್ಟ... ತಮ್ಮನಿಗೆ, ಅಕ್ಕನಿಗೆ ಹೇಳಿದರೆ ಮತ್ತಷ್ಟು ಬೇಜಾರಾಗ್ತಾರೆ. ಇದನ್ನು ತಮ್ಮನಲ್ಲಿ, ಅಕ್ಕನಲ್ಲಿ ಯಾರಲ್ಲೂ ಹೇಳುವುದು ಬೇಡ. ಲೀನಾಗೆ ಮನೋಹರನಿಂದಲೂ ದುಡ್ಡು ಇಸ್ಕೊಂಡು ಕೊಡುವುದು ಬೇಡ, ತಾನು ಕಳೆದ ಹಣ ತಾನೇ ದುಡಿದು ಭರಿಸಬೇಕು... ಹೌದು ತಾನೇ ಮತ್ತೆ ದುಡಿಯಲೇಬೇಕು... ಅಷ್ಟೆಲ್ಲ ಸೋತು ಕಾಲೆಳೆಯುತ್ತ ಯೋಚಿಸುತ್ತ ಮನೆಗೆ ಹೊರಟಿದ್ದ ಮಾಲಿನಿಯ ಆತ್ಮದ ಮೂಲೆಯಲ್ಲಿ ಛಲದ ಒಂದು ಸಣ್ಣ ಕಿಡಿ. ಇಂಥ ಯಾತನೆಗೆ ಪಕ್ಕಾಗಿಸುವ ಈ ಮಹಾನಗರದ ಚಹರೆ ಗಳಿಕೆಯ ಮತ್ತಾವುದೋ ಕಿಂಡಿಯನ್ನು ತನಗೆ ತೆರೆಯಬಹುದು ಎಂದುಕೊಳ್ಳುತ್ತ ಮನೆಯ ಬೀಗ ತೆರೆದಳು.

2007

ಇಣಚಿ ಮತ್ತು ಮರ

ಶರವಣ ಸಿಗ್ನಲ್ ಹತ್ತಿರ ಬರುವಾಗಲೇ ತುಂಬ ಮುಂದೆ ತನ್ನ ಕೈನಿಯನ್ನು ತಳ್ಳಿಕೊಂಡು ಹೊರಟಿದ್ದ ಆನಿ ಮೀಸ್ ಕಾಣಿಸಿದ್ದು. ದೂರದಿಂದ ಮೊದಲು ಅವರಲ್ಲವೇನೋ ಅಂದುಕೊಂಡರೂ ಸ್ವಲ್ಪ ಹತ್ತಿರ ಬರುತ್ತಿರುವಂತೆ ಆ ದಪ್ಪ ಸೊಂಟ, ಮೈಗಂಟಿಕೊಂಡಿದ್ದ ಪಿಟಿ ಪಿಟಿ ಸಲ್ವಾರ ಕಮೀಜ್, ಮೇಲೆತ್ತಿ ಕಟ್ಟಿದ್ದ ಕೂದಲು ಎಲ್ಲ ಪರಿಚಿತ ಭಾವ ಹುಟ್ಟಿಸುತ್ತ, ಆನಿ ಮೀಸ್ ಅಲ್ಲದೆ ಮತ್ತಾರು ಇರಲಿಕ್ಕೆ ಸಾಧ್ಯ ಎಂದುಕೊಂಡ. ಸುಮಾರು ಒಂದೂವರೆ ವರ್ಷದ ನಂತರ ಆನಿ ಮೀಸ್ ಕಣ್ಣಿಗೆ ಬಿದ್ದಿದ್ದು, ಅದೂ ನಗರದ ಈ ಭಾಗದಲ್ಲಿ.. ಶರವಣನಿಗೆ ಅರೆಕ್ಷಣ ಪುಳಕವೆನ್ನಿಸಿತು.

'ಮೀಸ್.. ಮೀಸ್' ತನ್ನ ಎಂದಿನ ಧ್ವನಿಯಲ್ಲಿ ಕರೆದ. ಆ ಅಗಾಧ ಜನಸಂದಣಿಯ ಗೌಜುಗದ್ದಲದಲ್ಲಿ ಇವನ ಧ್ವನಿ ಯಾರದೋ ಕಾಲ ಕೆಳಗೆ ಬಿದ್ದಿದ್ದ ಚಾಕೋಲೇಟ್ ರ್‍ಯಾಪರ್ ಮಾಡುವ ಸದ್ದಿನಂತೆ ಕಳೆದೇ ಹೋಯ್ತು. ಅವಳು ಕೈನಿಯನ್ನು ತಳ್ಳಿಕೊಂಡು ಸ್ವಲ್ಪ ಪಕ್ಕಕ್ಕೆ ಹೋಗಲು ಪ್ರಯತ್ನಿಸುವುದರಲ್ಲಿ ತನ್ನೆಲ್ಲ ಶಕ್ತಿಯನ್ನು ಹಾಕುತ್ತಿದ್ದಂತಿತ್ತು. ಶರವಣ ಓಡುನಡಿಗೆಯಲ್ಲಿ ಅವಳನ್ನ ಸಮೀಪಿಸಿದವನೇ ಮತ್ತೆ 'ಮೀಸ್ ಮೀಸ್' ಎಂದ.

ತಿರುಗಿ ನೋಡಿದ ಅನಿತಾಗೂ ಹೀಗೆ ಅಚಾನಕ್ ಪ್ರತ್ಯಕ್ಷನಾದ ತನ್ನ ಹಳೆಯ ಅಚ್ಚುಮೆಚ್ಚಿನ ಶಿಷ್ಯನನ್ನು ನೋಡಿ ಅಚ್ಚರಿ...ಅರೆಕ್ಷಣ ಗೊಂದಲ ಕೂಡ.

ಅವಳು ಮರೆತು ಬಿಟ್ಟಿದ್ದಾಳೇನೋ ಅನ್ನಿಸಿ ಕಸಿವಿಸಿಯಾಯ್ತು ಶರವಣನಿಗೆ. ನೆನಪು ಮಾಡಿಕೊಡಬೇಕೇನೊ...

'ಮೀಸ್ ನಾನು... ಅದೇ .. ನಿಮ್ಮ..' ಪೆಚ್ಚು ಧ್ವನಿಯಲ್ಲಿ ತಡವರಿಸತೊಡಗಿದ.

'ಏ ಗೂಗ್ಲೂ.. ಗೊತ್ತು ಕಣೋ.. ಶರವಣ.. ಆಹಾಹಾ.. ನಾನು ಮರೆತುಬಿಡ್ತೀನೇನೋ' ಹೇಳುತ್ತಲೇ ಜೋರಾಗಿ ನಕ್ಕಳು. ಇಡೀ ಪ್ರಪಂಚ ಬದಲಾದರೂ ತನ್ನ ಆನಿ ಮೀಸ್ ಬದಲಾಗಲ್ಲ ಎಂಬ ಹಗುರುಭಾವ ಶರವಣನನ್ನ ಆವರಿಸಿಕೊಳ್ಳುವಾಗ ಅನಿತಾ

ಅವನನ್ನ ತಲೆಯಿಂದ ಕಾಲಿನವರೆಗೆ ಗಮನಿಸುತ್ತಿದ್ದಳು. ಗಾಡಿಯನ್ನು ಬಲಗೈಯಿಂದ ಬ್ಯಾಲೆನ್ಸ್ ಮಾಡುತ್ತ,

'ಏನೋ ಗೂಗ್ಲೂ.. ಸುಮಾರು ಎತ್ತರ ಆಗಿಬಿಟ್ಟಿದ್ದೀಯ.. ಮೀಸೆಗೀಸೆನೂ ಬಂದ್ಬಿಟ್ಟಿದೆಯಲ್ಲೋ..' ಎನ್ನುತ್ತ ಎಡಗೈಯಿಂದ ಅವನ ಭುಜ ತಟ್ಟಿ ಕೆನ್ನೆ ತಟ್ಟುತ್ತ... ಅವಳು ಇನ್ನೀಗ ಇದೇ ಮೂಡ್ನಿರೋ ತನ್ನ ಎಳೇ ಮೀಸೆಯನ್ನೂ ಮುಟ್ಟಿಬಿಡುವವಳೇ ಎನ್ನಿಸಿ ಶರವಣನಿಗೆ ಇದ್ದಕ್ಕಿದ್ದಂತೆ ವಿಪರೀತ ಸಂಕೋಚವೆನ್ನಿಸಿ ಎರಡು ಹೆಜ್ಜೆ ಹಿಂದಿಟ್ಟ.

'ಅರೆ.. ಎಷ್ಟು ಚೆನ್ನಾಗಿ ನಾಚಿಗೆ ಮಾಡ್ಕೊಳ್ಳೋದು ಬೇರೆ ಕಲ್ತುಬಿಟ್ಟಿದ್ದೀಯಲ್ಲೋ..' ಅವನಿಂದ ಕೈಯನ್ನು ಹಿಂತೆಗೆದ ಅನಿತಾ 'ಥತ್‌ಥೇರಿ.. ಈ ಗಾಡಿ ಒಳ್ಳೆ ಟೈಮ್‌ನಲ್ಲೇ ಕೈಕೊಡುತ್ತೆ ಕಣೋ' ಎನ್ನುತ್ತ ಮತ್ತೆ ಅದನ್ನು ತಳ್ಳುತ್ತ ಫುಟ್‌ಪಾತ್ ಸಮೀಪ ಬಂದಳು. ಅಷ್ಟರಲ್ಲೇ ಗ್ರೀನ್ ಸಿಗ್ನಲ್ ಬಂತು ಕಾಣುತ್ತೆ... ವಾಹನಗಳು ಬಿಟ್ಟ ಬಾಣದಂತೆ ಮುನ್ನುಗ್ಗತೊಡಗಿದವು. ಗಾಡಿ ತಳ್ಳುತ್ತಿದ್ದ ಅನಿತಾಳನ್ನು ನೋಡುತ್ತ ಕರುಣೆಯಿಂದೆಂಬಂತೆ ಏನೋ ಹೇಳುತ್ತ ಕೆಲವರು ಮುಂದೆ ಹೊರಟರು. 'ಮೈಂಡ್ ಯುವರ್ ಬಿಸಿನೆಸ್.. ನಿನಗೇನಪ್ಪ ನಾವಿಲ್ಲಿ ನಿಂತ್ರೆ..' ಒಂದಿಬ್ಬರಿಗೆ ಅನಿತಾ ತನ್ನ ಎಂದಿನ ರೇಗುವ ಮುಖಭಾವದಿಂದ ಹೇಳಿದಳು. ಮಧ್ಯವಯಸ್ಕನೊಬ್ಬನ್ನು ನೋಡಿ ಶರವಣನನ್ನೂ ಸಂಭಾಷಣೆಯಲ್ಲಿ ಸೇರಿಕೊಂಡು 'ಆಯಪ್ಪ ನೋಡು ಹೆಂಗೆ ಗುರಾಯಿಸಿಕೊಂಡು ನೋಡ್ತಾ ಹೋಗ್ತಿದ್ದಾನೆ.. ಆಫೀಸ್‌ನಲ್ಲಿ ಒಳ್ಳೆ ಇಲಿ ಥರ ಇರೋರು ರಸ್ತೇಲಿ ಮಾತ್ರ ಹೀರೋಗಳು ಅಲ್ಲವೇನೋ' ಎಂದಳು. ಶರವಣನಿಗೂ ಆ ಮಧ್ಯವಯಸ್ಕನನ್ನು ನೋಡಿ ನಗು ಬಂತು. 'ಹೋಗೋಲೋ ಮೊದ್ಲು ಸಿಗ್ನಲ್ ದಾಟು..' ಜೋರಾಗಿ ಅವನಿಗೆ ಕೇಳುವಂತೆ ಹೇಳಿದ. ಅವಮಾನವಾದ ಆತ ಮತ್ತೆ ಇವರನ್ನು ನೋಡುವ ಧೈರ್ಯ ಮಾಡಲಿಲ್ಲ.

'ಗಾಡೀಗೇನಾಗೈತೆ ಮೀಸ್'

'ಅದೇ ಮೊದ್ಲಿನಂಗೆ ಕಣೋ.. ಇದ್ದಕ್ಕಿದ್ದ ಹಾಗೆ ಹಿಂಗೆ ಕೈಕೊಡುತ್ತೆ. ಮೀಸ್ ಅಲ್ಲ ಕಣೋ.. ಮಿಸ್ ಅಂತ ಕರೆಯೋ... ಇನ್ನೊಂದು ಸಲ ಮೀಸ್ ಅಂದ್ರೆ ಹಲ್ಲುದುರುಸ್ತೀನಿ ನೋಡು'

ಎಲ್ಲೆಂದರಲ್ಲಿ ಕೆಟ್ಟು ನಿಲ್ಲುವ ಈ ಕೈನಿ ಕೂಡ ಆನಿ ಮೀಸ್ ಹಾಗೆಯೇ... ಬದಲಾಗುವುದೇ ಇಲ್ಲ ಅನ್ನಿಸಿ ನಗು ಬಂತು.

'ಏನೋ.. ನನ್ನ ರಥ ನೋಡಿ ನಗ್ತೀಯ.. ಎರಡು ಹಾಕಿಬಿಡ್ತೀನಿ ನೋಡು.. ಇದು ಎಷ್ಟು ಸರ್ವಿಸ್ ಕೊಟ್ಟಿದೆ ಗೊತ್ತಾ...'

ತಾನು ಹೀಗೆಲ್ಲ ಮುಕ್ತವಾಗಿ, ಆರಾಮಾಗಿ ಓಡಾಡುವಂತಾಗಿದ್ದೇ ಈ ಕೈನಿಯಿಂದ

ಎಂಬ ವಿಚಿತ್ರ ವ್ಯಾಮೋಹ ಅನಿತಾಗಿತ್ತು. ಅಪ್ಪ ಅಮ್ಮ ಈ ಕೆಲಸ ಮಾಡುವುದು ಬೇಡ ಅಂದಿದ್ದು, ಈ ಬಗೆಯ ಫೀಲ್ಡ್‌ವರ್ಕ್, ಹೀಗೆ ಸ್ಲಂ ಮಕ್ಕಳೊಂದಿಗೆ ಒಡನಾಡುವುದು ತಮಗಿಷ್ಟವಿಲ್ಲ ಅಂತ ಅಪ್ಪ ಅಮ್ಮ ಬೈದ್ರೂ ಕೇಳದೆ ತಾನು ಹೇಗೆ ಈ ಕೆಲಸಕ್ಕೆ ಸೇರಿಕೊಂಡೆ, ಹಾಗೆ ಎಲ್ಲೆಂದರಲ್ಲಿ ಓಡಾಡಲು, ಅಚ್ಚುಕಟ್ಟಾಗಿ ಕೆಲಸ ನಿಭಾಯಿಸಲು ಈ ಗಾಡಿ ಹೇಗೆ ಸಹಾಯಕವಾಯಿತು ಎಂದೆಲ್ಲ ಈ ಮೊದಲು ಶರವಣನಿಗೆ ಕಂಟಪಾಠವಾಗುಷ್ಟರ ಮಟ್ಟಿಗೆ ಅನಿತಾ ವಿವರಿಸಿದ್ದಳು. ಇವಳಿನ್ನು ಗಾಡಿಯ ಪುರಾಣ ಶುರು ಹಚ್ಚಿಕೊಳ್ಳುತ್ತಾಳೆ ಅನ್ನಿಸಿದ ಶರವಣ 'ನಾನು ಸ್ಟಾರ್ಟ್ ಮಾಡಿ ನೋಡ್ಲಾ ಮೀಸ್' ಎಂದ. 'ಆಹಾ.. ಇಷ್ಟು ದಿನ ಇದರ ಗುಟ್ಟೆಲ್ಲ ಗೊತ್ತಿರೋ ನನ್ನ ಹತ್ತಿರಾನೆ ಇದು ಹೀಗೆ ಜಗಳ ಮಾಡುತ್ತೆ. ಅಂತಾದ್ರಲ್ಲಿ ನೀನು ಒಂದು ಕೈ ನೋಡ್ತೀನಿ ಅಂತಿದ್ದೀಯ..' ರೇಗಿದ ಅನಿತಾ ತಟ್ಟನೆ ನೆನಪಾದವಳಂತೆ 'ಏ ಗೂಗ್ಲೂ ಕೇಳೋದೆ ಮರೆತುಬಿಟ್ಟೆನಲ್ಲೋ.. ಈಗೇನು ಮಾಡಿಕೊಂಡಿದ್ದೀಯ.. ಆಮೇಲೆ ಒಂದಿನಾನೂ ಆ ಕಡೆ ಬರಲೇ ಇಲ್ಲವಲ್ಲೋ.. ದೊಡ್ಡ ಮನುಷ್ಯ ಆಗಿಬಿಟ್ಟಿದ್ದೀಯ ನೋಡು' ಅವನ ಭುಜಕ್ಕೆ ತಿವಿದಳು.

ಶರವಣ ಮಾತಾಡದೇ ಕಿಕ್‌ಸ್ಟಾರ್ಟ್ ಮಾಡಲು ಪ್ರಯತ್ನಿಸ್ತಾ ಇದ್ದ. 'ನಂಗೆ ತುಂಬ ಹಸಿವೆ ಬೇರೆ ಆಗ್ತಿದೆ ಕಣೋ..' ಅನಿತಾ ಹೇಳುತ್ತಲೇ ಅತ್ತಿತ್ತ ನೋಡಿದಳು. ಸಿಗ್ನಲ್ ಆಚೆ ಬಲಬದಿಯ ಫುಟ್‌ಪಾತ್‌ನಲ್ಲಿ ನಿಲ್ಲಿಸಿದ್ದ ಭೇಲ್‌ಪುರಿ ಗಾಡಿಯವನನ್ನು ಗಮನಿಸಿದಳು. 'ಏ ಗೂಗ್ಲೂ.. ಈ ಗಾಡೀನ ಎಲ್ಲಾದ್ರೂ ಪಾರ್ಕ್ ಮಾಡಿ ಅಲ್ಲಿ ಹೋಗಿ ಸ್ವಲ್ಪ ಹೊಟ್ಟೆಗೆ ಏನಾದ್ರೂ ಹಾಕ್ಕೊಳೋಣವೇನೋ..'

'ಇಲ್ಲೆಲ್ಲೂ ಪಾರ್ಕಿಂಗ್ ಇಲ್ಲ ಮೀಸ್... ಆ ಕಡೆ ಹೋಗಿ ಪಾರ್ಕ್ ಮಾಡಬೇಕು'

ಶರವಣ ಅವಳ ಮುಖ ನೋಡಿದ. ಬೆಳಿಗ್ಗೆಯಿಂದ ಎಲ್ಲೆಲ್ಲಿ ಸುತ್ತಿದ್ದಳೋ... ವಿಪರೀತ ದಣಿವಾದವಳಂತೆ ಕಾಣಿಸುತ್ತಿದ್ದಳು. ಅವನಿಗೆ ಪಾಪ ಅನ್ನಿಸಿತು.

ಶರವಣ ಪಾರ್ಕ್ ಮಾಡಿ ಬರುವಷ್ಟರಲ್ಲಿ ಭೇಲ್‌ಪುರಿಯವನಿಗೆ ಎರಡು ಮಸಾಲ ಪುರಿ, ಎರಡು ಭೇಲ್‌ಪುರಿ ಹೇಳಿ ನಿಂತಿದ್ದಳು. ಶರವಣ ಖಾರ ಜಾಸ್ತಿ ಇಷ್ಟ ಪಡುತ್ತಾನೆ ಎಂಬುದು ಇನ್ನೂ ನೆನಪಿದ್ದ ಅನಿತಾ ಒಂದಕ್ಕೆ ಜಾಸ್ತಿ ಖಾರ, ಇನ್ನೊಂದಕ್ಕೆ ಕಡಿಮೆ ಹೇಳಿದ್ದಳು.

'ಗೂಗ್ಲೂ ನಂಗೆ ವಿಪರೀತ ಕಾಲು ನೋಯ್ತಿದೆ. ಆ ಕಡೆ ಒಂದು ಪಾರ್ಕ್ ಇದೆಯಲ್ಲೋ ಅಲ್ಲಿ ಹೋಗಿ ಕುಳಿತು ಕೊಳ್ಳೋಣವೇನೋ.. ನಿನ್ನ ಜೊತೆ ತುಂಬ ಮಾತಾಡೋದು ಇದೆ ಕಣೋ' ಎಂದವಳು ಅವನ ಉತ್ತರಕ್ಕೂ ಕಾಯದೆ ಅಂಗಡಿಯವನಿಗೆ ಎಲ್ಲ ಪಾರ್ಸೆಲ್ ಎಂದು ಅವನು ಪ್ಯಾಕ್ ಮಾಡುವುದನ್ನೇ ತದೇಕಚಿತ್ತಳಾಗಿ ನೋಡತೊಡಗಿದಳು. ಶರವಣನಿಗೆ ಬಿಲ್ ತಾನೇ ಕೊಡಬೇಕೆಂದು ವಿಚಿತ್ರ ಹುಕಿ ಬಂದುಬಿಟ್ಟಿತು. 'ಎಷ್ಟಾಯ್ತು' ಕೇಳುತ್ತ ಪ್ಯಾಂಟಿನಿಂದ ಭಾರೀ ಸ್ಟೈಲ್

ಆಗಿ ಹೋದವಾರವಷ್ಟೇ ಕೊಂಡಿದ್ದ ಹೊಸ ಪರ್ಸ್‌ನ್ನು ತೆಗೆದ. ಸೊಂಟದ ಮೇಲೆ ಕೈಯಿರಿಸಿ ಆ ಗಾಡಿಯವನನ್ನ ನೋಡುತ್ತಿದ್ದ ಆನಿ ಮೀಸ್ ತನ್ನನ್ನೂ ಗಮನಿಸ್ತಾ ಇದಾಳೆಯೇ... ಸಣ್ಣಗೆ ನಗುತ್ತಿದ್ದಾಳೆಯೇ... ಶರವಣ ಆ ಕಡೆ ನೋಡಲೇ ಇಲ್ಲ. ಗಾಡಿಯವನೊಂದಿಗೆ ಎಷ್ಟಾಯ್ತು ಎಂದು ಕೇಳತೊಡಗಿದ. 'ಏನೋ ಗೂಗ್ಲೂ ಭಾರೀ ಸ್ಟೈಲಿಶ್ ಆಗಿಬಿಟ್ಟಿದ್ದೀಯ.. ಐ ಕಾಂಟ್ ಬಿಲೀವ್' ಸರಕ್ಕನೆ ಪರ್ಸ್ ಕಸಿದುಕೊಂಡಳು. "ಏನೇನಿಟ್ಟಿದ್ದೀಯೋ ಮತ್ತೆ ಅದ್ಯಾರೋ ನಿನ್ನ ಹೀರೋಯಿನ್ ಇದಾಳಲ್ಲ ಅವಳ ಫೋಟೋನೂ ಇದೆಯೇನೋ..' ಅನಿತಾ ಪರ್ಸ್ ಒಳಗೆಲ್ಲ ನೋಡತೊಡಗಿದಳು.

'ಇಲ್ಲ ಮೀಸ್.. ಪರ್ಸ್ ಕೊಡೀ ಮೀಸ್.. ದುಡ್ಡು ನಾನು ಕೊಡ್ತೀನಿ ಮೀಸ್' ಶರವಣ ಸಂಕೋಚದಿಂದ ಹಿಡಿಯಾಗುತ್ತಿದ್ದ. ಪರ್ಸ್‌ನ ಒಳಭಾಗದಲ್ಲಿ ಕವರ್ ಕೆಳಗೆ ನಗುತ್ತಿದ್ದ ಪುಟ್ಟ ಹುಡುಗಿಯ ಫೋಟೋ ನೋಡ್ತಿದ್ದ ಹಾಗೆ ಅನಿತಾ ಗಂಭೀರಳಾದಳು.

ಅವಳು ಕೇಳುವ ಮುಂಚೆಯೇ ಶರವಣ 'ನಮ್ಮಕ್ಕ' ಎಂದ. 'ಗೊತ್ತು ಕಣೋ... ಈಗ...' ಕಳೆಗುಂದುತ್ತಿದ್ದ ಅವನ ಮುಖಭಾವ ಗಮನಿಸುತ್ತಲೇ 'ಸಾರಿ ಕಣೋ' ಎನ್ನುತ್ತ ಭುಜ ತಟ್ಟಿ ಪರ್ಸ್ ವಾಪಾಸು ಕೊಟ್ಟಳು. 'ನೋಡು ದುಡ್ಡು' ಎಂದೇನೋ ಹೇಳಹೊರಟವಳಿಗೆ ಮತ್ತೇನೆನಿಸಿತೋ 'ಸರಿಯಪ್ಪಾ... ನೀನೇ ಕೊಡು' ಎಂದು ಪಾರ್ಸೆಲ್ ತೆಗೆದುಕೊಂಡು ಹೊರಟಳು.

ಅಲ್ಲಿ ಕುಳಿತು ತಿಂದು ಮುಗಿಸುವವರೆಗೆ ಅನಿತಾ ಶರವಣನ ಉಳಿದ ಗೆಳೆಯರು ಯಾರ್ಯಾರು ಎಲ್ಲೆಲ್ಲಿ ಕೆಲಸ ಮಾಡ್ತಿದ್ದಾರೆ ಅಂತ ತನಗೆ ಗೊತ್ತಿರುವ ಕಥೆಗಳನ್ನು ಒಂದಿಷ್ಟು ಹೇಳಿದಳು.

ಶರವಣನಂತಹ ಮಕ್ಕಳಿಗೆ ವೃತ್ತಿ ಶಿಕ್ಷಣ ಕೊಡುತ್ತಿದ್ದ ಸಂಸ್ಥೆಯೊಂದರಲ್ಲಿ ಅನಿತಾ ಕೆಲಸ ಮಾಡುತ್ತಿದ್ದದ್ದು. ಅಲ್ಲಿ ಏನೇನೋ ಪ್ರಾಜೆಕ್ಟ್ ವರ್ಕ್‌ಗಳ ಹೆಸರಿನಲ್ಲಿ ಆಗೀಗ ಬರುತ್ತಿದ್ದ ವಿದೇಶೀ ವಿದ್ಯಾರ್ಥಿಗಳು ಆನಿಟಾ ಎಂದು ಉಚ್ಚರಿಸಿದಾಗ ಅವರನ್ನ ತಿದ್ದಿತೀಡಿ, ಅದು ಆನಿಟಾ ಅಲ್ಲವೇ ಅಲ್ಲ, ಹಾಗೆ ಹೇಳೋದು ಭಾರೀ ತಪ್ಪು, ಅನಿತಾ ಅಂತ ಹೇಗೆ ಉಚ್ಚರಿಸಬೇಕು ಎನ್ನುವುದನ್ನು ಹಾವಭಾವ ಸಮೇತ ತೋರಿಸಿಕೊಡುತ್ತಿದ್ದ, ಅವರಿಗೆ ಕಂಠಪಾಠವಾಗುವಂತೆ ಮಾಡುತ್ತಿದ್ದ ಅನಿತಾ ಅದು ಹೇಗೋ ಹುಡುಗರ ಬಾಯಲ್ಲಿ ಮಾತ್ರ ಆನಿ ಮೀಸ್ ಆಗಿದ್ದಳು. ಮುಖ್ಯವಾಗಿ ಅವರು ಹಾಗೆ ಕರೆಯುವುದನ್ನು ಖುಷಿಯಿಂದ ಒಪ್ಪಿಕೊಂಡಿದ್ದಳು. ಅನಿತಾ ಬಗ್ಗೆ ಇಷ್ಟವೋ ಒಂದು ಬಗೆಯ ವ್ಯಾಮೋಹವೋ ತಿಳಿಯದ ವಿಚಿತ್ರ ಭಾವಕ್ಕೆ ಪಕ್ಕಾಗುವ ಶರವಣ ಅದು ಹೇಗೋ ಅವಳಿಗೂ ಅಚ್ಚುಮೆಚ್ಚಿನ ಶಿಷ್ಯನಾಗಿಬಿಟ್ಟಿದ್ದ. ಅಲ್ಲಿದ್ದ ಹೆಚ್ಚಿನವರು ಹದಿಹರೆಯದ ಹುಡುಗ ಹುಡುಗಿಯರೇ... ಅಪ್ಪ ಅಮ್ಮ ಸಾಕಷ್ಟು ಒಳ್ಳೆಯ ಕೆಲಸದಲ್ಲಿದ್ದರೂ ಇವರೆಲ್ಲ ಹೀಗೆ ಸ್ಲಂನಲ್ಲಿ ಓಡಾಡ್ಕೊಂಡು ಯಾಕೆ ಹೀಗೆ ಕೆಲಸ ಮಾಡ್ತಾರೆ, ಅದೂ ಚಿತ್ರ ವಿಚಿತ್ರ

ವೇಷದಲ್ಲಿ ಅಂತ ಶರವಣನಿಗೆ ಕೆಲವೊಮ್ಮೆ ಅಚ್ಚರಿ ಕೂಡ.

ಅನಿತಾ ಆ ದಿನ ವಿಚಿತ್ರ ಬೇಗುದಿಯಲ್ಲಿದ್ದಳು. ಮನೆಯಲ್ಲಿ ಅನಿತಾಗೆ ಮದುವೆ ಮಾಡಲು ಭಾರೀ ಪ್ರಯತ್ನವನ್ನೇ ನಡೆಸಿದ್ದರು. ಇವಳೋ ಹಾಗೆಲ್ಲ ಜಾತಿ, ಜಾತಕ ನೋಡಿ ನಾನು ಮದುವೆಯಾಗುವವಳಲ್ಲ ಅಂತ ಸದಾ ಹಾರಾಟ. ಇವಳ ಹಾರಾಟ ಹೆಚ್ಚಾದಷ್ಟೂ ಅವರಿಗೆ ಕೆಟ್ಟ ಹಠ... ಪುಟ್ಟ ಗುಮಾನಿ. ಇವಳ್ಯಾರನ್ನಾದ್ರೂ ಹೊರಗೆ ನೋಡಿಕೊಂಡುಬಿಟ್ಟಿದ್ದಾಳೇನೋ ಎಂಬ ಗುಮಾನಿಯ ಜತೆಗೆ ಅವಳ ಮೇಲೆ ನಂಬಿಕೆಯಿದೆ ಎಂದು ತೋರಿಸಿಕೊಳ್ಳಲು ಹರಸಾಹಸ ಮಾಡುವ ಮನೆಯವರ ವರ್ತನೆ... ಸ್ವಲ್ಪ ಹತ್ತಿರವಾಗಿದ್ದ ಒಂದಿಬ್ಬರು ಹುಡುಗರು ತಾವಾಗಿಯೇ ಪ್ರಪೋಸ್ ಮಾಡಬಹುದೇನೋ ಎಂದು ಅನಿತಾ ನಿರೀಕ್ಷಿಸುತ್ತಿದ್ದಾಗ ಅವರು ಎಂಗೇಜ್‌ಮೆಂಟ್, ಮದುವೆಗಳಲ್ಲಿ ಮರೆಯಾಗಿದ್ದರು. ಮೊದಲು ಹೀಗೆ ಸಂಜೆಗಳಲ್ಲಿ ಅವರನ್ನು ತಗುಲಿಸಿಕೊಂಡು ಓಡಾಡ್ತಿದ್ದ ಅನಿತಾ ನಂತರ ಅವರ ಮದುವೆ ಆಲ್ಬಂಗಳಲ್ಲಿ, ಮಗುವಿನ ಬರ್ತಡೇ ಪಾರ್ಟಿಯ ಗುಂಪು ಚಿತ್ರದಲ್ಲಿ ಒಬ್ಬಳಾಗಿ ಸೇರಿಹೋಗಿದ್ದಳು. ನೋಡಲು ತುಸು ಥಂದದ ಮೈ ಬಿಸಿ ಹುಟ್ಟಿಸುವ ಹುಡುಗರು ಸ್ವಲ್ಪವೂ ಸೂಕ್ಷ್ಮತೆಯನ್ನಾಗಲೀ, ಒಳನೋಟವನ್ನಾಗಲೀ ಹೊಂದಿಲ್ಲದವರು. ಅಲ್ಪಸ್ವಲ್ಪ ಸೂಕ್ಷ್ಮತೆ ಇರುವವರು, ಅನಿತಾಗೆ ಹೊಂದಿಕೆಯಾಗುವ ಮನೋಧರ್ಮ ಇರುವವರು ಅಂ-ದುಕೊಂಡರೆ ಹಾಗೆಲ್ಲ ಇರುವುದರಿಂದಾಗಿಯೇ ಆವರಿಸಿಕೊಳ್ಳುವ ಅಹಂ, ಸ್ವಯಂ ಪ್ರತಿಷ್ಠೆಯ ಕೆಲವರಾದಾರೆ ಇನ್ನು ಕೆಲವರು ಒಂಥರದ ಪುಕ್ಕಲು ಸ್ವಭಾವದವರು. ಯಾಕೋ ಏನೋ ಒಟ್ಟಾರೆ ಅನಿತಾಗೆ ಸರಿಯಾದ ಸಂಗಾತಿ ಸಿಕ್ಕಿರಲೇ ಇಲ್ಲ. ಸ್ವಲ್ಪ ಹೆಚ್ಚೇ ಅನ್ನಿಸುತ್ತಿದ್ದ ತನ್ನ ದೇಹಭಾರವೂ ಇದಕ್ಕೆ ಕಾರಣವಾಗುತ್ತಿದೆ ಎಂಬ ಗ್ರಹಿಕೆ ಆಗೀಗ ಅನಿತಾಳನ್ನು ಎಷ್ಟು ಕಟುವಾಗಿ ಆವರಿಸಿಕೊಳ್ತಿತ್ತು ಎಂದ್ರೆ ಇದ್ದಕ್ಕಿದ್ದ ಹಾಗೆ ತೂಕ ಇಳಿಸುವ ಖಯಾಲಿ ಹುಟ್ಟಿಕೊಳ್ತಿತ್ತು. ಎಂಟು ದಿನ ತನ್ನ ಗಾಡಿ ಬಿಟ್ಟು ನಡೆದೇ ಹೋಗುವುದು, ಬೆಳಿಗ್ಗೆ ಎದ್ದೊಡನೇ ನಾಲ್ಕು ದಿನ ರನ್ನಿಂಗ್ ಹೋಗುವುದು, ಮತ್ತೆ ನಾಲ್ಕು ದಿನ ರಾತ್ರಿಯೂಟದ ನಂತರ ಹನ್ನೊಂದರ ಸುಮಾರಿಗೆ ವಾಕಿಂಗ್ ಹೋಗ್ತೀನಿ ಅಂತ ಅಮ್ಮನಿಗೆ ರಿಪಿರಿಪಿ ಹಚ್ಚುವುದು, ಅನ್ನ ತಿನ್ನದೇ ಹಸಿ ತರಕಾರಿ, ಹಣ್ಣು, ಒಣರೊಟ್ಟಿ ಮಾತ್ರ ತಿಂತೀನಿ ಎಂದು ಬಂಬಡಾ ಬಾರಿಸುತ್ತಲೇ ಆಗೀಗ ಆಸೆ ತಡೆಯಲಾರದೆ ಪ್ಲೇಟ್‌ಗಟ್ಟಲೆ ಜಂಕ್‌ಫುಡ್‌ನ್ನು ಇಳಿಸುವುದು.... ಹೀಗಾಗಿ ತೂಕ ಕಡಿಮೆಯಾಗುವುದರ ಬದಲಾಗಿ ಹೆಚ್ಚುತ್ತಲೇ ಇತ್ತು. ಜತೆಗೆ ಮನೆಯಲ್ಲಿದ್ದ ಅಜ್ಜಿ ಬೇರೆ ಇವಳ ಮದುವೆ ನೋಡಿಕೊಂಡೇ ಸಾಯಬೇಕೆಂಬ ಹಠ ತೊಟ್ಟ ಹಾಗೆ. ಅಜ್ಜಿ ಸಾಯೋದು ಇಲ್ಲ, ಮೊಮ್ಮಗಳ ಮದುವೆಯೂ ಆಗಲ್ಲ ಅಂತ ಅನಿತಾ ತಮಾಶೆಗೆ ಗಾದೆಯಂತೆ ಹೇಳಿದರೂ ಆಗೀಗ ಅಜ್ಜಿಯ ಮೇಲೆ ಸಖತ್ ಸಿಟ್ಟು ಬರ್ತಿತ್ತು. 'ಅದೇನೋ ವೆಬ್ ಸೈಟ್‌ನಲ್ಲಿ ಈಗೆಲ್ಲ ನೋಡ್ಕೊಳ್ತೀರಂತಲ್ಲೇ, ನೀನು ಅದನ್ನಾದ್ರೂ ಮಾಡಬಾರ್ದೇನೆ' ಅಂತ ರಾಗ ಹಾಡುವ ಅಜ್ಜಿ ಅನಿತಾನ ಅಮ್ಮ ಅಪ್ಪನೊಂದಿಗೂ

ಅವರು ಸರಿಯಾಗಿ ಗಂಡು ಹುಡುಕ್ತಿಲ್ಲ ಎಂದು ಜಗಳ ಹೊಡೆಯುತ್ತಿತ್ತು. ಎಷ್ಟೆಲ್ಲ ವರ್ಷಗಳಿಂದ ಅಜ್ಜಿಯ ಮಡಿಮೈಲಿಗೆಗೆ ಹೊಂದಿಕೊಂಡು ಅಜ್ಜಿಯನ್ನು ಮೀರಿಸುವಂತೆ ಮಡಿವಂತೆಯಾಗಿಬಿಟ್ಟಿದ್ದ ಅವಳಮ್ಮನಿಗೇ ಆಗೀಗ ಅಜ್ಜಿಯ ಬುದ್ಧಿವಾದ ಬೇರೆ. 'ಈಗ ನಮ್ಮ ಕಾಲವಲ್ಲ ಕಣೇ... ಅವಳಿಗೆ ಯಾರು, ಹೇಗಿರೋರು ಇಷ್ಟವೋ ಹಂಗೇ ಮದುವೆಯಾಗಲಿ ಬಿಡು' ಅಂತ. ಅಜ್ಜಿಗೆ ಇವಳ ಮದುವೆ ಖಯಾಲಿ ಎಷ್ಟರಮಟ್ಟಿಗೆ ಆವರಿಸಿಕೊಂಡು ಬಿಟ್ಟಿತ್ತು ಎಂದ್ರೆ ಹಿಂದಿನ ದಿನ ಅನಿತಳೊಂದಿಗೆ ಗುಟ್ಟಾಗಿ 'ನೀನು ಯಾರನ್ನಾದ್ರೂ ನೋಡಿಕೊಂಡಿದ್ದೀಯೇನೆ... ಅಲ್ಲ ಕಣೇ.. ಜಾತಿ ಯಾವುದಾದ್ರೂ ಸರಿ ನಿನ್ನ ಮನಸ್ಸಿಗೆ ಬಂದಿದ್ರೆ ಆಯ್ತು ಮದುವೆಯಾಗು.. ಅಪ್ಪ ಅಮ್ಮನ್ನ ನಾನು ಒಪ್ಪಿಸ್ತೇನೆ' ಅಂತ ಪುಸಲಾಯಿಸಿ ಇವಳ ಬಾಯಿಬಿಡಿಸಲು ನೋಡಿತ್ತು. ಒಟ್ಟು ಅನಿತಾ ಮದುವೆಯಾದರೆ ಸಾಕು ಎಂಬ ಭಾವ ಅದ್ಯಾಕೆ ಅಜ್ಜಿಯ ಮನಸ್ಸು ಹೊಕ್ಕಿತ್ತೋ.... ಅಜ್ಜಿ ಹಾಗೆ ಕೇಳಿದ್ದೇ ಅನಿತಾಗೆ ಆ ವರೆಗೆ ತನ್ನೊಂದಿಗೆ ತಿರುಗಿದ, ಆದರೂ ಬೇರೆಡೆ ಮದುವೆಯಾದ ತನ್ನ ಎರಡು ಮೂರು ಜನ ಬಾಯ್‌ಫ್ರೆಂಡ್‌ಗಳ ನೆನಪು ನುಗ್ಗಿ ಬಂದು ಆ ರಾತ್ರಿ ಭಾರೀ ಬೇಸರವಾಗಿತ್ತು. ಅಲ್ಲಿ ಕುಳಿತು ಭೇಲ್ ಪುರಿ ತಿನ್ನುವಾಗ ಶರವಣನೊಂದಿಗೆ ಈ ಎಲ್ಲವನ್ನೂ ಹಂಚಿಕೊಂಡು ಹಗುರಾಗಿಬಿಡಬೇಕೆಂಬ ಭಾವ ಒತ್ತರಿಸಿ ಬರುವಾಗಲೂ ಹಾಗೆ ಈ ಚೋಟುದ್ದದವನ ಬಳಿ, ಅದೂ ಸಮಾನ ಮನಸ್ಕ, ಸಮಾನ ವಯಸ್ಕ ಏನೂ ಅಲ್ಲದವನ ಬಳಿ ಹೇಳಿಕೊಳ್ಳುವುದು ಸೂಕ್ತವಲ್ಲ ಎಂಬ ಎಚ್ಚರಿಕೆಯೂ ಅವಳ ಒಳಗೇ ಮೊಳೆಯ ತೊಡಗಿ ಅನಿತಾ ಸುಮ್ಮನಾದಳು.

ಇಷ್ಟೂ ಹೊತ್ತೂ ತಾನಾಗಿಯೇ ಹೆಚ್ಚು ಮಾತಾಡದೇ ಬರಿಯ ಹಾಂ, ಹೂಂಗುಡುತ್ತ ಶರವಣ ಸುಮ್ಮನೇ ಕುಳಿತಿರುವುದು ಅನಿತಾನ ಗಮನಕ್ಕೆ ಬಂತು. ಎದುರಿನ ದೊಡ್ಡ ಮರದತ್ತಲೇ ಏಕಾಗ್ರತೆಯಿಂದ ಅವನ ದೃಷ್ಟಿಯನ್ನೇ ಅನುಸರಿಸಿ ನೋಡಿದಳು. ಎದುರಿನ ದೊಡ್ಡ ಮರದ ಮೇಲಿದ್ದ ಎರಡು ಇಣಚಿಗಳು ಒಮ್ಮೆ ಮೇಲೆ ಒಮ್ಮೆ ಕೆಳಗೆ ಸರ್‌ಸರ್ ಎಂದು ಓಡಾಡುತ್ತಿದ್ದವು. ಅನಿತಾಗೆ ಫಕ್ಕನೆ ನೆನಪಾಯಿತು.... ಎಲ್ಲರೊಂದಿಗೆ ಜಗಳವಾಡಿಯಾದ್ರೂ ಸರಿ, ಕಿಟಕಿ ಬಳಿಯೇ ಕುಳಿತುಕೊಳ್ಳುತ್ತಿದ್ದ ಶರವಣ ಹೊರಗೆ ಕಿಟಕಿಯಾಚೆ ತೆಂಗಿನ ಮರದ ಮೇಲೆ ಆಗೀಗ ಇಣಚಿಗಳು ಕಂಡರೆ ಸಾಕು... ರೆಪ್ಪೆ ಮಿಳುಕಿಸದೇ ನೋಡ್ತಾ ಕುಳಿತಿರುತ್ತಿದ್ದ. ಸುಮ್ಮನೇ ಆದ್ರೂ ಕುಳಿತಿರುವ ಪೈಕಿಯೇ... ಅದೂ ಇಲ್ಲ. "ಏ.. ಅದ್ಹೆಂಗೆ ಸಳ್‌ಸಳ್ಕ್ ಅಂತ ಕೆಳಗೆ ಇಳೀತಿದೆ.. ನೋಡೋ.."

"ಅಯೋ ದೇವ್ರೇ.. ಹೆಂಗೆ ಜಂಪ್ ಮಾಡ್ತದೆ ನೋಡೋ..."

'ಆ ಮರಿ ಇಣಚಿ ನೋಡು.. ಎಷ್ಟ್ ಮುದ್ದಾಗೈತೆ.., ಈ ದೇವ್ರು ಅದ್ರ ಅರ್ಧ ಬ್ಯೂಟಿಯನ್ನಾದ್ರೂ ನಮಗೆ ಕೊಡ್ಬಾರ್ದಿತ್ತಾ.."

"ಅದರ ಮೈ ಎಷ್ಟು ನುಣುಪಾಗಿರುತ್ತೆ ಗೊತ್ತಾ.."

ಪಕ್ಕದಲ್ಲಿರುವ ಹುಡುಗರು ಕೇಳಲಿ ಬಿಡಲಿ, ಅವರಿಗೆ ಪಾಠ ಕೇಳಲು ತೊಂದರೆಯಾದರೂ ಸರಿ ಇವನ ರನ್ನಿಂಗ್ ಕಾಮೆಂಟರಿ ನಡದೇ ಇರುತ್ತಿತ್ತು. ಇಣಚಿಗಳನ್ನು

ಇಷ್ಟಪಡದಿದ್ದವರೂ ಕೂಡ ಶರವಣನ ಕಣ್ಣಪಾಪೆಯಲ್ಲಿ ಪ್ರತಿಫಲಿಸುವ ಇಣಚಿಯ ಬಿಂಬವನ್ನು ನೋಡಿದ್ರೆ ಖುಷಿಪಡುವ ಹಾಗೆ. "ನಾನೆರಡು ಬೆನ್ನ ಮೇಲೆ ಹಾಕಿದ್ರೆ ನಿಂಗೂ ಆ ನಿನ್ನ ಇಣಚಿ ಥರಾನೆ ಮೂರು ನಾಮ ಮೂಡುತ್ತೆ ಅಷ್ಟೇ.."

ಅನಿತಾಗೆ ಆಗೆಲ್ಲ ರೇಗುತ್ತಿದ್ದ ಹಾಗೆ ಈಗಲೂ ರೇಗಬೇಕೆನ್ನಿಸಿತು. ಬಾಯಿ ತೆಗೆದವಳಿಗೆ ಅನ್ನಿಸಿತು... ಆಗಿನ ಅವನ ನೋಡುವಿಕೆಗೂ ಈಗಿನದಕ್ಕೂ ಏನೋ ವ್ಯತ್ಯಾಸವಾಗ್ತಿದೆ... ಫಕ್ಕನೆ ಗ್ರಹಿಸಿದಳು... ಶರವಣ ಆಗಿನಂತೆಯೇ ರೆಪ್ಪೆ ಪಿಳುಕಿಸದೆಯೇ ಇಣಚಿಗಳನ್ನು ನೋಡ್ತಿದಾನೆ... ಆದರೆ ಅವನ ಆಗಿನ ರನ್ನಿಂಗ್ ಕಾಮೆಂಟರಿ ಇಲ್ಲ... ಮೌನವಾಗಿ ನೋಡ್ತಿದಾನೆ. ಶರವಣ ಸ್ವಲ್ಪ ಪ್ರೌಢನಾಗಿದಾನಾ.. ಸೂಕ್ಷ್ಮವಾಗಿ ಗಮನಿಸಿದಳು... ವೈಯಕ್ತಿಕವಾಗಿ ತುಸು ತಮಾಶೆ ಮಾಡಿದರೂ ಮೈಮೇಲೆ ಏರಿಬರುತ್ತಿದ್ದ, ಕಾಲು ಕೆದರಿ ಜಗಳಕ್ಕೆ ನಿಲ್ತಿದ್ದ ಅವನನ್ನು ತಾನು ಜತೆಯವರು ಸೇರಿ ಸಂಭಾಳಿಸ್ತಿದ್ದದ್ದು ನೆನಪಾಯಿತು. ಈಗ ಮುಖದಲ್ಲಿ ಆ ಕಳೆ ಇಲ್ಲ. ಹಾಗೆ ನೋಡಿದರೆ ಅಲ್ಲಿದ್ದ ಹುಡುಗರಿಗಿಂತ ಶರವಣ ಒಂದೆರಡು ವರ್ಷ ದೊಡ್ಡವನೇ. ಆರನೇ ಕ್ಲಾಸ್ ನಂತರ ಶಾಲೆ ಬಿಡಿಸಿದ ಅವನಮ್ಮ ಗ್ಯಾರೇಜ್ ಒಂದರಲ್ಲಿ ಕೆಲಸಕ್ಕೆ ಸೇರಿಸಿದ್ದಳು. ಶರವಣ ಅಲ್ಲಿ ಕೆಲಸ ಮಾಡುತ್ತ ಮೂರುನಾಲ್ಕು ವರ್ಷವಾದಾಗ ಮಕ್ಕಳ ಸಮೀಕ್ಷೆ ಮಾಡುತ್ತಿದ್ದ ಆ ಸಂಸ್ಥೆಯವರ ಕಣ್ಣಿಗೆ ಬಿದ್ದಿದ್ದು. ಹತ್ತಾರು ಬಾರಿ ಮನೆಯವರೆಗೂ ಎಡತಾಕಿದ ಅನಿತಾ ಮತ್ತವಳ ಸಹೋದ್ಯೋಗಿಯೊಬ್ಬ ಸೇರಿ ಅಂತೂ ಇಂತೂ ಶರವಣನನ್ನು ಸಂಸ್ಥೆಯಲ್ಲಿ ಸೇರಿಸಿಕೊಂಡಿದ್ದರು. ಅವರೆಲ್ಲರಿಗಿಂತ ದೊಡ್ಡ ಹುಡುಗನಾಗಿದ್ದ ಶರವಣನಿಗೆ ಮೊದಮೊದಲು ಭಾರೀ ಸಂಕೋಚವಾಗಿತ್ತು... ಜತೆಗೆ ಒಂಥರಾ ಮುಂಗೋಪ ಬೇರೆ ಇವನಿಗೆ. ಯಾವ ಯಾವದೋ ಹಿನ್ನೆಲೆಯ ಹುಡುಗರು ಮೂರು ನಾಲ್ಕು ವರ್ಷ ವಿಭಿನ್ನ ಬಗೆಯ ಕಲಿಕೆಗೆ ತೆರೆದುಕೊಂಡವರು ಹೇಗೋ ಬದುಕು ಸಾಗಿಸಬಲ್ಲ ವಿದ್ಯೆಯೊಂದನ್ನು ಕರಗತ ಮಾಡಿಕೊಂಡೇ ಹೊರಬೀಳ್ತಿದ್ದರು.

ಶರವಣನಿಗೆ ಅಪ್ಪನ ನೆನಪು ಮಸುಕುಮಸುಕಾಗಿ.. ಅರೆಬರೆ ನೆನಪುಳಿದ ರಾತ್ರಿಯ ಕನಸಿನಂತೆ. ಅಮ್ಮನನ್ನು ಬಿಟ್ಟು ಯಾಕೆ ಹೋದ ಎನ್ನುವುದೂ ಗೊತ್ತಿಲ್ಲ. ಗೊತ್ತಿರುವುದು ತನ್ನೊಂದಿಗೆ ಅಕ್ಕ, ತಮ್ಮನನ್ನು ಬೆಳೆಸಲು ಅಮ್ಮ ಪಡುತ್ತಿರುವ ಕಷ್ಟ ಮಾತ್ರ. ಕಲಿಯುವುದರಲ್ಲಿ ಸಾಕಷ್ಟು ಜಾಣನಾಗಿದ್ದ ಶರವಣ ಪ್ರಿಂಟಿಂಗ್‌ನಲ್ಲಿ ಪಳಗಿದ್ದ. ಅಲ್ಲಿಯ ಕಲಿಕಾ ಅವಧಿಯನ್ನೂ ಮುಗಿಸದೇ ಯಾರಿಗೂ ಹೇಳದೇ ಬಿಟ್ಟಿದ್ದ ಶರವಣ ಹೇಗೋ ಒಂದು ಕೆಲಸವನ್ನು ಗಿಟ್ಟಿಸಿದ್ದ.

'ಈಗ ನಿನ್ನ ಕಥೆ ಹೇಳಪ್ಪಾ... ನೀನು ಬರ್ಲಿಲ್ಲ ಒಂದು ಹದಿನೈದು ದಿನ ಬಿಟ್ಕೊಂಡು ನಿನ್ನ ಹುಡುಕ್ಕೊಂಡು ನಿಮ್ಮ ಮನೆ ಕಡೆಗೆ ಬಂದ್ರೆ ಮನೆ ಖಾಲಿ ಮಾಡಿ ಹೋಗಿದೀರ ಅಂತ ಹೇಳಿದ್ರು... ಅಲ್ಲ ಕಣೋ ಒಂದು ಸಲ ಬಂದು ಹೇಳಿ ಹೋಗಲಿಕ್ಕೇನು ಧಾಡಿಯಾಗಿತ್ತು ನಿಂಗೆ... ಹೋಗ್ಲಿ ಬಿಡು, ಈಗ ಎಲ್ಲಿದೀಯ ಏನು ಕಥೆ...'

ಸುಸ್ತಾಗಿದ್ದ ಅನಿತಾ ಆಕಳಿಸುತ್ತಲೇ ತನ್ನ ಹಿಂದಿನ ಮರಕ್ಕೆ ಬೆನ್ನು ಆನಿಸಿ ಸರಿಯಾಗಿ

ಕುಳಿತುಕೊಳ್ಳುತ್ತ ಕೇಳಿದಳು.

'ಅಲ್ಲೊಂದು ಕಡೆ ಪ್ರಿಂಟಿಗ್ ಪ್ರೆಸ್‌ನಲ್ಲಿ ಕೆಲಸಕ್ಕಿದ್ದೀನಿ ಮೀಸ್... ಸುಮಾರು ದೊಡ್ಡ ಪ್ರಿಂಟಿಂಗ್ ಪ್ರೆಸ್... ದಿನಾಗ್ಲೂ ಏನಾದ್ರೂ ಪುಸ್ತಕಗಳು ಪ್ರಿಂಟಿಂಗ್‌ಗೆ ಬರ್ತಾನೆ ಇರುತ್ತೆ.... ನಿಮ್ಮಲ್ಲಿ ಕಲಿತಿದ್ದು ಎಷ್ಟು ಚೆನ್ನಾಗಿ ನನ್ನ ಕೈ ಹಿಡೀತಲ್ಲ ಅಂತ ನೆನೆಸ್ಕೊಂಡ್ರೆ ಖುಷಿಯಾಗುತ್ತೆ ಮೀಸ್... ನಮ್ಮ ಪ್ರೆಸ್ ಹೊರಗೆ ಒಂದು ದೊಡ್ಡ ತೆಂಗಿನಮರ ಇದೆ ಮೀಸ್.. ಅಲ್ಲೂ ಯಾವಾಗ್ಲೂ ಇಣಚಿಗಳು ಬರುತ್ತೆ...

ನಾನೊಂದೆರಡು ಸಲ ಹೊರಗೆ ಅವುಗಳನ್ನ ನೋಡ್ತಾ ಕೆಲಸ ಕೆಡಿಸಿಬಿಟ್ಟಿದ್ದೆ ಮೀಸ್... ನಮ್ಮ ಪ್ರೆಸ್ ಓನರ್ ಆಂಡವರ್ ಆಂಡವರ್ ಅಂತ ಓಡಾಡ್ತಾ ನನ್ನ ಬೈದಿದ್ದೇ ಬೈದಿದ್ದು... ಅಂತೋನು ಬೆಳಿಗ್ಗೆ ಒಂದಿನ ಕಿಟಕಿ ಹತ್ರ ಒಳ್ಳೆ ಧ್ಯಾನ ಮಾಡೋವ್ನ ಥರಾ ನಿಂತಿದಾನೆ... ನಾನು ಸದ್ದಿಲ್ಲದೆ ಅವನ ಹಿಂದೆ ಹೋಗಿ ನೋಡಿದ್ರೆ ಅವನೇನು ಕಣ್ಣಲ್ಲಿ ಕಣ್ಣಿಟ್ಟು ನೋಡ್ತಾ ಇದ್ದಾ ಗೊತ್ತಾ ಮೀಸ್.. ಎರಡು ಇಣಚಿಮರಿ ಚಿನ್ನಾಟ ಆಡ್ತಾ ಇರೋದನ್ನು ನೋಡ್ತಾ ನಿಂತಿದಾನೆ...'

ಶರವಣ ಪ್ರಿಂಟಿಂಗ್ ಪ್ರೆಸ್‌ನಲ್ಲಿಯ ಅನುಭವಗಳನ್ನು ಹೇಳುತ್ತ ಕುಳಿತಾಗ ಬಂಗಾರಬಣ್ಣದ ಕಿರಣಗಳು ಮರದ ಕೊಂಬೆಯ ನಡುವಿನಿಂದ ಹಾದುಕೊಂಡು ಹಸಿರುಹುಲ್ಲಿನ ಮೇಲೆ ಬಿದ್ದು ಚಿತ್ರ ವಿಚಿತ್ರ ವಿನ್ಯಾಸ ಮೂಡಿತ್ತು... ಶರವಣನಿಗೆ ಇಂಥ ವಿನ್ಯಾಸಗಳನ್ನು ಕಣ್ಣಾಲಿಗಳಲ್ಲಿ ತುಂಬಿಕೊಳ್ಳುತ್ತ ಕುಳಿತುಕೊಳ್ಳುವುದೆಂದರೆ ಮನಕ್ಕೆ ಇನ್ನಿಲ್ಲದ ಮುದ ಕೊಡುತ್ತಿತ್ತು. ಪ್ರೆಸ್‌ನಲ್ಲಿಯ ಕಥೆ ಮುಗಿಸಿ ಅಕ್ಕನ ವಿಷಯಕ್ಕೆ ಬರುವಷ್ಟರಲ್ಲಿ ಶರವಣನ ಕಣ್ಣಮುಂದೆ ತೂಗ್ತಾ ಇದ್ದದ್ದು ಮರಗಳ ನಡುವಿನ ಬಂಗಾರಬೆಳಕಿನ ವಿನ್ಯಾಸ ಮಾತ್ರ.

'ಅಕ್ಕ ಒಂದು ಗಾರ್ಮೆಂಟ್‌ನಲ್ಲಿ ಕೆಲಸ್ಕಕಿದ್ದಳಲ್ಲ ಮೀಸ್.. ಅವಳ ಮದುವೆ ಮಾಡಬೇಕಂತ ಅಮ್ಮ ತುಂಬ ಒದ್ದಾಡ್ತಿದ್ದಳು... ಅವಳ ಗಾರ್ಮೆಂಟ್ ಅಂಗಡಿಯ ಹತ್ತರ ಇದ್ದವನೊಬ್ಬ ಅವಳನ್ನ ಬುಟ್ಟಿಗೆ ಹಾಕ್ಕೊಂಡ... ಪಾಪ ನಮ್ಮಕ್ಕ ಅವನು ಮದುವೆಯಾಗ್ತೀನಿ ಅಂದಿದ್ದನ್ನ ನಂಬೇಬಿಟ್ಟಳು... ಅಮ್ಮ ಯೋಚನೆ ಮಾಡಾಣ, ಇಷ್ಟು ಬ್ಯಾಗ ಬ್ಯಾಡ ಅಂತ ಹೇಳಿದ್ದನ್ನೂ ಕೇಳದೆ ಮದುವೆಯಾದಳು. ಆಮೇಲೆ ಗೊತ್ತಾಗಿದ್ದು ಅವನೊಬ್ಬ ತಲೆಹಿಡುಕ ಅಂತ... ಅವನು ಅವಳನ್ನ ಅಲ್ಲಿ ಇಲ್ಲಿ ಅಡ್ಡಾಡಿಸಿ ಕಡೆಗೆ ಹೈದರಾಬಾದ್‌ನಲ್ಲಿ ಒಬ್ಬಳ ಹತ್ರ ಬಿಟ್ಟು ತಲೆಮರೆಸಿಕೊಂಡ.. ಅದ್ಹೇಗೋ ಮಾಡಿ ಅವಳೊಂದಿನ ಗಾರ್ಮೆಂಟ್‌ನಲ್ಲಿ ಅವಳ ಬಾಸ್ ಇದ್ದನಲ್ಲ ಅವನಿಗೆ ಫೋನ್ ಮಾಡಿದಳು... ಅವನು ಅಮ್ಮನಿಗೆ ಹೇಳಿಕಳ್ಸಿದ... ಆಮೇಲೆ ಅಮ್ಮ, ನಾನು ಅಲ್ಲಿಗೆ ಹೋಗಿ ಆ ಹೆಂಗಸಿಗೆ ಇಪ್ಪತ್ತು ಸಾವಿರ ರೂಪಾಯಿ ಕೊಟ್ಟು ಬಿಡಿಸ್ಕೊಂಡು ಬಂದ್ವಿ.... ಗಾರ್ಮೆಂಟ್ ಅಂಗಡಿಯೋನೆ ದುಡ್ಡು ಕೊಟ್ಟಿದ್ದ. ಅಕ್ಕನಿಗೆ ತಾನು ಸೂಳೆಯಾಗಿಬಿಟ್ಟೆ ಅನ್ನೋದೆ ಮನಸ್ಸಲ್ಲಿ ಎಷ್ಟು ಕೊರೆಯತೊಡಗಿತು ಅಂದ್ರೆ ದಿನಕ್ಕೆ ಹತ್ತು ಸಲ ಸ್ನಾನ ಮಾಡೋಳು... ಕಡೆಕಡೆಗೆ ವಿಚಿತ್ರವಾಗಿ ಆಡತೊಡಗಿದ್ಲು... ಆಮೇಲೆ ಒಂದು ಸಲ

ನಿಮ್ಹಾನ್ಸ್‌ಗೆ ತೋರಿಸಿದ್ವಿ.. ಅವಳನ್ನ ಬಿಡಿಸಿಕೊಂಡು ಬರಕ್ಕೆ ಸಾಲ ಮಾಡಿದ್ವಲ್ಲ... ಅದನ್ನ ತೀರಿಸಲಿಕ್ಕೆ ಅಮ್ಮನ ದುಡಿಮೆಯೊಂದರಿಂದಲೇ ಆಗ್ತಿರಲಿಲ್ಲ... ನಾನು ಅದಕ್ಕೇ ನಿಮ್ಮ ಸೆಂಟರ್ ಅರ್ಧಕ್ಕೇ ಬಿಟ್ಟು ಕೆಲಸಕ್ಕೆ ಸೇರಿಕೊಂಡೆ... ಅಮ್ಮ ಅದೇ ಗಾರ್ಮೆಂಟ್‌ನಲ್ಲಿ ಕೆಲಸಕ್ಕೆ ಹೋಗ್ತೋಳು.. ಅಕ್ಕ ಸ್ವಲ್ಪ ಹುಷಾರಾದ ಮೇಲೆ ಮತ್ತೆ ಅಲ್ಲೇ ಕೆಲಸಕ್ಕೆ ಸೇರಿಕೊಂಡಳು.... ತಮ್ಮನನ್ನ ಮಾತ್ರ ಸ್ಕೂಲು ಬಿಡಿಸಾದು ಬ್ಯಾಡ ಅಂತ ಕಳಿಸ್ತಿದೀವಿ... ಮೊದಲಿದ್ದ ಮನೆ ಸುತ್ತ ಮುತ್ತ ಅಕ್ಕನ ಬಗ್ಗೆ ಸ್ವಲ್ಪ ಗೊತ್ತಾಗಿತ್ತು ಹಂಗಾಗಿ ಆ ಮನೆ ಬಿಟ್ವಿ, ಈಗಿರೋ ಮನೆ ಗಾರ್ಮೆಂಟ್ ಅಂಗಡಿಗೂ ಹತ್ತಿರವಾಗುತ್ತೆ... ಅಕ್ಕ ಒಂಥರ ಈಗ್ಲೇ ಮುದುಕಿಯಾದ ಹಾಗೆ ಆಗಿಬಿಟ್ಟಿದ್ದಾಳೆ... ಎಷ್ಟು ಚೆನ್ನಾಗಿದ್ದ ನಮ್ಮಕ್ಕ ಹೀಗಾಗಿಬಿಟ್ಟಳಲ್ಲ ಅಂತ ನೆನಸ್ಕೊಂಡ್ರೆ ಸಂಕಟವಾಗುತ್ತೆ. ಸುಮ್ಮನೇ ದುಡಿಯೋದು ತಿನ್ನೋದು ಮಲಗೋದು... ಮತ್ತೆ ಮರುದಿನ ಅದೇ ದಿನಚರಿ... ನಿಮ್ಮ ಸೆಂಟ-ರ್‌ನಲ್ಲಿ ಏನೇನೋ ಕಲಿತಾ ಇದ್ದಾಗ ಯಾವತ್ತಾದರೂ ಒಂದಿನ ನಮ್ಮೆಲ್ಲರ ಬದುಕೂ ನಿಮ್ಮಗಳ ಹಾಗಿರುತ್ತೆ ಅಂತನ್ನೋ ಕನಸು ನನ್ನೊಳಗೆ ಯಾವಾಗ್ಲೂ ಇರ್ತಿತ್ತು ಮೀಸ್.... ಈಗ ಎಂಥ ಜೋರು ನಿದ್ದೇಲೂ ಅಂತಹ ಕನಸಿನ ತುಣುಕೂ ಬೀಳಲ್ಲ.... ನಾನು ನೋಡೇ ಇರದ ಆ ತಲೆಹಿಡುಕನ ವಾಸನೆ ನಮ್ಮ ಮನೇಲಿ ಆವರಿಸಿಕೊಂಡ ಹಾಗೆ ಎಷ್ಟೋ ದಿನಗಳವರೆಗೆ ಅನ್ನಿಸ್ತಾ ಇತ್ತು ಮೀಸ್... ಅಕ್ಕನನ್ನು ನೋಡಿದ್ರೆ ಸಿಕ್ಕಾಪಟ್ಟೆ ಸಿಟ್ಟು ಬರೋದು.... ಆ ತಲೆ ಹಿಡುಕ ಏನಾದ್ರೂ ನನ್ನ ಕೈಗೆ ಸಿಕ್ಕಿದ್ರೆ... ಥತ್.. ನಮ್ಮಕ್ಕ ಹೆಂಗೆ ಅವನನ್ನು ನಂಬಿದ್ಲು ಅಂತ ಕೆಲವು ಸಲ ಅವಳನ್ನ ಚಚ್ಚಿಬಿಡಬೇಕು ಅನ್ನಿಸ್ತಿತ್ತು... ಅವಳು ಅರ್ಥ ಆಗೋದು ಅಮ್ಮಂಗೆ ಮಾತ್ರ... ಯಾಕೆಂದ್ರೆ ಅಮ್ಮನೂ ಒಂದರ್ಥದಲ್ಲಿ ನಮ್ಮನ್ನು ಹುಟ್ಟಿಸಿದ ಅಪ್ಪನನ್ನು ನಂಬಿಬಿಟ್ಟಿದ್ದಳಲ್ಲ... ಎಲ್ಲ ನಿಭಾಯಿಸಿದ್ದು ಅಮ್ಮ...'

ಶರವಣ ಮಾತಾಡುತ್ತಲೇ ಇದ್ದ. ಅಕ್ಕನನ್ನು ಬಿಡಿಸಿಕೊಂಡು ಬರಲು ದುಡ್ಡು ಕೊಟ್ಟದ್ದನ್ನೇ ನೆಪ ಮಾಡಿಕೊಂಡ ಗಾರ್ಮೆಂಟ್‌ನವನು ಅಲ್ಲಿ ಹೇಗೂ ಯಾರ್‍ಯಾರೊಂದಿಗೋ ಮಲಗಿದ್ದೀಯಲ್ಲ ಒಮ್ಮೆ ತನ್ನೊಂದಿಗೂ ಮಲಗು ಎಂದಿದ್ದು... ಅದು ಅಮ್ಮನಿಗೆ ಗೊತ್ತಾಗಿದ್ದೇ ಅವನ ಹೆಂಡತಿಯನ್ನು ಮುಂದಿಟ್ಟುಕೊಂಡೇ ಅವನೊಂದಿಗೆ ಜಗಳ ಆಡಿದ್ದು... ನಾಲ್ಕು ದಿನ ಅಲ್ಲಿ ಕೆಲಸಕ್ಕೆ ಹೋಗದೆ ಬೇರೆ ಕಡೆ ಕೆಲಸ ಹುಡುಕಕ್ಕೆ ಪ್ರಯತ್ನಿಸಿದ್ದು, ಅಮ್ಮ, ಅಕ್ಕ ಕೆಲಸ ಬಿಟ್ಟರೆ ಕೊಟ್ಟ ದುಡ್ಡೂ ಹೋದ ಹಾಗೆ ಆಗುತ್ತೆ ಎಂಬ ಸಂಕಟದಿಂದ ಅವನ ಹೆಂಡತಿ ಬಂದು ಮತ್ತೆ ಇಬ್ಬರನ್ನೂ ಕೆಲಸಕ್ಕೆ ಕರೆದಿದ್ದು, ಪ್ರಿಂಟಿಂಗ್ ಪ್ರೆಸ್‌ನಲ್ಲಿ ಈಗ ತನಗೆ ಸ್ವಲ್ಪ ಚೆನ್ನಾಗಿ ಸಂಬಳ ಕೊಡ್ತಾ ಇರೋದು... ಚಿಕ್ಕಪುಟ್ಟ ಪುಸ್ತಕಗಳು ಪ್ರಿಂಟ್‌ಗೆ ಬಂದಾಗ ಒಂದು ಕಾಪಿ ಇಟ್ಟುಕೊಂಡು ತಾನೀಗ ಅಕ್ಷರ ಕೂಡಿಸಿಕೊಂಡು ಓದಲಿಕ್ಕೆ ಕಲಿತಿರೋದು, ಕಾರ್ಪೋರೇಶನ್ ಸ್ಕೂಲಿನಲ್ಲಿ ತಮ್ಮ ಸಾಕಷ್ಟು ಚೆನ್ನಾಗಿ ಓದ್ತಾ ಇರೋದು... ಆದ್ರೂ ಅಕ್ಕ ಆಗೀಗ ಖಿನ್ನಳಾಗೋದು.... ಹೀಗೇ ಏನೆಲ್ಲ ಮಾತು ಮುಗಿಸಿದ ಶರವಣ ತುಸು ಹೊತ್ತು ಸುಮ್ಮನೇ ಕುಳಿತ. ನಸುಗತ್ತಲು ಗಾಢವಾಗಿಯೇ ಆವರಿಸಿಕೊಳ್ತಿದೆ ಎನ್ನುವುದೂ ಕೂಡ ತುಸು ಹೊತ್ತಿನ ನಂತರವೇ ಅವನ ಗ್ರಹಿಕೆಗೆ ಸಿಕ್ಕಿದ್ದು. ಅರೆ ಆನಿ ಮೀಸ್ ಕೂಡ ಹಾಂ ಹೂಂ ಅನ್ನದೇ

ಸುಮ್ಮನಾಗಿಬಿಟ್ಟಿದ್ದಾರಲ್ಲ ಅಂತ ಪಕ್ಕಕ್ಕೆ ತಿರುಗಿದರೆ ಅನಿತಾ ಕುಳಿತಲ್ಲೇ ಮರಕ್ಕೊರಗಿ ನಿದ್ದೆ ಹೋಗಿಬಿಟ್ಟಿದ್ದಳು. 'ಅರೆ ಇಷ್ಟೂ ಹೊತ್ತು ತನ್ನ ಮಾತು ಕೇಳಿಸಿಕೊಳ್ಳಲೇ ಇಲ್ಲವೇ... ಹಾಗಾದರೆ ತಾನು ಮಾತಾಡಿದ್ದಾದರೂ ಯಾರೊಂದಿಗೆ...' ಶರವಣ ತನ್ನೊಳಗೇ ಕೇಳಿಕೊಳ್ಳುವಾಗ 'ಅಕ್ಕನ ವಿಷಯ ಮೀಸ್ ಕೇಳಿಸಿಕೊಳ್ಳಲೇ ಇಲ್ಲವೇ ... ಇಲ್ಲ... ಬಹುಶಃ ಕೇಳಿಸಿಕೊಂಡಿಲ್ಲ ಸದ್ಯ' ಎಂಬಂಥ ಒಂದು ನಿರಾಳ ಭಾವದೊಂದಿಗೆ ಎಲ್ಲ ಹೇಳಿಕೊಂಡು ಹಗುರಾದ ಭಾವವೂ ಶರವಣನನ್ನು ತುಂಬಿಕೊಂಡಿತು. ಜತೆಗೆ ಅವಳು ಕೇಳಿಸಿಕೊಂಡರೆ ತುಂಬಿಕೊಳ್ಳುತ್ತಿದ್ದ ಭಾರವಾದ ಭಾವನೆಯಿಂದ ಬಚಾವಾದೆ ಎಂಬ ಭಾವ ಕೂಡ ಅವನ ಗ್ರಹಿಕೆಗೆ ಸಿಕ್ಕ ಹಾಗನ್ನಿಸಿಕೊಳ್ಳುತ್ತ ಸುತ್ತ ನೋಡಿದ. ಅಕ್ಕ ಪಕ್ಕ ವಾಕಿಂಗ್ ಮುಗಿಸಿ ಮನೆಗೆ ಹೊರಟಿದ್ದವರು ತಮ್ಮನ್ನು ವಿಚಿತ್ರವಾಗಿ ದಿಟ್ಟಿಸುತ್ತಿದ್ದಾರೆ.. ಅನಿತಾನ ದುಪ್ಪಟ್ಟಾ ಕೆಳಗೆ ಬಿದ್ದಿದೆ... ಅಗಲ ಕೊರಳಿನ ಸ್ಲೀವ್‌ಲೆಸ್ ಡ್ರೆಸ್‌ನಿಂದ ಕಾಣುತ್ತಿದ್ದ ಅರೆ ತೆರೆದ ಎದೆ.. ಅವಳ ದಪ್ಪ ತೋಳು... ಶರವಣನಿಗೆ ಏನು ಮಾಡಬೇಕೆಂದು ಗೊತ್ತಾಗಲಿಲ್ಲ. ಅವಳತ್ತ ತುಸು ಬಾಗಿ 'ಮೀಸ್ ಮೀಸ್" ಎಂದ. ಅವಳು ಮಿಸುಕಾಡಲೂ ಇಲ್ಲ. 'ದೇವ್ರೇ... ಆನಿಮೀಸ್‌ಗೆ ಇದೆಂಥ ನಿದ್ದೆಯಪ್ಪ.. ಎಲ್ಲೆಂದರಲ್ಲಿ ಅದ್ಹೇಗೆ ನಿದ್ದೆ ಬರುತ್ತಪ್ಪ...' ಮತ್ತೊಮ್ಮೆ ಕರೆದ... ಅವಳನ್ನೊಮ್ಮೆ ಕೆಳಗೆ ಬಿದ್ದಿದ್ದ ದುಪ್ಪಟ್ಟಾವನ್ನೊಮ್ಮೆ ನೋಡಿದ... ಅವಳಿಗೆ ತಾನಿನ್ನೂ ಚಿಕ್ಕ ಹುಡುಗನ ಹಾಗೆಯೇ ಕಾಣಿಸ್ತೀನ ಹೇಗೆ ಎಂದುಕೊಂಡ. ಅವಳನ್ನು ಹಾಗೆ ನೋಡುತ್ತಿದ್ದಾಗ ಏನೋ ವಿಚಿತ್ರ ಭಾವವೂ ಹುಟ್ಟಿಕೊಳ್ತಿದೆ... ಯಾಕೋ ಚೂರು ಅಳುವೂ ಬಂದ ಹಾಗಾಯ್ತು. ಕಡೆಗೆ ಆಸೆ ಹತ್ತಿಕ್ಕಲಾಗದೇ ಕೆಳಗೆ ಬಿದ್ದಿದ್ದ ದುಪ್ಪಾಟ್ಟಾವನ್ನು ಭುಜದ ಮೇಲಿಟ್ಟು ಸರಿಪಡಿಸುತ್ತ ಮೀಸ್ ಎಂದು ಭುಜ ತಟ್ಟಿದ. ಕಣ್ತೆರೆದ ಅನಿತಾಗೆ ಸುತ್ತಲಿನ ನಸುಗತ್ತಲು ಅರಿವಿಗೆ ಬರುತ್ತಿದ್ದಂತೆ 'ಕತ್ತಲಾಯ್ತೇನೋ.. ಅಯ್ಯಯ್ಯೋ.. ಬೇಗ ಹೋಗ್ಬೇಕಿತ್ತು ನಾನು' ನಿದ್ದೆಗಣ್ಣಲ್ಲಿಯೇ ಗಡಬಡಿಸಿ ಎದ್ದಳು. ಪಾರ್ಕ್‌ನ ಗೇಟ್ ಬಳಿ ಬಂದಾಗಲೂ ಅವಳಿನ್ನೂ ಪೂರ್ಣ ಮಂಪರಿನಿಂದ ಹೊರಬಂದಂತಿರಲಿಲ್ಲ.

ಫಕ್ಕನೆ ನಿಂತಳು. 'ಗೂಗ್ಲೂ.. ಆ ನಿನ್ನ ಇಣಚಿಗಳು ಗೂಡೊಳಗೆ ಹೋದವೇನೋ..' ಎಂದಳು. ಹೌದಲ್ಲ... ಕಥೆ ಹೇಳುವಾಗ ಕಡೆಕಡೆಗೆ ಎಷ್ಟು ಮುಳುಗಿದ್ದನೆಂದರೆ ಅವನ ಗಮನ ಇಣಚಿಗಳ ಮೇಲೆಯೂ ಇರಲಿಲ್ಲ. 'ನೋಡ್ಕೊಂಡು ಬರ್ತೀನಿ ಮೀಸ್' ಶರವಣ ಹಿಂದೆ ಹೋಗುವವನಂತೆ ಅಲ್ಲಿಯೇ ನಿಂತ. 'ಏಯ್ ಸಾಕು ಬಾರೋ ... ಸುಮ್ಮನೇ ಕೇಳಿದ್ರೆ.. ಮಹಾರಾಜ.. ನೋಡ್ಕೊಂಡು ಬರಲಿಕ್ಕೇ ಹೊರಟ.." ಇದೀಗ ನಿದ್ದೆಯಿಂದ ಪೂರ್ಣ ಎಚ್ಚೆತ್ತವಳಂತೆ ಅನಿತಾ ಮತ್ತೆ ಎಂದಿನಂತೆ ರೇಗಿದಳು. ಶರವಣನಲ್ಲಿ ಆನಿ ಮೀಸ್ ಎಂದಿಗೂ ಬದಲಾಗಲ್ಲ ಎಂಬ ಹಗುರುಭಾವ ಆವರಿಸಿಕೊಳ್ಳುವಾಗ ಪಾರ್ಕ್‌ನ ಹೊರಗಿನ ಜಗತ್ತು ತನ್ನ ಎಂದಿನ ಗೌಜುಗದ್ದಲದಲ್ಲಿ ಮುಳುಗಿತ್ತು.

2005

ಮೌನ ಕ್ಷಣಗಳು

'ಅಕ್ಕಾ ಏ ಅಕ್ಕಾ' ಮೊಬೈಲ್‌ನಲ್ಲಿ ವಿನೂ ಧ್ವನಿ.

'ಹೂಂ.. ಏನು...'

'ಇವತ್ತು ಗೇಮ್ಸ್ ಪೀರಿಯಡ್ ಇತ್ತು. ಗೋಪಿ ಸರ್ ಜೊತೆ ನಾವೆಲ್ಲ ಆಡಕ್ಕೆ ಹೋದ್ವಿ... ಫುಟ್‌ಬಾಲ್...'

ದೇವರೇ.. ಇವನ ಪೀಠಿಕ ಮುಗಿಯಕ್ಕೆ ಇನ್ನು ಐದು ನಿಮಿಷ ಬೇಕು ಎಂದುಕೊಂಡ ವಿದ್ಯಾ 'ಸರಿಯಪ್ಪ.. ಉದ್ದ ಕಥೆ ಬೇಡ. ಏನಾಯ್ತು ಅಂತ ಮೊದ್ಲು ಹೇಳು ಮಾರಾಯ' ಎಂದಳು.

'ಅದ್ನೇ ಹೇಳಕ್ಕೆ ಹೊರಟಿರೋದು ಕಣೇ'

'ಎಲ್ಲಿಗೆ ಹೊರಟೆ' ಬೇಡವೆಂದುಕೊಂಡರೂ ಎಂದಿನಂತೆ ವಿದ್ಯಾ ರೇಗಿಸಿಯೇಬಿಟ್ಟಳು.

'ನಿಂಗೆ ಎಲ್ಲ ತಮಾಶೆನೇ. ನಾವೆಲ್ಲ ಆಡ್ತಾ ಇದ್ವಿ... ನಾನು ಬಾಲ್‌ನ ಕಿಕ್ ಮಾಡೋಣ ಅಂದ್ಕೋತಿದ್ದೆ... ಅವಾಗ..'

'ಬಾಪ್‌ರೇ... ಏನಾಯ್ತು ಅಂತ ಮೊದ್ಲು ಹೇಳೋ' ಯಾವಾಗ್ಲೂ ಹೀಗೇ... ಇವನ ಪೀಠಿಕೆಯೇ ಇಷ್ಟುದ್ದ ವಿದ್ಯಾ ಮನಸ್ಸಿನಲ್ಲಿಯೇ ರೇಗಿಕೊಂಡಳು.

'ಅದೇ ಕಣೇ ಆಡೋವಾಗ ಬಾಲ್ ನನ್ನ ಮೀಮಿಗೆ ಬಡೀತು...'

ವಿನೂ ಧ್ವನಿಯಲ್ಲಿ ಕೊಂಚ ಅಳು ಹಣಕಿಹಾಕುತ್ತಿದೆ.

'ನೀನೇನು ಕಾಲಲ್ಲಿ ಫುಟ್‌ಬಾಲ್ ಆಡ್ತೀಯೋ ಅಥ್ವಾ ಮೀಮಿಯಿಂದಲೋ' ವಿದ್ಯಾಗೆ ನಗು ತಡೆಯಲಾಗಲೇ ಇಲ್ಲ.

'ನಗಬೇಡ್ವೇ... ನಂಗೆ ಮೀಮಿ ಹತ್ರ ತುಂಬ ನೋಯ್ತಿದೆ...'

ವಿನೂ ನಿಜಕ್ಕೂ ಅಳು ಹತ್ತಿಕ್ಕಿದ್ದಂತೆ ಅನ್ನಿಸಿತು. ವಿದ್ಯಾಗೆ ಛೀ ಪಾಪದ್ದು... ರೇಗಿಸಬಾರದಿತ್ತು ಎನ್ನಿಸಿ 'ತುಂಬ ನೋಯ್ತಿದೆಯೇನೋ... ಎಲ್ಲಿ ತೊಡೆ ಹತ್ರಾನ...' ಧ್ವನಿ ತಗ್ಗಿಸಿ, ಮೆತ್ತಗೆ ಕೇಳಿದಳು. 'ಅದೇ... ತೊಡೆ ಮಧ್ಯಕ್ಕೆ. ಅಂದ್ರೆ ಮಧ್ಯನೂ ಅಲ್ವೇ... ಮೀಮಿ ತುದಿಗೆ ಕರೆಕ್ಟಾಗಿ ಬಾಲ್ ಜೋರಾಗಿ ಬಡೀತು... ತುಂಬ ನೋಯ್ತಿದೆ ಅಕ್ಕಾ... ಏನು ಹಚ್ಕೋಬೇಕೆ ಅದಕ್ಕೆ...'

'ಏನು ಹಚ್ಕೋತಿಯ... ಅಮ್ಮಂಗೆ ಕೇಳಬೇಕಿತ್ತು ಕಣೋ'

'ಶ್ಯೀ.. ನಾನ್ಹೆಂಗೆ ಕೇಳ್ಲೇ.. ನೀನೇ ಕೇಳೇ..'

ಆಹಾಹಾ... ಮಹಾ ನಾಚಿಗೆ ಇದಕ್ಕೆ ಮನಸ್ಸಿನಲ್ಲೇ ರೇಗಿಕೊಂಡ ವಿದ್ಯಾ 'ಚೂರು ಅಯೋಡೆಕ್ಸ್ ಹಚ್ಕೊ... ಅಲ್ಲೇ ಟೇಬಲ್ ಮೇಲೆ ಆ ಚಿಕ್ಕ ಬಾಕ್ಸ್‌ನಲ್ಲಿ ಇರಬೇಕು ನೋಡು... ಅಥ್ವಾ ಅಮ್ಮ ಅವಾಗವಾಗ ಬೆನ್ನುನೋವಿಗೆ ಅದೇನೋ ವೊಲಿನೋ ಅಂತೇನೋ ಹಚ್ಕೋತಾಳಲ್ಲ ಅದನ್ನಾದ್ರೂ ಚೂರು ಹಚ್ಕೋ... ಇವತ್ತು ಮತ್ತೆಲ್ಲೂ ಆಡಕ್ಕೆ ಹೋಗ್ಬೇಡ, ಚೂರು ಮಲ್ಕೋ ಆಯ್ತಾ' ಅಂದಳು. ಆ ಕಡೆಯಿಂದ ಏನೂ ಉತ್ತರ ಬರಲಿಲ್ಲ. ವಿದ್ಯಾ ಮತ್ತೆ ಮೆತ್ತಗೆ 'ತುಂಬ ನೋಯ್ತಿದೆಯಾ ವಿನೂ' ಎಂದಳು. 'ಹೂಂ ಕಣೇ' ಅವನ ಕಣ್ಣಾಲಿಗಳಲ್ಲಿ ನೀರು ತುಂಬಿದೆ ಎನ್ನುವುದು ಕಂಪ್ಯೂಟರ್ ಪರದೆಯ ಮುಂದೆ ಇದ್ದ ವಿದ್ಯಾನ ಕಣ್ಣುಗಳಿಗೆ ನಿಲುಕುತ್ತಿತ್ತು. 'ಸರಿ ಅದ್ನ ಹಚ್ಕೋ... ಕಡಿಮೆಯಾಗುತ್ತೆ ಆಯ್ತಾ...'

ಊಂಗುಟ್ಟಿ ಅವನು ರಿಸೀವರ್ ಇಟ್ಟ.

ಸ್ವಲ್ಪ ಹೊತ್ತಿಗೆ ವಿದ್ಯಾಗೆ ಮನಸ್ಸು ತಡೆಯದೇ ಅಮ್ಮನ ಮೊಬೈಲ್‌ಗೆ ಕರೆಮಾಡಿದಳು. 'ಏನು..' ಅಮ್ಮ ಪಕ್ಕದ ಟೇಬಲ್‌ಗೆ ಕೇಳದಂತೆ ಪಿಸುಗುಟ್ಟಿದಳು. ವಿದ್ಯಾ ಒಂದೆರೆಡೇ ವಾಕ್ಯದಲ್ಲಿ ಹೇಳಿದಳು. 'ಒಂದ್ನಿಮಿಷ ಇರು...' ಬಹಶಃ ಅಮ್ಮ ಅಲ್ಲಿಂದೆದ್ದು ಯಾರೂ ಇಲ್ಲದ ಅಲ್ಲಿಯ ಪುಟಾಣಿ ಕಾರಿಡಾರ್‌ಗೆ ಸರಸರನೆ ನಡೆದು ಬರುತ್ತಿದ್ದಾಳೆ ಎಂದು ವಿದ್ಯಾ ಊಹಿಸಿಕೊಂಡಳು. 'ಅಲ್ವೇ... ಮೀಮಿಗೆ ಯಾರಾದ್ರೂ ಅಯೋಡೆಕ್ಸ್ ಹಚ್ಕೋತಾರೇನೆ...ಮಂಗಾ... ಅದೂ ಅದ್ರ ತುದಿಗೆ ಬಾಲ್ ಬಡೀತಂತೆ ಅಂತೀಯ.. ಸುಮ್ನೆ ಚೂರು ಕೊಬ್ಬರಿ ಎಣ್ಣೆ ಸವರಿಕೊಂಡಿದ್ರೆ ಆಗ್ತಿತ್ತು... ತುದಿ ಕೆಂಪಾಗಿದೆಯಾ, ಸುತ್ಲೂ ಬಾವು ಬಂದಿದೆಯಾ ಅಂತ ಕೇಳಬೇಕಿತ್ತು...' ಅಮ್ಮನ ಧ್ವನಿಯಲ್ಲಿ ಆತಂಕ. 'ಅದೆಲ್ಲ ಕೇಳಕ್ಕೆ ನಂಗೆ ಗೊತ್ತಾಗ್ಲಿಲ್ಲಮ್ಮಾ' ವಿದ್ಯಾ ತಪ್ಪೊಪ್ಪಿಕೊಳ್ಳುವ ಭಾರ ಧ್ವನಿಯಲ್ಲಿ.

'ಸರಿ.. ನಾನೇ ಫೋನ್ ಮಾಡಿ ಕೇಳ್ತೀನಿ ಇರು. ಇವನು ಗೊತ್ತಾಗದೇ ಅಯೋಡೆಕ್ಸ್ ಒಂದಿಷ್ಟು ಮೆತ್ತಿಕೊಂಡ ಅಂದ್ರೆ ಉರಿಯೋದಷ್ಟೆ ಅಲ್ಲ, ಗುಳ್ಳೆಗಿಳ್ಳೆ ಆದ್ರೂ ಆಗ್ಬಹುದು...

ಅದು ತುಂಬ ಸೂಕ್ಷ್ಮ ಮಾರಾಯ್ತಿ...' ಕಡೆಯ ವಾಕ್ಯ ಅಮ್ಮ ಎಷ್ಟು ನಿಧಾನವಾಗಿ, ಮೆಲುವಾಗಿ ಹೇಳಿದಳು ಎಂದರೆ ಆ ಒಂದು ವಿಶಿಷ್ಟ ಸ್ಪರ್ಶದ ಸೂಕ್ಷ್ಮತೆ ತನ್ನ ಬೆರಳ ತುದಿಯಲ್ಲಿ ಇನ್ನೂ ಉಸಿರಾಡುತ್ತಿದೆ ಎಂಬಂತೆ. ವಿದ್ಯಾ ತಣ್ಣಗಾಗಿ ಕುಳಿತಳು. ಎಷ್ಟೋ ದಿನಗಳ ಹಿಂದಿನ ಸ್ಪರ್ಶವೊಂದು ಅಮ್ಮನ ಬೆರಳಲ್ಲಿ ಇನ್ನೂ ಉಳಿದಿದೆಯಾ... ಅಪ್ಪ ಎನ್ನಿಸಿಕೊಂಡವ ಎಲ್ಲಿದ್ದಾನೆ ಎಂದು ಸರಿಯಾಗಿ ಗೊತ್ತಿಲ್ಲದೆ ವರ್ಷಗಳೇ ಉರುಳಿವೆ. ತನಗೆ ಅಪ್ಪ ಎಂದರೆ ತುಂಬ ಮೊದಲು ತನ್ನ ಬಗ್ಗೆ ಒಂದಿಷ್ಟು ಪ್ರೀತಿಯ ಮತ್ತು ನಂತರ ಅಮ್ಮನ ಜೊತೆಗೆ ಅವನ ಜಗಳಗಳ ಒಂದಿಷ್ಟು ನೆನಪಾದರೂ ಉಳಿದಿದೆ. ವಿನೂಗೆ ಬಹುಶಃ ಅದೂ ಉಳಿದಿಲ್ಲವೇನೋ... ಮೂವರಿಗೂ ಆಸರೆಯಾಗುತ್ತಾನೆ ಎಂದು ಭರವಸೆ ಹುಟ್ಟಿಸಿದ ಅಮ್ಮನ ಸ್ನೇಹಿತ, ತಾನು ಮತ್ತು ವಿನೂ ಇಬ್ಬರೂ ಅಂಕಲ್ ಎಂದು ಕರೆಯುತ್ತಿದ್ದವ, ಅಷ್ಟೆಲ್ಲ ಹಚ್ಚಿಕೊಂಡಿದ್ದವ ಕೂಡ ಮನೆಗೇ ಬಾರದೆ ವರ್ಷಗಳು ಉರುಳುತ್ತಿವೆ. ಏಕೆ ಎಂಬ ಕಾರಣದ ಅರಿವೂ ಆಗದಂತೆ ಇದ್ದಕ್ಕಿದ್ದಂತೆ ಅಂಕಲ್ ಎಂಬ ಒಂದು ಭರವಸೆಯ ಎಳೆ ತುಂಡಾಗಿದ್ದೇ ಅನಂತ ವಿಶ್ವದಲ್ಲಿ ಮೂವರೇ ಅನಾಥರಾಗಿ ತೇಲುತ್ತಿರುವ ಅನುಭವ. ಅಮ್ಮ ಅಂಕಲ್‌ನ ಆ ಜೀವಸ್ಪರ್ಷ ಮತ್ತೆ ಬೇಕೆಂಬ ಆತ್ಮದಾಳದ ಅದಮ್ಯ ಆಕಾಂಕ್ಷೆಯನ್ನು ಮೆಟ್ಟಿಕೊಂಡು ಹೇಗೆ ಬದುಕುತ್ತಿದ್ದಾಳೆ.. ವಿದ್ಯಾಗೆ ಗ್ರಹಿಕೆಗೂ ನಿಲುಕುವ ಮುನ್ನವೇ ಕಣ್ಣಾಲಿ ತುಂಬಿಕೊಳ್ಳುತ್ತ ತಟ್ಟನೆ ಲೂಗೆ ಎದ್ದು ಹೋದಳು. ಮತ್ತೆ ಬಂದವಳು ಕಷ್ಟಪಟ್ಟು ಮನಸ್ಸನ್ನು ಕೆಲಸದಲ್ಲಿ ತೊಡಗಿಸಿದಳು.

ಸಂಜೆ ವಿದ್ಯಾ ಮನೆಗೆ ಬರುವಷ್ಟರಲ್ಲಿ ಅಮ್ಮ ಬಂದಿದ್ದಳು. ವಿನೂ ದಿವಾನದ ಮೇಲೆ ಕುಳಿತು ಟಿವಿಯಲ್ಲಿ ಮುಳುಗಿದ್ದ. ಅವನನ್ನು ನೋಡುತ್ತಲೇ ವಿದ್ಯಾಗೆ ರೇಗಿಸಬೇಕೆನ್ನಿಸಿತು. ಅಡುಗೆ ಮನೆ ಬಾಗಿಲಲ್ಲಿ ನಿಂತ ಅಮ್ಮ ಕಣ್ಣುಸನ್ನೆ ಮಾಡಿದ್ದು ವಿದ್ಯಾನ ಗಮನಕ್ಕೆ ಬಾರದೆ 'ಹೇಗಿದೆಯೋ ನಿನ್ನ ಮೀಮಿ. ಕಾಲಲ್ಲಿ ಫುಟ್‌ಬಾಲ್ ಆಡೋದು ಕೇಳಿದೀನಿ, ನೋಡಿದೀನಿ ಮಾರಾಯನೇ. ಆದ್ರೆ ಹಿಂಗೆ ಆಡೋದು ಕೇಳಿಲ್ಲಪ್ಪ...' ರೇಗಿಸುತ್ತಲೇ ಜೋರಾಗಿ ನಕ್ಕಳು.

'ನೀನು ಡಾಕ್ಟರಾಗಿಲ್ಲ ಸದ್ಯ. ಆಗಿದ್ರೆ ಎಷ್ಟು ಜನರಿಗೆ ಏನು ಮಾಡ್ತಿದ್ಯೋ. ನೀನು ಹೇಳ್ದೆ ಅಂತ ಮೊದ್ಲು ಅಯೋಡೆಕ್ಸ್ ಮೆತ್ಕೊಂಡೆ. ಜೋರು ಉರಿ ಶುರುವಾಯ್ತು. ಆಮೇಲೆ ನಾನೇ ಚೂರು ತಲೆ ಓಡಿಸ್ದೆ ಗೊತ್ತಾ...' ವಿನೂ ತನ್ನ ಎಂದಿನ ಲಹರಿಗೆ ಮರಳಿದ್ದ. 'ಕರ್ಚೀಫ್ ಒಂಚೂರು ಒದ್ದೆ ಮಾಡ್ಕೊಂಡು ಆಯೋಡೆಕ್ಸ್‌ನ ಒರೆಸಿ ತೆಗ್ದು, ಚೂರು ಕೊಬ್ಬರಿ ಎಣ್ಣೆ ಹಚ್ಕೊಂಡು ಮಲ್ಗಿದೆ. ಅಮ್ಮ ನಾನು ಹಂಗ್ಮಾಡಿದ್ದೇ ಛಲೋ ಆಯ್ತು ಅಂದ್ಲು ಗೊತ್ತಾ...' ಎದ್ದು ಬಂದವನೇ ವಿದ್ಯಾನ ಬೆನ್ನಿಗೊಂದು ಗುದ್ದಿದ. 'ಶುರುವಾಯ್ತಾ ನಿಮ್ಮ ಜಗಳ...' ಅಮ್ಮ ರೇಗಿದಳು.

ಒಂದೇ ರೂಮ್ ಮತ್ತು ಹಾಲ್ ಇದ್ದ ಆ ಮನೆಯಲ್ಲಿ ಅಮ್ಮ ದಿವಾನ ಮೇಲೆ

ಹಾಲ್‌ನಲ್ಲಿ ಮಲಗಿದರೆ ರೂಮಿನಲ್ಲಿ ಅಕ್ಕ ತಮ್ಮ. ಆ ಕಡೆ ಸಿಂಗಲ್ ಅಲ್ಲದ, ಈ ಕಡೆ ಡಬಲ್ ಕೂಡ ಅಲ್ಲದ ಇದು ಒಂದೂವರೆ ಮಂಚ ಎಂದು ವಿನೂ ತಮಾಶೆ ಮಾಡುವ ಮಂಚದಲ್ಲಿ ಅಕ್ಕ, ತಮ್ಮ ಮಲಗುತ್ತಿದ್ದರು. ರಾತ್ರಿ ನಿದ್ದೆಗಣ್ಣಲ್ಲಿ ಇವನಿಗೆ ಫುಟ್‌ಬಾಲ್ ಆಡಬೇಡ ಅಂತ ಹೇಳಮ್ಮ ಎನ್ನುತ್ತಲೇ ವಿದ್ಯಾ ತಮ್ಮನೊಂದಿಗೆ ಮಲಗುತ್ತಿದ್ದಳು.

ಆ ರಾತ್ರಿ ಎಷ್ಟೋ ಹೊತ್ತಿನವರೆಗೆ ಕಂಪ್ಯೂಟರ್‌ನಲ್ಲಿ ಏನೋ ಮಾಡುತ್ತಿದ್ದ ವಿದ್ಯಾ ಮಲಗಲು ಹೋದಾಗ ವಿನೂ ಗಾಢ ನಿದ್ದೆಯಲ್ಲಿದ್ದ. ಲೈಟ್ ಆಫ್ ಮಾಡಿದ ಮೇಲೆ ಅವನು ಹೊದಿಕೆ ಒದ್ದು ಕಾಲ ಬಳಿ ಹಾಕಿಕೊಂಡಿರೋದನ್ನು ವಿದ್ಯಾ ಗಮನಿಸಿದಳು. ಹೊದಿಕೆ ಸರಿಪಡಿಸುವಾಗ ಅಚಾನಕ್ ಅವನ ತೊಡೆ ಬಳಿ ಕೈ ತಗುಲಿತು. ಆ ನಸುಕತ್ತಲೆಯಲ್ಲಿಯೂ ಅವನ ಮೀಮಿ ಉಬ್ಬಿಕೊಂಡಿದ್ದು ಇವಳ ಬೆರಳ ಸ್ಪರ್ಶಕ್ಕೆ ಸಿಕ್ಕಿತು. ತಮ್ಮ ದೊಡ್ಡವನಾಗ್ತಿದ್ದಾನೆಂದು ತಟ್ಟನೆ ಅನ್ನಿಸಿತು. ಅರೆಕ್ಷಣ ವಿದ್ಯಾ ಗಕ್ಕನೆ ನಿಂತಳು. ಅಮ್ಮನೂ ಇದನ್ನೆಲ್ಲ ಗಮನಿಸಿರಬಹುದೇ... ಯಾಕೋ ತಮ್ಮ ಹೀಗೆ ದೊಡ್ಡವನಾಗುತ್ತಿರುವುದನ್ನು ಅರಿಯಲಾದರೂ ಅಂಕಲ್ ತಮ್ಮೊಂದಿಗೆ ಇರಬೇಕಿತ್ತು ಎನ್ನಿಸಿದ್ದೇ ವಿದ್ಯಾಗೆ ಕೊರಳುಬ್ಬಿ ಬಂತು.

ಮರುದಿನ ಅಮ್ಮನಿಗೆ 'ಅಮ್ಮಾ... ಆ ಕಾಟ್ ಇಕ್ಕಟ್ಟಾಗುತ್ತಮ್ಮ... ಅವನು ಎಷ್ಟು ದೊಡ್ಡೋನಾಗ್ತಿದಾನೆ... ಇನ್ನೊಂದು ಸಿಂಗಲ್ ಕಾಟ್ ಇದ್ದಿದ್ದರೆ ಚೆನ್ನಾಗಿರೋದು" ರಾಗವೆಳೆದಳು. ಅಮ್ಮನಿಗೆ ಅರ್ಥವಾಯಿತು.

'ಇನ್ಮೇಲೆ ಅವಂಗೆ ಆ ಫುಟ್‌ಪಾತ್‌ನಲ್ಲಿ ಚೌಕಾಸಿ ಮಾಡಿ ಬನಿಯನ್, ಅಂಡರ್‌ವೇರ್ ತರ್ತೀಯಲ್ಲ.. ಅಂಥದು ತರಬೇಡಮ್ಮ. ಅಂಗಡಿಯಿಂದ ಒಳ್ಳೆ ಬ್ರಾಂಡ್‌ದು...'

'ಗೊತ್ತಾಯ್ತು ಮಾರಾಯ್ತಿ. ನಾನೂ ಅವತ್ತಿನಿಂದ ಅಂದುಕೊಳ್ತಿದ್ದೆ' ಅಮ್ಮ ನಸುನಕ್ಕಳು. ಅರೆ... ಅವತ್ತಿನಿಂದ ಅಂದ್ರೆ ಯಾವತ್ತಿನಿಂದ ಈ ಅಮ್ಮ ಅವನು ದೊಡ್ಡೋನಾಗ್ತಿರೋದನ್ನು ಗಮನಿಸಿದ್ದಾಳೆ ಹಾಗಿದ್ರೆ...

ಆ ಸಂಜೆ ವಿದ್ಯಾ ಮನೆಗೆ ಬರುವಷ್ಟರಲ್ಲಿ ಸಂಜಯ್‌ದತ್ ಜಾಹೀರಾತಿನ ಒಳ್ಳೆಯ ಬ್ರಾಂಡೆಡ್ ಬನಿಯನ್, ಅಂಡರ್‌ವೇರ್‌ನ ಕವರ್ ದಿವಾನಾ ಮೇಲೆ ಬಿದ್ದುಕೊಂಡಿತ್ತು. ವಿನೂ ಡ್ರ್ಯಾಗನ್‌ಬಾಜಿ ಕಾರ್ಟೂನ್‌ನಲ್ಲಿ ಮುಳುಗಿದ್ದ. ಅಮ್ಮ ಅಡುಗೆ ಮನೆಯಲ್ಲಿದ್ದಳು. ವಿದ್ಯಾಗೆ ಅವನು ಚಿಕ್ಕವನಿದ್ದಾಗ ಹೀಗೆ ಹೊಸತೇನನ್ನು ತಂದರೂ ರಾತ್ರಿ ಮಲಗುವಾಗ ಹಾಕಿಕೊಂಡೇ ಮಲಗುತ್ತಿದ್ದು ನೆನಪಾಯಿತು. 'ಓಹೋ... ಇವತ್ತು ರಾತ್ರಿ ಸಂಜಯ್‌ದತ್ ಪೋಸ್‌ನಲ್ಲಿ ಇವನ್ನು ಹಾಕ್ಕೊಂಡೇ ಮಲ್ಕೋತೀಯೇನೋ' ಎಂದು ಇನ್ನೇನು ರೇಗಿಸುವುದರಲ್ಲಿದ್ದಳು. ಅಷ್ಟರಲ್ಲಿ ಅಡುಗೆ ಮನೆ ಬಾಗಿಲಿಗೆ ಬಂದು ನಿಂತಿದ್ದ ಅಮ್ಮ ಕಣ್ಣುಸನ್ನೆ ಮಾಡಿ ವಿದ್ಯಾ ಎಂದು ಗದ-ರಿದಳು. ವಿದ್ಯಾ ನಗು ಹತ್ತಿಕೊಂಡು ಸುಮ್ಮನಾದಳು.

■

ಮತ್ತೆ ನಾಲ್ಕಾರು ದಿನ ಕಳೆಯುವಷ್ಟರಲ್ಲಿ ಆ ಒಂದೂವರೆ ಮಂಚ ಹೋಗಿ, ರೂಮಿನಲ್ಲಿ ಎರಡು ಸಿಂಗಲ್ ಮಂಚ ಬಂದಿತ್ತು. ಅಬ್ಬ ನಾನಿನ್ಮೇಲೆ ಇವಳ ತರ್ಲೆ ಇಲ್ದೆ ಒಳ್ಳೆ ರಾಜನ ಥರಾ ಒಬ್ನೇ ಮಲ್ಕೊಕೀನಿ ಎಂದು ಎರಡು ದಿನ ವಿನೂ ಖುಷಿಯಲ್ಲಿ ಹಾರಾಡಿದ. ನಾಲ್ಕಾರು ದಿನವಾದ ನಂತರ ನಡುರಾತ್ರಿ 'ಅಕ್ಕಾ.. ಕೆಟ್ಟ ಕನ್ಸು... ಹೆದ್ರಿಕೆ ಕಣೇ...' ಎಂದು ಇವಳ ಪಕ್ಕ ಬಂದು ಮುದುರಿ ಮಲಗಿದ. ಬೆಳಗ್ಗೆ ವಿನೂಗೆ ಟ್ಯೂಶನ್‌ಗೆ ಎಂದು ಎಬ್ಬಿಸಲು ಬಂದ ಅಮ್ಮ ನೋಡಿ, ಮಾತಾಡದೇ ನಕ್ಕಳಷ್ಟೆ.

■

ವಿದ್ಯಾ ಆ ದಿನ ಹೊಟ್ಟೆನೋವು ಜಾಸ್ತಿಯಾಯ್ತು ಎಂದು ಮನೆಯಲ್ಲಿಯೇ ಇದ್ದಳು. ಅಮ್ಮ ಎರಡೆರೆದು ಬಾರಿ ಫೋನ್ ಮಾಡಿ "ಇನ್ನೂ ಹೊಟ್ಟೆ ನೋಯ್ತಿದೆಯೇನೆ.. ಬ್ಲೀಡಿಂಗ್ ತುಂಬಾ ಜಾಸ್ತಿಯಾಯ್ತಾ ರಾಣಿ' ಎಂದು ವಿಚಾರಿಸಿಕೊಂಡಳು. ತೀರಾ ಅಕ್ಕರೆ ತುಂಬಿಬಂದಾಗ ಅಮ್ಮ ಹೀಗೆ ರಾಣಿ ಅಂತ ಕರೆಯೋದು. ಮಧ್ಯಾಹ್ನದ ಹೊತ್ತಿಗೆ ಮಲಗಿ ಮಲಗಿ ಬೇಸರವಾಗಿ ಇಂಟರ್‌ನೆಟ್‌ನಲ್ಲಿ ಸುಮ್ಮನೆ ಗೂಗಲ್‌ನಲ್ಲಿ ಬ್ರೌಸ್ ಮಾಡತೊಡಗಿದಳು. ನಾಲ್ಕಾರು ದಿನದ ಹಿಂದೆ ನೋಡಿದ್ದ ಲಿಂಕ್ ಒಂದು ಬೇಕೆಂದು ನೆನಪಾಗಿ ಗೂಗಲ್‌ನ ಹಿಸ್ಟರಿಗೆ ಹೋದಳು. ವಾರದ ಹಿಂದಿನ ಎಲ್ಲ ದಿನಗಳ ಸೈಟ್ ನೋಡುತಿದ್ದವಳಿಗೆ ಯಾಕೋ ಒಂದೆರಡು ಸೈಟ್ ಹೆಸರುಗಳು ಕಾರ್ಟೂನ್‌ದಿದ್ದರೂ ಸ್ವಲ್ಪ ವಿಚಿತ್ರವಾಗಿದೆ ಎನ್ನಿಸಿ ತಟ್ಟನೆ ಅನುಮಾನವೆನ್ನಿಸಿತು. ಆ ಎಲ್ಲ ಸೈಟ್‌ಅನ್ನೂ ಬೇರೆ ವಿಂಡೋದಲ್ಲಿ ಓಪನ್ ಮಾಡುತ್ತ ಹೋದಳು. ಒಂದೊಂದೂ ಪರದೆಯ ಮೇಲೆ ಹರಡಿಕೊಳ್ಳುತ್ತಿದ್ದಂತೆ ವಿದ್ಯಾ ಅವಾಕ್ಕಾದಳು. ಇದೆಲ್ಲ ವಿನೂ ಕೆಲಸವೇ ಎನ್ನೋದ್ರಲ್ಲಿ ಸಂಶಯವೇ ಉಳಿದಿರಲಿಲ್ಲ. ಪೋರ್ನ್ ಸೈಟ್‌ಗಳ ಹೆಸರು, ವಿಡಿಯೋ ಕ್ಲಿಪಿಂಗ್ ಎಲ್ಲ ಕಾರ್ಟೂನ್‌ಗಳದ್ದೇ... ಅಷ್ಟೂ ಚಿತ್ರವಿಚಿತ್ರ ಸಂಭೋಗದ ಅಶ್ಲೀಲ ಭಂಗಿಯಲ್ಲಿಯೇ ಇದ್ದದ್ದು. ವಿದ್ಯಾಗೆ ನಾಲ್ಕಾರು ಸೈಟ್ ನೋಡುವಷ್ಟರಲ್ಲಿ ವಿಪರೀತ ಹೇವರಿಕೆ ಹುಟ್ಟಿ ಎಲ್ಲ ಕ್ಲೋಸ್ ಮಾಡಿ ಕುಳಿತಳು. ಡ್ರ್ಯಾಗನ್‌ಬಾಜಿ, ನೆರುಟಾ, ಟಾಮ್ ಆಂಡ್ ಜೆರಿ ಇಂತಹ ಕಾರ್ಟೂನ್‌ಗಳಲ್ಲಿ ಮುಳುಗಿರುತ್ತಿದ್ದ ಮುಗ್ಧ ಕಣ್ಣುಗಳ, ಎಳೆ ಕೆನ್ನೆಗಳ ಇನ್ನೂ ಪುಟಾಣಿ ತಮ್ಮನಂತೆ ಇದ್ದ ಜಗಳಗಂಟ ವಿನೂ ಈ ಎಲ್ಲ ಸೈಟ್ ನೋಡ್ತಿದ್ದಾನಾ... ಯಾಕೋ ವಿದ್ಯಾಗೆ ಅರಗಿಸಿಕೊಳ್ಳಲೇ ಆಗದೇ ತಣ್ಣಗೆ ಕುಳಿತಳು. ಮತ್ತೆ ತುಸುಹೊತ್ತಿನ ನಂತರ ಇವನು ಎಷ್ಟು ದಿನದಿಂದ ಇದರ ಹಿಂದೆ ಬಿದ್ದಿದ್ದಾನೆ ನೋಡೋಣವೆಂದು ತಿಂಗಳ ಹಿಂದಿನ ಹಿಸ್ಟರಿ ತೆಗೆದು ನೋಡಿದಳು. ಸುಮಾರು ಒಂದು ಒಂದೂವರೆ ತಿಂಗಳಿನಿಂದ ಈ ಕಾರುಬಾರು ನಡೆಸಿದ್ದಾನೆ ಎನ್ನಿಸಿತವಳಿಗೆ. ಅಂದರೆ ಇದೆಲ್ಲ ಏನು ಎಂದು ಅವನಿಗೆ ಗೊತ್ತಾಗಿದೆಯೇ... ಅವನ ಮನಸ್ಸಿನಲ್ಲಿ ಏನು ಕಲ್ಪನೆಗಳಾದರೂ ಮೂಡಿರಬಹುದು... ಇದೆಲ್ಲ ನೋಡಿದ ಮೇಲೆ ಸ್ಕೂಲಿನ ಹುಡುಗಿಯರ ಕುರಿತು ಏನಾದ್ರೂ ಕಲ್ಪನೆಗಳು

ಹಾದುಹೋಗುತ್ತಿವೆಯೇ... ಒಬ್ನೇ ನೋಡಿದಾನಾ ಅಥವಾ ಆಗೀಗ ಮನೆಗೆ ಬರುವ ಅವನ ಇನ್ನೊಂದಿಬ್ಬರು ಗೆಳೆಯರು ಸೇರಿ ನೋಡಿರಬಹುದೇ... ದೇವ್ರೇ... ಅಮ್ಮನಿಗೆ ಗೊತ್ತಾದರೆ ಎಂತಹ ಆಘಾತವಾಗಬಹುದು.. ವಿದ್ಯಾಳ ಮನಸ್ಸಿನಲ್ಲಿ ಹತ್ತು ಹಲವಾರು ಪ್ರಶ್ನೆಗಳು ಸುಳಿದುಹೋಗುತ್ತಿತ್ತು. ಅಮ್ಮನಿಗೆ ಗೊತ್ತಾಗೋದು ಬೇಡ, ನಾನೇ ಇದನ್ನು ನಿಭಾಯಿಸೋದು ಒಳ್ಳೇದು ಎಂದುಕೊಂಡ ವಿದ್ಯಾ ಕಂಪ್ಯೂಟರ್ ಆಫ್ ಮಾಡಿ ಮಲಗಿದಳು.

ನಾಲ್ಕು ಗಂಟೆಗೆ ಸ್ಕೂಲ್‌ನಿಂದ ಬಂದ ವಿನೂ 'ನೀನ್ಯಾಕೆ ಇವತ್ತು ಆಫೀಸ್‌ಗೆ ಹೋಗೇ ಇಲ್ಲ... ಓ.. ಮಹಾ ಹುಷಾರಿಲ್ವಂತೆ ಇವ್ಳಿಗೆ. ನೀನು ನೋಡಪ್ಪಾ ಬೇಕಾದಾಗ ರಜಾ ತಗೊಳ್ತೀಯ.. ನಾನಾದ್ರೆ ಬೆಳಿಗ್ಗೆ ಟ್ಯೂಶನ್, ಆಮೇಲೆ ಸ್ಕೂಲು, ಮತ್ತೆ ಹೋಂವರ್ಕ್ ಮಾಡ್ಬೇಕು... ಈ ಸ್ಕೂಲ್ ಮುಗಿದ್ರೆ ಸಾಕಪ್ಪಾ ಅನ್ನಿಸ್ತಿದೆ' ಎಂದೆಲ್ಲ ತನ್ನ ಎಂದಿನ ವರಸೆಯಲ್ಲಿಯೇ ಇವಳನ್ನು ಕಿಚಾಯಿಸಿದ. ಅವನು ತಿಂಡಿಗಿಂಡಿ ಎಲ್ಲ ಮುಗಿಸುವವರೆಗೆ ವಿದ್ಯಾ ಏನೂ ಮಾತನಾಡದೇ ಸುಮ್ಮನಿದ್ದಳು. ಕಂಪ್ಯೂಟರ್ ಆನ್ ಮಾಡಿ ವಿನೂ ಬಾ ಇಲ್ಲಿ ಎಂದು ಪಕ್ಕಕ್ಕೆ ಕೂರಿಸಿಕೊಂಡಳು. ಇಂಟರ್‌ನೆಟ್‌ನ ಗೂಗಲ್‌ನಲ್ಲಿ ಹಿಸ್ಟರಿಯಲ್ಲಿರುವ ಒಂದೊಂದೇ ಸೈಟ್ ತೆರೆಯುತ್ತ ಹೋದಳು. 'ಏನಿದು ವಿನೂ' ವಿನೂ ಇದನ್ನು ನಿರೀಕ್ಷಿಸಿರಲಿಲ್ಲ. ಕಂಪಿಸತೊಡಗಿದ. 'ತಪ್ಪಾಯ್ತು ಅಕ್ಕಾ' ಎಂದು ತೊದಲಿದ. 'ನೋಡು ವಿನೂ ನಾನು ಬರೀ ನಿನ್ನಕ್ಕ ಅಲ್ಲ, ನಿನ್ನ ಒಳ್ಳೆ ಫ್ರೆಂಡ್ ಅಲ್ವಾ ರಾಜಾ... ನಿಂಗೆ ಈ ಸೈಟ್ ಹೆಂಗೆ ಗೊತ್ತಾಯ್ತು.. ಯಾರಾದ್ರೂ ಫ್ರೆಂಡ್ಸ್ ಹೇಳಿದ್ರಾ... ಒಬ್ಬನೇ ನೋಡ್ತಿದ್ಯಾ ಅಥವಾ ಅವರ‍್ಯಾದ್ರೂ ಜೊತೆಗೆ ಇರ್ತಿದ್ರಾ ಸರಿಯಾಗಿ ಹೇಳು.. ನಾನು ಯಾರ ಹತ್ರಾನೂ ಹೇಳಲ್ಲ ರಾಜಾ...ಅಮ್ಮಂಗೂ ಹೇಳಲ್ಲ ಕಣೋ. ನಿಂಗೊತ್ತು ಅಲ್ವಾ ಈ ಅಕ್ಕ ನಿನ್ನ ಎಷ್ಟು ಪ್ರೀತಿಸ್ತಾಳೆ ಅಂತ.. ಊಂ..' ವಿದ್ಯಾ ವಿನೂ ಕೈಹಿಡಿದು ತೀರಾ ಮೆಲ್ಲಗೆ ಕೇಳಿದಳು.

'ಒಂದಿನ ಯೂಟ್ಯೂಬ್‌ನಲ್ಲಿ ಏನೋ ಪಿಕ್ಚರ್ ಹುಡುಕ್ತಿದ್ದೆ. ಆವಾಗ ಅದೊಂದು ಏನೋ ಬಂತು. ನಂಗೆ ಮೊದ್ಲು ಗೊತ್ತಾಗ್ದೇ ಆ ಲಿಂಕ್‌ನ್ನ ಕ್ಲಿಕ್ ಮಾಡ್ದೆ. ಆಮೇಲೆ ಅದೇ... ಈ ಕೆಟ್ಟದಾಗಿರೋ ಕಾರ್ಟೂನ್ ಥರಾ ವಿಡಿಯೋ ಎಲ್ಲ ಓಪನ್ ಆಯ್ತು. ಒಂಥರಾ ನೋಡಣ ಅನ್ನಿಸಿ ಮತ್ತೆ ಕ್ಲಿಕ್ ಮಾಡ್ದೆ. ಹಂಗೇ ಸುಮಾರು ಲಿಂಕ್ ಸಿಗ್ತು... ಆಮೇಲೆ...' ವಿನೂ ಇವಳ ತೊಡೆ ಮೇಲೆ ತಲೆ ಇಟ್ಟವನೇ ಜೋರಾಗಿ ಬಿಕ್ಕತೊಡಗಿದ.

ವಿದ್ಯಾ ನಿಧಾನವಾಗಿ ಮೃದುವಾಗಿ ಅವನ ತಲೆಕೂದಲಲ್ಲಿ ಬೆರಳಾಡಿಸಿದಳು. 'ನೋಡು ವಿನೂ ನೀನಿನ್ನೂ ಚಿಕ್ಕವನು ಇದನ್ನೆಲ್ಲ ನೋಡಿದ್ರೆ ಎಂಥ ಅರ್ಥವಾಗುತ್ತೆ ನಿಂಗೆ... ಸ್ವಲ್ಪ ದೊಡ್ಡೋನಾದ ಮೇಲೆ ಸೆಕ್ಸ್ ಅಂದ್ರೆ ಏನು ಅಂತ ಗೊತ್ತಾಗುತ್ತೆ.. ಒಂದ್ಸಲ ಕುತೂಹಲ ಹುಟ್ಟಿ ನೋಡಿದೆ. ಅದು ತಪ್ಪು ಅಂತ ನಾನು ಹೇಳ್ತಿಲ್ಲ ವಿನೂ.. ಆದ್ರೆ ದಿನಾ ಅದನ್ನೇ ನೋಡೋದು ಸರೀನಾ ರಾಜಾ.. ನೀನೇ ಹೇಳು...'

'ಒಂದೆರಡು ದಿನ ನೋಡಿದ ಮೇಲೆ ದಿನಾ ನೋಡಣ ಅನ್ನಿಸ್ತಾ ಇತ್ತು. ಸ್ಕೂಲಿಂದ

ಬಂದ ಮೇಲೆ ನೀನು ಅಮ್ಮ ಬರೋಕಿಂತ ಮುಂಚೆ ಒಂದು ಗಂಟೆ ನೋಡ್ತಿದ್ದೆ. ಗಲೀಜು ಅನ್ನಿಸ್ತಿತ್ತು ಆದ್ರೂ ಒಂಥರಾ ನೋಡ ಆಸೆ ಆಗ್ತಿತ್ತು. ತಡೆಯಕ್ಕಾದೆ ನೋಡ್ತಿದ್ದೆ...' ವಿನೂ ಇನ್ನೂ ಬಿಕ್ಕುತ್ತಲೇ ಇದ್ದ.

'ಮೊದ್ಲು ಕಂಪ್ಯೂಟರ್ ಆಫ್ ಮಾಡಕ್ಕಾ. ಇನ್ನು ಮೇಲೆ ನೋಡಲ್ಲ... ತಪ್ಪಾಯ್ತು ಕಣೇ. ಅಮ್ಮಂಗೆ ಹೇಳ್ಬೇಡ್ವೇ. ಪ್ಲೀಸ್ ಅಕ್ಕಾ... ನಿನ್ನಾಣೆ ಅಕ್ಕಾ... ಇನ್ನು ಮೇಲೆ ನೋಡಲ್ಲ... ಅದು ಗಲೀಜು ಅಂತ ಗೊತ್ತು ಅಕ್ಕಾ...' ವಿದ್ಯಾಳ ತೊಡೆ ತೋಯುತಿತ್ತು. ಸರಿ ಎಂದು ಕಂಪ್ಯೂಟರ್ ಆಫ್ ಮಾಡಿದ ವಿದ್ಯಾ ನೋಡಿಲ್ಲಿ ಎಂದು ಅವನನ್ನು ಸರಿಯಾಗಿ ಕೂರಿಸಿ ಒಂದಿಷ್ಟು ತಿಳಿಸಿ ಹೇಳಿದಳು. ತಲೆ ಕೆಳಗೆ ಹಾಕಿ ಕುಳಿತಿದ್ದ ವಿನೂ ಎಲ್ಲದಕ್ಕೆ ಊಂಗುಟ್ಟಿದ.

ಆಮೇಲೆ ವಿದ್ಯಾಗೆ ಕಳೆದ ಸಲ ಬಿಲ್ ಜಾಸ್ತಿ ಬಂದಿದೆ ಎಂದು ಅಮ್ಮ ಹೇಳಿದ್ದು ನೆನಪಾಗಿ ಕಳೆದ ತಿಂಗಳು ಕಟ್ಟಿದ ಬಿಲ್ ಹುಡುಕಿ, ನೋಡಿದಳು. ಸಾಮಾನ್ಯವಾಗಿ ಬರುವುದಕ್ಕಿಂತ ಜಾಸ್ತಿ ಇತ್ತು. ಈ ಸಲ ಇನ್ನೂ ಜಾಸ್ತಿಯೇ ಬರಬಹುದು ಎನ್ನಿಸಿತು. ಮನೆಗೆ ಮೊದಲು ಬರುವವನು ಮೊದಲು ವಿನು ಆಗಿದ್ದರಿಂದ ಹೊರಗೆ ಪೋಸ್ಟ್ ಡಬ್ಬಿಯೊಳಗಿದ್ದನ್ನೆಲ್ಲ ಅವನೇ ಒಳಗೆ ತಂದಿಡುತ್ತಿದ್ದ.

'ನೋಡು ಬಿಎಸ್‌ಎನ್‌ಎಲ್‌ದು ಬಿಲ್ ಬಂದರೆ ಬೇರೆ ಎತ್ತಿಡು. ಮೊದಲು ನಂಗೆ ತೋರ್ಸು ಆಯ್ತಾ' ಎಂದು ವಿನೂಗೆ ಹೇಳಿದಳು. ಒಂದು ರಾತ್ರಿ ಅಮ್ಮ ಮಲಗಿದ ನಂತರ 'ಅಕ್ಕಾ ಬಿಲ್ ಬಂದಿದೆಯೇ' ಎಂದು ತನ್ನ ಪುಸ್ತಕದ ಕಪಾಟಿನಲ್ಲಿ ಮುಚ್ಚಿಟ್ಟಿದ್ದ ಬಿಲ್ ತೆಗೆದು ಅಕ್ಕನ ಕೈಗಿಡುವಾಗ ವಿನೂನ ಬೆರಳು ಸಣ್ಣಗೆ ನಡಗುತ್ತಿತ್ತು. ವಿದ್ಯಾ ಊಹಿಸಿದಂತೆಯೇ ಆಗಿತ್ತು. ಬ್ರಾಡ್‌ಬ್ಯಾಂಡ್‌ನ ಬಿಲ್ ಎಂಟು ನೂರನ್ನು ದಾಟಿತ್ತು.

'ಸಾರಿ ಅಕ್ಕಾ'

ವಿದ್ಯಾ ಮರುಮಾತಾಡಲಿಲ್ಲ.

ಮರುದಿನ ಬಿಲ್ ತಾನೇ ತುಂಬಿ ಬಂದ ವಿದ್ಯಾ ಅಮ್ಮನಿಗೆ ಹೇಗೆ ಹೇಳೊದು ಎಂದರ್ಥವಾಗದೇ ನೋಡೋಣ ಮುಂದೆ ಎಂದುಕೊಡು ಸುಮ್ಮನಾದಳು.

'ಅರೆ... ಈ ಸಲ ತಿಂಗಳು ಮುಗೀತಾ ಬಂದ್ರೂ ಬಿಎಸ್‌ಎನ್‌ಎಲ್ ಬಿಲ್ ಬಂದೇ ಇಲ್ಲವಲ್ಲೇ ವಿದ್ಯಾ.. ಎಲ್ಲಾದ್ರೂ ಕಳಿಸೋದು ಮರೆತ್ರಾ ಹೇಗೆ" ಅಮ್ಮನೊಂದು ದಿನ ರಾಗವೆಳೆದಾಗ ವಿದ್ಯಾ ಮೆತ್ತಗೆ

'ಹೇಳೋದೇ ಮರ್ತೆ ಅಮ್ಮಾ. ಬಂದಿತ್ತು. ಅವತ್ತು ನಾನೇ ಎಕ್ಸ್‌ಚೇಂಜ್ ಹತ್ರ ಇಳ್ದು ತುಂಬಿ ಬಂದೆ. ಯಾವಾಗ್ಲೂ ಬರುತ್ತಲ್ಲ ಅಷ್ಟೇ ಬಂದಿತ್ತು. ಐದು ನೂರು ಚಿಲ್ರೆ ಏನೋ ಬಂದಿತ್ತು' ಎಂದಳು. ಸದ್ಯ... ಸುಳ್ಳು ಸಾಕಷ್ಟು ಸರಾಗವಾಗಿ ಬಂತು ಎಂದುಕೊಂಡ ವಿದ್ಯಾ ಉಸಿರುಬಿಟ್ಟಳು. ಅಮ್ಮ ವಿದ್ಯಾನ ಬಳಿ ಬಂದು ತಲೆ ಸವರಿದಳು. ಎರಡು

ತಿಂಗಳ ಹಿಂದಷ್ಟೇ ಕೆಲಸಕ್ಕೆ ಸೇರಿದ್ದ ತಾನು ಮೊದಲ ತಿಂಗಳ ಸಂಬಳ ಕೈಗಿತ್ತಾಗಲೂ ಅಮ್ಮ ಹೀಗೆ ಅಕ್ಕರೆಯಿಂದ ತಲೆ ಸವರಿರಲಿಲ್ಲ ಎನ್ನಿಸಿತವಳಿಗೆ.

'ಇಷ್ಟು ದಿನ ಎಲ್ಲದಕ್ಕೆ ಒಬ್ಬೆ ಏಗ್ತಾ ಇದ್ದೆ... ಈಗ ನೀನು ಬಿಲ್ ತುಂಬೋ ಹಾಗಾದ್ಯಲ್ಲ ರಾಣಿ.. ಅಷ್ಟೇ ಸಾಕು...' ಅಮ್ಮನ ಕಣ್ಣಲ್ಲಿ ಸಣ್ಣಗೆ ನೀರು ಜಿನುಗಿತು. ಅಮ್ಮ ಸರಕ್ಕನೆ ಬಚ್ಚಲಿಗೆ ಹೋದಳು.

ವಿನೂ ಅಕ್ಕನ ಬಳಿ ಬಂದು 'ಸದ್ಯ ಅಮ್ಮಂಗೆ ಗೊತ್ತಾಗ್ಲಿಲ್ಲ ಅಕ್ಕ.. ಥ್ಯಾಂಕ್ಸ್ ಕಣೇ' ಮೆತ್ತಗೆ ಉಸುರಿದ.

ನಾಲ್ಕಾರು ದಿನಗಳ ನಂತರ ಶನಿವಾರ ರಾತ್ರಿ ವಿದ್ಯಾ ಆರ್ಟಿಕಲ್ ಒಂದನ್ನು ಡೌನ್‌ಲೋಡ್ ಮಾಡುತ್ತಿದ್ದಳು. ತಾನು ಜಾಕಿಜಾನ್‌ದು ಅದ್ಯಾವುದೊ ಆಕ್ಷನ್ ಸಿನಿಮಾ ನೋಡಬೇಕು, ನೋಡಬೇಕಿದ್ರೆ ಅಕ್ಕ, ಅಮ್ಮ ಇಬ್ರೂ ಓದ್ಕೋ ಓದ್ಕೋ ಅಂತ ಕುಣೀಬೇಡಿ ಎಂದು ಬೆಳಗ್ಗೆಯಿಂದಲೇ ವರಾತ ಹಚ್ಚಿದ್ದ ವಿನೂ ಟಿವಿಯಲ್ಲಿ ಮುಳುಗಿದ್ದ. ಅಮ್ಮ ಅಡುಗೆ ಮನೆಯಲ್ಲಿ ಫ್ರಿಜ್ ಕ್ಲೀನ್ ಮಾಡುವ ಕೆಲಸದಲ್ಲಿದ್ದಳು. ಆಗೀಗ ಇವನು ಮತ್ತೆ ಯಾವುದಾದರು ಪೋರ್ನ್ ಸೈಟ್‌ಗಳನ್ನು ನೋಡುತ್ತಿದ್ದಾನಾ ಎಂದು ವಿದ್ಯಾ ಪರಿಶೀಲಿಸ್ತಾ ಇದ್ದಳು. ಆ ದಿನವೂ ವಿದ್ಯಾ ಹಾಗೆ ಪರೀಕ್ಷಿಸುವಾಗ ನಾಲ್ಕಾರು ದಿನದಿಂದ ಪೋರ್ನ್ ಸೈಟ್ ಓಪನ್ ಮಾಡಿರುವ ವಿವರ ಸಿಕ್ಕಿತು. ಆದರೆ ಇವು ಕಾರ್ಟೂನ್ ಪೋರ್ನ್ ಸೈಟ್‌ಗಳಲ್ಲ, ಅಡಲ್ಟ್ ಪೋರ್ನ್ ಸೈಟ್‌ಗಳು. ಒಂದೆರಡು ತೆರೆದು ನೋಡಿದರೆ ಮೊದಲಿಗೆ ಏನೋ ಕೊಂಚ ಉನ್ಮಾದಕತೆ ಎನ್ನಿಸಿದರೂ ಅರೆಕ್ಷಣದ ನಂತರ ವಾಕರಿಕೆ ಹುಟ್ಟಿಸಿತು. ಅಮ್ಮ ಹೇಗೂ ಇನ್ನೂ ಅರ್ಧ ಗಂಟೆಯಾದರೂ ಅಡುಗೆ ಮನೆ ಬಿಟ್ಟು ಹೊರಬರುವುದಿಲ್ಲ... ವಿನೂನ ಈಗಲೇ ಕರೆದು ಕೇಳೊದು ವಾಸಿ ಎಂದುಕೊಂಡು ಅದನ್ನೆಲ್ಲ ಮಿನಿಮೈಸ್ ಮಾಡಿ ವಿನೂ ಎಂದು ಕರೆದಳು. 'ಸುಮ್ನಿರೇ... ನಾನು ಈ ಸಿನಿಮಾ ಫುಲ್ ನೋಡ್ಬೇಕು ಅಂತ ಆವಾಗ್ಲೇ ಹೇಳಿರಲಿಲ್ಲವಾ... ನೀನೂ ನೋಡು ಬಾರಕ್ಕಾ. ಜಾಕಿ ಜಾನ್ ಹೆಂಗೆ ಫೈಟ್ ಮಾಡ್ತಿದಾನೆ ಅಂತ...' ವಿನೂ ಟಿವಿಯಿಂದ ಕಣ್ಣು ಕೀಳದೇ ಅಲ್ಲಿಂದಲೇ ಉತ್ತರಿಸಿದ.

'ವಿದ್ಯಾ ಅದನ್ನ ಕ್ಲೋಸ್ ಮಾಡು. ಅವಂಗೇನೂ ಕೇಳಬೇಡ' ಅಮ್ಮನ ಧ್ವನಿ ಕೇಳಿಸಿತು. ವಿದ್ಯಾ ತಿರುಗಿ ನೋಡಿದಳು. ಅಮ್ಮ ರೂಮಿನ ಬಾಗಿಲಲ್ಲಿ ನಿಂತಿದ್ದಳು. ತೀರಾ ದಣಿದಂತೆ ಕಾಣುತ್ತಿದ್ದ ಅಮ್ಮ 'ಹೇಳಿದ್ನಲ್ಲ ಅದ್ನ ನೋಡ್ಬೇಡ. ಪ್ಲೀಸ್ ಕ್ಲೋಸ್ ಮಾಡು' ಭಾರವಾದ ಧ್ವನಿಯಲ್ಲಿ ಹೇಳಿ ಮೆತ್ತಗೆ ಅಡುಗೆ ಮನೆಗೆ ಸರಿದು ಹೋದಳು. ವಿದ್ಯಾ ಏನೊಂದೂ ಗ್ರಹಿಕೆಗೆ ಸಿಗದೆ ಸುಮ್ಮನೆ ಕುಳಿತಳು. ಯಾಕೋ ಹೀಗೆ ಅಮ್ಮನ ಒಂದು ಸಹಜ, ವೈಯಕ್ತಿಕ ಕ್ಷಣವನ್ನು ತಾನು ಜಾಲಾಡಬಾರದಿತ್ತು, ಅಮ್ಮನಿಗೆ ಅಷ್ಟೂ ಸ್ವಾತಂತ್ರ್ಯವಿಲ್ಲವೇ, ತನಗೇಕೆ ಬೇಕಿತ್ತು ಛೇ ಎಂದು ವಿದ್ಯಾಗೆ ತನ್ನ ಮೇಲೆ ಸಿಟ್ಟು ಬರತೊಡಗಿತು.

ಜಾಕಿಜಾನ್ ಸಿನಿಮಾ ನೋಡಿದ ವಿನೂ ಅಕ್ಕನಿಗೆ ಅದರ ಕುರಿತು ಕೊರೆಯುತ್ತಲೇ ನಿದ್ದೆಗೆ ಜಾರಿದ. ಅವನಿಗೆ ನಿದ್ದೆ ಬಂದಿದ್ದು ಖಚಿತವಾದ ನಂತರ ವಿದ್ಯಾ ಎದ್ದು ಹಾಲ್‌ಗೆ ಬಂದಳು. ಅಮ್ಮ ಮಲಗಿದ್ದ ದಿವಾನಾ ಬಳಿ ನೆಲದ ಮೇಲೆ ಕುಳಿತಳು. ಅಮ್ಮ ಕಣ್ಣು ತೆಗೆದು ನೋಡಿದಳು. 'ಸಾರಿ ಅಮ್ಮಾ...'

'ಇಲ್ಲೇ ಮಲ್ಕೋ ರಾಣಿ' ಅಮ್ಮ ಮತ್ತಷ್ಟು ಗೋಡೆಯ ಬಳಿ ಸರಿದಳು. ವಿದ್ಯಾ ಮರುಮಾತಾಡದೆ ಅಮ್ಮನ ಹೊದಿಕೆಯೊಳಗೆ ತೂರಿಕೊಂಡಳು.

ವಿನೂ ಮರುದಿನ ಬೆಳಗ್ಗೆ ಭಾನುವಾರದ ತನ್ನ ಎಂದಿನ ಕಾರ್ಟೂನ್ ಸೀರಿಯಲ್ ನೋಡುತ್ತಿದ್ದ. ಅಮ್ಮ ಬೀನ್ಸ್ ಸೋಸುತ್ತ ದಿವಾನದ ಅಂಚಿನಲ್ಲಿ ಕುಳಿತಿದ್ದಳು. ಕಾರ್ಟೂನ್ ಮಧ್ಯದಲ್ಲಿ ಏರ್‌ಟೆಲ್ ಜಾಹೀರಾತು ಬಂತು. ಜಾಹೀರಾತಿನಲ್ಲಿ ಯಾರದು ಮಾಧವನ್ ಕಾಣುತ್ತೆ... ಅದೇ ತಾನೆ ಕಚೇರಿಯಿಂದ ಸುಸ್ತಾಗಿ ಬಂದಂತೆ ಕುಳಿತಿದ್ದಾನೆ. ಅವನ ಹಿಂದೆ ನಿಂತಿದ್ದ ವಿದ್ಯಾ ಬಾಲನ್ ಅವನ ಭುಜ ಮೆತ್ತಗೆ ಅಮುಕುತ್ತ ಏನೋ ಹೇಳಿದವಳು ದುಡ್ಡು ಕಳಿಸಿದೆಯಾ ಕೇಳ್ತಾಳೆ. ಅವನು ಊಂಗುಡುತ್ತಾನೆ. ಬಚ್ಚಲಿಗೆ ಹೋಗಲೆಂದು ರೂಂನಿಂದ ಎದ್ದು ಬಂದ ವಿದ್ಯಾ ಗಕ್ಕನೆ ನಿಂತಳು. ತಟ್ಟನೆ ಅಮ್ಮನನ್ನು ನೋಡಿದಳು. ಅಮ್ಮನ ಕೈ ಬೀನ್ಸ್ ಬಿಡಿಸುತ್ತಲೇ ಇಲ್ಲ. ಸ್ತಬ್ಧವಾಗಿದೆ. ಕಣ್ಣಲ್ಲಿ ಇನ್ನೇನು ನೀರು ಧುಮ್ಮಿಕ್ಕುತ್ತದೆ ಹಾಗೆ ಕಣ್ಣಾಲಿ ತುಂಬಿದೆ. ಅಮ್ಮ ಎವೆ ಇಕ್ಕದೆ ಆ ಚಂದದ ಜಾಹೀರಾತು ಜೋಡಿಯನ್ನು ನೋಡುತ್ತಿದ್ದಾಳೆ. ಜಾಹೀರಾತಿನದೇ ಆದರೂ, ಅದು ಅವರಿಬ್ಬರು ದುಡ್ಡಿಗಾಗಿ ಮಾಡಿದ ನಟನೆಯೇ ಆಗಿದ್ದರೂ, ಒಂದು ಬೆಚ್ಚನೆಯ ಸಾಂಗತ್ಯದ, ಒಂದು ಆತ್ಯಂತಿಕ ಪ್ರೀತಿಯ, ಗಂಡ ಹೆಂಡತಿಯ ಸಾಂಸಾರಿಕ ಬದುಕಿನ ಆಪ್ತಭಾವದ ಕ್ಷಣ ಟಿವಿ ಪರದೆ ತುಂಬ ಹಚ್ಚಗೆ ಹರಡಿ ನಿಂತಿದೆ. ಅಂಥದೊಂದು ಸಾಂಸಾರಿಕ ಪ್ರೀತಿಯ ಬಾಂಧವ್ಯಕ್ಕೆ ತಾನು ಪಕ್ಕಾಗಲೇ ಇಲ್ಲ, ಅಂಥದೊಂದು ಆಪ್ತಬಂಧ ತನಗೆ ದಕ್ಕಲೇ ಇಲ್ಲ, ಅಂತಹದೊಂದು ಆಪ್ತಬಂಧಕ್ಕಾಗಿ ಎಷ್ಟೆಲ್ಲ ನಡೆದು ದಣಿದೆನಲ್ಲ, ಬಹುಶಃ ಇನ್ನೆಂದೂ ತನ್ನ ಬದುಕಿನಲ್ಲಿ ದಕ್ಕಲಾರದು ಕೂಡ ಎಂಬ ಕಹಿಸತ್ಯದ ನೋಟದಿಂದಲೇ ಅಮ್ಮ ಆ ಜಾಹೀರಾತು ನೋಡುತ್ತ ಮೈಯ ಕಣಕಣದಲ್ಲೂ ವಿಷಾದ ರಾಗವನ್ನು ಹೊಮ್ಮಿಸುತ್ತಿದ್ದಾಳೆ.

'ಬೇರೆ ಚಾನಲ್ ಹಾಕೋ' ವಿದ್ಯಾ ತಟ್ಟನೆ ತಮ್ಮನಿಗೆ ಗದರಿದಳು. 'ಇರೇ... ನೋಡು ಅದೆಷ್ಟು ಚೆನ್ನಾಗಿದೆ ಅಂತ. ಅಂಥದೇ ಏರ್‌ಟೆಲ್ ಮೊಬೈಲ್ ತಗೋ ಅಂದ್ರೆ ಈ ಅಮ್ಮ ಕೇಳಲ್ಲ. ಅದ್ರಿಂದ ಈಗ ಎಲ್ಲಿಗಾದ್ರೂ ದುಡ್ಡೂ ಕಳಿಸ್ಬೋದು ಗೊತ್ತಾ...' ವಿನೂ ಹುಡುಗಾಟದ ರಾಗ ಎಳೆಯುತ್ತಿದ್ದಾನೆ.

'ಅಯ್ಯೋ ರಾಮ... ನಾನ್ಯಾರಿಗೆ ದುಡ್ಡು ಕಳಿಸ್ಬೇಕು ಮಾರಾಯನೇ... ಬರಾಕ್ ಒಬಾಮಾಗೋ ಅಥವಾ ಮೆಕೇನ್‌ಗೋ ಎಲೆಕ್ಷನ್ ಖರ್ಚಿಗೆ ನಾನೇನು ದುಡ್ಡು

ಕಳಿಸ್ಬೇಕೋನೋ. ನಂಗ್ಯಾಕೆ ಅಷ್ಟು ಅತ್ಯಾಧುನಿಕ ದುಬಾರಿ ಮೊಬೈಲ್ ಬೇಕು ಹೇಳು... ನವಿಲು ಕುಣೀತು ಅಂತ ಕೆಂಬೂತ ಕುಣಿಯಕ್ಕಾಗುತ್ತೇನೋ...' ಅಮ್ಮನ ಕೈ ಮತ್ತೆ ಬೀನ್ಸ್‌ನಲ್ಲಿ ಮುಳುಗಿದೆ. ಕಣ್ಣಾಲಿಯಲ್ಲಿ ನೀರು ತುಂಬಿದ್ದೇ ಸುಳ್ಳೇನೋ ಎಂಬಂತೆ ಅಮ್ಮ ಒಂದು ಹುಸಿನಗುವನ್ನು ತುಟಿಯಲ್ಲಿ ಮೃದುವಾಗಿ ಅರಳಿಸಿದ್ದಾಳೆ. ಕಣ್ಣಂಚಿನ ನೀರ ಹನಿಗಳೆಡೆಯಲ್ಲಿಯೇ ಅಮ್ಮನ ಎಂದಿನ ತಮಾಷೆ ಮಿಂಚಿದೆ.

'ಇಲ್ಲಪ್ಪಾ... ನೀವಿಬ್ರೂ ಓಬಿರಾಯನ ಕಾಲದ ಮೊಬೈಲ್‌ನೇ ಇಟ್ಟುಕೊಂಡಿರಿ' ವಿನೂ ರೇಗಿದ.

ಈ ಅಮ್ಮ ಒಮ್ಮೆ ಜೋರಾಗಿ ಅತ್ತುಬಿಡಬಾರದೇ... ಯಾಕೆ ಹೀಗೆ ಎಲ್ಲ ಒಳನುಂಗುತ್ತಾಳೆ ವಿದ್ಯಾಗೆ ಕಡುಸಂಕಟವೆನ್ನಿಸಿ ಮತ್ತೆ ರೂಮಿಗೆ ಮರಳಿದಳು. ಸ್ವಲ್ಪ ಹೊತ್ತಿಗೆ ಬಚ್ಚಲಿಗೆ ಹೋಗಲೇಬೇಕೆನ್ನಿಸಿ ಎದ್ದು ಬಂದಳು. ವಿನೂ ಮತ್ತು ಅಮ್ಮ ಡಿಸ್ಕವರಿ ಚಾನಲ್‌ನಲ್ಲಿ ಮುಳುಗಿದ್ದರು. ಬಚ್ಚಲಿನಿಂದ ವಾಪಸಾದ ವಿದ್ಯಾ ಕೂಡ ಅವರೊಂದಿಗೆ ಬೆರೆತಳು.

2008

ನಮ್ಮ ಪ್ರಕಟಣೆಗಳು

ಛಂದ ಪುಸ್ತಕ ಬಹುಮಾನ

ಪುಟ್ಟ ಪಾದದ ಗುರುತು – ಸುನಂದಾ ಪ್ರಕಾಶ ಕಡಮೆ – ₹ 60
ಈ ಕತೆಗಳ ಸಹವಾಸವೇ ಸಾಕು – ಅಲಕ ತೀರ್ಥಹಳ್ಳಿ – ₹ 60
ಗೋಡೆಗೆ ಬರೆದ ನವಿಲು – ಸಂದೀಪ ನಾಯಕ – ₹ 60
ಮೊದಲ ಮಳೆಯ ಮಣ್ಣು – ಕಣಾದ ರಾಘವ – ₹ 80
ಆಟಿಕೆ – ಬಸವಣ್ಣೆಪ್ಪಾ ಕಂಬಾರ – ₹ 100
ಮಾಯಾಕೋಲಾಹಲ – ಮೌನೇಶ ಬಡಿಗೇರ – ₹ 100
ಕೇಪಿನ ಡಬ್ಬಿ – ಪದ್ಮನಾಭ ಭಟ್, ಶೇವ್ಕಾರ – ₹ 150
ಮನಸು ಅಭಿಸಾರಿಕೆ – ಶಾಂತಿ ಕೆ ಅಪ್ಪಣ್ಣ – ₹ 180
ದೇವರು ಕಚ್ಚಿದ ಸೇಬು – ದಯಾನಂದ – ₹ 120
ಧೂಪದ ಮಕ್ಕಳು – ಸ್ವಾಮಿ ಪೊನ್ನಾಚಿ – ₹ 110
ಡುಮಿಂಗ – ಶಶಿ ತರೀಕೆರೆ – ₹ 90
ಬಯಲಲರಸಿ ಹೊರಟವಳು – ಛಾಯಾ ಭಟ್ – ₹ 120

ಕಥಾಸಂಕಲನ

ಶಕುಂತಳಾ – ಗುರುಪ್ರಸಾದ್ ಕಾಗಿನೆಲೆ – ₹ 80
ಶಾಲಭಂಜಿಕೆ – ಡಾ. ಕೆ. ಎನ್. ಗಣೇಶಯ್ಯ – ₹ 130 (6ನೆಯ ಮುದ್ರಣ)
ಕಾರಂತಜ್ಜನಿಗೊಂದು ಪತ್ರ – ಸಚ್ಚಿದಾನಂದ ಹೆಗಡೆ – ₹ 60
ಹಕೂನ ಮಟಾಟ – ನಾಗರಾಜ ವಸ್ತಾರೆ – ₹ 150
ಕಾಲಿಟ್ಟಲ್ಲಿ ಕಾಲುದಾರಿ – ಸುಮಂಗಲಾ – ₹ 140
ಹುಲಿರಾಯ – ಕೀರ್ತಿರಾಜ್ – ₹ 80
ನಿರವಯವ – ನಾಗರಾಜ ವಸ್ತಾರೆ – ₹ 125
ಹನ್ನೊಂದನೇ ಅಡ್ಡರಸ್ತೆ – ಸುಮಂಗಲಾ – ₹ 100
ಗಾಳಿಗೆ ಮೆತ್ತಿದ ಬಣ್ಣ – ಕರ್ಕಿ ಕೃಷ್ಣಮೂರ್ತಿ – ₹ 120
ಕನ್ನಡಿ ಹರಳು – ಪದ್ಮನಾಭ ಭಟ್, ಶೇವ್ಕಾರ – ₹ 130
ಒಂದು ಚಿಟಿಕೆ ಮಣ್ಣು – ಲಕ್ಷ್ಮಣ ಬಾದಾಮಿ – ₹ 130
ಬಂಡಲ್ ಕತೆಗಳು – ಎಸ್ ಸುರೇಂದ್ರನಾಥ್ – ₹ 140
ದೇವರ ರಜಾ – ಗುರುಪ್ರಸಾದ್ ಕಾಗಿನೆಲೆ – ₹ 150

ಪ್ರಬಂಧ

ಪೂರ್ವ ಪಶ್ಚಿಮ – ಎಂ. ಆರ್. ದತ್ತಾತ್ರಿ – ₹ 80
ರಾಗಿಮುದ್ದೆ – ರಘುನಾಥ ಚ. ಹ. – ₹ 60
ಕುಟ್ಟವಲಕ್ಕಿ / ಗೊಜ್ಜವಲಕ್ಕಿ – ಪ್ರಶಾಂತ ಆಡೂರ – ₹ 100
ಮಿಸಳ್ ಭಾಜಿ – ಭಾರತಿ ಬಿ ವಿ – ₹ 120
ನೀ ಮಾಯೆಯೊಳಗೋ.. – ವಿಕ್ರಮ ಹತ್ವಾರ – ₹ 120
ಸಾವೆಂಬ ಲಹರಿ – ಗುರುಪ್ರಸಾದ ಕಾಗಿನೆಲೆ – ₹ 110

ಅನುವಾದ

ಗಾಳಿ ಪಳಗಿಸಿದ ಬಾಲಕ – ವಿಲಿಯಂ ಕಾಂಕ್ವಾಂಬಾ (ಕರುಣಾ ಬಿ ಎಸ್) – ₹ 180
ಅಮೋಸ್ ಫಾರ್ಚೂನ್ – ಎಲಿಝಬೆತ್ ಯೇಟ್ಸ್ (ಜಯಶ್ರೀ ಭಟ್) – ₹ 100
ನವ ಜೀವಗಳು – ವಿಲಿಯಂ ಡಾಲ್ರಿಂಪಲ್ (ನವೀನ ಗಂಗೋತ್ರಿ) – ₹ 250
ಮೈಕೆಲ್ ಕೆ – ಜೆ.ಎಂ. ಕುಟ್‌ಸೀ (ಸುನಿಲ್ ರಾವ್) – ₹ 170
ಲೇರಿಯೊಂಕ – ಹೆನ್ರಿ ಆರ್. ಓಲೆ ಕುಲೆಟ್ (ಪ್ರಶಾಂತ ಬೀಚಿ) – ₹ 130
ಅರೆಶತಮಾನದ ಮೌನ – ಯಾನ್ ರಫ್–ಓ'ಹರ್ನ್ (ಅರುಣ್) – ₹ 190
ಪರ್ವತದಲ್ಲಿ ಪವಾಡ – ನ್ಯಾಂಡೊ ಪರಾಡೊ (ಸಂಯುಕ್ತಾ ಪುಲಿಗಲ್) – ₹ 190
ಚಂದಿರ ಬೇಕೆಂದವನು – ಮಿಮಿ ಬೇರ್ಡ್ (ಪ್ರಜ್ಞಾ ಶಾಸ್ತ್ರಿ) – ₹ 180
ಬಂಡೂಲ – ವಿಕಿ ಕಾನ್‌ಸ್ಟಂಟೇನ್ ಕ್ರುಕ್ (ರಾಜ್ಯಶ್ರೀ ಕುಳಮರ್ವ) – ₹ 320
ರೆಬೆಲ್ ಸುಲ್ತಾನರು – ಮನು ಎಸ್ ಪಿಳ್ಳೈ (ಸಂಯುಕ್ತಾ ಪುಲಿಗಲ್) – ₹ 320
ಫಾಲೋಯಿಂಗ್ ಫಿಶ್ – ಸಮಂತ್ ಸುಬ್ರಮಣಿಯನ್ (ಸಹನಾ ಹೆಗಡೆ) – ₹ 220

ವಸುಧೇಂದ್ರ

ಮನೀಷೆ – ಕತೆಗಳು – ₹ 100 (7ನೆಯ ಮುದ್ರಣ)
ಯುಗಾದಿ – ಕತೆಗಳು – ₹ 120 (8ನೆಯ ಮುದ್ರಣ)
ಚೇಳು – ಕತೆಗಳು – ₹ 90 (6ನೆಯ ಮುದ್ರಣ)
ಹಂಪಿ ಎಕ್ಸ್‌ಪ್ರೆಸ್ – ಕತೆಗಳು – ₹ 120 (8ನೆಯ ಮುದ್ರಣ)
ಮೋಹನಸ್ವಾಮಿ – ಕತೆಗಳು – ₹ 200 (6ನೆಯ ಮುದ್ರಣ)
ವಿಷಮ ಭಿನ್ನರಾಶಿ – ಕತೆಗಳು – ₹ 220 (4ನೆಯ ಮುದ್ರಣ)
ಕೋತಿಗಳು – ಪ್ರಬಂಧ – ₹ 90 (7ನೆಯ ಮುದ್ರಣ)
ನಮ್ಮಮ್ಮ ಅಂದ್ರೆ ನಂಗಿಷ್ಟ – ಪ್ರಬಂಧ – ₹ 100 (20ನೆಯ ಮುದ್ರಣ)
ರಕ್ಷಕ ಅನಾಥ – ಪ್ರಬಂಧ – ₹ 110 (5ನೆಯ ಮುದ್ರಣ)
ವರ್ಣಮಯ – ಪ್ರಬಂಧ – ₹ 170 (5ನೆಯ ಮುದ್ರಣ)
ಐದು ಪೈಸೆ ವರದಕ್ಷಿಣೆ – ಪ್ರಬಂಧ – ₹ 220 (5ನೆಯ ಮುದ್ರಣ)

ಹರಿಚಿತ್ತ ಸತ್ಯ – ಕಾದಂಬರಿ – ₹ 140 (5ನೆಯ ಮುದ್ರಣ)
ತೇಜೋ–ತುಂಗಭದ್ರಾ – ಕಾದಂಬರಿ – ₹ 380 (6ನೆಯ ಮುದ್ರಣ)
ಮಿಥುನ – ಶ್ರೀರಮಣರ ಕತೆಗಳು – ₹ 100 (7ನೆಯ ಮುದ್ರಣ)
ಎವರೆಸ್ಟ್ – ಜಾನ್ ಕ್ರಾಕೌರ್ – ₹ 250 (3ನೆಯ ಮುದ್ರಣ)

ಕಾದಂಬರಿ

ಎನ್ನ ಭವದ ಕೇಡು – ಎಸ್ ಸುರೇಂದ್ರನಾಥ್ – ₹ 75
ನ್ಯಾಸ – ಹರೀಶ ಹಾಗಲವಾಡಿ – ₹ 250
ಗುಣ – ಗುರುಪ್ರಸಾದ್ ಕಾಗಿನೆಲೆ – ₹ 150
ದ್ವೀಪವ ಬಯಸಿ – ಎಂ. ಆರ್. ದತ್ತಾತ್ರಿ – ₹ 250
ತಾರಾಬಾಯಿಯ ಪತ್ರ – ದತ್ತಾತ್ರಿ ಎಂ ಆರ್ – ₹ 110
ಅಗೆದಷ್ಟೂ ನಕ್ಷತ್ರ – ಸುಮಂಗಲಾ – ₹ 160
ಪ್ರಿಯೇ ಚಾರುಶೀಲೆ – ನಾಗರಾಜ ವಸ್ತಾರೆ – ₹ 295
ಋಷ್ಯಶೃಂಗ – ಹರೀಶ ಹಾಗಲವಾಡಿ – ₹ 125
ಅಂತು – ಪ್ರಕಾಶ ನಾಯಕ್ – ₹ 200
ಚುಕ್ಕಿ ಬೆಳಕಿನ ಜಾಡು – ಕರ್ಕಿ ಕೃಷ್ಣಮೂರ್ತಿ – ₹ 200

ಪ್ರತಿಗಳು ಲಭ್ಯವಿಲ್ಲ

ಬರೀ ಎರಡು ರೆಕ್ಕೆ – ಸುನಂದಾ ಪ್ರಕಾಶ ಕಡಮೆ – ಕಾದಂಬರಿ
ಮದ್ಯಸಾರ – ಅಪಾರ – ಕವಿತೆ
ಪೂರ್ಣನ ಗರಿಗಳು – ಪೂರ್ಣಪ್ರಜ್ಞ – ಕವಿತೆ
ಹಲೋ ಹಲೋ ಚಂದಮಾಮ – ರಾಧೇಶ ತೋಳ್ಪಾಡಿ – ಕವಿತೆ
ಜಗವ ಚುಂಬಿಸು – ಸುಬ್ರೊತೋ ಬಾಗ್ಚಿ (ವಂದನಾ ಪಿ ಸಿ) – ಅನುವಾದ
ಮಾವೋನ ಕೊನೆಯ ನರ್ತಕ – ಲೀ ಕುನ್‌ಕ್ಸಿನ್ (ಜಯಶ್ರೀ ಭಟ್) – ಅನುವಾದ
ಊರ ಒಳಗಣ ಬಯಲು – ಡಾ. ವಿನಯಾ – ಕಥಾ ಸಂಕಲನ
ಕಟ್ಟು ಕತೆಗಳು – ಎಸ್ ಸುರೇಂದ್ರನಾಥ್ – ಕಥಾ ಸಂಕಲನ
ಹಟ್ಟಿಯೆಂಬ ಭೂಮಿಯ ತುಣುಕು – ಲೋಕೇಶ ಅಗಸನಕಟ್ಟೆ – ಕಥಾ ಸಂಕಲನ
ಜುಮುರು ಮಳೆ – ಸುಮಂಗಲಾ – ಕಥಾ ಸಂಕಲನ
ವೈದ್ಯ, ಮತ್ತೊಬ್ಬ – ಗುರುಪ್ರಸಾದ ಕಾಗಿನೆಲೆ – ಪ್ರಬಂಧ
ಜಾನಕಿ ಕಾಲಂ 1 – ಜೋಗಿ – ಅಂಕಣಗಳು
ಜಾನಕಿ ಕಾಲಂ 2 – ಜೋಗಿ – ಅಂಕಣಗಳು

ಓದಿ ಓದಿ ಮರುಳಾಗಿ!

ಛಂದ ಪುಸ್ತಕ ಬಹುಮಾನ

ಕತೆಗಾರರು	ಕಥಾಸಂಕಲನ	ತೀರ್ಪುಗಾರರು
ಸುನಂದಾ ಪ್ರಕಾಶ ಕಡಮೆ	ಪುಟ್ಟ ಪಾದದ ಗುರುತು	ಅಶೋಕ ಹೆಗಡೆ/ ಸುಮಂಗಲಾ
ಅಲಕ ತೀರ್ಥಹಳ್ಳಿ	ಈ ಕತೆಗಳ ಸಹವಾಸವೇ ಸಾಕು	ಕೇಶವ ಮಳಗಿ/ ಸುಮಂಗಲಾ
ಲೋಕೇಶ ಅಗಸನಕಟ್ಟೆ	ಹಟ್ಟಿಯೆಂಬ ಭೂಮಿಯ ತುಣುಕು	ಬೊಳುವಾರು ಮಹಮದ್ ಕುಂಞಿ
ವಿನಯಾ	ಊರ ಒಳಗಣ ಬಯಲು	ನೇಮಿಚಂದ್ರ
ಸಂದೀಪ ನಾಯಕ	ಗೋಡೆಗೆ ಬರೆದ ನವಿಲು	ಅಮರೇಶ ನುಗಡೋಣಿ
ಕಣಾದ ರಾಘವ	ಮೊದಲ ಮಳೆಯ ಮಣ್ಣು	ಕೆ. ಸತ್ಯನಾರಾಯಣ
ಬಸವಣ್ಣೆಪ್ಪಾ ಕಂಬಾರ	ಆಟಿಕೆ	ಕುಂ. ವೀರಭದ್ರಪ್ಪ
ಮೌನೇಶ ಬಡಿಗೇರ	ಮಾಯಾಕೋಲಾಹಲ	ಓ.ಎಲ್. ನಾಗಭೂಷಣಸ್ವಾಮಿ
ಪದ್ಮನಾಭ ಭಟ್ ಶೇವ್ಕಾರ	ಕೇಪಿನ ಡಬ್ಬಿ	ಎಂ. ಎಸ್. ಆಶಾದೇವಿ
ಶಾಂತಿ ಕೆ ಅಪ್ಪಣ್ಣ	ಮನಸು ಅಭಿಸಾರಿಕೆ	ಎಚ್.ಎಸ್. ರಾಘವೇಂದ್ರ ರಾವ್
ದಯಾನಂದ	ದೇವರು ಕಚ್ಚಿದ ಸೇಬು	ನಾ. ಡಿಸೋಜಾ
ಸ್ವಾಮಿ ಪೊನ್ನಾಚಿ	ಧೂಪದ ಮಕ್ಕಳು	ಎಂ. ಎಸ್. ಶ್ರೀರಾಮ್
ಶಶಿ ತರೀಕೆರೆ	ಡುಮಿಂಗ	ಲಲಿತಾ ಸಿದ್ಧಬಸವಯ್ಯ
ಛಾಯಾ ಭಟ್	ಬಯಲರಸಿ ಹೊರಟವಳು	ತಾರಿಣಿ ಶುಭದಾಯಿನಿ

www.ingramcontent.com/pod-product-compliance
Lightning Source LLC
LaVergne TN
LVHW100841051026
849519LV00006B/2384
* 9 7 8 9 3 8 4 9 0 8 6 5 2 *